సబ్బని
సమగ్ర తెలంగాణ
సాహిత్యం

కస్తూరి విజయం
VICTORY OF KASTURI

సబ్బని లక్ష్మీనారాయణ

2023

ALL RIGHTS RESERVED

in any form by any means may it be electronically, mechanical, optical, chemical, manual, photo copying, recording without prior written consent to the
Publisher/ Author.

Title: Sabbani Samagra Telangana Sahithyam

Author : Sabbani Laxminarayana

In _ sabbani2003@yahoo.com.

Mobile: 8985251271

ISBN: 978-81-963835-5-8

Print On Demand

Copy Right

Sabbani Laxminarayana

Book Available

@

Ph:0091-9515054998

Email: Kasturivijayam@gmail.com

Amazon, Flipkart

ముందుమాట

ఇది 12 భాగాల మలిదశ తెలంగాణ ఉద్యమ సాహిత్యం

మలిదశ తెలంగాణ ఉద్యమంలో భాగంగా తెలంగాణ రాష్ట్ర ఆవిర్భావం కోసం నేను వ్రాసిన పుస్తకములను అన్నింటిని కలిపి సమగ్ర సాహిత్యంగా తీసుక రావాలని గత ఏడు ఎనిమిది సంవత్సరాలుగా అనుకుంటున్నాను. కానీ చాలా బద్ధకస్తున్ని నేను. రోజులు, నెలలు ,సంవత్సరాలు దాటిపోయి తెలంగాణ రాష్ట్రం ఏర్పడి కూడా 2024 జూన్ నాటికి పదేండ్లు అవుతుంది. పుస్తకాలు కూడా రచయితలకు బిడ్డల లాంటివే, వాటి బాగోగులు చూసుకోవలసిన బాధ్యత కూడా రచయితలదే. అలా ఇప్పటికీ ఆలస్యం అయినప్పటికీ గుది గుచ్చిన సాహిత్య హారంగా ఈ 'సబ్బని సమగ్ర తెలంగాణ సాహిత్యం' వెలువడుతుంది.

మొదటి నుండి తెలంగాణ దగాపడ్డ నేలనే! అడుగడుగున అన్యాయానికి గురి అయిన తెలంగాణా గురించి అధ్యయనం చేస్తుంటే టప్పుటప్పున కన్నీటి బొట్లు కార్చిన సందర్భాలు ఎన్నో! మనసా వాచా కర్మణా 2001 నుండి 2014 తెలంగాణ రాష్ట్రం వచ్చేవరకు నేను విస్తృత అధ్యయన శీలిగా ఉద్యమ అవసరాల దృష్ట్యా 12 పుస్తకాలు వెలువరించాను, పత్రికల కోసం కూడా రాశాను.

ఇందులో మొదటి పుస్తకం ' తెలంగాణ ఒక సత్యం ' వచన కవితా సంపుటి. రెండవ పుస్తకం 'హైదరాబాద్ ! ఓ! 'హైదరాబాద్' అనే దీర్ఘ కవిత. మూడవ పుస్తకం "చారిత్రక తెలంగాణ (పాటలు) ". అలా నేను మలి దశ తెలంగాణ ఉద్యమంలో భాగంగా వచన కవితలు రాశాను, దీర్ఘ కవిత రాశాను, గేయ కవిత రాశాను, విస్తృతంగా చెప్పాలని వ్యాసాలు రాశాను. ఇంకా తెలంగాణ గురించి చిన్ని మాటల్లో, పదాల్లో చెప్పాలని లఘు కవితలు రాశాను. అలా రాసినవే తెలంగాణ హైకూలు, తెలంగాణ నానోలు, తెలంగాణ రెక్కలు, తెలంగాణ నానీలు. ఇందులో ఎనిమిదవ పుస్తకముగా "తెలంగాణ వైభవ గీతములు" ఉంది. తొమ్మిదవ పుస్తకంగా " తెలంగాణ కొన్ని వాస్తవాలు" అనే వ్యాస సంపుటి ఉంది. పదవ పుస్తకంగా "తెలంగాణ మార్చ్" అనే వచన కవితా సంపుటి ఉంది. పదకొండవ పుస్తకంగా "తెలంగాణ పదాలు " అనే పుస్తకం ఉంది. ఇవి ఆరుద్ర 'కూనలమ్మ పదాలు ' రూపంలో ఉంటాయి. ఇక పన్నెండవ పుస్తకముగా శారద రాసిన " తెలంగాణ బతుకమ్మ పాట " ఉంది. మా ఇంట్లో 2001 జూన్ లో మొదటగా పుట్టింది తెలంగాణ బతుకమ్మ పాటనే. ఆడియో క్యాసెట్ గా 2001 లోనే వచ్చింది. కాల క్రమంలో వి. సి.డి గా వచ్చింది. యూ ట్యూబ్ లో దర్శనం ఇచ్చి దశాబ్ద కాలం నుండి 1 లక్ష 88 వేల 982 వ్యూవ్స్ ను కలిగి ఉండి తెలంగాణ ప్రేమికులచే ఆదరించబడింది. తెలంగాణ

కంటెంట్ పరంగా ఈ పుస్తకాన్ని వేరుగా ఉంచడం సరి కాదని పన్నెండవ పుస్తకంగా ఇందులో చేర్చడం జరిగింది. ఇది ఈ పుస్తకాల నేపథ్యం.

ఈ పుస్తకాలను ప్రచురించినపుడు నన్ను దీవించి "తెలంగాణ రెక్కలు " కు ముందు మాట అందించిన జ్ఞానపీఠ్ అవార్డ్ గ్రహీత కీ. శే. డా. సి. నారాయణ రెడ్డి గారిని, రెక్కల రూపశిల్పి కీ.శే.యం. కె. సుగమ్ బాబు గారిని స్మరించుకుంటున్నాను. "తెలంగాణ ఒక సత్యం " కు ' సత్యమేవ జయతే ' అంటూ ముందు మాట వ్రాసిన ఆచార్య మసన చెన్నప్ప గారికి," హైదరాబాద్ ! ఓ ! హైదరాబాద్ ! " ముందుమాట వ్రాస్తూ, " బదాయి హో లక్ష్మీనారాయణ ! తుమ్ హజార్ సాల్ జియో మేరే దోస్త్! " అని నన్ను అభినందించిన తెలంగాణ ప్రేమికుడు, స్వాప్నికుడు, హైదరాబాదీ పరవస్తు లోకేశ్వర్ గారికి, "చారిత్రక తెలంగాణ (పాటలు) " కు ముందు మాట వ్రాసిన ఆచార్య బన్న అయిలయ్య గారికి, "తెలంగాణ హైకూలు" కు ముందు మాట వ్రాసిన హైకూ ప్రేమికులు పెన్నా శివరామ కృష్ణ గారికి, "తెలంగాణ నానోలు" కు ముందు మాట వ్రాసిన నానోల సృష్టి కర్త ఈగ హనుమాన్ గారికి," తెలంగాణ నానీలు" కు ముందు మాట వ్రాసిన ఆత్మీయ మిత్రులు సంకేపల్లి నాగేంద్ర శర్మ గారికి, "తెలంగాణ వైభవ గీతములు" కు ముందు మాటలు అందించిన సుప్రసిద్ధ చరిత్ర కారులు జైశెట్టి రమణయ్య గారికి, సంకేపల్లి నాగేంద్ర శర్మ గారికి, ," తెలంగాణ కొన్ని వాస్తవాలు " పుస్తకానికి ముందు మాట వ్రాసిన తెలంగాణ సాహిత్య పరిశోధకులు ఆచార్య జయధీర్ తిరుమల రావు గారికి, " తెలంగాణ మార్చ్" వచన కవితా సంపుటికి ముందు మాట వ్రాసిన తెలంగాణ ఉద్యమ కవి నందిని సిధారెడ్డి గారికి, "తెలంగాణ పదాలు" కు ముందు మాట వ్రాసిన డా. వెల్దండి శ్రీధర్ గారికి , " తెలంగాణ బతుకమ్మ పాట " కు ముందు మాట వ్రాసిన జర్నలిస్ట్, కవి ఆత్మీయ మిత్రుడు సంకేపల్లి నాగేంద్ర శర్మ గారికి హృదయ పూర్వక కతజ్ఞతలు తెలియచేస్తున్నాను.

ఈ సందర్భంగా సుప్రసిద్ధ సాహితీవేత్త, సాహిత్య విమర్శకులు, సమీక్షకులు, సాహిత్య చరిత్రకారులు కీ.శే . ద్వా. నా. శాస్త్రి గారిని స్మరించుకుంటున్నాను. " ఆధునిక కవితా రూపాలు అన్నింటిని స్వీకరించి తెలంగాణ ప్రజల గుండె చప్పుళ్ళు వినిపించిన తొలి కవిగా సబ్బని లక్ష్మీ నారాయణను పేర్కొనాలి " ఇంకా "తెలంగాణ కావాలంటూ పదకొండు కవితా రచనలు చేసిన బహుశా ...ఏకైక కవి సబ్బని!" అని కీర్తించి తను వ్రాసిన తెలంగాణ సాహిత్య చరిత్ర పుస్తకాలలో నా గురించి రికార్డ్ చేసిన ఆ మహనీయున్ని గుర్తుకు చేసుకుంటున్నాను.

తెలంగాణ డెవలప్ మెంట్ ఫోరం (అమెరికా) వారి కరీంనగర్ మీటింగ్ వేదికపై తేది: 18-12-2011 నాడు ఈ పుస్తకాలలో కొన్ని పుస్తకాల ఆవిష్కరణలకు అవకాశం కల్పించిన అప్పటి టిడిఫ్ కన్వీనర్ శ్రీ కల్వల విశ్వేశ్వర్ రెడ్డి గారికి హృదయ పూర్వక కృతజ్ఞతలు. తెలంగాణ రచయితల వేదిక , తరపున హైదరాబాద్ ఎ.వి. కాలేజ్ లో తేది : 20-01-2013 నాడు "తెలంగాణ నానీలు" పుస్తకమును డా. సి.నారాయణ రెడ్డి గారిచే ఆవిష్కరణకు అవకాశం కల్పించిన తెరవే బాధ్యులకు కృతజ్ఞతలు.

తొట్ట తొలుత తేది : 8-7-2001 నాడు తెలంగాణ ఎంప్లాయ్స్ ఫోరం , కరీంనగర్ మీటింగ్ లో "తెలంగాణ బతుకమ్మ పాట" పుస్తకాన్ని "లక్ష్మన్నా" అని నన్ను పిలుచుకున్న కీ. శే. ప్రొఫెసర్ బియ్యాల జనార్ధన్ రావు గారిచే ఆవిష్కరణకు అవకాశం కల్పించిన తెలంగాణ ఎంప్లాయ్స్ ఫోరం , కరీంనగర్ మిత్రులకు కృతజ్ఞతలు తెలియచేస్తున్నాను. "తెలంగాణ బతుకమ్మ పాట" ఆడియో క్యాసెట్ ను కరీంనగర్ ప్రెస్ క్లబ్ లో సెప్టెంబర్ 2001లో కీ. శే. ప్రొఫెసర్ బి. జనార్ధన్ రావు గారు ఆవిష్కరించిన సందర్భాన్ని గుర్తుకు చేసుకుంటూ, ఆ సమావేశాన్ని నిర్వహించిన అప్పటి "నేటి తెలంగాణ " వార పత్రిక నిర్వాహకులు కీ. శే. జి. శ్రీనివాస్ గారిని, సమాజ సేవకులు ఆత్మీయ మిత్రులు శ్రీ పచ్చునూరి నర్సయ్య గారిని గుర్తుకు చేసుకుంటున్నాను.

"తెలంగాణ వైభవం" పాటల సి.డి.ల ఆవిష్కరణ తేది : 2-6-2014 తెలంగాణ ఆవిర్భావ దినం నాడు, కరీంనగర్ తెలంగాణ స్థూపం వద్ద నాకు సహకారంగా ఉన్న TNGO కరీంనగర్ మిత్రులను, సిరిసిల్లలో కొక్కుల భాస్కర్ మరియు ఇతర మిత్రులను, కరీంనగర్ తెలంగాణ చౌక్ లో పుస్తక ఆవిష్కరణ సభల్లో పాల్గొన్న మిత్రులను, కరీంనగర్ సాహితీ మిత్రులను, మా సాయినగర్ మిత్రులను జ్ఞాపకం చేసుకుంటున్నాను. తెలంగాణ ఉద్యమం పర్యటనలో భాగంగా ఉమ్మడి కరీంనగర్ జిల్లా, వరంగల్ జిల్లా, మెదక్, హైదారాబాద్, రంగారెడ్డి జిల్లా మిత్రులను, కవులను, కళాకారులను, చిత్రకారులకు జ్ఞాపకం చేసుకుంటున్నాను. ఇంకా ' తెలంగాణ బతుకమ్మ పాట" ను కరీంనగర్ రత్నం రికార్డింగ్ స్టూడియోలో గానం చేసిన తెలంగాణ జానపద గాయని అంతడుపుల రమాదేవి బృందానికి, "తెలంగాణ వైభవం" గీతాలను గానం చేసిన ధర్మపురి ఎస్. నరేందర్ శర్మ, కరీంనగర్ గాయని లలితా ప్రసాద్ గార్లకు, ఈ పుస్తకాలన్నింటిని నాటి నుండి నేటి వరకు డిటిపి వర్క్ చేసి అందంగా తీర్చి దిద్దిన హరీష్ కు అభినందనలు.

“తెలంగాణ బతుకమ్మ పాట” పుస్తకాలు వచ్చిన 2001 సంవత్సరంలోనే అవి అప్పటి పది జిల్లాల తెలంగాణ మిత్రులకు సరఫరా చేయబడ్డాయి. పద్నాలుగు సంవత్సరాల్లో ఆ పుస్తకం నాలుగు ముద్రణలు పొందింది.

"తెలంగాణ బతుకమ్మ పాట" పుస్తకాన్ని తెలంగాణ బతుకమ్మ సంబరాల్లో భాగంగా 2010 లో మహబూబ్ నగర్ లో విడుదల చేయించిన సాహితీ మిత్రుడు భీంపల్లీ శ్రీకాంత్ ను జ్ఞాపకం చేసుకుంటున్నాను. తెలంగాణ బతుకమ్మ పాట వీడియో తీయడానికి మా ఊరు బొమ్మకల్ మానేరు తీరం మరియు మా కరీంనగర్ , సాయినగర్ బతుకమ్మ చౌరస్తాలు వేదికలైనాయి. ఈ విషయంలో సహకరించిన చిన్ననాటి ఆత్మీయ మిత్రుడు కె. నారాయణ రెడ్డికి, వీడియో గ్రాఫర్స్ సుమన్ కు మరియు నరేందర్ రాజుకు కృతజ్ఞతలు.

సకల జనుల సమ్మెలు, సాగర హారాలు, మిలియన్ మార్చ్ లు, సడక్ బంద్ లు, వంటా వార్పులు, తెలంగాణ బంద్ లు, సింగరేణి సమ్మెలు, ఆర్టీసి ఉద్యోగుల సమ్మెలు, పల్లె నుండి పట్నం వరకు , బడి నుండి విశ్వ విద్యాలయాల వరకు, ఆట , పాట, మాట , ధూమ్ దాం

ఉద్యమాలు, కుల సంఘాల జెఏసి లు సమస్త, సబ్బండ వర్ణాలు, అన్ని పార్టీల రాజకీయ నాయకులు పాల్గొన్న మహత్తర చారిత్రక ఉద్యమమే మలి దశ తెలంగాణ రాష్ట్ర సాధన ఉద్యమం. ఈ పుస్తకాలు రాయడానికి ఇవే స్ఫూర్తి.

ఉద్యమం జరుగుతున్న రోజుల్లోనే ఈ రచనలు అన్నీ దాదాపుగా పత్రికల్లో ప్రచురితం అయినాయి."నేటి నిజం" దిన పత్రిక, "ఆకాశిక్ " పక్ష పత్రిక, "మన తెలంగాణ" త్రైమాసిక పత్రిక, " వార్త " "నమస్తే తెలంగాణ " 'ఆంధ్ర ప్రభ 'దిన పత్రిక సంపాదకులకు, 'మూసి ' మాస పత్రిక ' నడుస్తున్న చరిత్ర ', 'అక్షరాంజలి ' మాస పత్రిక, 'నేటి తెలంగాణ' వార పత్రిక సంపాదకులకు మరియు 'పొక్కిలి' కవితా సంకలనం సంపాదకులు జూలూరు గౌరిశంకర్ గారికి, 'వల్లుబండ' కవితా సంకలనం సంపాదకులు అన్నవరం దేవేందర్ గారికి, 'జమ్మి ఆకు ' కవితా సంకలనం సంపాదకులకు కృతజ్ఞతలు . శ్రీ బి.ఎస్. రాములు గారి సాహితీ స్వర్ణోత్సవం సందర్భంగా నిర్వహించిన సాహిత్య పోటీల్లో "తెలంగాణ పదాలు" కు బహుమతి వచ్చింది. ఇవి రాయడానికి అవకాశం కల్పించిన శ్రీ బి.ఎస్. రాములు గారికి కృతజ్ఞతలు

" సబ్బని సమగ్ర తెలంగాణ సాహిత్యం" పుస్తకం ఇప్పుడు కస్తూరి విజయం పబ్లిషర్స్ తరపున ప్రింట్ ఆన్ డిమాండ్ బుక్ గా ప్రపంచ వ్యాప్తంగా లభ్యం కాబోతుంది. ఈ సందర్భంగా కస్తూరి విజయం పామిరెడ్డి సుధీర్ రెడ్డి గారికి హృదయపూర్వక కృతజ్ఞతలు తెలియచేస్తున్నాను. వారు ఓపికతో నాతో మాట్లాడుతూ వారి టీమ్ తో యునికోడ్ లో ఈ పుస్తకాన్ని టైప్ చేయించి ఏడు ఎనిమిది సార్లు అయినా అచ్చుతప్పులు సరి చేయించి నీట్ గా ఈ పుస్తకాన్ని సాహితీ లోకం ముందుకు తెస్తున్నారు. వారికి, వారి టీమ్ కు అభినందనలు.

రాయడానికి ఏమీ ఉండవు ఒకోసారి , కాలానికి అన్నీ తెలుసు , నాకు తెలుసు, నా భార్య శారదకు తెలుసు, తెలంగాణ కోసం నేను ఎంత పరితపించే వాన్నో, ఎన్ని రాసే వాన్నో అనే సంగతి, పుస్తకాలు వేయడానికి, బతుకమ్మ ఆడియో క్యాసెట్లు వేయడానికి, సీడీలు, విసిడీల వేయడానికి నేను ఆ పదునాలుగు ఏండ్లల్లో డబ్బులు ఖర్చు చేసినా నన్ను అర్థం చేసుకుంది ఆమె. నా పేరులో సగం పేరు తీసుకుంది మా శారద, రచయితగా నాకెంత పేరు ఉందో బతుకమ్మ పాట రచయిత్రిగా అంత పేరు ఉంది శారదకు. ఈ బృహత్ కార్యంలో నన్ను అర్థం చేసుకొని నాకు సహకరించిన నా శ్రీమతి శారదకు, కుమారులు శరత్ , వంశీలకు అభినందనలు. మరల ఈ పుస్తకాలు అన్నీ సమగ్ర తెలంగాణ సాహిత్యంగా వెలువడుతున్న సందర్భంగా మా కోడలు సృజనకు, మనుమలు శ్రీయాన్, క్రితిన్ లకు ఆశీస్సులు.

కాలానికి ప్రతిబింబం కవిత్వం ఎప్పటికైనా. తెలంగాణ మలి దశ రాష్ట్ర సాధన ఉద్యమం (2001-2014) వివిధ దశలను పుణికి పుచ్చుకొని పుట్టిన పుస్తకాలు ఇవి. వివిధ విశ్వ విద్యాలయాల తెలుగు శాఖల ఆచార్యులు , తెలంగాణ విశ్వ విద్యాలయాల తెలుగు శాఖల ఆచార్యులు, పరిశోధక విద్యార్థులు, పాఠకులు వీటిని ఆదరించి అక్కున చేర్చుకుంటారని కోరుకుంటున్నాను. తెలంగాణ పాఠ్య పుస్తక రచయితలు, పాఠ్యపుస్తకాల ప్రణాళిక సంఘ రచయితలు తెలంగాణ నేల కోసం పుట్టిన ఈ రచనలను ఆదరిస్తారని ఆశిస్తున్నాను.

ఆలస్యంగా అయినా "సబ్బని సమగ్ర తెలంగాణ సాహిత్యం" పుస్తకం వస్తుందని సంతోషం వ్యక్త పరుస్తూ, తెలంగాణ రాష్ట్ర సాధన కోరి అమరులు అయిన వందలాది మంది బిడ్డలను స్మరించుకుంటూ, ఎందరో మహానుభావులు అందరికీ వందనములు.

సబ్బని లక్ష్మీ నారాయణ
తేది : 31-10-2023,
కరీంనగర్.
మొబైల్: 8985251271 ,
ఈ మెయిల్ : ln.sabbani@gmail.com

విషయసూచిక

1. తెలంగాణ ఒక సత్యం	1
2. హైదరాబాద్! ఓ! హైదరాబాద్!	49
3. చారిత్రక తెలంగాణ	84
4. తెలంగాణ హైకూలు	95
5. తెలంగాణ నానోలు	110
6. తెలంగాణ రెక్కలు	126
7. తెలంగాణ నానీలు	148
8. తెలంగాణ వైభవ గీతములు	167
9. తెలంగాణ కొన్ని వాస్తవాలు	198
10. తెలంగాణ మార్చ్	272
11. తెలంగాణ పదాలు	297
12. తెలంగాణ బతుకమ్మ పాట	326
13. సబ్బని లక్ష్మీనారాయణ – పూర్తి పరిచయము	355

తెలంగాణ ఒక సత్యం

(కవితా సంపుటి)

సబ్బని లక్ష్మీనారాయణ
తెలంగాణ సాహిత్య వేదిక, కరీంనగర్,
2010

"సత్యమేవ జయతే"

లోగడ కరీంనగర్లో జరిగిన ఒక సభలో పరమాత్మ సత్యం, జీవాత్మ సత్యం, ప్రకృతి సత్యం అంటూ ఈ సృష్టిలోని మూడు సత్యాలను గూర్చి ప్రసంగించినట్లు నాకు జ్ఞాపకం వుంది. ఆ సభలో ప్రముఖ కవి సబ్బని లక్ష్మీనారాయణ కూడా ఉన్నాడు. సభ ముగిసిన తర్వాత ఆయన నాతో మాట్లాడుతూ ఇంకో సత్యం కూడా ఉందన్నాడు. ఏమిటన్నాను, 'తెలంగాణ ఒక సత్యం' అన్నాడు. ఆ తర్వాత ఇంకా మాటలేమీ సాగలేదు.

ఆశ్చర్యం ! సబ్బని లక్ష్మీనారాయణ అనుకున్న పని చేశాడు. తెలంగాణ ఉద్యమ నేపథ్యంలో 'తెలంగాణ ఒక సత్యం' అనే పేరుతో ఈ కవితా సంపుటిని పంపించి నా అభిప్రాయాన్ని కోరాడు.

మిత్రుడు లక్ష్మీనారాయణ ఆంగ్లోపన్యాసకుడు. తెలుగులో అద్భుతమైన కవిత్వం రాస్తాడు. అంతేకాదు ఆయన వ్యాసాలు పరిణిత మనస్కులను కూడా అలరిస్తాయి. ఆంగ్లోపన్యాసకులు ఆయన లాగా మాతృభాష పట్ల ప్రేమను చూపిస్తే ఎంత బాగుంటుందనిపిస్తుంది. అమ్మ మీద, నాన్న మీద, తెలంగాణ మీద నాకున్న ప్రేమ ఒక్కటే అని ఆయన పలికిన పలుకులు ఇప్పటికీ నా చెవుల్లో రింగు మంటున్నాయి.

"తెలంగాణ ఒక సత్యం
తెలంగాణ ఒక ధర్మం
తెలంగాణ ఒక న్యాయం"

లక్ష్మీనారాయణ స్వాభిమానానికి ఈ పంక్తులు చక్కని నిదర్శనం. తెలంగాణ ప్రజలది అస్తిత్వ పోరాటం, ఆత్మగౌరవ పోరాటం. తెలంగాణ బాధ అర్థం కావాలంటే తెలంగాణ వాడై పుట్టాలి. తెలంగాణలో అమాయకత్వం వుంది కాని నాయకత్వం లేదు. ఇక్కడి ప్రజలు ఎంత పేదరికాన్ని అనుభవిస్తున్నారో పాలకులకు పట్టదు. భాష అన్నా, సంస్కృతి అన్నా గిట్టదు. కనుకనే సబ్బని 'సత్యం నీరులా ప్రవహిస్తుంది, గాలిలా వ్యాపిస్తుంది' అని తెలంగాణ అస్తిత్వాన్ని నీటితోను, గాలితోను పోల్చి ఇక్కడి ప్రజల ఆవేదన సార్వజనీనం చేశాడు.

'తెలంగాణ ఒక సత్యం' అనే కవిత- గాయపడ్డ కవి మనస్సును నిరూపిస్తుంది. "నేల దాటి, ప్రాంతాన్ని దాటి, రాష్ట్రాల్ని దాటి, దేశాల్ని దాటి, నింగిని దాటి సత్యం ప్రసరిస్తుంది అన్న మాటల్లో తెలంగాణ ఎంత సత్యమో ధ్వనిస్తుంది. తెలంగాణ ఉద్యమం ప్రపంచానికి తెలిసిపోయింది. కాని మన పాలకులకు మాత్రం ఇంకా అర్థం కాలేదు.

నాయకులు రోజుకోమాట మాట్లాడుతున్నారు. రెండు నాల్కలతో మాట్లాడుతున్నారు. ఐతే 'సత్యం వ్యక్తుల్ని బట్టి మారదు' అని సబ్బని ఒక చురక అంటించాడు. హైదరాబాద్ మాదన్న స్థానికేతరులను గూర్చి 'గోముఖ వ్యాఘ్రాల నైజం తెలిసిపోయే రోజొస్తుంది " అని మరో చురక అంటించాడు.

ఒక వైపు ఉద్యమం జరుగుతుంటే మరోవైపు ఇదేమీ పట్టించుకోకుండా సినిమాలు తీస్తున్నారు. తెలంగాణలో ఈ విషయమై ప్రజల్లో తీవ్రమైన నిరసన వ్యక్తమైంది. ఈ సందర్భంలో సబ్బని గుండె మండిపోయింది.

అందుకే,

"తీసే దమ్ముంటే
తెలంగాణే పెద్ద సినిమా
తెలంగాణే
పెద్ద కావ్య వస్తువు" అని గర్జించాడు.

పనికిరాని ప్రేమకథలకు బదులుగా, పాలమూరు కూలీల వలసలను, సిరిసిల్ల చేనేతల ఆత్మహత్యలను, ఉద్యమంలో అసువులు బాసిన విద్యార్థుల జీవితాలను సినిమాలుగా తీయవచ్చు కదా అని హితవు పలికాడు. తెలంగాణ విముక్తి పోరాటాన్ని స్వాతంత్ర్య పోరాటంగా అభివర్ణిస్తూ, ఈ చర్చలకు అంతం లేదా అని ప్రశ్నించాడు. ఇదే సమయంలో ఆత్మహత్యలు చేసుకోవద్దని విద్యార్థులను కోరాడు.

"బతుకు ఒక పోటీ
బతుకు ఒక ఎదురీత
బతుకు ఒక సాహసం
ఇవాల్టి చీకటి రేపుండదు".

అంటూ విద్యార్థులకు భవిష్యత్తు మీద ఆశ కల్పించాడు. తెలంగాణ పోరాటంలో ఐక్యవేదికల పేరుతో విద్యార్థి, ఉద్యోగ, న్యాయవాద, ఉపాధ్యాయ, కళాకారుల సంఘాలు సంఘటితమై ప్రత్యేక రాష్ట్రాన్ని సాధించుకునే దిశలో ప్రయాణిస్తున్నాయి. ఈ సందర్భంగా కవులు మౌనంగా ఉండరాదనేది, ఈ కవి నిశ్చితాభిప్రాయం.

'కవిత్వం సజీవధార
కవిత్వం ఒక ఆత్మ సాక్షాత్కారం
కవిత్వం సత్యాన్ని ఆవిష్కరించడం"

ఒక మహాకవి నోటి నుండి వచ్చిన పలుకుల్లాగా ఉన్నాయి ఇవి. సబ్బనిలో రెండు ధారలున్నాయి. ఒకటి ఆలోచనకు సంబంధించింది. మరోటి ఆవేశానికి సంబంధించింది. ఒక వైపు ఉద్యమం జరుగుతుంటే మరోవైపు కవితలల్లడం అతనికే చెల్లింది.

ప్రపంచంలో విడిపోవడానికి ఉద్యమాలు జరిగినట్లు ఆధారాలున్నాయి కాని, కలవడానికి ఉద్యమాలు జరిగిన దాఖలాలు లేవు. దోపిడికి గురైన 60 ఏండ్ల తెలంగాణా ఉద్యమాన్ని వెక్కిరిస్తూ వ్యతిరేకోద్యమం వచ్చింది. అందరు సమానంగా ఉంటేనే ఐక్యత సిద్ధిస్తుంది. సమైక్యత రెండు ప్రాంతాలకు చెందిందే కాదు, రెండు ప్రాంతాల ప్రజల హృదయాలకు సంబంధించింది. తెలంగాణా, కోస్తాంధ్ర ప్రజలమధ్య ఆర్థిక, రాజకీయ, సాంఘిక, సాంస్కృతిక, భాషారంగాల్లో ఎన్నో వైరుధ్యాలున్నాయి. అలాంటప్పుడు ఇన్నేళ్ళుగా లేనిది, కేవలం నినాదం చేసినంత మాత్రాన సమైక్యత సిద్ధిస్తుందా? కనుకనే సబ్బని 'తెలంగాణ ఒక సత్యం' అని ఎలుగెత్తి చెప్పవలసి వస్తుంది. తద్వారా 'సమైక్యాంధ్ర ఒక మిథ్య' అనే అభిప్రాయం ధ్వనించకపోదు.

కవి 'డబుల్ గేమ్' అనే కవితాఖండికలో ద్వంద్వ వైఖరి గల రాజకీయ నాయకుల మనస్తత్వాన్ని ఎండగట్టాడు. ప్రజలే వారిని 'కీలెరిగి వాతపెట్టినట్లు ఓటెరిగి వాతపెడుతా' రని ఆశాభావాన్ని వ్యక్తం చేశాడు.

'తెలంగాణ భారతం' ఒకవేళ శ్రీకృష్ణరాయభారం విఫలమైతే యుద్ధం తప్పదన్న విషయాన్ని గుర్తు చేస్తుంది. ఇటీవల జరిగిన ఉద్యమంలో ఉస్మానియా విశ్వవిద్యాలయ విద్యార్థుల పోరాటపటిమ మరువలేనిది.

"నాల్గు కోట్ల జనం నాడి ఉస్మానియా
ఉద్యమాల ఊపిరి ఉస్మానియా"

అని ఆయన విశ్వవిద్యాలయానికే కీర్తికిరీటం తొడిగాడు. సబ్బని తెలంగాణ గొప్ప తనాన్ని గూర్చి "భాష ఉంది, చరిత్ర ఉంది, సంస్కృతి ఉంది, సజీవ సాహిత్యముంది. అంతకంటె మించి నిజాయితీ ఉంది" అన్నమాటలు ఆయన గుండెలోంచి వచ్చినవే.

సబ్బని కవితలు దాశరథిని గుర్తుకు తెస్తాయి. ఇప్పటి తెలంగాణను గమనిస్తే, ప్రత్యేక రాష్ట్రం వచ్చేదాకా గాయకుల గళాలు నినదిస్తూనే ఉంటాయి. కవుల కలాలు రాస్తూనే ఉంటాయి. డప్పులు మ్రోగుతూనే ఉంటాయి. గజ్జెలు సవ్వడి చేస్తూనే ఉంటాయి. ఇది సత్యం, పరమసత్యం. కనుకనే సబ్బని 'తెలంగాణ ఒక సత్యం' అని మరీ మరి చెప్తున్నాడు.

సబ్బని ఈ సంపుటిలో సంధించిన ప్రశ్నలు తెలంగాణ గుండె చప్పుళ్ళే. కవులు సత్యాన్ని ప్రచారం చేయకపోతే, అసత్యం ఊరేగుతుందన్న ఈ కవివర్యుని మాటలను ఎవరు కాదంటారు? ఒక కవిగా సబ్బని తెలంగాణ పట్ల తనకు గల నిబద్ధతను నిరూపించు కొన్నాడు. ఆయన చెప్పినట్లు "రానున్న మహాకావ్యం తెలంగాణే". మనం దాని ఆత్మను పట్టుకునే ప్రయత్నం చేద్దాం. కృతికర్తను మనఃపూర్వకంగా అభినందిద్దాం.

మసన చెన్నప్ప

హైదరాబాద్.

తేది : 31-5-2010. (మసన చెన్నప్ప)

తెలంగాణ ఒక సత్యం

'తెలంగాణ ఒక సత్యం' ఇది అమృతవాక్కు! ఈ పేరుతో వచన కవితా సంపుటి తెస్తానని అనుకోలేదు. కాలం నాకు రాసే అవకాశం ఇచ్చింది. తెలంగాణ నాకు కావ్య వస్తువు అయ్యింది. ఆ వస్తువుతో నేను వేయి లైన్లకు పైగా హైదరాబాద్ పై దీర్ఘకవిత రాసాను. తెలంగాణపై చిన్ని పదాల్లో చెప్పాలని నాలుగు లైన్లలో నా ల్గు పదాలు, పదబంధాలతో చెప్పాలని నూరు నానోలు రాసి 'తెలంగాణ నానోలు' అని సంపుటి వెలువరించాను. మూడు లైన్లలో ముచ్చటగా లోతుగా చెప్పాలని 'తెలంగాణ హైకులు' అని నూరు హైకులు రాశాను. నానీలను కూడా సృష్టించాను. ఆరు లైన్లలో చెప్పాలని 'తెలంగాణ రెక్కలు' రాశాను. వ్యాసాలను కూడా రాశాను. తెలంగాణపై పాటలను రాశాను. ఏది రాసినా ఏమి రాసినా తెలంగాణ గురించే. కవిత్వం కాలానికి ప్రతిబింబం. అలా తెలంగాణ నా రచనకు ఊపిరి, ఆలంబన అయ్యింది. ఎవరి పొగడ్త కోసమో, ఎవరో కీర్తిస్తారనో నేను వీటిని రాయలేదు. రాయకుండా ఉండలేకనే రాశాను. కవి రాసిందాన్ని లోకానికి చూపెట్టవలసిన బాధ్యత పత్రికలదే! ఈ సంపుటిలో కవితలున్నాయి. ఓ పది వరకు మాత్రమే పత్రికల్లో ప్రచురింపబడి ఉండవచ్చు. నేను వేస్తారని, వేయగలరని అన్ని పత్రికలకు పంపాను. కొందరు వేశారు, కొందరు వేయలేదు. తెలంగాణ కవిత అంటరాని పదార్థమా కొన్ని పత్రికలకు? తెలంగాణ పై రచనలను అన్ని పత్రికలు స్వీకరించవా, ప్రచురించవా? కవిత్వమే రసవిద్య. అది కవిత్వమైనపుడు కాలవాహినిలో అది ప్రకాశించి కనిపిస్తుంది. ఎవరో అడ్డుకోవడం, ఆపు చేయడం ఎంతసేపు? కవి సమాజంలోని అక్రమాలపై, అన్యాయాలపై రాస్తాడు. దగాపై, మోసంపై రాస్తాడు. కవిత్వం భగభగ మండుతూ వెలుగునిచ్చే జ్వాల. కవిత్వం ఒక సత్యావిష్కరణ. కవిత్వం నీతి, నిజాయితీ, మంచి గురించి చెప్పే ప్రక్రియ. మౌనమెందుకు కవికి? కవికి ప్రాంతాలు, వాదాలు, వర్గాలు, మతాలు, దేశాలు అని ఉండవు. విశ్వజనీన సత్యాల్ని ఆవిష్కరించే ప్రవక్త కవి! కవి ఒక సత్యాన్ని చూస్తూ మౌనంగా ఉంటే అతడు రాసేది కవిత్వమై రాదు. పాక్షిక సత్యాల్ని చెప్పే ప్రక్రియ కాదు కవిత్వం. కవిత్వం సోక్రటీస్ మాటలా ఒక సత్యవాక్కు ఎప్పటికీ!

ఆరు దశాబ్దాల తెలంగాణ రాష్ట్ర ఉద్యమంలో భాగంగా నేటి 2009-10 తెలంగాణ రాష్ట్ర సాధనకై తెలంగాణ ప్రజలందరూ ముక్తకంఠంతో తెలంగాణ రాష్ట్రం కావాలని ఎలుగెత్తి పోరాడుతుంటే, ప్రాణాలు అర్పిస్తుంటే అడ్డుకుంటున్న ఈ ప్రభుత్వాన్ని, వద్దంటున్న సమైక్యవాదాన్ని చూస్తుంటే, ఈ మనుషుల వైనాన్ని, ద్వంద్వ నీతిని చూస్తుంటే, అవకాశ వాదాన్ని చూస్తుంటే ఈ కవితలు పుట్టుక వచ్చాయి. నేనొట్టి ప్రేక్షకుణ్ణి , తెలంగాణ బిడ్డగా అన్నీ

చూస్తూ ప్రజల, విద్యార్థుల కడగండ్ల కష్టాలను, ఆరాటాలను, పోరాటాలను చూస్తూ టపటప కన్నీళ్ళు కారుస్తూ కూడా నేను ఈ కవితలు రాసాను తెలంగాణకు బాసటగా. కవికార్చిన కన్నీరే కవిత్వం అని రాయకుండా ఉండలేక రాశాను. ఇవ్వాళ తెలంగాణాలో ఏ గుండెను తట్టి చూసినా, పట్టి చూసినా తెలంగాణ, తెలంగాణ అని వినిపిస్తుంది. అవకాశ వాద నాయకులను, మనుషులను ప్రజలు క్షమించరు. నీతి వర్తన గలవారిని, సచ్ఛీలత గలవారిని, చిత్తశుద్ధి గలవారిని కాలం కౌగిలించుకొని ఎత్తుకొని ముందుకు తీసుకువెళ్తుంది. స్వాతంత్ర్య ఉద్యమాన్ని చూడలేదు. తెలంగాణ ఉద్యమాన్ని కళ్ళారా చూస్తున్నాను. ఉద్యమాల పురిటిగడ్డ తెలంగాణ. ప్రజాస్వామ్య పథంలో, గాంధీపథంలో పయనిస్తూ ముందుకు సాగుతుంది. విద్యార్థుల, ఉద్యోగుల, కార్మికుల, కర్షకుల ఉద్యమమై లేస్తుంది. ఇక్కడ ఇప్పుడు పుట్టిన సాహిత్యమంత తెలంగాణ సాహిత్యమే. ఏది తెలుగు సాహిత్యంలో దాని స్థానం? ఎవరి ఉనికి, అస్థిత్వాలను వారే కాపాడుకోవాలి. ఎవరి జెండాను వారే ఎగరేసుకోవాలి. తెలంగాణ బిడ్డగా సగర్వంగా ఈ కవితాసంపుటి వెలువరిస్తున్నాను. ఏది రాసినా, ఏమి రాసినా తెలంగాణే. ఈ నేలకు మొక్కుదాం. తెలంగాణ సాధనకై అమాయక జీవుల్లా త్యాగమూర్తులై ఈ 2009-2010లో మూడువందలకు పైగా ప్రాణత్యాగాలు చేసిన తమ్ముళ్ళు, చెల్లెల్లను, అన్నలను స్మరించుకొంటూ తెలంగాణ రాష్ట్రాన్ని, స్వప్నాన్ని కాంక్షిస్తూ, నేనేమి రాయగలను, ఇవ్వగలను, ఈ కవితలు తప్ప!

తేది : 13-12-2010
కరీంనగర్.

(సబ్బని లక్ష్మీనారాయణ)

కృతజ్ఞతలు

ఈ కవితా సంపుటిలోని
కొన్ని కవితలను ప్రచురించిన
'నేటినిజం' 'ఆంధ్రప్రభ దినపత్రిక
'మూసీ' మాసపత్రిక
'ఆకాశిక్' పక్షపత్రిక
'నడుస్తున్న చరిత్ర', 'అక్షరాంజలి' మాసపత్రిక సంపాదకులకు
'పొక్కిలి' కవితా సంకలనం సంపాదకులు జూలూరి గౌరీశంకర్ గారికి,
'వల్లుబండ' కవితా సంకలనం సంపాదకులు అన్నవరం దేవేందర్ గారికి,
'జమ్మి ఆకు' కవితా సంకలనం సంపాదకులకు
హృదయపూర్వక కృతజ్ఞతలు
నన్ను అభిమానించే మా శరత్ సాహితీ కళాస్రవంతి మిత్రులు
శ్రీ సంకేపల్లి నాగేంద్రశర్మ గారికి, శ్రీ దేవీ యాదగిరి గారికి, శ్రీ వి. ఉమాపతిరాజు గారికి
చిత్రకారులు శ్రీ అబ్దుల్ మన్నన్ గారికి, దూడం అశోక్ గారికి
కోరగానే ఆత్మీయంగా 'సత్యమేవ జయతే' అంటు ముందుమాట ఇచ్చిన ప్రొ॥ మసన చెన్నప్ప గారికి
కోరగానే వెనువెంటనే డి.టి.పి. వర్క్ చేసి ప్రింట్ చేసి ఇచ్చిన ఉష్ఃశ్రీ గ్రాఫిక్స్ హరీష్, మా పిల్లలు శరత్, వంశీకి,
ప్రియ మిత్రుడు, బాల్యమిత్రుడు శ్రీ కె. నారాయణరెడ్డికి,
నన్ను అభిమానించే మిత్రులు, పెద్దలు శ్రీ వచ్చునూరి నర్సయ్య గారికి
నాకు అన్నివేళల్లా సహకరించే నా శ్రీమతి శారదకు,
ఇంకా ఎందరో ఆత్మీయ మిత్రులకు పేరుపేరునా ...

అంకితం

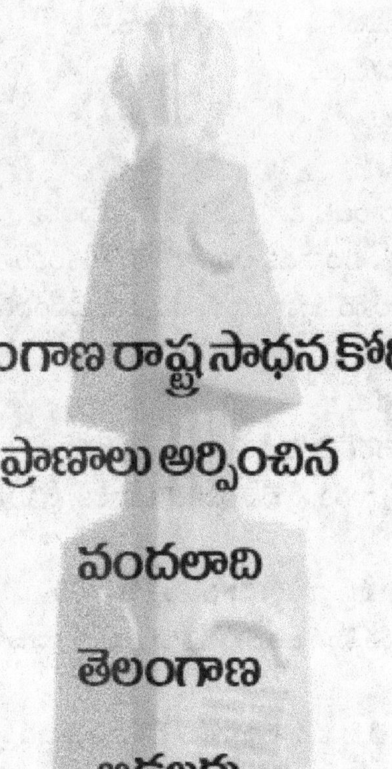

తెలంగాణ రాష్ట్ర సాధన కోరి

ప్రాణాలు అర్పించిన

వందలాది

తెలంగాణ

బిడ్డలకు

1. తెలంగాణ ఒక సత్యం

సత్యం కోసం ప్రాణాలు అర్పించిన
సోక్రటీస్ మాట సాక్షిగా
సత్యం కోసం ఒక మాట
సత్యం ఎప్పటికీ సత్యమే
సత్యం వ్యక్తులను బట్టి మారదు
సత్యం ప్రాంతాన్ని బట్టి మారదు
సత్యం దేశాల్ని బట్టి మారదు
సత్యం సత్యమే సర్వదా
సత్యం నీరులా ప్రవహిస్తుంది
సత్యం గాలిలా వ్యాపిస్తుంది.
సత్యం నిప్పులా అంటుకుంటుంది
సత్యం నేలనేలంతా పరుచుకొని ఉంటుంది
సత్యం నింగిలా విశాలత్వంగా వ్యాపించి ఉంటుంది
సత్యాన్ని కాదని అసత్యమని చెపితే
సత్యాన్ని చూస్తూ అసత్యమని ప్రచారం చేస్తే కూడా
సత్యం పారదర్శకంగా కాంతివంతంగా,
సూర్యకిరణాల ప్రభంజనంలా ప్రసరిస్తూనే ఉంటుంది
నేలను దాటి, ప్రాంతాల్ని దాటి,
రాష్ట్రాల్ని దాటి, దేశాల్ని దాటి,
తీరాల్ని దాటి, నింగినేలను అలుముకుంటూ
సత్యం ప్రసరిస్తుంది సత్యతేజాన్ని ప్రస్ఫుటం చేస్తూ
అలా తల్లడిల్లుతున్న తెలంగాణ ఒక సత్యం
దగాపడ్డ తెలంగాణ ఒక సజీవ సత్యం
అరవై సంవత్సరాల సుదీర్ఘ పోరాటాల చరిత్ర సాక్షిగా
1969, మూడువందల డెబ్బయి మంది అమరవీరుల
తెలంగాణ స్థూపం సాక్షిగా
ప్రపంచ చరిత్రలోనే 4 వేల మంది
సాయుధ పోరాటయోధుల రక్తంతో తడిసిన
1948 – 52 తెలంగాణ సాయుధ పోరాటం సాక్షిగా

న్యాయంగా, ధర్మంగా, సత్యంగా
తెలంగాణ కోసం ఆరాటపడుతూ
నేడు ప్రాణాలు కోల్పోయిన బిడ్డల సాక్షిగా
గాంధీజీ అహింసా సిద్ధాంతం సాక్షిగా
అంబేద్కర్ ఆశయం సాక్షిగా
తెలంగాణ ఒక సత్యం
తెలంగాణ ఏర్పాటు ఒక ధర్మం
తెలంగాణ ఏర్పాటు ఒక న్యాయం

(తేది. 09–12–09)

2. కలిసి ఉంటే కలదా సుఖం, ఎవరికి?

కలిసి ఉంటే కలదు సుఖం, ఎవరికి?
మోసేవాడికి తెలుస్తుంది కావడి బరువు
పొడుచుకు తింటున్న కాకికేమి తెలుసులే
ఎద్దు పుండు బాధ?
ప్రజాస్వామ్య దేశంలో జిల్లాలకు
హద్దులుంటాయి
రాష్ట్రాలకు హద్దులుంటాయి
పొసగనపుడు, పడనపుడు, అసంతృప్తి
ఉన్నపుడు,
కడుపు కాలినపుడు
అక్కడి ప్రజలకు ప్రజాస్వామ్య బద్దంగా,
న్యాయంగా, ధర్మంగా
విడిపోయే హక్కుంది!
ఆ హక్కు కోసం పోరాటం చేసే హక్కుంది
మా తెలంగాణ మాకంటున్నం
జై తెలంగాణ అంటున్నం,
తప్పా !
ఆత్మాభిమానంతో, ఆత్మ గౌరవంతో
అంటున్నం
కలిసి ఉంటే కలదు సుఖం ఆంధ్రకు
కాని కలిసి ఉంటే కలదు నష్టం
తెలంగాణాకు!
అందుకే తారీఖులు దస్తావేజుల
లెక్కలు చూసుకుంటూ
ఒడంబడికలు, సూత్రాలు, ఉల్లంఘనలు
బేరీజువేసుకుంటూ
ఐదున్నర దశాబ్దాలు చూసాం
ఒకటవసారి, రెండవసారి, మూడవసారి
ఇక చాలు!
పొసగనపుడు ఆలుమగల్లా
విడిపొమ్మన్నాడు
కలిసేముందు ఆనాడే నెహ్రూ
అందుకే
అన్నదమ్ముల్లా విడిపోదాం
ఆత్మ గౌరవం కాపాడుకుందాం.

(తేది. 10- 12-09)

3. ఆత్మహత్యలు వద్దు

అక్కా, చెల్లీ, తమ్ముడూ!
ఆత్మహత్యలు వద్దు
చచ్చేమి సాధిస్తారు చెప్పు?
బతికి సాధించాలి కాని
ఆత్మహత్య పిరికి వాళ్ళ పని
ధీరులు వీరుల పని కాదు
బతికి సాధించాలి, పోరాడి సాధించాలి
ఆత్మహత్యలతో ప్రాణాలు పోతే
ఏమొస్తాయి?
ఏదైనా దానంత అదే రాదు పోరాడి
సాధించాలి
బతుకు ఒక పోటీ!
బతుకు ఒక ఎదురీత
బతుకు ఒక సాహసం
బతుకు ఒక సుదీర్ఘ పోరాటం, ఆరాటం
తమ్ముడూ, చెల్లీ ! ఇవ్వాల్టి చీకటి
రేపుండదు
మళ్ళీ వెలుగొస్తుంది
చీకటుందని భావించినా
వెలుతురు కిరణాల్ని పోగు చేసుకొని
ముందుకు సాగాలి దీక్షతో, పట్టుదలతో,
ఆశయంతో, పోరాటంతో
ఆత్మహత్యలతో నీ ఆశయాలు
తీరుతాయా?
ఆత్మహత్యలతో నువ్వు ఆశించింది
చూడగలుగుతావా?
తమ్ముడూ, చెల్లీ ! ఆత్మహత్యలు వద్దు
నీ ఆశయం గాంధీజీ ఆశయంలా
ఉండాలి
నీ ఆశయం అంబేద్కర్ ఆలోచనలా
ఉండాలి
నీ ఆశయం వివేకానందుడి విజ్ఞతలా
ఉండాలి
నీ ఆశయం సుభాష్ చంద్రుడి
ధైర్యంలా ఉండాలి
నీ ఆశయం వీర ఝాన్సీ శౌర్యంలా
ఉండాలి
బతుకడానికి చిత్తశుద్ధి, నిజాయితీ కావాలి
మోసంతో, కపటంతో, కుళ్ళుతో,
కుట్రలతో
ఎవరూ ఎల్లకాలం ముందుకు సాగలేరు.
నీ నిజాయితీ నిన్ను బతికిస్తుంది
నీ నిజాయితీ నిన్ను గెలిపిస్తుంది.
వెయ్యి ఓటములు చవిచూసినా
ఒక అద్భుత విజయం మన
ముందుకొస్తుంది .
నిరాశ పడకూడదు.
జీవితంలో సర్వం కోల్పోయినా ఆత్మ
విశ్వాసం సడలద్దు
నువ్వు బతకాలి, గెలవాలి,
పురోగమించాలి
నీ శక్తి గాలిలా అనంతమైనది
నీ శక్తి నీరులా ప్రభంజనపూరితమైనది
స్వచ్ఛత, నిజాయితీ, చిత్తశుద్ధి నీకుంటే
నీవు కోరుకున్నది నీకు వచ్చితీరుతుంది
నిజాయితీపరులదే, నీతిమంతులదే
అంతిమవిజయం
తమ్ముడూ, చెల్లీ !
బతకాలి, బతికి సాధించాలి.
సాధించి చూపెట్టాలి,
గెలుపు నీదే.

(తేది. 10- 12-09)

4. ఇల్లు అలుకంగనే పండుగయితుందా?

ఇల్లు అలుకంగనే పండుగైతుందా !
బాణాసంచా కాల్చడాలెందుకు?
స్వీట్లు పంచుకొని తినడమెందుకు ?
సంబరాలు, ఊరేగింపులు
చెయ్యడాలెందుకు?
ఎన్ని అడ్డంకులు, అవాంతరాలు దాటాలి
నువ్వు
ఎన్ని త్యాగాలు చెయ్యాలి నువ్వు
నీ కష్టం, కన్నీరు, నీ బాధ, నీ తపన
నీ ఆరాటం, నీ పోరాటం, నీ చిత్తశుద్ధి,
నీ నిజాయితీ, నీ ధర్మ పోరాటం
నీ న్యాయ పోరాటం గెలుస్తుంది
అయినా ఇల్లు అలుకంగనే
పండుగయితుందా ?
నువ్వింకా ప్రయాణం చెయ్యాలి!
Miles to go before we sleep
Miles to go before we sleep

(తేది. 10-12-09)

5. తెలంగాణ ఒక కావ్య వస్తువు

(తేది 14-12-2009 ఆంధ్రజ్యోతి 'వివిధ'లో తెలంగాణ ఉద్యమంపై స్థానికత అస్తిత్వ ఉద్యమాలపై కోస్తా, రాయలసీమ, ఉత్తరాంధ్ర ప్రాంత సాహిత్యకారుల అభిప్రాయాలు చదివి)

'న్యాయమైన పోరాటమేదో
ప్రజలే గ్రహించాలి'
వాస్తవమే...
కాని ముందుగా కవులు, రచయితలు
గ్రహించాలి కదా...
కవులు క్రాంతిదర్శులు కదా!
కవులు నిష్పక్షపాతంగా ఉండేవాళ్ళు కదా
!
కవులకు కూడా రెండు నాల్కలు
ఉండకూడదు కదా !
In broad sense
"Poets are the
unacknowledged legislators
of this society" కదా !
కవులు వాస్తవం చెప్పాలి కదా,
కవులు నిజం చెప్పాలి కదా!
సత్యం సర్వదా సత్యం కదా!
సత్యం ప్రాంతాల్ని బట్టి, దేశాల్ని బట్టి
మారదు కదా !
సత్యం వ్యక్తులను బట్టి మారదు కదా !
సత్యాన్ని కాదని అసత్యాన్ని సత్యంగా
ప్రచారం చేస్తే

దాన్ని గుర్తించి, వాస్తవాన్ని ప్రకటించే
ధైర్యం కవులకు ఉండాలి కదా!
కవులు జిల్లా కవులు, ప్రాంతాల కవులని
ఉండరు కదా!
కవి విశ్వజనీన సత్యాల్ని ప్రకటించే
ప్రవక్త!
కవి రవిలా ప్రపంచ సత్యాల్ని,
అసమానతల్ని,
అసమగ్రతల్ని, తన జ్ఞాన చక్షువులతో
గ్రహించే క్రాంతి దర్శి కదా !
వ్యక్తుల, ప్రాంతాల స్వార్థం కోసం
తెలంగాణ బలిపశువు కావాల్నా?
ఐదున్నర దశాబ్దాల దగాపడ్డ తెలంగాణ
కలిసి ఉంటే కలదు సుఖం
ఎవరికీ? సుఖమెవరికీ, కష్టమెవరికీ,
నష్టమెవరికీ?
గుండెలపై చెయ్యి వేసుకొని చెప్పండి?
ఆనాడు ఆరుద్ర 'త్వమేవాహం' ఎందుకు
రాశాడు?
సోమసుందర్ 'వజ్రాయుధం' ఎందుకు
రాశాడు?
శేషేంద్ర తెలంగాణపై స్పందించి
కవిత్వమెందుకు రాసినట్లు?
కవిత్వం ఒక సజీవధార, కవిత్వం ఒక
ఆత్మ సాక్షాత్కారం
కవిత్వం సత్యాన్ని ఆవిష్కరించడం
కవిత్వం అన్యాయం, అక్రమం, కపటం,
దగా, మోసంపై తిరుగుబాటు ప్రకటన
వీటిని కాదన్నవాడు కవి రచయిత కాదు,
కాలేదు
కవీ, రచయితా!

సత్యాన్ని ప్రకటించడానికి మౌనం
ఎందుకు?
సత్యాన్ని ప్రకటించడానికి జొంక
తిరుగుడెందుకు?
బహుశా! సత్యాన్ని ప్రకటించడానికి
విజ్ఞత కావాలి
సత్యాన్ని తెలుపడానికి నైతికశక్తి కావాలి,
ఆత్మస్థైర్యం కావాలి
సత్యాన్ని ప్రకటించడానికి నిజాయితీ
కావాలి, చిత్తశుద్ధి కావాలి
సత్యాన్ని సత్యంగానే శోధించి,
పరిశోధించి చూడాలి
కవీ, రచయితా ! తెలంగాణ గాయాల
తల్లి
దగాపడ్డ నేల, పోరాటాల గడ్డ
కవుల కవిత్వానికి, సాహిత్యానికి జీవధార
కవీ నీకు మౌనమెందుకు?
కవీ! నువ్వు గుజరాత్ గాయం మీద
రాస్తావు,
బాబ్రీ విధ్వంసం మీద రాస్తావు
ఇరాక్ సద్దాం మీద రాస్తావు
ఆఫ్రికా నెల్సన్ మండేలా మీద రాస్తావు
అమెరికా నల్లజాతి ఒబామా మీద
రాస్తావు
కవీ! తల్లడిల్లుతున్న తెలంగాణ మీద
రాయవా?
కవీ ! తెలంగాణ అడుగడుగు
పదఘట్టనల్లో
త్యాగాల చరిత్ర కనిపిస్తుంది
అడుగడుగున దగాపడ్డ బతుకులు
కనిపిస్తాయి.

ఐదున్నర దశాబ్దాల రికార్డుల సాక్షిగా,
లెక్కల సాక్షిగా, ఒప్పందాల
సాక్షిగా ఉల్లంఘనలు కనిపిస్తాయి
అడిగిన వాళ్ళెవరు, సవరించిన వాళ్ళెవరు
బతుకులను బాగు చేసిన వాళ్ళెవరు
వర్గాల వారిగా, కులాల వారిగా, మతాల వారిగా,
ప్రాంతాల వారిగా, వాదాల వారిగా,
ఇజాల వారిగా
విడిపోయిన సాహిత్య సీమలో
కవీ!
కష్టానికి, కన్నీటికీ కులాలు, మతాలు, వాదాలు
వర్గాలు ఉండవు
కవి కార్చిన కన్నీరే కవిత్వం
ఒక దేశం, ఒక ప్రాంతం, నేల దాని నేపథ్యం
ఇక రానున్న మహాకావ్యం 'తెలంగాణా'!
దాని ఆత్మను పట్టుకొన్నవాడే దాన్ని రాయగలడు
వాడు ప్రాంతం వాడు కావచ్చు,
ప్రాంతేతరుడు కావచ్చు.
కవీ! నీ సత్యావిష్కరణ కోసమే నీరీక్షణ.

(తెలంగాణ నేల బతుకును గుర్తెరిగి
తెలంగాణ న్యాయమైన కోర్కెకు
సంఘీభావం తెలిపిన రచయితలకు,
కవులకు కృతజ్ఞతలతో)
(తేది. 14-12-09)

6. హైదరాబాద్! ఓ! హైదరాబాద్!

హైదరాబాద్! ఓ! హైదరాబాద్!
భాగమతికీ భాగ్యనగర్!
చార్ సౌ సాల్ కీ సుందర్ షహర్
హైదరాబాద్! ఓ! హైదరాబాద్!
ఎవరు నిర్మించారమ్మా, నిను ఎపుడు నిర్మించారు?
చార్మినారు నీ గుండెలపై ఎగిసి నిలుచున్న
నిలువెత్తు సుందర హర్మ్యం
ఎవరు నిర్మించారమ్మా, ఎపుడు నిర్మించారు? హుసేన్ సాగర్ నీ నడుముకు
సుందర కాంతివంతమైన బంగారు ఒడ్డాణం
ఎవరు నిర్మించారమ్మా, ఎపుడు నిర్మించారు?
సుల్తాన్ బజార్ నీ నాజూకు మెడపై
మెరిసే రవ్వల నక్లెస్ హారం
ఎవరు నిర్మించారమ్మా, ఎపుడు నిర్మించారు?
గోల్కొండ నీ నివాస రక్షణ దుర్గం
ఎవరు నిర్మించారమ్మా, ఎపుడు నిర్మించారు?
నీ ముఖ సౌందర్యం పై చమక్కున మెరిసే
ముక్కుపుడక బిర్లా మందిర్ ను
హుందాగా మోస్తున్న నౌబత్పహాడ్
ఎప్పటిదమ్మా, ఏనాటిది?
బాగోంకి సుందర్ షహర్ హైదరాబాద్
నీ పబ్లిక్ గార్డెన్స్, బాగేఆమ్ లు

ఎవరు పెంచిపోషించారమ్మా, ఎపుడు నిర్మించారు?
పాలనురుగుల్లాంటి, తేనె తీపిలాంటి
మంచి నీళ్లు అందించే
నీ జలాశయాలు గండిపేట, ఉస్మాన్ సాగర్లు
ఎవరు నిర్మించారమ్మా, ఎపుడు నిర్మించారు?
వెండి తళతళలతో మెరిసే హుస్సేన్ సాగర్ దాటితే వచ్చే
లష్కర్ సికింద్రబాద్, జింకానా గ్రౌండ్స్, కంటోన్మెంట్
ఎవరు నిర్మించారమ్మా, ఎపుడు నిర్మించారు?
1857 తొలి స్వాతంత్ర్య సమరయోధుడు
తుర్రేబాజాన్ స్మారకచిహ్నం
కోఠీబజార్లో ఎప్పటిదమ్మా ఎనాటిదీ?
నేటి కోటి ఉమెన్స్ కాలేజీ అప్పటి బ్రిటీష్ ప్రతినిధి రాజప్రాసాదం
ఎవరు నిర్మించారమ్మా, ఎపుడు
నిర్మించారు?

7. రెండు నాల్కలు

వహ్వారే!
మనిషికి రెండు నాల్కలు
పదవి కోసం ఒక నాలుక
ప్రాంతం కోసం ఒక నాలుక !
పదవి ముఖ్యమా ?
ప్రాంతం ముఖ్యమా ?
రెండు ముఖ్యమే !
రెండూ అందవు మనిషికెపుడూ!
ఏదో ఒకటి అందుకోవాలి
రెండు నాల్కల ధోరణులెందుకు
తెలంగాణా! తెలంగాణా!! తెలంగాణా !!!
నీ కాళ్ళకు మొక్కుతామే తల్లీ !
నీకు నీరాజనాలే తల్లీ !
ఎంత కపట ప్రేమ వీళ్ళకు !
తెలంగాణా తెస్తాం, తెలంగాణా ఇస్తాం !
తెలంగాణకు
సానుకూలం, అనుకూలం
అసెంబ్లీ సాక్షిగా తీర్మానం చేయండి ఓటు వేస్తాం !
ఫర్వాలేదు, నిజమేంటో
తెలిసిపోయింది !
దొంగ జపం, కొంగ జపం, మెజారిటీ ఈజ్ లా !
కాలం ఎప్పటికీ ఒకలా ఉండదు
ఓడలు బళ్ళవుతాయి,
బళ్ళు ఓడలవుతాయి !
మాటమార్చిన
మనుషులను మరువకుండా చూస్తుంది
కాలం
ఓట్లు కావాలి కదా, సీట్లు కావాలి కదా !

తెలంగాణ ఒక స్ఫూర్తి
మార్గదర్శి
మరువకూడదు.
(తేది. 15-12-09)

8. నటన - జీవితం

నటన జీవితం కాదు
జీవితం నటన కాదు
నటన నటననే
జీవితం జీవితమే
నటనే జీవితమైన సందర్భంలో
రాజకీయం రంకు నేర్చింది
కడుపు నిండిన వాడి
కావాలనే ఏడుపు
కడుపు మండిన వాడు కార్చే కన్నీరు
రెండు ఒకటేనా?
నటించడమెందుకూ ?
జీవించాలి జీవితంలో !
సత్యాన్ని సత్యంగా చూడాలి
అవును నిజంగానే !
సత్యాన్ని కూడా సత్యంగా ప్రచారం
చెయ్యకపోతే
అసత్యం కూడా సత్యంగా
ప్రచారమవుతుంది.
నిజంగా ఐన్‌స్టీన్ థియరీ ఆఫ్ రిలేటివిటి
ప్రకారం
ప్రతిదాన్ని స్థలం, కాలం, దూరాల
సందర్భాల్ని బట్టి చూడాలేమో !
కాని బతుకు ఒక ఊహాజనిత సిద్ధాంతం
కాదు
అందుకే ఒకనాడు సత్యమనిపించింది
ఇంకోనాడు అసత్యమనిపించింది!
నరం లేని నాలుక కదా !
నన్నూరు మాటలు మాట్లాడుతుంది.
మాట మీద నిలుచునే వాళ్లు ఎందరు?

నటించడానికి బతుకు మూడు గంటల
సినిమా కాదు
రెండు గంటల స్టేజీ నటన కాదు.
స్టేజీపై నటిస్తే చెల్లుతుందేమో
కాని నిజ జీవితంలో చెల్లదు
నటించి నటించి బతుకును చెల్లని నాణెం
చేసుకోవడం
వాళ్ళ వాళ్ళ చేతుల్లోనే ఉంటుంది
నటించకండి.. జీవితంలో నిజాయితీతో
జీవించండి.

9. తెలంగాణ, కొన్ని ప్రశ్నలు

1.'కలిసి ఉంటే కలదు సుఖం'
ఎవరికి?
ఆంధ్రకా?
తెలంగాణాకా?

2.పొట్టి శ్రీరాములు
ఆత్మత్యాగం
1953 ఆంధ్రరాష్ట్రం కోసమా?
1956 ఆంధ్రప్రదేశ్ కోసమా?

3. దేశంలో హిందీ మాట్లాడేవారికి
8కి పైగా రాష్ట్రాలుంటే
హిందీ, తర్వాత తెలుగు మాట్లాడేవారికి
రెండు రాష్ట్రాలుంటే తప్పా?

4 జై తెలంగాణా
ఆత్మాభిమాన నినాదం
జై సమైక్యాంధ్ర
ఎవరి కోసం?

5.చిన్న రాష్ట్రాలు
అభివృద్ధికి అడ్డమా ?
దేశంలో తెలంగాణా కంటే
15 చిన్న రాష్ట్రాలున్నాయి తెలుసా?

6.1956 సమైక్యాంధ్ర ఏర్పడే రోజుల్లో
రాష్ట్రం పేరు 'ఆంధ్ర-తెలంగాణ'
అని పెడుదామంటే

అందులో తెలంగాణను కట్ చేసి
ఆంధ్రప్రదేశ్ గా ఉంచిన
మీ సమైక్యవాదం ఏపాటిది?

7.1956 లోనే నెహ్రూ
అమాయకపు తెలంగాణ పిల్ల పెళ్ళి
గడసరి ఆంధ్ర మొగుడితో జరుగుతుంది
పొత్తు కుదురకపోతే
ఆలుమగల్లా విడిపొమ్మనాడు తెలుసా?

8.హైద్రాబాద్ ఎవరు నిర్మించారు?
తెలంగాణ పల్లెపల్లెను కొట్టి
పట్నం కట్టింద్రు
అది తెలంగాణ ప్రజల రక్త మాంసాల
చెమట చుక్కల ఫలితం తెలుసా?

9.అడుగడుగున దగాపడ్డ
ఐదున్నర దశాబ్దాల సుదీర్ఘ పోరాటం
త్యాగాల ఫలితం
నేటి తెలంగాణా ఏర్పాటు ప్రకటన
సమైక్యవాదం అంటే
4 నిమిషాల టి.వి. ప్రకటననా?
ఐదున్నర రోజుల ఉద్యమమా
అడ్డుకోవడానికి?

10.ఎక్కడైనా నచ్చకుంటే
విడిపోవడానికి ఉద్యమం చేస్తారు
కలిసి ఉండడానికి
ఉద్యమం చేస్తారా?

11. తెలంగాణ పాడి ఆవు
తెలంగాణీయులు అమాయకులు
వాళ్ళ మూతులు బిగియ బట్టి
ఇంకా పాలను
దోచుకోవాలనుకుంటున్నారా?

(తేది. 14-12-09)

10. వన్ సైడ్ లవ్

సమైక్యమనే వాదం వన్ సైడ్ లవ్ లాంటిది
అమ్మాయి, అబ్బాయి
ఇష్టపడి, ఇద్దరు ప్రేమించుకొని
కలిసి ఉంటేనే సుఖం
కలతల కాపురమెప్పుడూ
రాణించదు, రక్తి కట్టదు
అమాయక తెలంగాణ అమ్మాయి
గడసరి ఆంధ్ర అబ్బాయితో కలిసి
ఉండలేనంటుందిక
ఐదున్నర దశాబ్దాల పోరాటం, ఆరాటం
సహనం చచ్చిందని చాటి చెపుతుందిక
కలిసి ఉంటే కలతే
విడిపోతేనే బెటర్ అని నొక్కి
వక్కాణిస్తుందిక
తెలంగాణ యావత్తు ఎలుగెత్తి చాటినప్పుడు
ఉధృతంగా జ్వాలల్లా ఉద్యమాలు
చేసినపుడు
ఇపుడే ఇపుడే విడిపోదాం, విడిపోదాం
అంటుంది ఇష్టంలేని కాపురం, ఇంకెన్నాళ్ళు
ఇంకెన్నాళ్ళు
కష్టమైన కాపురం కనవద్దని, వినవద్దని
తనకు విడాకులిప్పించమని
తపనతో చెప్పుతుంది.
ఏమిటిది కలిసి ఉంటే కలదు సుఖం?
వద్దు, వద్దు ఈ కాపురం
వలదని అంటుంది
కావాలని, కలిసుందామనే
ఈ వన్ సైడ్ లవ్ వద్దిక వద్దిక!
తెలంగాణ పిల్లకిక
స్వేచ్ఛను ప్రసాదించాలిక!

11. తెలంగాణ ఉద్యమం

తెలంగాణ ఉద్యమం
మూడు గంటల సినిమా కాదు
నాలుగు నిమిషాల యాడ్ కాదు
బతుక నేర్చిన వాళ్ళు
బతకడానికొచ్చిన వాళ్ళు
నిజమైన ఉద్యమాలను ఎద్దేవా చేస్తారు.
కృత్రిమ ఉద్యమాలు చేస్తారు.
ఉద్యమమంటే లావాలా పెల్లుబికే
ప్రజల ఆగ్రహజ్వాల.
కడుపు మండిన ప్రజల ఆర్తి
కడుపు నిండిన వాడి దొంగ ఏడుపు
కడుపు కాలిన వాడు కార్చిన కన్నీరు రెండూ
ఒకటి కాదు.
ఉద్యమం ఆర్తిలోంచి, పీడనలోంచి,
రోదనలోంచి, దోపిడిలోంచి, కష్టంలోంచి,
కన్నీరులోంచి వస్తుంది.
ఒక వ్యక్తిపరంగా రాదు ఉద్యమం
ఒక్క రోజులో రాదు ఉద్యమం
బహూశా ఒక ఉద్యమానికి
ఒక నాయకత్వం ఉండవచ్చు
ఒకోసారి ఆ ఉద్యమమే
దావానలంలా, పెనుగాలిలా, తుఫాను
హోరులా
ప్రజా ఉద్యమం అవుతుంది.
బహుశా నిజమైన ఉద్యమాన్ని ఆపాలని
చూసినా
అది ఉప్పెనలా ముంచెత్తుతూ వస్తుంది.
ప్రభుత్వం ప్రజల అభిమతాన్ని సిరసా
వహించాలి
నేటి తెలంగాణా ఉద్యమం
ఐదున్నర దశాబ్ధాల సుదీర్ఘ పోరాటాల
ఫలితం

వాస్తవాలు మరుగుపరిచి ఎవరెన్ని
చెప్పినా
తెలంగాణ ఉద్యమం
ప్రజలు బతికించుకున్న ఉద్యమం
ప్రజలు గెలిపించుకున్న ఉద్యమం.
(తేది. 17-12-09)

12. అందరివాళ్ళు కాదు కొందరివాళ్ళే

అందరివాళ్ళు కాదు కొందరి వాళ్ళే
అందరికోసమని మాట్లాడుతున్నవాళ్ళు
కొందరివాళ్ళే !
కొందరి వాళ్ళని ఖరాఖండిగ
తెలిసిపోయిన సందర్భం
ఇప్పటి ఆంధ్ర దేశపు రాజకీయ
చిత్రపటం
దాపరికాలు వద్దు, దాగుడుమూతలు వద్దు
బతుకులు పారదర్శకంగా ఉండాలి
ఎవరు వద్దనుకున్న ఎవరి బతుకు
వేషమేందో
ఈ ప్రపంచం చూస్తూనే ఉంది
నిజాలు బట్టబయలు కావడానికి
రోజులు పట్టవచ్చు, నెలలు పట్టవచ్చు
ప్రచండ వాడి, వేడి సూర్య కిరణాల
తాకిడిని కూడా
కొంతకాలం అసత్యపు ప్రచారం అనే
పరదాలు వేసి
అడ్డుకోగలరేమో కాని
ఎల్లకాలం, ఎక్కువకాలం అడ్డుకోలేరు.
మానవత్వం, నీతి, నిజాయితీ అనే కనీస
మౌళిక లక్షణాలు ప్రతి మనిషిలోనూ
ఏ ప్రాంతం లోనైనను ఉంటాయి
నిజాన్ని ప్రజలు గ్రహిస్తారు, గ్రహించాలి.
తమను తాము మోసం చేసుకోవద్దు
ఎపుడైనా

ఆకలికోసం కేకలేస్తున్న వాడి కడుపు కొట్టి
ఇంకా ఇంకా పీక్కు తినాలని చూడడం
ధర్మం, న్యాయం కాదు
దగాపడ్డ తెలంగాణా
తెలంగాణ అంటుంది ముక్తకంఠంగా
ఉద్యమం చేస్తూ
అందరి క్షేమం కోసం మాట్లాడుదామనే
వాళ్ళు
కొందరి వాళ్ళ కోసమే
మాట్లాడుతున్నారు.
వాస్తవాలు బట్టబయలు అవుతాయి.
(తేది. 18-12-09)

13. తిరుమల వెంకన్నా చూస్తున్నావా అన్నీ!

తిరుమల వెంకన్నా చూస్తున్నావా అన్నీ !
త్రేతాయుగంలో నీవు శ్రీరాముడివి
ద్వాపర యుగంలో శ్రీకృష్ణుడివి నువ్వు
కలియుగంలో నీవు శ్రీ వెంకటేశ్వరుడివి
తిరుమల వెంకన్నా చూస్తున్నావా అన్నీ !
ప్రాంతముంటుందా, రాష్ట్రముంటుందా,
దేశముంటుందా నీకు?
అంతటా, అన్నింటా నీవే అయితే
ఒక్క తిరుపతి కొండల్లోనే
కొలువై, నెలవై , ఉన్నావా నీవు
ఢిల్లీ బిర్లామందిర్ లక్ష్మీనారాయణడివి
నీవే
హైదరాబాద్ బిర్లామందిర్
వెంకటేశ్వరుడివి నీవే
అమెరికా పిట్స్బర్గ్ వెంకన్నవు నీవే
మా ఊరి పక్క మానేటి ఒడ్డు కొండపై
వెంకటేశ్వరుడివి నీవే
తిరుమల వెంకన్నా చూస్తున్నావా అన్నీ !
ఒకేతల్లి బిడ్డలైతే... వివక్ష ఎందుకైంది
ఒకేభాష బిడ్డలైతే పాలెందుకు అందలేదు
ఒకతల్లి బిడ్డలైతే... చిన్నాడికి, నడిపోడికి,
పెద్దోడికి
ఎవరికి సరిపడే తిండి వారికి పెట్టాలి తల్లి
ఒకడి కడుపు కొట్టి, ఇంకొకడికి పెట్టే నీతి
ఇంకానా... ఇంకానా...
తిరుమల వెంకన్న ధర్మం నువ్వే చెప్పు
'కలిసి ఉంటే కలదు సుఖం' కాగితం మీద
రాత

ఐదున్నర దశాబ్ధాల అమలు కాని సూత్రం
ఇంకా చూడాలా తండ్రి, ఇంకా
భరించాలా తండ్రి దగా పడ్డ తెలంగాణ
బతుకు చూడు తండ్రి నీవు
నీ కొండల సాక్షిగానే.. నీవే చూడు తండ్రి
ధర్మం గెలుస్తుంది... న్యాయం
గెలుస్తుంది, అధర్మం నశిస్తుంది... ఇదే
భారత, రామాయణాల నీతి కలియుగ
ధర్మం ఇదే కదా!
కన్నీటి తెలంగాణను, కష్టాల
తెలంగాణాను దగాపడ్డ తెలంగాణాను
కరుణించు తండ్రీ !
తిరుమల వెంకన్నా! కరుణించు
తెలంగాణ!

14. సరి అయిన సమయంలో సరి అయిన నిర్ణయం

సరి అయిన సమయంలో
సరి అయిన నిర్ణయం
తెలంగాణ ఏర్పాటు ప్రకటన
ఎన్నేళ్ళ, ఎన్నేళ్ళ-సుదీర్ఘ పోరాటం
తెలంగాణది !
ఏకాఏకి అర్ధరాత్రి ప్రకటననా?
ఎంత విడ్డూరం!
అసెంబ్లీ సాక్షిగా అన్ని పార్టీలు
సరేనంటాయి
అలా పార్టీ మీటింగ్
అన్ని పార్టీలు అసెంబ్లీలో
బలపరుస్తామంటాయి.
సరి అయిన సమయంలో సరి అయిన
నిర్ణయంలా
ఎలక్షన్ల సాక్షిగా 2004లో, 2009లో
తెలంగాణ తెస్తాం, తెలంగాణ ఇస్తాం
తెలంగాణకు అనుకూలం అని
అన్ని పార్టీలు ప్రకటిస్తాయి
తీరా తెలంగాణ ఏర్పాటు ప్రకటన
రాత్రికి రాత్రి అంటూ, ఎంత హైడ్రామా!
ఆంధ్ర ఆల్ పార్టీ రాజీనామాల పర్వం !
సమైక్యమా? తెలంగాణమా?
బహుశా ఉద్యమాలను కూడా రోజుల్లోనే,
గంటల్లోనే నిర్మించచ్చా? ఇమిటేట్
చెయ్యచ్చా !
ఉద్యమాలు చేస్తే ఎవరద్దంటారు

ఎవరి ప్రాంతం కోసం వారు ఉద్యమాలు
చెయ్యచ్చు కాని వేరే ప్రాంతం వాళ్ళు
విడిపోవద్దనే ఉద్యమాలు చేస్తారా!
కష్టాలకు, నష్టాలకు ఓర్చి ఈ మొగుడు
నాకొద్దు
విడాకులిస్తాననే పెళ్ళాంతో బలవంతంగా
కాపురం ఉంటానంటారా!
ఇదేమి ఉద్యమం, ఇదేమి ఉద్యమం
తెలంగాణ ఏర్పాటు సరి అయిన
సమయంలో
సరి అయిన నిర్ణయం ఆహ్వానించండి.
(తేది. 17-12-09)

15. సామాజిక తెలంగాణ

తెలంగాణ
సామాజిక తెలంగాణ
ఓ! జ్యోతి బాపులే!
ఓ! మహాత్మాగాంధీ!
ఓ! అంబేద్కర్!
ఓ! మదర్ థెరిసా!
ఉట్టి ఫ్లెక్సీపై బొమ్మలా మీరు?
సామాజిక తెలంగాణ ఎక్కడపోయింది!
ఏది తెలంగాణ?
ఎక్కడ తెలంగాణా?
పదవుల కోసం తెలంగాణా?
పార్టీల కోసం తెలంగాణా?
తెలంగాణ అనుంగు పుత్రులారా!
ఇప్పటికైనా తెలిసిందా?
తెలంగాణ తల్లిపై
ఎవరికెంత ప్రేముందో?
తెలంగాణ అనుంగు బిడ్డలారా!
తెలంగాణ కోసం తెలంగాణ కావాలి
తెలంగాణ కోసం తెలంగాణ రావాలి!
సమైక్యమనే కపటప్రేమ చూశారా
పార్టీలు కాదు, పదవులు కాదు
తెలంగాణ కావాలి
తెలంగాణ భూమి పుత్రులే, పుత్రికలే
తెలంగాణ తెస్తారు, తెలంగాణ ఇస్తారు
కపట ప్రేమికులు కాదు.
(తేది. 17-12-09)

16. ధర్మం గెలుస్తుంది

ధర్మం గెలుస్తుంది
న్యాయం గెలుస్తుంది
ఇది ప్రపంచం చెప్పినమాట
ఇది సామాన్యుడు నమ్మినమాట
ఇది రామాయణం చెప్పిన మాట
ఇది భారతం చెప్పిన మాట
కడుపుకాలి, కడుపు మండి
దోపిడికి గురై, విముక్తి కోసం మోసపోయిన
ప్రజలు, దగాపడ్డ ప్రజలు ఉద్యమాలు
చేస్తారు
ఉద్యమాలు తెలంగాణాకు కొత్తకాదు
త్యాగాలు, మోసపోవడాలు కొత్తకాదు
ఐదున్నర దశాబ్ధాల సుదీర్ఘ మోసం
ప్రపంచంలో అధర్మం పక్షం వహించిన
వారెవరూ గెలువలేదు.
ఐదుగురు పాండవులైన మహాభారతంలో
నూరుగురు అధర్మ కౌరవులపై
ఎందరు ద్రోణాచార్యులు, భీష్మాచార్యులు,
కృపాచార్యులు
వారి పక్కన నిలిచినా కూడా
వారు ధర్మపోరాటం చేసి గెలిచారు.
ధర్మానికి, న్యాయానికి, మంచికి
మారుపేరైనా రామాయణ శ్రీరాముడు
రావణాసురున్ని, వేల వానరసేనతో
సునాయాసంగా గెలిచి నిలిచారు
రామాయణాలైనా, భారతాలైనా,
ఇతిహాసాలైనా
ధర్మమే గెలుస్తుంది
న్యాయమే గెలుస్తుంది
తెలంగాణ ధర్మపోరాటం గెలుస్తుంది.

17. కపట నటన

నటులే నాయకులవుతున్నపుడు
నాయకులే నటులవుతున్నపుడు
విస్తుపోయి చూస్తుంది ప్రపంచం!
నటన స్టేజీపైనో, సినిమాల్లోనయితే
నటించవచ్చు బాగుంటుంది
రక్తికడుతుంది.
సినిమాకు డైరెక్టర్ ఉంటారు.
అది కథ సుఖాంతమైనా కావచ్చు,
దుఃఖాంతమైనా కావచ్చు
కాని బతుకు అనే నాటకంలో
నటిస్తే ఏమవుతారో తెలుసా వీళ్ళకు?
సమరం లాంటి బతుక్కి మార్గదర్శకులు
ప్రజలే మరి!
సుమారు 72 గంటల్లో మూడే మూడు
రోజుల్లో
ఎంత బాగా నటిస్తారో చూడచ్చు
నటీనటులను ఈనాటి రాజకీయ
సినారియోలో!
ఒకరికి ఇష్టమని వారి పక్షంగా
గొంతెత్తి మాట్లాడవచ్చు
వారి పక్షాన ఎదుటివారిని గొంతు
చించుకొని
చీల్చి చెండాడవచ్చు
పదవులకోసం పార్టీల మేనిఫెస్టోలనే
ఏకంగా సున్నా చుట్టుకొని ముందుకు
సాగవచ్చు పదవులు, పార్టీలు ఎందుకు?
మనిషిగా, మంచిగా, మంచిని పెంచే
ఉండాలి
కాని ప్రజల్ని రెచ్చగొట్టే దిశలో

ముందడుగు వేసే వాళ్ళు నాయకులా?
సినిమాల్లో బాగా నటించడం తెలిసిన
వీళ్ళు జీవితంలో కూడా నటిస్తూపోతే
తప్పకుండా ఫెయిలయిపోతారు
కాలం జవాబు చెపుతుంది.
(తేది. 19–12–09)

18. ఎవరి కోసం తెలంగాణ

ఎవరి కోసం తెలంగాణ
దేనికోసం తెలంగాణ
పార్టీ కోసం తెలంగాణా?
పదవుల కోసం తెలంగాణా?
కాదు, కాదు
తెలంగాణ, ప్రజలకోసం తెలంగాణ
బాగు కోసం తెలంగాణ
తెలంగాణ ప్రజల మనోగతం తెలంగాణ
ఆలోచన తెలంగాణ,
ఆచరణ తెలంగాణ
ఒకడి కడుపు కొట్టే బతుకు ఇంకొద్దు,
ఇంకొద్దు
కష్టానికి, కన్నీటికి విలువుంటది,
మనసుంటది మార్గముంటది
అమాయకపు బతుకులతో ఆడుకోవద్దు
ఆట
తెలంగాణ బతుకులనిక పరీక్షలలో
పెట్టొద్దు ఒకటి కాదు రెండు కాదు
మూడుసార్లు చూపించినారు
తమ ప్రగాఢ వాంఛను బయటపెట్టి
చెప్పినారు
తెలంగాణ ప్రజల ఆశ తెలంగాణ
శ్వాస తెలంగాణ, భాష తెలంగాణ
బతుకు తెలంగాణా
తెలంగాణ, తెలంగాణ అని
నినదించెను ఈ నేల
ఉద్యమాలకు ఊరు పేరు
ఉద్యమాల పురిటిగడ్డ
తెలంగాణ తెలంగాణ

తెలంగాణ ప్రజల కాంక్షను

మన్నించుట అందరి ఆదర్శం కాకుంటే
అది ఎప్పుడు
ప్రజ్వరిల్లె అగ్నికణం
తెలంగాణ ఏర్పాటు చెయ్యడమే సరి
అయిన పరిష్కారం
(తేది. 19-12-09)

19. కాకి - ఎద్దుపుండు

కాకికేమి తెలుసు
ఎద్దుపుండు బాధ
పొడుచుకు తింటుంది ముక్కుతో
చువ్వలా
బతుకింతేనా?
తెలంగాణ ఒక ఎద్దుపుండు గాయం
ఎన్నేళ్ళని భరిస్తుంది పొడుచుకుని తినే
కాకిని
ఎవరో రావాలి దక్షుడు కదా!
ఆరు దశాబ్దాల సుదీర్ఘ పోరాట ఫలితం
నేడు ప్రజలే ఉద్యమం
ప్రజలే నాయకుడు
ప్రజలే న్యాయనిర్ణేతలు
తెలంగాణ ఏర్పాటు కోసం
ఎవరి ప్రాంతాన్ని వాళ్ళే పాలించుకోవాలి
ఎవరి హక్కును వాళ్ళే గుర్తించుకోవాలి
తెలంగాణ ఒక ఉద్యమ స్ఫూర్తి
తెలంగాణ ఒక మార్గదర్శి
తెలంగాణ ఒక ఆదర్శాల రహదారి
వాస్తవాల్ని వక్రీకరించి
ప్రకటనలు చూస్తుంటే
వందలమందితో కూడిన కురు సేనలు
ఓడిపోయినట్లు
ఓడిపోక తప్పదు వాళ్ళు!
తెలంగాణ రాష్ట్రం ఇచ్చి తీరక తప్పదు
కాలమే జవాబు కాలమే పరిష్కారం
(తేది. 20-12-09)

20. రెండు నాల్కలు కాదు, బహునాల్కలు

రెండు నాల్కలు కాదు
బహు నాల్కలు
రోజుకోమాట
పూటకోమాట
పదవి కోసం ఒకమాట
ప్రాంతం కోసం ఒక మాట
మూడు ప్రాంతాలు కాదు
రెండు ప్రాంతాలు చాలు
రెండు ప్రాంతాలు అనుకొన్నది
మూడు ప్రాంతాలు అనుకొన్నట్టే!
ఇదే ఇదే సమైక్యాంధ్ర
రెండు ప్రాంతాల కోర్కెలు
మూడు ప్రాంతాల కోర్కెలు కూడా
అవుతాయి
మనసులో ఒకటి
బయట ఒకటి
ఊరి లోపల ఒకటి
ఊరి బయట ఒకటి
రెండు ప్రాంతాలు చెపితే
మూడు ప్రాంతాలు చెప్పినట్లు
రెండు ప్రాంతాల వాళ్ళతో మాట్లాడిస్తే
మూడు ప్రాంతాల వాళ్ళు మాట్లాడినట్లు
టి.వి ఛానళ్ల సాక్షిగానే
మాటపై నిలబడలేని నాయకులు
ప్రజల కోసమని మాట్లాడతారు
పదవి కోసం ఎంత హైడ్రామా!
రెండు ప్రాంతాలు సమైక్యత అంటే

మూడు ప్రాంతాలు సమైక్యత అన్నట్లు
అనుకోవాలి!
లేకుంటే లేదు!
(తేది. 21–12–09)

సబ్బని లక్ష్మీనారాయణ | 28

21. సమైక్యాంధ్ర

సమైక్యాంధ్ర !
కలిసి ఉంటే కలదు సుఖం
అందరికా, కొందరికా?
ఐదున్నర దశాబ్దాలు చాలదా
కలిసి ఉంది!
వ్యవస్థ ఒక శరీరం లాంటిది
ప్రాంతాలు కూడా అలానే
శరీర భాగాలన్నింటికి
సంపద, తిండి, శ్వాసలను అందించాలి
సమపాళ్ళలో
లేకుంటే ఆ అవయవాలు కొన్ని
చచ్చుబడుతాయి
బతకడానికి పోరాటం చేస్తాయి.
పోరాడి అయినా గెలుస్తాయి
లేకుంటే చచ్చుబడిపోతాయి
నీరు అందని, నీరు సరిగా పారని
నేలలు బీడువారిపోతాయి
పంటలు సరిగా పండక
పాడువడిపోతాయి
నీటి వనరులను సమంగా పంచుకోవద్దా?
సమైక్యం ఎక్కడుంది?
సమైక్యం అనే పళ్ళెంలో
పెద్దోడికి, చిన్నోడికి
ఎవరి వాటా వారికి సరిపడా అందించాలి
అందించనందుకేగా?
ఈ రభస ఈ ఉద్యమం
ఎలాగు వేరు కాపురాలే ముందుగా
ఇప్పుడు మళ్ళీ వేరు పడితే తప్పేంది!
కలతలున్న ఇల్లు ఎలాగూ బాగుండదు
కలతలు లేక విడిపోయి
దూరంగుంటే బాగుండదా?
కోస్తా, సీమాంధ్ర, తెలంగాణల్లో
లొల్లి అంతా సమైక్యాంధ్రకే
తెలంగాణ లేనేలేదు అందులో
మీ కోరిక సబబే
మీరే కలిసి ఉండండి
ముగ్గురి పొత్తులో
ఇద్దరు కలిసి మూడోవాణ్ణి
ముంచినట్టుంది తెలంగాణ బతుకు.
మీ సమైక్యాంధ్ర మాట సరిగానే ఉంది
మాకే పొత్తులేదు దానితో
మీరు మూడు ప్రాంతాలతో సమైక్య
'ఆంధ్రప్రదేశ్' అననేలేదు
మనసులో తెలంగాణపై ప్రేమే లేదు
మీ ప్రేమంతా వేరే ఉంది!
కపట ప్రేమలు భగ్నమవుతాయి
కాలం చెబుతుంది జవాబు!

(తేది. 22 - 12-09)

22. డబుల్ గేమ్

కొందరు డబుల్ గేమ్ ఆడుతారు
ప్రజల్ని మోసం చేస్తూ
రెండు ఆటలు ఆడేవాళ్ళు
రెండు పడవల్లో ప్రయాణం చేసేవాళ్ళు
రెండు నాల్కల ధోరణివాళ్ళు
ఎప్పుడూ గెలువరు?
ఏదో ఒకటి సత్యంగా చెప్పాలి
ఒక నేల కోసం మాట్లాడాల్సింది పోయి
వ్యక్తుల అభిమతాల కోసం
మాట్లాడతారేమి?
ఏదైనా కుండబద్దలు కొట్టినట్లు చెప్పాలి.
కాని కాలయాపన చేస్తూ దాటవేస్తారేమి
అసలైన సమస్యను? లోకాన్ని వారు
విననపుడు,
సత్యాన్ని గ్రహించి పలుకనపుడు
చెప్పనపుడు, ప్రకటించనపుడు
వారు చెప్పిందాన్ని లోకమెందుకు
వినాలి?
సత్యం ఒకటే, న్యాయం ఒకటే
ధర్మం ఒకటే ఉంటుంది.
ద్వంద్వాలు ఉండవు, ఉండకూడదు
వాస్తవాల్ని గుర్తెరిగి వక్కాణించాలి.
ప్రజలే న్యాయనిర్ణేతలు ఎప్పటికైనా
అలాంటి వారిని
కీలెరిగి వాత పెట్టినట్లు
ఓటెరిగి వాత పెడుతారు.
సత్యం, ధర్మం, న్యాయం అని చెపుతూ
(తెలంగాణా ఏర్పాటు విషయంలో
ద్వంద్వ వైఖరి గల నాయకులను
చూస్తూ) (తేది. 26-12-09)

23. ఆనాడు గాంధీజీ చేసినట్లు

ఆనాడు గాంధీజీ స్వతంత్ర్య సముపార్జన
కోసం
సహాయ నిరాకరణ ఉద్యమం చేసినట్లు
సత్యాగ్రహం చేసినట్లు
అహింసాయుతంగా పోరాడినట్లు
ఈనాడు తెలంగాణీయులు
ఉద్యమం చేస్తున్నారు
తెలంగాణ సాధించేందుకు
కొందరు పార్టీలదా, కొందరు
నాయకులదా ఉద్యమం?
ఉద్యమం తెలంగాణీయులందరిది
తెలంగాణ ప్రజలందరిది!
ఉద్యమం అంటే హైదరాబాద్ ఓయూకో,
వరంగల్ కెయూకో పరిమితం అని
చెప్పడమా?
అసలు ఉద్యమం ప్రజల్లో లేదని వక్రంగా
వక్కాణించడమా?
బలవంతంగా ఉద్యమాలు రావు!
ఒక్కోసారి ప్రకృతిలోనే విపరీతమైన
పరిణామాలు అనివార్యంగా
ఏర్పడతాయి.
ఉప్పెనలు వస్తాయి, వరదలు వస్తాయి
భూకంపాలు వస్తాయి, సునామీలు,
తుఫానులు వస్తాయి
ఒక సునామీ, తుఫాను లాంటిదే,
ప్రళయం
భూకంపం లాంటిదే ప్రజా ఉద్యమం

ప్రజల నిజమైన అభిమతాల్ని మన్నించాలి, గౌరవించాలి, సరిచేయాలి సమస్త తెలంగాణ ప్రజలు కోరుకున్న ప్రజాస్వామ్య తెలంగాణను అందించాలి. (తేది. 30–12–09)

24. సీట్లు ఓట్లకోసం కాదు తెలంగాణ

ఓట్ల కోసం
సీట్ల కోసం కాదు తెలంగాణ లొల్లి
తెలంగాణ లొల్లి
ఒక పార్టీదో, వ్యక్తిదో కాదు
తెలంగాణ లొల్లి
తెలంగాణ ప్రజలది,
సమస్త తెలంగాణ ప్రజల ఆర్తి అది
పల్లెపల్లెలో తెలంగాణ నినాదమది
ప్రజల గుండెల్లో ప్రజ్వరిల్లుతున్న కోర్కె అది
మోసపోయిన బతుకుల్లోంచి
మారుమోగిన తీరు అది
ఓట్లు రానివారు
సీట్లు పొందని వారు
రాజకీయ నిరుద్యోగులు
సృష్టించిన ఉద్యమమని
ఇంకా ఇంకా ప్రకటనలిస్తున్న
సమైక్యవాద మిత్రులారా!
తెలంగాణ పల్లెల్లోకి రండి!
తెలంగాణా వీధుల్లోకి రండి!
తెలంగాణ ప్రజల వాణిని వినండి!
పల్లె పల్లె కలువరిస్తుంది తెలంగాణ అని
పసిపిల్లల నుండి పండు ముదుసలి వరకు
తెలంగాణ కావాలని పాట
పాడుతున్నారు. ఆట ఆడుతున్నారు
జై తెలంగాణా!
జై తెలంగాణా ! అని
జైత్రయాత్ర చేస్తున్నారు!

తెలంగాణ ఒక సత్యం | 31

తెలంగాణ లొల్లి ఓట్ల కోసం కాదు సీట్ల
గొడవ కాదు
తెలంగాణ ప్రజల ఆత్మగౌరవ నినాదం
తెలంగాణ ప్రజల ప్రగాఢ అభీష్టం.
(తేది. 30-12-09)

25. చిలుక పలుకులు

తెలంగాణా ఇచ్చినా ఒకటే
తెలంగాణా ఇవ్వకున్నా ఒకటే
తెలంగాణా ఇచ్చినంత మాత్రాన
సమస్యలు పరిష్కారమవుతాయని
అభివృద్ధి జరిగిపోతుందని
పెద్దగా ఆశించవలసిందేమి ఉండదు
ఒక ప్రాంతాన్ని అభివృద్ధి చేయడానికి
ఎప్పుడైనా అభివృద్ధి చేయచ్చు!
ఇవి చిలుకపలుకులు!
కర్ర విరుగదు!
పాము చావదు!
మంత్రాలకు చింతకాయలు రాలవు
అరవై యేళ్ళనుండి అభివృద్ధి చేయలేదనే
కదా!
చూసి చూసి వేరుపడదామను
కొంటున్నారు
మా పాలు మాకు
మా పాలన మాకు
కావాలనుకొంటున్నారు
సమైక్యాంధ్ర సహపంక్తి భోజనంలో
మాకు అందవలసినంత
సుదీర్ఘ అరవైయేళ్ళ కాలంలో
అందలేదని చెందలేదనే కదా పోరాటం
గాంధీజీది స్వయంపాలన, స్వపరిపాలన
పోరాటమే కదా!
అలానే తెలంగాణది పోరాటం!
ఇంకా చిలుకపలుకులెందుకు?
ఏదో ఒకటి కుండ బద్దలుకొట్టినట్లు
చెప్పాలి

న్యాయం చెప్పాలి, సత్యం చెప్పాలి, ధర్మం
చెప్పాలి

అవినీతి మీద పోరాటం
అని చేసేవాళ్ళకు తెలియదా!
ఒక ప్రాంతాన్ని నిర్లక్ష్యం చేసి,
ఒక ప్రాంతాన్ని అభివృద్ధి చెయ్యడం
అవినీతే కదా!
మరి తెలంగాణపై అవినీతిని ప్రదర్శించిన
వాళ్ళను ఖండిస్తూ
తెలంగాణకు స్వాగతం పలకాలి కదా!
(తేది. 30-12-09)

26. రెండున్నర గంటల సినిమా కాదు తెలంగాణ

రెండున్నర గంటల సినిమా కాదు
తెలంగాణ ఉద్యమం
నాలుగు నిమిషాల టి.వి. యాడ్ కాదు
సమైక్యమని
తెలంగాణ ఉద్యమం త్యాగాల చరిత్ర
ఐదున్నర దశాబ్దాల అవిరళ పోరాటం
నాటి 1952 నాన్ ముల్కీ ఉద్యమం
తెలియకుంటే చదువుకోవాలి
నాటి 1969 తెలంగాణ ఉద్యమంలో
370 మంది విద్యార్థుల బలిదానం
గురించి తప్పకుండా చదువుకోవాలి
నాయకులు చేసిన మోసాన్ని కూడా మరీ
మరీ చదువు కోవాలి
ఫజలలీ కమీషన్ రిపోర్టులు
చదువుకోవాలి పండిత నెహ్రూ
చెప్పిందేమిటో చదువుకోవాలి
పెద్దమనుషుల ఒప్పందం విషయాలేమిటీ
ఎలా ఉల్లంఘించబడ్డాయో
చదువుకోవాలి
అష్టసూత్రాలు ఏమిటో చదువుకోవాలి
ప్రాంతీయ మండలెందుకో
తెలుసుకోవాలి
ఆరు సూత్రాలేమిటో తెలుసుకోవాలి
పంచసూత్రాలేమిటో తెలుసుకోవాలి
610 జి.వో. ఎందుకో, ఏమిటో
తెలుసుకోవాలి
చరిత్ర చదవందే ఏదీ తెలియదు.

లెక్కలవారిగా, అంచనాలవారిగా,
దశలవారిగా
తెలంగాణా ప్రాంతం ఎలా
దగాచేయబడిందో తెలుసుకోవాలి.
తెలిసికూడా ఇంకా కలిసి ఉంటే కలదు
సుఖం
అని అంటామంటే
కడుపు మండిపోతది తెలంగాణది!
అందుకే ఉద్యమం!
(తేది. 30-12-09)

27. మేకవన్నె పులులు

మేక వన్నె పులులు
జాగ్రత్తా! జాగ్రత్తా!
మనసులో ఒకటి
బయట ఇంకొకటి
వాస్తవాల్ని మరుగుపరిచి
అవాస్తవాల్ని ప్రకటిస్తారు
జాగ్రత్త! జాగ్రత్త!
గ్లోబెల్ ప్రచారం చేసి చూపిస్తారు జాగ్రత్త!
తెలంగాణ వాస్తవాలు కనిపించవు
రోదనలు, వేదనలు కనిపించవు.
వెనుకబాటుతనం కనిపించదు,
దోపిడి కనిపించదు
తెలంగాణా బాగానే ఉంది అంటారు
హైదరాబాద్ ఉంది కదా అని అంటారు
ఈ మేకవన్నె పులుల్ని నమ్మద్దు!
వెనుక ఒకటి
ముందు ఒకటి
కుడికి ఒకటి
ఎడమ ఒకటి
దగా దగా దగా దగా
'కుడి ఎడమల దగా దగా'అని శ్రీశ్రీ
అన్నట్లు
నటులవుతారు, నాయకులవుతారు వీళ్ళు
వాస్తవాల్ని వక్రీకరిస్తారు
తప్పుదోవ పట్టిస్తారు!
సత్యాన్ని కూడా కాదని అసత్యమంటారు
కాని వేయి అబద్ధాలాడి అయినా
ఒక సత్యాన్ని మరుగుపరచలేరు
గాయాల తెలంగాణ ఒక సత్యం
మేక వన్నె పులుల నైజం

కాలంతో వెలసి బయటపడుతుంది
సమస్యకు పరిష్కారమిస్తుంది
(తేది. 30-12-09)

28. అయినా హస్తినకు పోయిరావలె

హస్తినకు పోయిరావలె
జనవరి 5, కొత్త సంవత్సరం దినాన
కురు, పాండవ దాయాదుల
ధర్మపోరాటంలో
ఐదూళ్ళిచ్చిన చాలునని
ధర్మబద్ధుడై, కర్తవ్యపరాయణుడు
అలనాటి శ్రీకృష్ణుడు రాయబారిగా
వెళ్ళాడు హస్తినకు
అప్పటికే పద్నాలుగేళ్ల వనవాసం, ఒక
యేడు అజ్ఞాతవాసం చేసిన
కుంతీపుత్రులు పంచపాండవుల పక్షాన
ధర్మం గెలుస్తుంది, న్యాయం గెలుస్తుంది
సత్యం నిలుస్తుంది.
అన్నీ తెలిసి ఉండి,
కళ్ళుండి గుడ్డి వాళ్ళయిన ధృతరాష్ట్రుల
పాలనలో
ఏడీ ఆ కర్తవ్యపరాయణుడు,
ఎవరూ ఆ కర్తవ్య పరాయణుడు!
మహాభారత కథలోలా
కర్ణుడి చావుకు ఎన్ని కారణాలున్నాయో
తెలంగాణ రాకపోవడానికి
తెలంగాణ ఏర్పాటును అడ్డుకోవడానికి
అన్ని రకాల ప్రయత్నాలు ఉన్నాయి
సమైక్యమనే పేరుతో ప్రజలు ఉప్పెనలా
ఉద్యమాలు చేస్తారు.

ప్రజాభీష్టాన్ని మన్నించాలి కదా ప్రభుత్వం
తెలంగాణా ఏర్పాటు చర్చల పేరిట
పార్టీల అభిమతాలు తెలుసుకోవడానికి

హస్తినకు వెళ్లిరావాలె అసలేంటో,
అబద్ధమేంటో తెలియడానికి అది వేదిక
అందుకే హస్తినకు వెళ్ళిరావలె
కాలపరీక్షకు నిలిచి
ధర్మం గెలుస్తుంది
తెలంగాణ వచ్చి తీరుతుంది.
(తేది. 30-12-09)

29. ఒకే గూడు రెండు మాటలు

ఒకే గూడు వేదిక
ఒకసారి సమైక్యాంధ్రపాట
కాసేపటికి తెలంగాణా మాట
నాయకుడొక్కడే!
ప్రాంతాల మనుషుల వేరు!
పార్టీ మానిఫెస్టో తెలంగాణ అని
చెపుతుంది
అసెంబ్లీ సాక్షిగా కూడా చెపుతారు
అఖిలపక్షంలో కూడా చెపుతారు
నాయకుల ద్వంద్వనీతి
తొమ్మిదేళ్ళలో తెలియలేదా ప్రజల
అభిమతమేదో
తెలంగాణా ప్రజల కోర్కె ఏమో?
అంతా తెలిసి ఆడుతున్న నాటకం
అంతా మౌనం!
పదవులెందుకులే?
ప్రజల అభీష్టాలను గౌరవించనపుడు
పదవిత్యాగం చెయ్యాలి!
నడుస్తున్న చరిత్రలో
తెలంగాణ సాక్షిగా ప్రజలే నిర్మాతలు,
దర్శకులు
ఉద్యమం ప్రజలది
నటనలు, నాటకాలు, అనుకరణలు కాదు
ఉద్యమం
కుండబద్దలు కొట్టినట్లు
సత్యమైనది ప్రకటించాలి
అవ్వ కావాలి, బువ్వ కావాలి

రెండూ దొరకవు

ఒకేసారి ఇద్దర్ని సంతృప్తి పరుచలేరు!
న్యాయాన్ని, ధర్మాన్ని, సత్యాన్ని
గౌరవించాలి
తెలంగాణను ఆదరించాలి.
తెలంగాణకు జై అనాలి
జన సమ్మతంగా
(తేది. 04-01-2010)

30. ఏమంటుండ్రు

ఏమంటుండ్రు

ఏమంటుండ్రు
ఏమంటుండ్రు
తెలంగాణా ప్రజల్లో తెలంగాణ
కాంక్షలేనేలేదు
ఇది కేవలం రాజకీయ నాయకులు
సృష్టించిన ఉద్యమమా?
సీట్లు, ఓట్లు రాని పార్టీల వాళ్ళు ప్రజల్ని,
విద్యార్థుల్ని రెచ్చగొడితే వచ్చిన
ఉద్యమమా?
ఇది నిజమా? మీ కల్పననా? కావాలని
అంటున్నదా?
ఒక్కసారి వచ్చి చూడండి తెలంగాణ ప్రతి
పల్లెల్లోకి
వాడవాడల్లోకి, తెలంగాణా వీధుల్లోకి,
రోడ్లమీదికి
కార్మికులనడగండి, కర్షకులనడగండి
పలకా బలపం పట్టిన
విద్యార్థులనడగండి, పండు
ముదసలలనడగండి, పట్నం, పల్లెలు,
పాఠశాలలు, కళాశాలలు
విశ్వవిద్యాలయాలు, కార్యాలయాలు,
అందులోని విద్యార్థులు
అందరు తెలంగాణ, తెలంగాణ కావాలని
అంటుండ్రు.
తెలంగాణా రావాలె, తెలంగాణా
కావాలని అంటుండ్రు తెలంగాణలోని
బస్సులన్ని ఆగమాగమయి

తిరుగుతున్నయి డాంబర్ రోడ్లని వదిలేసి
ఉరుకుతున్నయి, ఆగుతున్నయి ప్రతిరోజు
పల్లెపల్లెన తెలంగాణ ఆట, పాట కదం
తొక్కి నడుస్తుంది
ఐదున్నర దశాబ్దాల అసలైన ఉద్యమము
నకిలీది, నకలు ఉద్యమం కాదు.
ప్రజల గుండెల్లోంచి, ప్రజల
స్పందనలోంచి
ప్రజల ఆరాటం, పోరాటం లోంచి వచ్చిన
ఉద్యమం
తెలంగాణ రావాలి, తెలంగాణ కావాలి
అని అంటుండ్రు తెలంగాణా వాళ్లు
మరి ఎందుకు కౌంటర్ ఉద్యమం
అసత్యపు ప్రచారం
నిజం నిలుస్తుంది, గెలుస్తుంది
వాస్తవాల్ని గ్రహించండి, ఆత్మసాక్షిని
మోసం చెయ్యకండి!
తెలంగాణా ప్రజల జై తెలంగాణ
ఉద్యమం
ముమ్మాటికి నిజం, సత్యం, ధర్మం

(తేది. 04-01-2010)

31. ఉస్మానియా ఘర్జన

జనవరి 3, 2010 నాటి
ఉస్మానియా విద్యార్థుల-ఘర్జన
ఎలా ఉంది? ఎలా ఉంది?
ఉప్పెన వచ్చిన చందంగా
ఉరిమి ఉరిమి ఎగిసి పడింది!
తెలంగాణా ప్రజల ఆకాంక్షలను
నిండుగా నినదించింది!
కపటం లేని తెలంగాణ పిల్లల
మనుసులను నిండుగా ఆవిష్కరించింది
ఏమిటా జనసందోహం
నిప్పు పూలవనంలా
తెలంగాణ కెరటంలా
దుంకిన మత్తడిలా
బిందువు బిందువు కలిసి, సింధువైనట్లు
పదిజిల్లాల విద్యార్థుల
తెలంగాణ కాంక్షల సాకారం
జై తెలంగాణ జైతెలంగాణా నినాదం
ఉద్యమం అంటే విద్యార్థులు
ఉద్యమం అంటే తెలంగాణా
తెలంగాణ ఆశల, కాంక్షల సారాంశం
కుప్పపోసిన కోర్కెల నినాదం
తెలంగాణా, తెలంగాణా
పాటతో తెలంగాణా
ఆటతో తెలంగాణా
బాటతో తెలంగాణా
తెలంగాణ తొవ్వ
రాజబాట తీరు అది
ఉస్మానియా-ఘర్జన
తెలంగాణ ప్రజల అభిమతానికి దర్పణం

భవిష్యత్ తెలంగాణ చిత్రపట ఆవిష్కరణ
జయహో! తెలంగాణ!
జయ జయహో తెలంగాణ!
అని చెప్పిన ప్రజల అభిమతం, ఆకాంక్ష
(తేది. 04-01-2010)

32. సత్యం కోసం

ఒకమాట

"Unless the lions have their own Historians, the stories of hunting always glorify the hunter only" -An African Proverb

అవి అణగారిన ఆఫ్రికా జాతులు కావచ్చు
అడుగడుగున దగాపడ్డ తెలంగాణా
కావచ్చు
పులుల, సింహాల చరిత్ర పులులు,
సింహాలే రాయాలి
వేటగాడు కాదు
తెలంగాణా బిడ్డలారా! పాపల్లారా!
మీ గురించి మీరే చెప్పుకోవాలి,
మీ గురించి మీరే రాసుకోవాలి
మీ చరిత్రను మీరే నిర్దేశించుకోవాలి.
మీ కథలు మీరే ప్రపంచానికి ఎలుగెత్తి
చెప్పుకోవాలి
మానవత్వం అనే విలువ తెలిసినా
వారెవరైనా చెప్పచ్చు మీ గురించి కాని
కొందరు మౌనులు! కొందరు తటస్థులు!
మీ గురించి చెప్పడానికి
ప్రాంతాలు అడ్డం వస్తాయి కావచ్చు
పదవులు అడ్డం వస్తాయి కావచ్చు
అయినా సత్యం సత్యమే కదా!
సత్యాన్ని అసత్యంగా వక్రీకరించే
వారున్నపుడు
సత్యాన్ని పక్కదోవ పట్టించడానికి
పనికట్టుకొని ప్రయత్నించేవారు
ఉన్నప్పుడు

తెలంగాణ ఒక సత్యం | 39

ఏది ధర్మం, ఏది న్యాయం, ఏది సత్యం,
ఏది వాస్తవం?
సత్యం, ధర్మం, న్యాయం, వాస్తవం కూడా
సత్యంగా ప్రకటించడానికి అవకాశాలు
వక్రమార్గం పట్టినపుడు
సత్యాన్ని సత్యంగా మనమే ప్రకటించాలి
సత్యాన్ని సత్యంగా ప్రకటించకపోతే
అసత్యమే సత్యంగా ప్రచారం అవుతుంది
అనర్థాలకు అవకాశం ఉంటుంది.
అందుకే
తెలంగాణ ఒక సత్యం అని ఎలుగెత్తి
చాటాలి
(తేది. 08-01-2010)

33. తెలంగాణ భారతం

నాటి భారతం ఓ గాథ
నేటి తెలంగాణాది ఓ గాథే
కురుపాండవ సమరంలా
ఐదూళ్ళిచ్చిన చాలుననే ఐదుగురు
పాండవుల మాదిరిగానే
న్యాయంగా, ధర్మంగా మా తెలంగాణ
మాకివ్వండి
అనే ఆరాటం పోరాటం తెలంగాణా
వాళ్ళది
ఏడి అలనాటి కృష్ణుడిలా రాయబారి నేడు
నాడు హస్తినే, నేడూ హస్తినే
నూరుగురు కౌరవ సేనకు, అపరిమిత
అతిరథమహారథులు
ఐదుగురు పాండవులకు
ఒక్క ఆర్తత్రాణ పారాయణుడు కృష్ణుడు
నేటి తెలంగాణ భారతంలో
ప్రజలే కృష్ణులు, ప్రజలే నాయకుడు
ప్రజలే ఆర్తత్రాణ పరాయణులు
ప్రజాబలానికి తల ఒగ్గే ప్రభుత్వం
దిగిరావాలి
ఎన్ని అవాంతరాలు
ఎన్ని అడ్డంకులు
లక్క ఇంట్లో పాండవులను కాల్చాలని
చూసిననాటి నుంచి
ఖాండవ దహనం జరిగిననాటి నుంచి
పద్నాలుగేళ్ళు వనవాసం
ఒక యేడు అజ్ఞాతవాసంలా
రాయబారాలు ఫలించనపుడు
అంతిమ యుద్ధం
భారత యుద్ధమే కురుక్షేత్రం సాక్షిగా

నేటి తెలంగాణ భారత అంతిమ
పోరాటమే ఇది!
సత్యమేవ జయతే!

(తేది. 08-01-2010)

34. పదవుల కోసమా తెలంగాణా

పదవుల కోసమా తెలంగాణా?
పార్టీల కోసమా తెలంగాణా!
పదవుల కోసం ఆశపడే కదా
370 మంది విద్యార్థుల రక్తతర్పణాన్ని
నీరుకార్చారు!
నాలుగు దశాబ్దాలు దాటించారు
కాలాన్ని! పదవులు అడుక్కునేవా
ఇవ్వడానికి? చేపకు ఎరవేసినట్లు
పదవి గాలం వేసి నాయకున్ని కట్టడి
చేస్తారా!
ఇప్పుడు నాయకుడు ప్రజలు మరి!
ఉమ్మడి నాయకత్వం ప్రజలు మరి!
వారికే ఏ పదవి ఇస్తారు?
యాభై మూడేళ్లకు కనువిప్పు కలిగిందా!
ఆనాడు సంజీవరెడ్డి ఆరోవేలు లాంటిది
ఉపముఖ్యమంత్రి పదవి ఎందుకు అని
అన్నప్పుడు
మళ్ళీ ఇప్పుడెందుకు?
ముక్తకంఠంగా తెలంగాణా ప్రజలు
తెలంగాణా రాష్ట్రానే కోరుకుంటున్నారు
స్వయంపాలన కోరుతున్నారు ప్రత్యేక
తెలంగాణ ఏర్పాటు
ప్రజల ఆకాంక్ష అదే కావలసింది నేడు

(తేది. 10-01-2010)

35. ఉవ్వెత్తున ఎగిసిపడే ఉద్యమం ఉస్మానియా!

ఉవ్వెత్తున ఎగిసిపడే ఉద్యమం
ఉస్మానియా
తెలంగాణ ఆకాంక్షల స్వప్నం
ఉస్మానియా
నాలుగుకోట్ల జనం నాడి ఉస్మానియా
ప్రగతిశీల భావాల బాట ఉస్మానియా
ఉద్యమాల ఉనికి ఊపిరి ఉస్మానియా
భారత స్వాతంత్ర సంగ్రామం నాటి
వందేమాత చారిత్రక ఉద్యమం
ఉస్మానియా
1969 ఉద్యమానికి నాంది ఉస్మానియా
నేటి తెలంగాణ సాధనకు
వడివడిగా సాగుతున్న ఉద్యమం
ఉస్మానియా
సత్యాగ్రహాల, నిరసనదీక్షల,
శాంతియాత్రల నెలువు–కొలువు
ఉస్మానియా
లాఠీచార్జీల, భాష్పవాయు ప్రయోగాల,
రబ్బరు బుల్లెట్లతో
మారుమ్రోగిన ఉస్మానియా
తెలంగాణ.. తెలంగాణ... తెలంగాణ
అంటూ
ఉరిమి ఉరిమి ఉరికెను ఉస్మానియా
తెలంగాణ విద్యార్థుల త్యాగనిరతి
ఉస్మానియా
ఉద్యమాల ఊపులో ఉరిమెను
ఉస్మానియా
ఆశయాల సాధనకు సాగెను ఉస్మానియా
నిప్పుపూల వనం వోలె
కుప్పపోసిన క్రాంతివోలె
తెలంగాణ భవిత కోసం,
తెలంగాణ బతుక్కోసం ఉద్యమించెను
ఉస్మానియా
తెలంగాణ.. తెలంగాణ... తెలంగాణ
నినాదం ఉస్మానియా
తెలంగాణ ప్రజల బతుకుబాట
ఉస్మానియా
ఉవ్వెత్తున ఎగిసిపడే ఉద్యమం
ఉస్మానియా
(ఉస్మానియాలో తెలంగాణ కోసం
ఆత్మహత్య చేసుకొన్న వేణుగోపాల్రెడ్డి
అంతిమయాత్రలో విరిగిన లాఠీలు, పేలిన
రబ్బరు బుల్లెట్లు, భాష్పవాయు
ప్రయోగాలు, జరిగిన సందర్భంగా,

(తేది . 20-1-2010)

36. మేకవన్నె పులులున్నాయి – గోముఖ వ్యాఘ్రాలున్నాయి

మేకవన్నెపులులున్నాయి – గోముఖ
వ్యాఘ్రాలున్నాయి అదనుచూసి ఎదురు
తిరిగే తోడేలు మందలున్నాయి
గుంటకాడి నక్కల్లాగా పొంచి చూసే
తీరులున్నాయి
జాగ్రత్తా ! జాగ్రత్తా !! జాగ్రత్తా!!!
అదిగో తెలంగాణా! ఇదిగో తెలంగాణా!
తెలంగాణ ఇచ్చేద్దాం తెలంగాణ
తెచ్చేద్దాం !
తెలంగాణ వస్తది.. జెరకాసేపాగుండ్రి
అయ్యయ్యో, మరి ఎట్లా?
తెలంగాణ ఎట్లిస్తరు? తెలంగాణ ఇవ్వద్దు
సమైక్యాంధ్రనే ముద్దు
కలిసి ఉంటే కలదు సుఖం
నీతి సూత్రాలు వల్లించే మేకవన్నె
పులులున్నాయి
గోముఖ వ్యాఘ్రాలున్నాయి
జాగ్రత్త ! జాగ్రత్తా!!
శవాలను పీక్కు తినే రాబందుల
రాజ్యంలో
కనికరం అసలే లేని కుతంత్రాల జాడల్లో
తెలంగాణ బిడ్డలారా! అమాయకపు
ప్రాణులారా!
ధర్మం మీ వైపే ఉంది
న్యాయం మీ వైపు ఉంది
వంద నెత్తుటి శవాలను చూసినా
కనికరం లేని పాలనలో
మంచికి రోజులొస్తాయి
తెలంగాణ గెలిచి నిలిచి నడుస్తుంది
ముందు ముందు
మేకవన్నె పులుల
గోముఖ వ్యాఘ్రాల నైజం
వెలసిపోయే రోజొస్తుంది
ధర్మమే గెలుస్తుంది
న్యాయమే గెలుస్తుంది చరిత్ర సారం ఇది
జగమెరిగిన సత్యమిది

(తేది. 10-01-2010)

37. సినిమా ఆడకుంటే ఏంటీ?

సినిమా ఆడకుంటే ఏంటీ?
అసలు సినిమా తియ్యకుంటే ఏంటీ?
ఎవరి ఆనందాలకు, బతుకుల కోసం ఈ
సినిమాలు?
ఎన్ని శతాబ్దాలు, దశాబ్దాలు
అవుతున్నాయి సిన్మాలు వచ్చి
అసలు సినిమాలు తియ్యకుంటే,
సినిమాలు చూడకుంటే మనుషులు
బతకరా?
సినిమా ఆహారమా, ప్రత్యేకమైన
అవసరమా?
తెలంగాణ బతుకులే కష్టాల్లో ఉన్నాయి,
సినిమాలు నిర్మించడంలో సినీ నిర్మాతల
ఉద్దేశ్యాలు ఏమిటి?
ఆడపిల్లల అందాల్ని ఆరబోసి అంగట్లో
పెట్టడానికా?
అందాల్ని, ఆడంబరాల్ని ఎరగా పారేసి
ప్రజల నాడి పట్టి పైసల్ని
దులుపుకోవడానికా?
పనికిరాని తుచ్ఛపుచ్ఛ
సినిమాలెందుకు?
తీసే దమ్మంటూ ఉంటే తెలంగాణే పెద్ద
సినిమా
తెలంగాణే పెద్ద కావ్య వస్తువు
భారత స్వాతంత్ర్యం కోసం ఎంత చరిత్ర,
సంగ్రామం ఉందో,
తెలంగాణ విముక్తి కోసం అంతటి
పోరాటం, సంగ్రామం ఉంది
దాచేస్తే దాగని సత్యం,
సిన్మాలు తియ్యదలచుకొంటే
మా బద్దం ఎల్లారెడ్డిలది, దొడ్డి
కొమురయ్యలది,
చాకలి ఐలమ్మలది, అరుట్ల
రాంచంద్రారెడ్డిలది, అనభేరి
రాజేశ్వర్రావులది పెద్ద చరిత్ర
మా నల్లగొండ ఫ్లోరైడ్ బతుకులపై పెద్ద
డాక్యుమెంటరీ సిన్మా తియ్యచ్చు
మా పాలమూరు వలసకూలీలపై పెద్ద
డాక్యుమెంటరీ తియ్యచ్చు
మా సిరిసిల్ల చేనేత ఆత్మహత్యలపై
తియ్యచ్చు
నేటి విద్యార్థుల ఆత్మహత్యలపై తియ్యచ్చు
ఇంతెందుకు తెలంగాణా ఏర్పాటు
అడ్డుకునే
దుష్ట శక్తులపై కూడా పెద్ద సిన్మా
తియ్యచ్చు
సినిమాలు నడపాలని తిరుమల
వెంకన్నకు మొక్కే నటులారా!
మా తెలంగాణా ఏర్పాటు కోసం, బాగు
కోసం దేవుళ్ళకు మొక్కితే హర్షించేవారు
కదా తెలంగాణీయులు మా కోసం
పాటుపడని, మా కోసం తపించని మీ
సినిమాలు చూడడం మాకెందుకు?
తెలంగాణా బంగారు గుడ్డు పెట్టే బాతు
కదా మీకు?
తెలంగాణా పాలిచ్చే పాడిఆవు కదా
మీకు?
బంగారు గుడ్లు మాత్రమే తీసుకొని, పాలు
మాత్రమే గుంజుకొని త్రాగి

మా బతుకుల్ని పట్టించుకోని
కళాకారులారా

సినీ నటులారా, నిర్మాతలారా,
దర్శకులారా!
మీ సినిమాలు మేమెందుకు చూడాలి?
మాకు మీ సినిమాలు చూడొద్దు అనుకునే
హక్కు కూడా లేదా?

(తేది. 13-01-2010)

38. పదవులు పోతే మళ్ళీ మళ్ళీ వస్తాయి ప్రాణాలు పోతే వస్తాయా?

పదవులు పట్టుకొని వేలాడే నేతలారా!
శ్రీకాంత్, వేణు, సువర్ణ, యాదయ్య...
ఇంకెన్ని ప్రాణాలు పోవాలి?
పదవులను పట్టుకొని వ్రేలాడే నేతల్లారా!
మీరే! ఆలోచించండి!
ప్రాణమెంత తృణప్రాయం వీళ్ళకు
ఈ తెలంగాణ బిడ్డలకు
తెలంగాణ కోసం ప్రాణాలర్పిస్తుంటే
పదవులు పట్టుకొని వ్రేలాడుతున్నారు!
మీకిది న్యాయమా?
తెలంగాణ అంటూ చర్చలు మాత్రమేనా?
తెలంగాణ ఒక రాజకీయ డ్రామానా?
ఈ డ్రామాకు తెరదించే రోజు వస్తుంది!
వెయ్యి నెత్తుటి శవాలు చూసినా
ఒక బుద్ధుడు పుట్టడం లేదన్నట్లు మీలో
మార్పు రావడం లేదు! కాలం
గమనిస్తుంది! కాచుకుని ఉండండి!

39. తల్లి పిలుస్తుంది !

తల్లి పిలుస్తుంది
'తెలంగిణ' తల్లి పిలుస్తుంది
తెలంగాణ తల్లి పిలుస్తుంది
బస్తరు అడవుల్లో కొలువై
గోదారి దారుల్లో వెలసిన
'తెలంగిణ' తల్లి పిలుస్తుంది
తెలంగాణ తల్లి పిలుస్తుంది.
తెలంగిణై తెలుగై తెనుగైన
తెలంగాణ తల్లి పిలుస్తుంది
భాషామాతల్లి పిలుస్తుంది
అన్నీ ఉండి, అన్నీ అందరికీ ఇచ్చి ఏమీ
మిగిల్చుకొక
నెత్తురోడుతూ , చిక్కి శల్యమైపోతున్న
తెలంగాణ తల్లి పిలుస్తుంది
ఇది నా తెలంగాణమంటు గళమెత్తి,
ధ్వజమెత్తిపాడిన
నా అన్న ఇపుడు మౌనంగా ఉన్నాడు,
ఈ తల్లిని మరిచిపోయి
స్తన్యమిచ్చిన ఈ తల్లియెదపై పెరిగిన
నా కవి సోదరుడిప్పుడు వేరే పాట
పాడుతున్నాడు
ఈ నేలను మరిచారే ఈ తల్లిని మరిచారే
మట్టి చరిత్రే మనిషి చరిత్ర
మట్టి మినహా మనిషికి చరిత్ర లేదు.
స్తన్యమిచ్చిన ఈ తల్లినుండి
జీవధారను పిండుకొన్నారే
ఏ తల్లిపాటతో పేరు పొందారో
ఏ తల్లి కోసమై కవితలల్లారో
నేడు మిన్నకుండి పోతున్న సోదరులారా
కటకట కర్కుడైనా
కన్నతల్లి మాటకు కట్టుపడ్డాడు.
రేణుక ఎల్లమ్మ తలనరికిన
పరుశరాముడు
కన్నతల్లిని మళ్ళీ బతికించుకొన్నాడు
మీరేం చేస్తారూ
ఈ తెలంగాణ తల్లికోసం
కవుల కలాలకు కావ్యవల్లి తెలంగాణ
చిత్రకారుల కుంచెకు పదును పెట్టింది
తెలంగాణ ప్రపంచ మేధావుల మెప్పు
పొందింది తెలంగాణ శాతవాహన,
కాకతీయ, విజయనగర
సామ్రాజ్య లక్ష్మిలకు నిలయమైంది
నా తెలంగాణ భాష ఉంది, చరిత్ర ఉంది,
సంస్కృతి ఉంది సజీవ సాహిత్యముంది,
తెలివి ఉంది, నిజాయితీ ఉంది వనరులన్నీ
ఉండి వట్టి పోయిన నేలయ్యింది
తెలంగాణ ప్రపంచ చరిత్రలో కొన్ని
చరిత్రలు
సువర్ణాక్షరాలతో లిఖించబడి ఉంటాయి
తెలంగాణ చరిత్ర
రక్తాక్షరాలతో లిఖించబడి ఉంటుంది.
ఎవర్నయినా మరచిపో సోదరా!
స్తన్యమిచ్చిన తల్లిని మాత్రం మరిచిపోకు!

(తేది : 9-07-2001)

★ (కీ॥శే॥ బి. జనార్ధనరావుగారు చెప్పినట్లు, బస్తర్ అడవుల్లో కొలువై ఉన్న 'తెలంగిణ' అనే శక్తి దేవత పేరుతో గోదారిదారుల్లోని ఈ నేలకు తెలంగాణ అనే పేరు వచ్చింది అంటారు)

తెలంగాణ హైకూ

నిన్నొక మాట
నేడొక మాట మరి!
సత్యమెక్కడ?.

తెలంగాణ నానో

కర్ర విరుగదు!
పాము చావదు!
కుండ బద్దలుకొట్టినట్లు చెప్పాలి

తెలంగాణ నానీ

నిప్పురవ్వలు
నిజం రాతలు
బతుకు పాటలు
తెలంగాణ

తెలంగాణ రెక్క

ఎవరి
చరిత్ర
వారే
రాసుకోవాలి
విస్మృత సాహిత్యం
తెలంగాణ !

తెలంగాణ డెవలప్‌మెంట్ ఫోరం అమెరికా వారి ఆధ్వర్యంలో రెవెన్యూ గార్డెన్, కరీంనగర్‌లో జరిగిన సభలో తెలంగాణ ఒక సత్యం పుస్తకాన్ని ఆవిష్కరిస్తున్న ప్రొ॥ కోదండరాం గారు
తేది 18-12-2011

హైదరాబాద్! ఓ! హైదరాబాద్!

(దీర్ఘకవిత)

సబ్బని లక్ష్మీనారాయణ
తెలంగాణ సాహిత్య వేదిక, కరీంనగర్,
2010

అంకితం

"మేరే షహర్ లోగోన్సే మమూర్కర్
కె జైసే సమందర్మే మినియాన్ సమీన్" – కులీ కుతుబ్ షా
"నా నగరాన్ని
మహాసముద్రంలో చేపల్లా నిండిపోనీ జనంతో" అన్న సుల్తాన్ కులీకుతుబ్ షా
మాటలు
వరాల మూటలు
అలా హైదరాబాద్ నగర నిర్మాణంలో పాలుపంచుకున్న
ప్రజలకు

జాగ్తేరహూ

రావాలి. ఇంకా ఇంకా రావాలి. హైదర్ - ఏ-ఆబాద్ మీద కవిత్వం రావాలి. వేయి సంవత్సరాల వైభవోజ్వల నగర చరిత్ర మీద, ఆ పురాగాథ మీద, ప్రత్యేకించి అరవై సంవత్సరాల దుఃఖభరిత విషాద గాథ మీద, పరాయీకరణకు గురైన విధ్వంస నగరం మీద పదుల సంఖ్యలో కవిత్వాలు రావాలి. ఎడతెగని దుఃఖం మీద ఎడతెగని కవిత్వం రావాలి. మన గాయాలను మనమే గానం చేయటమే గాక ఆయా గాయాల పరిష్కార అవిష్కరణల్ని కూడా కవిత్వం కనిపెట్టాలి. ఇటువంటి ఈ జిమ్మేదారిని నిభాయించిన భాయిసాబ్ సబ్బని లక్ష్మీనారాయణకు ఈ శుభసందర్భంలో బహుత్ బహుత్ ముబారక్ లు. దిల్సే ఔర్ జాన్ సే.

నయా వలస పాలకుల దృష్టిలో నగరం వయస్సు నాలుగు వందలపై కొన్ని చిల్లర సంవత్సరాలు కావొచ్చు గాని ఆ మాయమాటలను హర్గీజ్ మనం ఒప్పుకోవద్దు. చార్మినార్ నిర్మించి జన్మించి నాలుగు వందల ఏండ్లు నిజమే గాని అంతకు పూర్వం ఈ పట్నానికి తనదైన ఉనికి, చిరునామా, విలాసం, పత్తా, ఐడెంటిటీ అండ్ ఎగ్జిస్టెన్స్ ఏమీ లేనేలేదా? బహుపరాగ్ జాగేరహో! ప్రజలను దోచుకునే వారు ప్రజల చరిత్రను కూడా దోచుకోవటమో లేక దాచిపెట్టి దారి తప్పించే ప్రయత్నాలో చేస్తూ ఉంటారు. కాకతీయుల కాలం నాటికే, అప్పటికింకా గోల్కొండగా పేరు మారకముందే, గొల్లకొండగా చెలామణీలో ఉన్న ఆ కొండ మీద ఒక "అనామిక" బహుజన యాదవరాణి మట్టికోటను కట్టిన చరిత్రను మరువకపోతే, విభిన్న జాతుల జనాలు, జనవాసాలు ఆ మట్టికోట ఆధారంగానే ఆ చుట్టుపక్కల పరిసరాలలో విస్తరించాయన్న సత్యాన్ని గుర్తించితే, ఆ మతలబులు కైఫేయత్తుల తఫ్సీళ్ల నన్నింటినీ హిసాబ్ కీ కితాబ్ కి సరిగ్గా ఎక్కిస్తే ఈ పట్నం వయస్సు పది వందల వసంతాల వయస్సు కాదా? కావున అసల్సిసల్ అవ్వల్ దర్జా పట్నం పురజనులు మరియు తెలంగాణా జాతి జనులు ఏతావాతా తెలుసుకోవలసిన, గమనించదగిన అంశం ఏమనగా చార్ సౌ సాల్ పురానా షహర్ అన్నమాటను పెడచెవిన పెట్టి వేయి సంవత్సరాల వైభవోజ్వల నగర సంకీర్తనకు శ్రీకారం చుట్టాలి. తన కవిత్వంలో సోదరుడు సబ్బని లక్ష్మీనారాయణ చేసిన పని కూడా సరిగ్గా ఇదే. అందుకే ఆయనకు తెలంగాణ తరఫ్తార్గా నా హృదయపూర్వక శుభాకాంక్షలు.

"తుమ్ హజార్ సాల్ జియో మేరే దోస్త్
హర్ సాల్ కో ఆయే దిన్ హజార్ బార్"

....

ప్రతి అందమైన సుందర నగరం తనను కొల్లగొట్టే వాడికోసం నిరీక్షిస్తూ ఉంటుందనేది పురాతన పర్షియా సామెత. రాజ్యం వీరభోజ్యం అన్న సిద్ధాంతం చలామణిలో వున్న ప్రాచీన, మధ్య యుగాల కాలాల్లో పాపులైన పాలకులు డయసరస్, అలెగ్జాండర్, జూలియస్ సీజర్, మహమ్మద్ గజిని, తామర్లేన్, నాదిర్షా, అహమ్మద్ షా అబ్దాలీలు తమ రక్తసిక్త దిగ్విజయ దండయాత్రల్ని చేసే రోజులలో ఆ సామెతకు అర్థం, విలువ వుంటే ఉండొచ్చు గాని ఈ ఆధునిక ప్రజాస్వామ్య యుగాన ఈ నగర విధ్వంసం నగర దోపిడి ఎట్లా జరిగింది? ఎందుకు జరిగింది? ఎవరి వల్ల జరిగింది? ఇవి దాచేస్తే దాగని ప్రశ్నలు. ఈ సందిగ్ధ సందర్భాన ఇవి జవాబులు లేని శేషప్రశ్నలు కావు. సందేహాస్పదులెవరైనా తెలంగాణా లోని మారుమూల పల్లెలను దర్శించి అక్కడ అవ్వం, దువ్వం, సువ్వం చదివే ఏ ఇస్కూలు పోరగాణ్ణి అడిగినా వర్తమాన పొలిటికల్ ఎకానమీ థియరీలను గోరటి వెంకన్న పాటల రూపంలో బోధిస్తరు. ఇప్పుడు తెలంగాణలో పల్లెలు మేల్కొంటున్నయ్. పల్లెలు ఆత్మగౌరవ పతాకాల్లా రెపరెపలాడుతున్నయ్. “జబ్ ఖేత్ జాగ్ ఉటే” కిషన్ చందర్ నవల మళ్లీ ఈ నేల మీద పునరావృత్తమవుతుంది.

ఆ పరంపరలో ఒక భాగమే మన “సబ్బని” కవిత్వం. జయహో లక్ష్మీనారాయణా!

జాతీయోద్యమంలో జరిగిన పొరపాట్లు తెలంగాణ విముక్తి అనంతరం పునరావృత్తం కారాదు. అఖండ భారతాన్ని రెండుగా చీల్చి స్వాతంత్ర్యం అనగానే “మహాప్రసాదం ప్రభో” అని ఒప్పుకున్నం గాని జరిగిన విధ్వంసానికి తరలింపబడిన సంపదకు నష్ట పరిహారాన్ని అడగలేదు. సాగించిన వలసవాద పీడనకు క్షమాపణలైనా కోరలేదు. ఎంత వెన్నెముక లేని జాతి మనది? ఇంత గరం, నరం, భేషరంగా ఎందుకు మారాం? (బాల గంగాధర తిలక్ నుండి భగత్సింగ్ కాలం దాకా గరం, గాంధీ నెహ్రూల కాలంలో నరం, ఈ గ్లోబలైజేషన్ కాలంలో భేషరం)

వీర తెలంగాణ వేరు తెలంగాణా ఐనాక అట్లా ఉండొద్దు. తెలంగాణ రైతాంగ సాయుధ పోరాటాన్ని నడిపి, దున్నేవాడికే భూమి నినాదాన్ని దేశానికి కానుకగా ఇచ్చి పీడిత ప్రజలందరికీ దీప స్తంభంగా నిలిచిన మనం, నిన్నగాక మొన్న ప్రపంచబ్యాంకు సంస్కరణలకు తెలంగాణాను ప్రయోగశాలగా మార్చే ప్రయత్నాలను ప్రతిఘటించి పాలక పాపిని అమావాస్య చంద్రునిగా మార్చిన మనం ఇప్పుడు ఈ కొల్లగొట్టబడిన తెలంగాణను, ఉన్నదున్నట్టుగా ఉత్త తెలంగాణాను ఎట్ల ఒప్పుకుంటం? జాతీయోద్యమంలో జరిగిన పొరపాట్లు విముక్త తెలంగాణాలో మళ్లీ పునరావృత్తం కావాల్సిందేనా? అరవై సంవత్సరాల సీమాంధ్ర అంతర్గత వలస వాదుల పరిపాలనలో హైద్రాబాద్ తో సహా “యావత్ తెలంగాణా ఎట్లా పీడనకు, దోపిడీకి గురైందో ఈ కవిత్వంలో 'లక్ష్మీనారాయణుడు' జాబితాలు, చిట్టాలతో సహా వివరంగా ఏకరువు పెట్టినాక కూడా రాబోయే నూతన తెలంగాణ నష్ట పరిహారాలు, జరిమానాలు, క్షమాపణలు లేకుండా వనరులను కోల్పోయిన, కొల్లగొట్టబడిన తెలంగాణాను ఎట్ల స్వీకరిస్తుంది. హర్గిజ్, అట్ల కానే కాదు. కాకూడదు కూడ. హిట్లర్ కాలంలో నాజీల

దురాగతాలపై న్యూరెంబర్గ్ ప్రత్యేక న్యాయ విచారణలు జరిపి శిక్షలు, జుర్మానాలు, ఆస్తిపాస్తులు జప్తు చేసినట్లే తెలంగాణాను దోపిడీ చేసిన వారిని "ప్రత్యేక ఆర్థిక నేరాల కోర్టులలో" విచారణలు జరిపి నేరస్తుల నుండి నష్టపరిహారాలు, జరిమానాలు వసూలు చేసి అవసరమనుకుంటే వారి అక్రమ ఆస్తులను స్వాధీనం చేసుకోవాలి. ఆ రకంగా పోగైన సంపదతో తెలంగాణా పునర్నిర్మాణం జరగాలి. జరగబోయే ఆ కార్యాచరణకు ఒక preamble గా ఈ సబ్బని Poetry దోహదపడుతుంది. వాస్తవానికి ఈ కవిత్వం ఒక ground preparation.

Between the lines లో ఈ కవిత్వం ఒక
Undeclared Manifesto. So...................
బదాయీ హో భాయి లక్ష్మీనారాయణ్!

....

....

"బండ, పట్నంలో శాలిబండ
పేరైనా గోలుకొండ"

ఇది అరవైఎల్లల్ల వచ్చిన ఉత్త సీన్మా పాట గాదు. ఆ పాట వెనుక ఒక అర్థం ఉందని అర్థం కాని వారికి మనం ఎట్లా అర్థం చేయించగలం? వందల ఏండ్ల క్రితం అసఫ్-జాహీ పరిపాలనా కాలంలో ముఖ్యంగా చందూలాల్ పేష్కారుగా తర్వాతర్వాత దివాన్గా ఉన్నకాలంలో, తదుపరి మహారాజా కిషన్ పర్షాద్ ప్రధానమంత్రిగా ఉన్న కాలంలో వారి ఆవాస నివాసాలన్నింటికీ కేంద్రం శాలిబండ. ఇక దాని కుడిఎడమల విస్తరించిన హరీబౌలీ, గౌలీపుర, లాల్దర్వాజా, అలీ-ఏ-ఆబాద్ మొహల్లాలు. మంత్రులు మొదలు ఉన్నతోద్యోగులు, పుర ప్రముఖులందరూ ఆ చుట్టుపట్ల హవేలీలు, ముంజిల్లు, దేవిడీలు, బాడాలు, వాడలు కట్టుకుని జీవన జాతరలు అను దునియాకా మేల్గాలు కొనసాగించినారు. వాటన్నింటికీ సాక్ష్యం నేడు కూడా శాలిబండాలో రాయరాయన్ దేవిడీపై ఉన్న "గడియాల్". గడియాల్ అంటే ఆంధ్రులు చాలా శానతనంతో చెప్పుకునే 'గంటస్తంభం' అన్న మాట.

సీమాంధ్రుల ఆక్రమణ తర్వాత నగర నడిబొడ్డు సాంస్కృతిక కేంద్రాలుగా బంజారా హిల్స్, జూబ్లీహిల్స్ మరియు వాటి కుక్కమూతి పిందెలుగా అమీర్ పేట్, కూకట్‌పల్లి, దిల్ సుఖ్ నగర్ , వనస్థలీపురాలు, హైటెక్కుల సిటీలు వచ్చినాయి గాని "ఆంధ్ర మహమ్మద్ గజినీలు, రాయలసీమ మహమ్మద్ గోరీలు" రాక పూర్వం ఆసఫ్‌జాహీల కాలంలో ఫలక్- ఏ-నుమా చలువ పందిరి నీడ క్రింద సాంస్కృతిక పరిపాలక కేంద్రంగా, కాణాచిగా నిలబడింది గతంలో ఘనత వహించిన మన శాలిబండనే కదా!

ఆ బంగారు దినాలలో హైదరాబాద్ అత్రాఫ్ బల్దా పల్లెల నుండి జానపదులు ఎడ్లబండ్ల మీద ఆహారధాన్యాలను, శాఖపాకాలకవసరమైన కూరగాయలను, తీరున్నొక్క తీపితీపి పండ్లు

ఫలాలను వేసుకుని, రాత్రుల్లు వెన్నెలబాటలు మీద బండిచక్రాల కిర్రుకిర్రు చప్పుళ్లతో, పైరుపచ్చని పంట పొలాల మీద నుండి వీచే పిల్లగాలుల పరవశత్వంలో, పట్నానికి చేరువ అవుతున్నామన్న సంతోషంతో "బండ పట్నంలో శాలిబండ, పేరున్నా, గోలుకొండా" అని లల్లాయి పదాలు పాడుకుంటే, వారసత్వ సంపదగా మారిన ఆ పాట అరవై దశకంలో సీన్మాపాటగా పుట్టి మన శాలిబండను హైలైట్గా నిలబెట్టింది. ఏనుగుల వీరాసామయ్య రాసిన "కాశీయాత్రా చరిత్ర" గ్రంథంలో "శాలిబండ పురము" ప్రసక్తి ఉంది.

మరి అట్లా ఒకప్పుడు ఘనత వహించిన శాలిబండ ఇప్పుడు తెరవెనక్కి ఎందుకు వెళ్లిపోయింది? బేనామ్ షహర్ గ, బద్నాం షహర్ గ, గుమ్నాం షహర్ గా ఎందుకు మారింది? ఎవరి పాప ఫలమిది? అదిగో సరిగ్గా అటువంటి వేదనలు, రోదనల నుండే మన 'సబ్బని' కవిత్వం మొగ్గ తొడిగింది. మీకు ఏడవడానికి ఇంకా ఓపిక ఉంటే, మీ కండ్లల్లో ఇంకా కొన్ని కన్నీటి చుక్కలు మిగిలి ఉంటే ఈ సబ్బని కవిత్వంలోకి వెళ్ళి ఆ గల్లీలల్ల, ఆ మొహల్లాలల్ల, ఆ వాడలు, బాడలల్ల ఒంటరి బాటసారిలా సంచరిస్తూ, సంచరిస్తూ తనివితీరా మనసారా ఏడ్వండి. అయితే ఏడ్చిన కండ్లను తుడిచిన చేతులతోనే పిడికిళ్ళను గట్టిగా బిగించి తెలంగాణా కోసం ప్రతిన బూనండి. నుదుటికి కఫన్ కట్టి ముందుకు కదలండి.

జుకానే వాలా హైతో సారీ
దునియా భీ జుక్తీ హై

అరవై ఏండ్ల సుదీర్ఘ దుఃఖానికి 'సబ్బని' సుదీర్ఘ కవితే ఒక సమాధానం. ఒక రవ్వంత ఓదార్పు. అయితే అక్కడే ఆగిపోకుండా చదువరులను ఈ కవిత్వం కార్యోన్ముఖం గావిస్తే, ప్రత్యక్ష కార్యాచరణ వైపు మళ్లిస్తే సబ్బని లక్ష్మీనారాయణ కృషి సార్థకం అవుతుందని భావిస్తూ సోదరుడికి మరోసారి మనసారా శుభాకాంక్షలు తెలియజేస్తూ...

హైద్రాబాద్.

(లోకేశ్వర్ హైదరాబాదీ)

హైదరాబాద్ - ఒకమాట

అప్పుడప్పుడు లీలగా అనిపిస్తుండేది, హైదరాబాద్ మీద ఒక దీర్ఘ కవిత రాస్తే బాగుండునని, కాలం నాకు ఇలా అవకాశం ఇస్తుందని అనుకోలేదు. నేను ఎప్పుడైనా, ఏ రచననైనా పనికట్టుకొని కావాలని రాయలేదు. రాయలేక ఉండలేని పరిస్థితుల్లోనే రాశాను. అలా రాసిందే 'హైదరాబాద్! ఓ! హైదరాబాద్!' అనే దీర్ఘ కవిత. 1952, 1956, 1969.. లను దాటి తెలంగాణ ఉద్యమం మళ్ళీ 2001లో ఉవ్వెత్తున వచ్చినపుడు కవిగా, రచయితగా 2001లో తెలంగాణాపై అధ్యయనం చేయడం జరిగింది. అడుగడుగున, అంచెలవారిగా, దగాపడ్డ తెలంగాణ బతుకును చదువుతుంటే టపటప కన్నీళ్ళు వచ్చినవి. ఇంత చదువుకున్న కవినైన, రచయితనైన నాకే 40 ఏళ్ళు వచ్చేవరకు తెలంగాణ గురించి తెలియ లేదంటే.. ఇక సామాన్యుల సంగతి చెప్పనవసరం లేదు. గత యాభై అరువై యేళ్ళ నుండి ప్రత్యేక తెలంగాణ కోసం ఎన్నో పుస్తకాలను, విలువైన వ్యాసాలను, సమాచారాన్ని ఎందరో పెద్దలు, మేధావులు రాస్తూనే వస్తున్నారు. ప్రచురిస్తూనే వస్తున్నారు. సజీవ సాహిత్యపు గడ్డ అయిన తెలంగాణ ఎప్పటికీ కావ్య వస్తువే! అలా 2001లో నా శ్రీమతి శారదకు తోడుగా తెలంగాణ కష్టనష్టాలను తెలిపే "తెలంగాణ బతుకమ్మపాట" పుస్తకాన్ని, ఆడియో క్యాసెట్, సి. డిని వెలువరించడం జరిగింది. 2008లో మళ్ళీ 'తెలంగాణ బతుకమ్మ పాట' ను వీడియో సి.డి.గా వెలువరించడం జరిగింది మాకు సాధ్యమైనంత మేర. మళ్ళీ ఇప్పటి 2009, తెలంగాణ ఉద్యమంలో నవంబర్, డిసెంబర్ 2009ల నుండి ఉవ్వెత్తున అది ప్రజా ఉద్యమమై లేచినపుడు నాలుగుకోట్ల తెలంగాణ ప్రజలు ముక్తకంఠంతో తెలంగాణా ఏర్పాటుకై ఉద్యమిస్తున్నపుడు కేసిఆర్ దీక్ష వలన, విద్యార్థుల, ప్రజల ఉద్యమం వలన కేంద్ర ప్రభుత్వం అర్థం చేసుకొని అన్ని రాజకీయ పార్టీలు అంగీకరించినవి కాబట్టి అని తెలంగాణా ఏర్పాటు ప్రక్రియను ప్రారంభిస్తున్నాం అని ప్రకటించినపుడు సీమాంధ్రలో సమైక్యాంధ్ర ఉద్యమం వచ్చి అరువైయేళ్ళ తెలంగాణ ప్రజల ఆకాంక్షకు అడ్డంగా నిలబడింది.

మరి తెలంగాణ ఏర్పాటయితే హైదరాబాద్ సంగతేమిటీ అని ప్రశ్నలు ఉదయించినాయి పత్రికల సాక్షిగా, టీ.వి సాక్షిగా, నాయకుల సాక్షిగా. అదిగో అలాంటి సందర్భంలో పుట్టిందే 'హైదరాబాద్! ఓ! హైదరాబాద్!' అనే దీర్ఘకవిత. హైదరాబాద్ గురించి కొంతలోతుగా, సుదీర్ఘంగా అధ్యయనం చేసే ఈ దీర్ఘకవితను రాయడం జరిగింది. అది కాలం నాకిచ్చిన గొప్ప అవకాశం. 400 ఏళ్ళ హైదరాబాద్ నగరాన్ని గురించి చదువుతూ పోతుంటే ఎన్నో లోతైన విషయాలు, అమూల్యమైన సంగతులు, మనసును హత్తుకునే కథనాలు నన్ను కదిలించాయి... హైదరాబాద్ ఏమిటీ? హైదరాబాద్ ఎవరిదీ? అనే విషయాలు తెలుస్తూపోయినవి. ఇవ్వాల్టి

హైదరాబాద్! ఓ! హైదరాబాద్! | 55

చారిత్రక తెలంగాణా సందర్భంలో తెలంగాణ నేపథ్యంగా హైదరాబాద్ నగరాన్ని గురించి దీర్ఘకవితలో రాయడం జరిగింది. ఈ నగర సుందరిని వర్ణిస్తూ పోవడం జరిగింది. కవిత్వం ఉన్నా, విషయ ప్రాధాన్యతే ఎక్కువ ఇందులో. హైదరాబాద్ నగరంపై మమేకమై, లీనమై అధ్యయనం చేసి ఈ డిసెంబర్ 2009, జనవరి 2010లలో ఈ దీర్ఘకవితను అప్పుడప్పుడు రాస్తూపోయాను స్పాంటేనియస్ గా . ఇందులో నా గొప్పతనం ఏమీలేదు. నా కన్న ముందుగా హైదరాబాద్ నగరంపై ఎంతో విలువైన సమాచారాన్ని పెద్దలెందరో పుస్తకాల రూపంలో వెలువరించడం జరిగింది. వారందరికీ హృదయపూర్వక కృతజ్ఞతలు.

మా కరీంనగర్ జిల్లా జగిత్యాలకు చెందిన సుప్రసిద్ధ చరిత్రకారులు శ్రీ జైశెట్టి రమణయ్య గారి 'కరీంనగర్ జిల్లా చరిత్ర సంస్కృతి' పుస్తకాన్ని చదివి ఉండకపోతే నాల్గువందల యేండ్ల కుతుబ్ షాహీ, అసఫ్జాహీల పాలన మరియు హైదరాబాద్ పట్టణ చరిత్రను అధ్యయనం చేసి ఉండకపోతే ఈ దీర్ఘకవితను కొంత రాయలేక పోయేవాన్ని. అలాగే హైదరాబాద్ పై ప్రేమతో మమేకమై అమూల్యవిషయ సంగ్రహణ చేసిన పరవస్తు లోకేశ్వర్ గారి 'వెయ్యిన్నొక్క శేషప్రశ్నలు' చదివి ఉండకపోతే హైదరాబాద్ అభివృద్ధిని వివరంగా రాసి ఉండలేకపోయేవాన్ని. దానితోపాటు వారు రాసిన ప్రసిద్ధ నవల 'సలాం హైదరాబాద్' నవలను మళ్ళీ చదివి ఉండకపోతే హైదరాబాద్ నగర సంస్కృతి జీవనం లోతుల్లోకి వెళ్ళి ఉండకపోయేవాన్ని. అలాగే అదే నవలలో సామల సదాశివ గారి ముందుమాటలు చదివి ఉండకపోతే కూడా జహందర్ అఫ్సర్ గారి 'చార్మినార్' అనే కవితలోని

'చార్మినార్ కే ఇస్ షహర్మే రహనే వాలో

చార్మినార్ కా మత్లబ్ క్యాహై' అనే కవితాపంక్తుల్ని ఉటంకించక పోయేవాన్ని అలాగే హైదరాబాద్ నగరంపై ఐ.కె.గుజ్రాల్గారు వ్యక్తం చేసిన అభిప్రాయాల్ని ఉటంకించకపోయేవాన్ని. అలాగే నిఖిలేశ్వర్ గారి నాలుగు శతాబ్దాల సాక్షిగా నా మహానగరం' అనే కవితా సంపుటి చదివి ఉండకపోతే "మేరే షహర్ లోగోన్సే మమూర్కర్

కె జైసె సమందర్ మే మినియాన్ సమీస్" – కులీకుతుబ్ షా

అన్న అమృత వాక్యాల్ని దీర్ఘకవితలో ఇముడించకపోయేవాన్ని. అలాగే ఐదు దశాబ్దాలుగా తెలంగాణపై అవిశ్రాంత శ్రామికుడిలా శ్రమిస్తూ విలువైన సమాచారాన్ని తెలంగాణపై అందిస్తూ ఎన్నో అమూల్యమైన పుస్తకాలు వెలువరించిన పెద్దలు ప్రొ॥ కె. జయశంకర్ గారి తెలంగాణ రాష్ట్రం ఒక డిమాండ్' అనే పుస్తకం చదివి ఉండకపోతే కూడా హైదరాబాద్ నగరంపై కూడా కొంత సమాచారం రాసి ఉండకపోయేవాన్ని.

ఇంకా మా శారద 'తెలంగాణ బతుకమ్మపాట' లోని విషయాలను మళ్ళీ మననం చేసుకోలేకపోతే హైదరాబాద్ అభివృద్ధిని గురించి చెపుతున్నప్పుడు తెలంగాణా వెనుకబాటుతనాన్ని వివరించలేక పోయేవాన్ని.

'నేటినిజం' దినపత్రికలో ఈ దీర్ఘకవితను చదివి హైదరాబాద్ నగర నిర్మాణ విశేషములను మరికొన్ని తెలియజేసిన ప్రసిద్ధ సినీ దర్శకులు శ్రీ బి. నర్సింగరావు గారి సూచనలు పరిగణనలో తీసుకోవడం వలన ఈ దీర్ఘకవితను ఇంకా కొంత పరిపుష్టం చేయడం జరిగింది.

ఇలా ఎన్నో అమూల్య విషయాలు ఈ దీర్ఘకవిత రాసేటప్పుడు స్ఫురణకు వచ్చాయి. వారందరికి హృదయపూర్వక కృతజ్ఞతలు మళ్ళీ!

హైదరాబాద్! ఒక అమూల్య జ్ఞాపకం నాకు! పదిరూపాయల బస్ కిరాయి ఉన్నపుడు, హోటల్ ప్లేటు 3రూ॥లు మీల్స్ ఉన్నపుడు, 1978లో మొదటిసారి హైదారాబాద్ ను చూశాను. ఇక్కడే మాసాబ్ ట్యాంక్ బి.ఇడి కాలేజ్లో బి.ఇడి చేశాను. హైదరాబాద్ దర్శనీయ ప్రదేశాలను దర్శించాను. ఉస్మానియా మిత్రుల రూముల్లో గడిపాను. ఉస్మానియాలోనే యం. ఇడి. చేస్తూ రెండు వేసవులు గడిపాను. సిఫెల్లో పి.జి.డి.టి.యి. చేశాను. అప్పుడప్పుడు వచ్చిపోయే ఈ హైదరాబాద్ పట్నం అంటే మమకారం. ఈ హైదరాబాద్ నగరంపై కావాలని రాస్తానని అనుకోలేదు. కాని రాయకుండా ఉండలేకపోయాను.

చూసే మనసంటూ ఉండాలికాని, హైదరాబాద్ ఒక అద్భుత సాహిత్యపు గనిలాంటింది. ఈ నగరసుందరి అందచందాలు, లోతుపాతులు ఎవరికి వారు మమేకమై మననం చేసుకోవాల్సిందే. విభిన్నమైన, విలక్షణమైన ఈ నగర సంస్కృతి, జీవనం చదువుతూ ఉంటే ఇది ఒక మినీ ప్రపంచం నమూనా అనిపించింది. ఏది ఏమైనా ఇది తెలంగాణా ప్రాంతపు నడిబొడ్డు నగరం. తెలంగాణ గుండెకాయలాంటిది. తెలంగాణ ఆత్మ లాంటిది. 'ఎటు పోతున్నవ్ జెర పైలం బిడ్డా' అని ఏ తల్లైనా తెలంగాణాలో అంటుందంటే అది హైదరాబాద్ పట్టణం గురించే... అన్ని హంగులు, వనరులు, వసతులు గల నగరంగా తీర్చిదిద్దబడింది అది ఈ నాల్గు వందల యేళ్ళలో. 1591 నుండి 1991 వరకే నాలుగువందల సంవత్సరాల ఉత్సవం జరుపుకొన్న నగరం. నాల్గువందల యేళ్ళ కుతుబ్ షాహీల, అసఫ్జాహీల పాలనలో క్రమక్రమంగా సర్వాంగ సుందరంగా అభివృద్ధి చెందిన నగరమే ఈ హైదరాబాద్! అప్పటి చారిత్రక కట్టడాలు ఇప్పటికీ కనిపిస్తున్న ప్రజావసరాలను తీరుస్తున్న విశేషములే. తిరుగులేని సత్యం. తెలంగాణాను, హైదరాబాదు వేరు చేసి చూడలేం. అది తెలంగాణాలో అంతర్భాగం. హైదరాబాద్ ఎవరిది? హైదరాబాద్ ను మేం అభివృద్ధి చేశాం, పెట్టుబడులు పెట్టాం అనేవారు కూడా బేరీజు వేసి చూసుకోవాల్సిందే! హైదరాబాద్ చరిత్రలోకి వెళ్ళి తెలంగాణా చరిత్రలోకి వెళ్ళి కూడా. ఈ నగరం అందర్ని తల్లిలా ఆదరిస్తుంది ఎవర్ని పొమ్మనదు, ఈ నగరంపై, నగర ప్రజలపై, తెలంగాణావారిపై అభాండాలు వేయడం తగదు. 1952 నాటి కర్నూల్ రాజధాని అయిన ఆంధ్రరాష్ట్రం పరిస్థితిని, 1953 నాటి హైదరాబాద్ రాజధాని అయిన హైదరాబాద్ స్టేట్ పరిస్థితిని, ఆర్థిక ప్రగతిని బేరీజు వేసుకోవాలి. చరిత్రను క్షుణ్ణంగా చదువుకోవాలి. అప్పటి నాయకుల అభిప్రాయాల్ని తెలుసుకోవాలి. ఎవరు ఎవరి కోసం త్యాగం చేశారు. ఎవరు ఎవరి

కోసం నష్టపోయారు అనే విషయం తెలుస్తుంది. నేను తెలంగాణా బిడ్డగా ఈ దీర్ఘ కవితను రాశాను. ఈ నగరంపై మమకారంతో రాశాను. ఎవరి అభిప్రాయాలు వారివి. అయినా సత్యం ఒక్కటే ఉంటుంది. జనులు ఆమోదించాలి, ఆంగీకరించాలి. తెలంగాణ ఒక సత్యం అనే విషయాన్ని అందులో హైదరాబాద్ సంగతిని కూడా.

కరీంనగర్.

తేది : 27–12–2010.

(సబ్బని లక్ష్మీనారాయణ)

కృతజ్ఞతలు

ఈ దీర్ఘకవిత మొదటి కొంత భాగాన్ని తొలిసారి ప్రచురించిన
'ఆంధ్రప్రభ' దినపత్రిక సంపాదకులకు,
ఈ దీర్ఘకవితను సంపూర్తిగా 'నేటినిజం' దినపత్రికలో
ప్రచురించిన సంపాదకులు శ్రీ బైస దేవదాస్ గారికి,
దీర్ఘకవితను పత్రికలో చదివి ఆప్యాయంగా పలుకరించిన
కవిమిత్రులు శ్రీ కన్నోజు లక్ష్మీకాంతం హైదరాబాద్ గారికి,
శ్రీ పెంటమరాజు నర్సింగరావు నాగర్ కర్నూల్ గారికి,
శ్రీ ఏ. సూర్యప్రకాశ్ నిజామాబాద్ గారికి,
ప్రసిద్ధ సినీ దర్శకులు శ్రీ బి. నర్సింగరావు గారికి,
ప్రసిద్ధ సాహితీవేత్త శ్రీ బి. ఎస్. రాములు గారికి,
కోరగానే ఆత్మీయంగా ఆర్ద్రతతో నిండుగుండెతో ముందుమాట అందించిన తెలంగాణ స్వాప్నికుడు, హైదరాబాద్ ప్రేమికుడు శ్రీ పరవస్తు లోకేశ్వర్‌గారికి,
నన్ను అభిమానించే మా శరత్ సాహితీ కళాస్రవంతి మిత్రులు
శ్రీ సంకేపల్లి నాగేంద్రశర్మ గారికి, శ్రీ దేవీ యాదగిరి గారికి, శ్రీ దూడం అశోక్ గారికి, మిత్రులు శ్రీ ఉమాపతిరాజు గారికి
ప్రముఖ చిత్రకారులు శ్రీ అబ్దుల్ మన్నాన్ గారికి
నన్ను అభిమానించే మిత్రులు, పెద్దలు శ్రీ పచ్చునూరి నర్సయ్య గారికి,
కోరగానే వెనువెంటనే డి.టి.పి. వర్క్ చేసిన ఉషశ్రీ గ్రాఫిక్స్ హరీష్కు,
అడగ్గానే ఇంటర్నెట్లో హైదరాబాద్ విశేషాలను, చారిత్రక కట్టడాలను బ్రౌజింగ్ చేసి అందించిన మా పిల్లలు శరత్‌కు, వంశీకి,
ఈ దీర్ఘ కవితను రాస్తున్నప్పుడు ఆప్యాయంగా నాతో ముచ్చటించిన
ప్రియ మిత్రుడు, బాల్యమిత్రుడు శ్రీ కె. నారాయణరెడ్డికి,
నాకు అన్నివేళల్లా సహకరించే నా శ్రీమతి శారదకు,
ఈ దీర్ఘకవితను చదివి స్పందించి ఎస్.ఎం.ఎస్ ల ద్వారా, ఫోన్ ద్వారా పలుకరించిన
ఎందరో ఆత్మీయ మిత్రులకు పేరు పేరునా...

హైదరాబాద్! ఓ! హైదరాబాద్!
(దీర్ఘ కవిత)

హైదరాబాద్! ఓ! హైదరాబాద్!

భాగమతికీ భాగ్యనగర్!

చార్ సౌ సాల్ కా సుందర్ షహర్

హైదరాబాద్! ఓ! హైదరాబాద్!

ఎవరు నిర్మించారమ్మా, నిను ఎపుడు నిర్మించారు?

చార్మినారు నీ గుండెలపై ఎగిసి నిలుచున్న

నిలువెత్తు సుందర హర్మ్యం

ఎవరు నిర్మించారమ్మా, ఎపుడు నిర్మించారు?

హుస్సేన్ సాగర్ నీ నడుముకు

సుందర కాంతివంతమైన బంగారు ఒడ్డాణం

ఎవరు నిర్మించారమ్మా, ఎపుడు నిర్మించారు?

సుల్తాన్ బజార్ నీ నాజూకు మెడపై

మెరిసే రవ్వల నక్లెస్ హారం

ఎవరు నిర్మించారమ్మా, ఎపుడు నిర్మించారు?

గోల్కొండ నీ నివాస రక్షణ దుర్గం

ఎవరు నిర్మించారమ్మా, ఎపుడు నిర్మించారు?

నీ ముఖ సౌందర్యం పై చమక్కున మెరిసే

ముక్కుపుడక హుందాగా మోస్తున్న నౌబత్పహాడ్

ఎప్పటిదమ్మా, ఏనాటిది?

బాగోంకి సుందర్ షహర్ హైదరబాద్

నీ నగరం నడి మధ్యలో

కుప్ప బోసిన సౌందర్యాలు గుబాళించినట్లు

ఓ పక్క అసెంబ్లీ హాలు, జూబిలీ హాల్

బాల్ భవన్, చరిత్ర పురావస్తు మ్యూజియం,

పచ్చటి చెట్లతో, పచ్చిక మైదానాలతో,పూల గుచ్చాలతో శోభిల్లే

నీ పబ్లిక్ గార్డెన్స్, బాగ్ ఏ ఆమ్ లు

ఎవరు పెంచిపోషించారమ్మా, ఎపుడు నిర్మించారు?

నీ వనస్థలి పురం నేషనల్ పార్క్,

సబ్బని లక్ష్మీనారాయణ | 60

ఒకనాటి నిజాం నవాబుల శిఖారి
విన్యాసాల వనాలు
నీ జూబ్లీహిల్స్ లోటస్ పాండ్స్
మృగవని నేషనల్ పార్కులు,
ఎప్పటివీ ? ఏనాటివీ ?
పాలనురుగుల్లాంటి, తేనె తీపిలాంటి
మంచి నీళ్లు అందించే
నీ జలాశయాలు గండిపేట, ఉస్మాన్
సాగర్లు
ఎవరు నిర్మించారమ్మా, ఎపుడు
నిర్మించారు?
వెండి తళతళతో మెరిసే హుస్సేన్ సాగర్
దాటితే వచ్చే
లష్కర్ సికింద్రబాద్, జింఖానా గ్రౌండ్స్,
కంటోన్మెంట్
ఎవరు నిర్మించారమ్మా, ఎపుడు
నిర్మించారు?
1857 తొలి స్వాతంత్ర్య సమరయోధుడు
కోఠీ బ్రిటిష్ రెసిడెన్సీపై తిరుగుబాటు
చేసిన దేశభక్తుడు తుర్రేబాజాన్
స్మారకచిహ్నం
కోఠీబజార్లో ఎప్పటిదమ్మా ఏనాటిది?
నేటి కోఠి ఉమెన్స్ కాలేజ్ అప్పటి బ్రిటీష్
ప్రతినిధి రాజప్రాసాదం కోఠీ రెసిడెన్సీ
జేమ్స్, అక్లీస్ కిర్క్ పాట్రిక్,
ఖైరాతున్నిసాల ప్రేమచిహ్నంను
ఎవరు నిర్మించారమ్మా, ఎపుడు
నిర్మించారు?
న్యాయానికి, ధర్మానికి ప్రతీక
గాంభీర్యంగా, ధృడంగా, సౌష్ఠవంగా
నిలువెత్తు విగ్రహంలా నిలుచున్న
నీ హైకోర్టు భవనాన్ని
ఎవరు నిర్మించారు, ఎపుడు నిర్మించారు?
ఆరోగ్యమే మహాభాగ్యమనే సూత్రాన్ని
నిజం చేస్తూ
రోగులపాలిట వరంలా ఆరోగ్య
ప్రదాయినిలా, ప్రేమమయిలా
అందర్నీ సేదదీర్చే నీ ఉస్మానియా
ఆసుపత్రిని
ఎవరు నిర్మించారు, ఎపుడు నిర్మించారు?
నాటి హైదరాబాద్ నిజాం ఆర్థోపెడిక్స్
బీదా బిక్కి, రాజు పేదలనే భేదం లేకుండా
అందర్నీ ఆదరించే నేటి మేటి 'నిమ్స్' కు
మూలాలు
ఎప్పుడు పడ్డాయమ్మ, ఎప్పుడు
ఏర్పడ్డాయి?
విద్యాలయం ఒక దేవాలయంలా
మనసును ఇట్టే లాగి పడేసే మగువలా
చదువుల వలలో పడేసుకొనే
నీ విజ్ఞానఖని, విద్యాలయం, చదువుల
ఒడి నీ ఉస్మానియా విశ్వవిద్యాలయాన్ని
ఎవరు నిర్మించారమ్మా, ఎపుడు
నిర్మించారు?
గ్రంథాలయం విజ్ఞాన భాండాగారం
పుస్తకాల నిధి, మనసులకు సన్నిధి.
హృదయాలకు పెన్నిధి
నీ స్టేట్ లైబ్రరీ భవనాన్ని
ఎవరు నిర్మించారు, ఎపుడు నిర్మించారు?
నీ పాతబస్తీ, చార్మినార్ నానుకొని
నాడు వడివడిగా పారే మూసీనదిపై
నిర్మించిన ఛాదర్ ఘాట్, నయాపూల్,
పురానాపూల్ లను
ఎవరు నిర్మించారమ్మా, ఎపుడు
నిర్మించారు?

చార్మినార్ పక్కన చాంద్ కా టుక్డా
కబూతర్ల విన్యాసంలో శాంతి చిహ్నంలా,
మెరిసే ముత్యంలా
ఇస్లాంకు ప్రతీకలా నిలిచే
మక్కామసీదును
ఎవరు నిర్మించారమ్మా, ఎపుడు
నిర్మించారు?
విశ్వవిఖ్యాత దేశదేశాల వస్తు
ప్రదర్శనశాల
సాలార్ జంగ్ నాలుగు దశాబ్దాలు
ప్రపంచమంతా తిరిగి సమకూర్చిన
ఖజానా
నీ సాలార్ జంగ్ మ్యూజియం నిర్మాణం
ఎప్పటిదమ్మా, ఏనాటిదీ?
నీ నగర ప్రకృతి సంపదలో భాగంగా
వన్య ప్రాణులతో, పశు పక్షులతో ప్రకృతి
ప్రాణుల నిలయం
సుందర రంగురంగుల జీవజాలం నీ
జూపార్క్!
ఎప్పటిదమ్మా, ఏనాటిది?
హైదరాబాద్! ఓ! హైదరాబాద్!
పిలిస్తే పలికే మహంకాళమ్మ
లష్కర్ సికింద్రాబాద్ బోనాలతల్లి
ఎప్పటి చరిత్రనీది, ఎప్పటి చరిత్ర తల్లీ?
తీయని నీళ్ళు, పచ్చటి చెట్లుతో
ఆహ్లాదకరంగా అలలారే ఈ సుందర
నగరాన్ని ఎవరు నిర్మించారమ్మా, ఎపుడు
నిర్మించారు? హైదరాబాద్! ఓ!
హైదరాబాద్!
ఎవరన్నారు నిన్నేలిన ప్రభువులు
అసఫ్జాహీలు, నిజాం ప్రభువులు
నిన్ను అభివృద్ధి చెయ్యలేదని, నిన్ను
పట్టించుకోలేదని హైదరాబాద్ స్టేట్
పల్లెపల్లెను కొట్టి
ప్రజల రక్తమాంసాల, చెమట శ్రమతో
హైదరాబాద్ నగరాన్ని నిర్మించారు
ప్రభువులు తమ చెమట చుక్కల నీళ్ళతో
ఇసుక సున్నాలకు కలిపి
ఈ నగర సుందర హార్మ్యాలు తెలంగాణ
ప్రజలు నిర్మించారు. హైదరాబాద్! ఓ!
హైదరాబాద్!
చార్ సౌ సాల్కా సుందర్ షహర్!
కులీకుతుబ్ షాహీల (1512-1687)
175 ఏళ్ళ
అసఫ్జాహీ నైజాం రాజుల(1724-
1948) 400 ఏళ్ళ
రాజధానివి నువ్వు
బతుకుబాటలో
నిన్ను ఎవరు స్మరిస్తారు, గుర్తిస్తారు?
చరిత్ర అంటే నిజాలే
నీ నగర చిహ్నాలే! సుందర అద్భుత
కట్టడాలే అందుకు సాక్ష్యం!
హైదరాబాద్! ఓ! హైదరాబాద్!
నాల్గువందల యేళ్ళ నుండి
నువ్వు అభివృద్ధి చెందిన నగరానివే!
నీ బాగ్ ఏ ఆమ్ , కుతుబుషాహి టోంబ్స్,
గోల్కొండ కట్టడాలు, ఫలక్ నామాలు,
చౌ మహల్లాలు నీ దేహమ్మీద తళుకు
తళుక్కున మెరిసే ఆభరణాలు!
హైదరాబాద్! ఓ! హైదరాబాద్!
నీ నగర చారిత్రక కట్టడాలు, నిర్మాణాలు
ఎప్పటివమ్మా ఏనాటివి?

పురానాపూల్, నయాపూల్, గుల్జార్
హౌజ్,
సరూర్ నగర్, నగర జనవాసాలు
సుల్తాన్ షాహీలో టంకశాల,
మీరాలంమండీ, మీరాలం చెరువు,
చందూలాల్ బారాదరీ, చాదర్ ఘాట్
వంతెన, ముస్లింజన్ వంతెన అఫ్జల్ గంజ్
వంతెన, పోస్టాఫీసులు,
మొదటి రైల్వేలైను బొంబై–రాయచూర్,
బొంబాయి–సికింద్రాబాద్ రైల్వే లైన్లు
నిజాం రైల్వే సంస్థ, నాంపల్లి రైల్వేస్టేషన్
చంచల గూడా జైలు నిర్మాణం
టెలిఫోన్ ఏర్పాటు, నిజామియా
అబ్జర్వేటరీ టెలిస్కోపు ఏర్పాటు
హనుమాన్ వ్యాయమాశాల,
హైదరాబాద్ నగరంలో సిమెంటు రోడ్ల
నిర్మాణం
ఎప్పటివమ్మా ఏనాటివి?
వైద్యుడు దేవుడితో సమానం అన్నట్లుగా
నీ నగర ప్రజల ఆరోగ్య అవసరాల
నిమిత్తం
ఆయుర్వేదం, యునానీ వైద్యశాలలు,
మెడికల్ కాలేజి,
ఎర్రగడ్డ మెంటల్ హాస్పిటల్,
జిజ్గఖానా (విక్టోరియామెమోరియల్
ప్రసూతి దవాఖానా)
హోమియోపతి కాలేజి, చార్మినార్
యునాని ఆయుర్వేదిక్ ఆసుపత్రుల
నిర్మాణం
నీలోఫర్ చిన్నపిల్లల దవాఖానా,
ఉస్మానియా జనరల్ హాస్పిటల్,
గాంధీ దవాఖానా,
సికింద్రాబాదు టి.బి. దవాఖానా,
ఎర్రగడ్డ కాన్సర్ దవాఖానా,
ఇ.ఎన్.టి. దవాఖానా,
నిజాం ఆర్థోపెడిక్ హాస్పిటల్,
కోరంటి దవాఖానా ఎప్పటివమ్మా
ఏనాటివి?
ప్రజలకు వైద్యం ఎంతో విద్యకూడా అంతే
అవసరం కదా
ఎన్ని విద్యాలయాలు నిర్మించారు నీ నగర
ప్రజల కోసం
దారుల్ ఉలూం పాఠశాల, చాదర్ ఘాట్
పాఠశాల
ముఫీదుల్ అనాం హైస్కూల్, ఆలియా
స్కూల్,
సికింద్రాబాద్ మహబూబ్ కాలేజి, నిజాం
కాలేజి, నాంపల్లి బాలికల పాఠశాల,
అసఫియా స్కూల్, వివేక వర్ధిని
పాఠశాల,
గన్ ఫౌండ్రి మహబూబియా బాలికల
పాఠశాల,
సిటి కాలేజి, ఉస్మానియా యూనివర్సిటీ,
ఉస్మానియా మెడికల్ కాలేజి
హైదరాబాద్ పబ్లిక్ స్కూల్ (జాగిర్దార్
కాలేజి), మార్వాడీ హిందీ విద్యాలయ
సికింద్రాబాద్ హిందీ విద్యాలయ .
ఎప్పటివమ్మా ఇవన్ని ఏనాటివీ?
విద్య, వైద్యంతో పాటు ప్రజలకు
విజ్ఞానానందించే భాండాగారాలు
సికింద్రాబాద్ ముదిగొండ
శంకరారాధ్యుల లైబ్రరీ
ఆసఫియా స్టేట్ సెంట్రల్ లైబ్రరీ,
శాలిబండ భారత్ గుణ వర్ధక్ సంస్థ

లైబ్రరీ, బొల్లారం లైబ్రరీ, సుల్తాన్ బజార్
శ్రీ కృష్ణదేవరాయ ఆంధ్రభాషా నిలయం
విజ్ఞాన చంద్రికా గ్రంథ మండలి,
సికింద్రాబాద్ సంస్కృత కళావర్థినీ
గ్రంథాలయం
బాలసరస్వతీ గ్రంథాలయలు
ఎప్పటివమ్మా ఏనాటివీ?
హైదరాబాద్! ఓ! హైదరాబాద్!
పనిపాటల పరిశ్రమలను ప్రజల
అవసరాలకు ఏర్పరిచిన నీ ప్రభువుల
ముందు చూపు గొప్పదే!
ఫిరంగుల ఫ్యాక్టరీ, ప్రభుత్వ ప్రింటింగ్
ప్రెస్ సోడా ఫ్యాక్టరీ, ఐరన్ ఫ్యాక్టరీ, దక్కన్
బటన్ ఫ్యాక్టరీ వి.ఎస్.టి. ఫ్యాక్టరీ,
కెమికల్ లాబోరేటరీ, దక్కన్ గ్లాస్ ఫ్యాక్టరీ
డి.బి.ఆర్.మిల్స్, ఆర్.టి.సి. స్థాపన,
గొల్కొండ సిగరెట్ ఫ్యాక్టరీ హైదరాబాద్
స్టేట్ బ్యాంకు, హైదరాబాద్ అల్విన్
మెటల్స్ ప్రాగా టూల్స్, హైదరాబాద్
అస్బెస్టాస్,
హైదరాబాద్ లామినేషన్ ప్రొడక్ట్స్
ఈ పరిశ్రమలన్నీ ఎప్పటివమ్మా,
ఏనాటివి? ఇప్పుడెన్నున్నాయమ్మా
అందులో కొన్ని?
పరిపాలన సుపరిపాలన కావాలి
అందుకు వివిధ ప్రభుత్వ శాఖలు, వాటి
వనరులు,
జిల్లాల నిర్మాణం, రెవెన్యూ శాఖ, కస్టమ్స్
శాఖ (కరోడ్గిరి), వైద్యశాఖ
ప్రింటింగ్ మరియు స్టేషనరీ,
ఎండోమెంట్ శాఖ

అటవీ శాఖ (జంగ్లాత్), మున్సిపల్ శాఖ
పబ్లిక్ వర్క్స్ డిపార్ట్‌మెంట్, విద్యాశాఖ
హైకోర్టు ఏర్పాటు, సర్వే, సెటిల్‌మెంట్
శాఖ
లాండ్ సెటిల్‌మెంట్ శాఖ, జనాభా
లెక్కల సేకరణ
ఎక్సైజు లెక్కల సేకరణ, పోలీస్ శాఖ
గనుల శాఖ, పరిశ్రమలు, వాణిజ్యం
శాఖలు లోకల్ ఫండ్ శాఖ, నీటిపారుదల
శాఖ
స్టేట్ లైఫ్ ఇన్సూరెన్స్ ఫండ్, సిటీ
ఇంప్రూవ్మెంట్ బోర్డు వ్యవసాయ శాఖ,
హైదరాబాద్ సివిల్ సర్వీసు
అర్కియాలజీ శాఖ, ఆకాశవాణి
హైదరాబాద్, కార్మిక శాఖ ఎప్పుడు
ఏర్పడ్డాయమ్మా ఏనాడు ఏర్పడ్డాయి?
హైదరాబాద్! ఓ! హైదరాబాద్!
ఇది నీ ప్రగతి, ఇది నీ అభివృద్ధి
ఏనాటిదమ్మా ఈ ప్రగతి
ఎప్పటినుంచమ్మా
ఈ పురోగతి అభివృద్ధి అంటే ఏమిటీ?
400 ఏళ్ళలో అభివృద్ధి చెందిన నగరాన్ని
ఇంకా అభివృద్ధి చేశామంటారు.
ఈ యాబయి అరువై యేళ్ళల్లో నీపై
పెట్టుబడులు పెట్టి
నిజంగా ఎవరి అభివృద్ధి వారిదే
ఎవరి వ్యాపారం వారిదే
విద్య ఒక వ్యాపారం
వైద్యం ఒక వ్యాపారం
రియల్ ఎస్టేట్ ఒక వ్యాపారం
పరిశ్రమలది వ్యాపారం

సెజ్ లది అభివృద్ధి,
ఫిల్మ్ సిటీలది, స్టూడియోలది అభివృద్ధి
హోటళ్ళది, పబ్ లది, క్లబ్బది అభివృద్ధి,
హైటెక్ సిటీలది అభివృద్ధి
మల్టీనేషనల్ కంపెనీలది అభివృద్ధి
దానిని కూడా ఆహ్వానించాలి
మరి! అభివృద్ధి చేయడం అంటే
వ్యక్తుల ఆస్తులను పెంచుకోవడం,
స్థలాల్ని కొనడం, అమ్ముకోవడం
కేవలం జీవనాన్ని ఒక వ్యాపార
దృక్పథంతో చూడడం ఇటీవలి
హైదరాబాద్ అభివృద్ధి అంటే ఇదే కదా!
హైదరాబాద్! ఓ! హైదరాబాద్!
నువ్వంటే అందరికీ ప్రేమ కదా!
నీ తేనె నీళ్ళ రుచి తెలిసిన వాళ్ళు నిన్ను
ఎలా మరుస్తారు? నీ జలాశయాల నీటి
నురగలతో
దేహ సౌందర్యాన్ని
ఇనుమడింపజేసుకొన్నవారు నిన్ను ఎలా
మరిచిపోతారు చెప్పు!
అయినా నువ్వు ఎవర్నైనా ఎప్పుడైనా
పొమ్మన్నావా చెప్పు? నీ పై ఉట్టి
అభాండాలు వేయడం కాదా?
హైదరాబాద్! ఓ! హైదరాబాద్!
జగత్ ప్రసిద్ధి చెందిన
ఈ నేల కోహినూర్ వజ్రానివి కదా నువ్వు
తెలంగాణ గుండె కాయవు కదా నువ్వు
తెలంగాణ ఆత్మవు కదా నువ్వు!
తెలంగాణ కరకమలములలో కోటి
రత్నాల వీణవు కదా నువ్వు!
అలనాడు తెలంగాణా బోయిలు మోసుకు
వచ్చిన
ముత్యాల పల్లకివి కదా నువ్వు!
తెలంగాణ ప్రాణసఖివి కదా నువ్వు !
తెలంగాణా ఆత్మసాక్షివి కదా నువ్వు!
హైదరాబాద్ ! ఓ ! హైదరాబాద్! కుతుబ్
షాహిల, అసఫ్‌జాహీల
నాల్గువందలేళ్ళ నవీన రాజధానివై
మత్తెక్కించే పరువాల పడుచుపిల్లవు కదా
నువ్వు! నీ గులాబీ బుగ్గల ఎర్రటి అత్తర్లు
ఎందరినో మత్తెక్కిస్తాయి కదా!
గగనానికి నిటారుగా పొడుచుకొని
నిలుచున్న నీ బంజారా సౌందర్యాల
హిల్స్
ఎందర్నో ఇట్టే కట్టి పడేస్తాయి కదా
నీ కలువకన్నుల కనుసన్నల్లోకి తొంగి
చూస్తూ
ఎందరో మగతగా పడిపోతారు కదా నీ
ముందు
నీ నడకల సవ్వడిలో, నీ హోయల
పయ్యెదల ఉరుకులో పరవశించిపోతారు
కదా ఎందరో!
అందర్నీ అణకువతో
అక్కున చేర్చుకొనే అల్లరిపిల్లవి కదా
నువ్వు! చల్లగా సేదదీర్చే కడుపు చల్లని
తల్లివి కదా నువ్వు!
హైదరాబాద్! ఓ! హైదరాబాద్ !
ఈ సుందర భారతదేశపు
దక్కన్ ఎదపై పొంగులు పొంగుతూ
కనిపిస్తున్న సుందర రూపానివి కదా
నువ్వు!
అందాల పరువపు లేడి పిల్లవు కదా
నువ్వు! వెన్నెల పాల నురుగువు కదా
నువ్వు!

సన్నని నాజూగు నడుముతో వయ్యారాలు
ఒలుకబోస్తూ
నడకలో నాట్యాలు కనబరుస్తూ
ముట్టుకుంటే జారిపోయే ముదితవు కదా
నువ్వు!
హైదరాబాద్! ఓ! హైదరాబాద్!
నువ్వంటే నీ జిలిబిలి నడకల
హోయలంటే ఎవరికి ఇష్టం ఉండదని!
నీ గండిపేట, మంజీరాల సుజలమంటే
ఎవరికిష్టం ఉండదని!
నీ నగర సుందర ఉద్యానవనాలు ఎవరిని
మురిపించవని!
నీ నగరపు దేహమ్మీద జిగేల్ మని
తళతళమెరిసే
నీ బంజారాహిల్స్, జూబ్లీహిల్స్, ఫిల్మ్
సిటీలు ఎవరికి నచ్చవని!
హైదరాబాద్! ఓ! హైదరాబాద్!
నువ్వు చాలా అభివృద్ధి చెందినదానవు
కదా !
నీ పాత నగర వాడలన్ని ఏమి అభివృద్ధి
చెంది ఉన్నాయి ?
పండ్లమ్ముతూనో, పూలమ్ముతూనో,
అత్తర్లు అమ్ముతూనో సమస్త జీవన
వ్యాపారాల్లో లీనమై
హైదరాబాద్ ప్రాణవాయువుల్ని పీలుస్తూ
బతుకెల్లదీస్తున్న ముసల్మాన్ సోదరుల
బతుకుల్లో కనిపిస్తున్న వెలుగులెన్ని?
హైదరాబాద్! ఓ! హైదరాబాద్ !
నీ సుందర నగరపు ప్రహారి చుట్టూ యాభై
అరవై కిలో మీటర్ల మేర విస్తరించిన
రియల్ ఎస్టేట్ వ్యాపారం ఎవరి చేతుల్లో
ఉంది?
భూమిని కబ్జా చేస్తున్న
భూబకాసురులెవరు?
ఊరు చెరువుల్ని, మొండి కుంటల్ని, పంట
పొలాల్ని మింగేసే రియల్ ఎస్టేట్
రంగాన్ని ఏలే రారాజులెవరు?
హైదరాబాద్! ఓ! హైదరాబాద్!
ఫిల్మ్ సిటీలు, ఫిల్మ్ నగర్లు, వినోద
స్థలాలు, ఫిల్మ్ స్టూడియోలు పబ్లు, క్లబ్లు,
ఫామ్ హౌస్ల పేర
హైదరాబాద్ నగర చుట్టూతా నేలపై
పాగా వేసిన వారెవరు? నీ నగరం చుట్టూ
పరిశ్రమలు అని పెట్టి
కాలుష్యం నింపడం కూడా అభివృద్ధిలో
భాగమే కదా! వనరులు, వసతులు,
ఉద్యోగాల్లో స్థానికులకు దక్కినవెన్ని?
జీడిమెట్ల, పటాన్ చెరువుల
రంగు నీళ్ళల్లో బతుకులెవరికి
కనబడుతాయి
ఎవరి పుణ్యం ఇది, ఏమి అభివృద్ధి ఇది?
హైదరాబాద్! ఓ! హైదరాబాద్ !
ఎంత సుందర నగరం నువ్వు!
ఎంత మంచి పేర్లు నీ నగరానికి వీధి
వీధికి, వాడ వాడకు
చాదర్ ఘాట్, ఇసామియా బజారు,
టోలీచౌక్,
పత్తర్ గట్టి, ధూల్ పేట్, కింగ్ కోఠి,
అబీడ్స్,
చింతల బస్తీ, లాలాగూడా, బొల్లారం,
మొగల్పురా,

నాంపల్లి, హైదర్ గూడ, గౌలిపురా, పాన్
బజారు, మాసబ్ ట్యాంక్, ఏ.సి.గార్డ్స్,
గౌలిగూడా, చెప్పల్ బజారు, కవాడిగూడ,
మెహిదీపట్నం,
దూద్ బౌలి, గన్ ఫౌండ్రి, మొజాంజాహి
మార్కెట్, షాలిబండ, పురానాపూల్,
సుల్తాన్ బజారు, లాడ్ బజారు, ధూల్
పేట, బేగంబజారు, రసూల్పురా,
ఇమ్లీబన్, ఉస్మాన్ గంజ్, ట్రూప్ బజార్,
గోషామహల్, మిరాలంమండి,
డబీపురా, మౌలాలీ, మలక్ పేట,
మల్లేపల్లి, బోయగూడ, ముషీరాబాద్,
యీకుత్పురా
వా! ఈ పేర్లే నీ ఆభరణాలు!
ప్యార్ కా నామ్ హైదరాబాద్ !
మొహబ్బత్ కా నామ్ హైదరాబాద్!
చార్ సౌ సాల్ షహర్ కా నామ్
హైదరాబాద్ ! కాలం మారిందా తల్లీ !
1956 నవంబర్ 1కు ముందు
హైదరాబాద్ స్టేట్ 1956 తర్వాతి
ఆంధ్రప్రదేశ్ స్టేట్! అప్పుడూ నువ్వే,
ఇప్పుడూ నువ్వే
నీ నగరపు ముస్తాబుల్లో మార్పులేమి
వచ్చాయి నీ బంజరా హిల్స్, నీ జూబ్లీ
హిల్స్
నీ పాలబుగ్గల పసిడి వన్నెలు ఎవరి
స్వంతం?
కాలనీల పేర్లేమిటీ, బస్తీల పేర్లేమిటీ?
పార్కుల పేర్లేమిటీ, రోడ్ల పేర్లేమిటీ?
భవనాల పేర్లేమిటీ? స్టేడియాల
పేర్లేమిటీ?
సంజీవరెడ్డి నగర్, వెంగళరావు నగర్,
సంజీవయ్య పార్క్, కాళేశ్వరరావు భవన్,
సుందరయ్య విజ్ఞాన కేంద్రం,
ఎన్.టి.ఆర్, విజయభాస్కరరెడ్డి,
బాలయోగి స్టేడియాలు,
పొట్టి శ్రీరాములు తెలుగు విశ్వ
విద్యాలయం,
యన్.జి.రంగా విశ్వ విద్యాలయం
వద్దన్నామా తల్లీ! మేము ఈ పేర్లు ఉంటే
మచ్చుకు ఒకటి రెండు పేర్లేనా రిజర్వేషన్
కేటగరీగా తెలంగాణ పుత్రులవి
బూర్గుల రామక్రిష్ణారావు భవన్ అని,
మర్రి చెన్నారెడ్డి మానవ వనరుల శిక్షణా
సంస్థ అని
ఏరీ నీ అనుంగు పుత్రులు,
నీ గాలిలో, నీ ధూళిలో ఆడి, తిరిగి
పెరిగి నీ ఒడిలో ఓలలాడి, పాలు తాగి
నీకోసం తపించి ఆరాటపడి, పోరాటాలు
చేసిన
నీ కనుపాపలు, నీ చనుపాపలు
కనిపించలేదా తల్లీ ! నీ వాడలకు, నీ
బజార్లకు, నీ రోడ్లకు, నీ ఉద్యానవనాలకు,
నీ భవనాలకు
వాళ్ళ స్మారకంగా పేర్లు పెట్టడానికి? ఏది
నీ అనుంగు పుత్రుడు
నీ కోసం జైలు పాలయి, నీ కోసం
నీ విముక్తి కోసం అహరహం ఆరాటపడి,
ప్రాణాలొడ్డి పోరాటం చేసి
నిజాం రాజుపై రణ నినాదాన్ని చేసి
'నా తెలంగాణ కోటి రతనాల వీణ' అని
ప్రకటించిన కవితా సారథి దాశరథి
పేరెక్కడా?
తెలంగాణ సాయుధ పోరాట యోధులు

రావినారాయణరెడ్డిలు, బద్దం
ఎల్లారెడ్డిలు, అరుట్ల కమలా దేవిలు
పేరుకైనా కనిపిస్తారా, వినిపిస్తారా తల్లీ!
నీ నగర స్మృతి చిహ్నాల్లో?
తెలంగాణ నేల కోసం, తెలంగాణ భాష
కోసం
తెలంగాణా యాస కోసం, సంస్కృతి
కోసం
కడదాక తెలంగాణా, తెలంగాణా అని
కన్నీళ్ళు కార్చి కవితలల్లిన
కాళోజీ స్మృతి చిహ్నం నీ సుందర
నగరంలో ఏది తల్లీ?
కథకులకు, కవులకు, కళాకారులకు
కొదువా తల్లీ నీ తెలంగాణాలో?
అణా అణా జమచేసి
అణా గ్రంథాలయాలను ఏర్పాటు చేసి
తెలంగాణ సాహితీ సుమాలను
ముద్రించిన తెలంగాణ నేల విముక్తి
కోసం జైలుపాలయిన 'ప్రజలమనిషి'
వట్టికోట అళ్వారు స్వామిని మరచి
పోయారేమిటీ తల్లీ నీ నగరంలో?
తెలంగాణ అంటే సాయుధపోరాటం
తెలంగాణ అంటే పోరాట పటిమ
తెలంగాణ అంటే కష్టం, కన్నీరు,
రోదన, పీడన, ఆరాటం, పోరాటం
జాగీర్దార్లపై, దేశముఖ్ పై అన్యాయంపై
అక్రమంపై పోరాటం సలిపిన
సాహస వనిత నీ చాకలి ఐలమ్మ
పేరెక్కడమ్మా ? నిజాం
వ్యతిరేకపోరాటంలో నీ కోసం అసువులు
బాసిన దొడ్డి కొమురయ్య ఊరు పేరు
నీ నగర చరిత్రలో ఎక్కడా?
ఇంకా జమలాపురం కేశవరావు,
భాగ్యరెడ్డివర్మ, ఆచార్య నరేంద్ర దేవ్ ల
పేర్లు
నీ నగరం నరనరాల్లో కానరావేమి?
స్వాతంత్ర్య పోరాటంలో పోరాడిన
మన్యం వీరుడు అల్లూరిని
గుర్తుంచుకుంటామే
మరి ఎక్కడమ్మా గోండుల దండు, రాంజీ
గోండు, అదిలాబాద్ గోండు వీరుడు
కొమురం భీం విగ్రహాలు
నీ నగరంలో ఎక్కడున్నాయి?
తెలుగువారి ఆత్మ గౌరవ నినాదంతో
రాజకీయాల కొచ్చి , రాజకీయాలకే
భాష్యం చెప్పి బలహీన వర్గాలకు
రాజకీయమంటే తెలియజెప్పిన
అందాల నందమూరి తారక రాముడు
హుస్సేన్‌సాగర్ టాంక్ బండ్ పై
నిర్మించిన తెలుగు వెలుగుల్లో లెక్కబెట్టి
చూస్తే
నీ సుందర నగరం సాక్షిగా
తెలంగాణ వెలుగులెన్ని ?
హైదరాబాద్! ఓ ! హైదరాబాద్ !
స్వాతంత్ర్యోద్యమ పిపాసి వందేమాతరం
రామచంద్రారావు, నిజాం రాష్ట్ర ప్రధాని
ఉదార స్వభావి సర్ కిషన్ ప్రసాద్, నిజాం
రాష్ట్ర కొత్వాల్ రాజబహద్దూర్
వెంకటరామిరెడ్డి మాడపాటి
హనుమంతరావులను,
దేవులపల్లి రామానుజరావు,

ఇ.వి.పద్మనాభం, కొమ్మరాజు లక్ష్మణ్
రావు,
ప్రసిద్ధ చిత్రకారులు, శిల్పకారులు
పి.టి.రెడ్డిలను
ఎంతవరకు గుర్తుంచుకొంటున్నాం
చరిత్ర పాఠ్యపుస్తకాల్లో,
స్మరించుకొంటున్నాం
చదువుకుంటున్నాం
ఇదే కదా ఇదే కదా మనం చూస్తున్న
సమైక్య నీతి దక్షిణాదినుండి తొలి దేశ
ప్రధాని, బహుభాషా కోవిధుడు,
పరిపాలనా దక్షుడు , నూతన ఆర్థిక
విధాన రూపకర్త,
నేటి మన్మోహన్‌సింగ్‌ను తెరపైకి తెచ్చిన
మేటి ప్రధాని తెలంగాణా,కరీంనగర్ జిల్లా
వంగర ముద్దుబిడ్డ పి.వి.కి ఇచ్చిన
గుర్తింపు ఏపాటి మనం ?
దేశ ప్రధానులుగా, రాష్ట్రపతులుగా
పనిచేసిన వారికి దేశ రాజధాని ఢిల్లీలో
విజయ్ ఘాట్లని, శక్తిస్థల్ లని
ఎకరాల కొద్ది స్థలాల్లో స్మృతి
సమాధులుంటే
ఈ తెలుగు ప్రధాని తెలంగాణ ముద్దుబిడ్డ
భౌతిక కాయాన్ని హుటా హుటిన
హైదరాబాద్‌కు తరలించడంతో
ఉద్దేశ్యమేమీ ? పి.వి. ఘన చరిత్ర ప్రపంచ
నాయకులకు తెలియొద్దనా ? పి.వి.
శవాన్నయినా చితిలో సరిగా
కాలనిచ్చారా? సమైక్య వాదం ఒక నీటి
మీది మూట
కాదు కాదు అది గుండెలోన మాట
హైదరాబాద్ ఓ! హైదరాబాద్!

ఇదే కదా తెలంగాణా బ్రతుకుతీరు
తెలంగాణా ప్రతిభ తీరు
తెలంగాణా ముద్దు బిడ్డలకు
భారతరత్న బిరుదులెన్ని,
పద్మవిభూషణాలెన్ని ?
పద్మశ్రీలెన్ని, అర్జున్ అవార్డులెన్ని ?
అకాడెమీ అవార్డు లెన్ని ?
కేంద్ర అవార్డులు, సత్కారములు ఎన్ని ?
రాష్ట్ర సత్కారములు అవార్డులు ఎన్ని ?
నాటకముల అవార్డులెన్ని,
నటుల అవార్డులు ఎన్ని, బిరుదులు ఎన్ని
?
కవులకు, రచయితలకు, కళాకారులకు
అవార్డులెన్ని ? లెక్కబెట్టి చూసుకొనే
తరుణమిదే
వివక్షత ఎందుకు తల్లీ!
నీ నగరం సాక్షిగా !
నీ నాలుగు కోట్ల తెలంగాణా బిడ్డల
సాక్షిగా ఒక్క నటరత్నం, ఒక యాక్షన్
కింగ్, ఒక్క డైనమిక్ స్టార్, ఒక లెజెండ్
ఒక్క పేరు మోసిన నటీమణి పేరుకు
రాలేదేమి ?
ఈ ఐదున్నర దశాబ్దాలలో ఇది వివక్షత
కాదా ?
తెలంగాణా అనాథ
వారికి ప్రమోటర్లు కరువు
వారికి ఆదరణ కరువు
ప్రతిభ ఉన్నా పదుగురిని
పక్కన పెట్టే కుసంస్కృతిని ఏమందాము ?
ఇంకా సమైక్యతా రాగంను
ఎంతదాకా పాడుకుందాం ?
హైదరాబాద్! ఓ! హైదరాబాద్!

నీ సొగసు, నీ సౌందర్యం, నీ అందం, నీ
లాలిత్యాన్ని చూసి
ఎవరికి కన్ను కుట్టదని!
నీ పాలబుగ్గల పసిడి వన్నెలు ఎవర్ని
మైమరిపించవని
సుందర భారతదేశ పటమ్మీద
దక్కన్ పీఠభూమిపై వెలసిన
సుందర రసరమ్య నిలయం నువ్వు!
నాంపల్లి, అబీడ్స్ మధ్యనున్న
భారత కవితా కోకిల సరోజినీ నివాసం
గోల్డెన్ థ్రెషోల్డ్ కవిత్వానివి నువ్వు!
సరోజినీ సోదరుడు విఖ్యాత ఆంగ్ల కవి
హరీన్ చటోపాధ్యాయుడి కవితా కన్యవు
నువ్వు
హిందూ, ముస్లిం, సిక్, ఇసాయి,
ఫార్సీ, సింధు, జైన్, బుద్ధిస్ట్
సర్వమతాల కలయిక నువ్వు
తెలుగు, తమిళ, కన్నడ, మళయాల,
హిందీ, మరాఠీ, గుజరాతి,
ఇంగ్లీష్, బెంగాళీ, కాశ్మీరీ, సింధీ భాషల
నిలయం నువ్వు యూరప్, ఆఫ్రికన్,
అరబ్, ఆసియా జాతుల సమ్మేళనం
నువ్వు!
హైదరాబాద్! ఓ! హైదరాబాద్!
అందర్ని అణకువతో అక్కున చేర్చుకొనే
అమ్మవు నువ్వు నాల్గువందలేళ్ళ నవీన
పట్నం నువ్వు
ఏమీ రాయాలి నీపై!
నువ్వెంత అందాల రాణివి!
అపురూప సౌరభానివి!
హైదరాబాద్! ఓ! హైదరాబాద్!
తెలంగాణ కొప్పులో బంగారు
సిగపువ్వువు నువ్వు
తెలంగాణ మెడలో ముత్యాల హారానివి
నువ్వు
తెలంగాణ తల్లి ఒడిలో రతనాల వీణవు
నువ్వు
తెలంగాణ తల్లి గుండెలపై పచ్చల నక్లెస్
హారానివి నువ్వు
తెలంగాణ తల్లి ముంజేతి కంకణ
కడియం నువ్వు
ఎవరు నిర్మించారు తల్లీ నిన్ను ఎపుడు
నిర్మించారు?
హైదరాబాద్! ఓ! హైదరాబాద్!
ఎవరు మోహించరని, ప్రేమించరని నిన్ను
నీ అందాన్ని చూసి?
నీ సౌందర్యం, ద్విగుణీకృతం! అద్భుతం!
అపురూపం! అద్వితీయం!
సుమ సౌరభం! సుందర దృశ్యకావ్యం!
హైదరాబాద్! ఓ! హైదరాబాద్!
నువ్వు మోహినివా! రాగిణివా! అనురాగ
దేవతవా!
నీ కనుసన్నల్లో పడి ఉండడానికి ఈ
జనుల కెంత ఆరాటం నీ పాలబుగ్గలను
నిమరడానికి ఈ మనుష్యుల కెంత
మమకారం నీ దూది పెదవులను
తాకడానికి ఎందరికో మరీ ఇష్టం! అసలు
నిన్నెవరు ప్రేమించరని
నిన్ను ప్రేమించినవాళ్ళు
మతాల కతీతంగా, జాతులకతీతంగా
ప్రాంతాల కతీతంగా, దేశాల కతీతంగా
ఉన్నారు.

ఓ! నా! ప్యార్ కా షహర్!
క్లియోపాత్ర అందంకోసం యుద్ధాలు
జరిగినాయట నేడు నీకోసమే దాయాదుల
కొట్లాటలా ఉంది అంత ముసుగులో
గుద్దులాట
నీ కోసమే నీ అధరాలను
అందుకోవడానికే ఆరాటం
నీ నవ్వుల నజరానలకే పడిగాపు
నీ సోయగాల వాడి చూపుల కోసమే
ఎదురు చూపు
నీ పరుష్వంగంలో ఇమిడిపోయిన
వాళ్ళెవ్వరూ నిన్ను ఎలా మరిచిపోతారని!
అందుకే నువ్వంటే అంత కోరిక !
హైదరాబాద్! ఓ! హైదరాబాద్!
నీ అనుంగు పుత్రులు,
నీ ఒడిలో పెరిగి ఓలలాడిన బిడ్డలు
పాలిచ్చి పెంచిన కన్నతల్లిని, నిను
మరిచిపోతారా!
చరిత్ర అంటే వందల యేళ్ళది
మట్టిపై మమకారమంటే తరతరాల
అనుబంధం అది నువ్వెందరికి
అందనీయలేదు?
నువ్వెందరిని ఆదరించలేదు ఎల్లలు
కాదని?
కాని నేడు నిన్ను నీ అనుంగు పుత్రుల
నుండి వేరు చేయాలని
ఎంత రభస! ఎంత రగడ!
మట్టికి, మనిషికి ఉన్న చరిత్రను కాదని
నిన్ను వేరు చేయాలనే ప్రయత్నం!
కన్నతల్లిని కన్నబిడ్డనుండి వేరు చేస్తారా?
ఆత్మను శరీరాన్నుండి వేరు చేస్తారా?
హైదరాబాద్! ఓ హైదరాబాద్!
ఎవరిదానవు నువ్వు
ఓ! నా ! హైదరాబాద్ !
ఎవరిదానవు తల్లీ !
అందరన్నట్టు నువ్వు అభివృద్ధి చెందిన
నగరానివే హైదరాబాద్ అభివృద్ధి అంటే
మొత్తం తెలంగాణా అభివృద్ధి అన్నట్లా?
లెక్కలన్ని కాకి లెక్కలేనా? తల పైన
నాగార్జునసాగరున్నా నీ పక్కనున్న
నల్లగొండ జిల్లాలో
ఫ్లోరైడ్ నీళ్ళల్లో బతుకులెట్లా
తెల్లారిపోతున్నాయి అంగవికలురైన
బతుకుల్లో?
ఎవరిదీ వివక్షత? ఎందుకీ వివక్షత ఏళ్ళ
తరబడి?
నీ పక్కనే నీ పాలమూరి కూలీ బతుకుల
వెతల కథలు ఎవరికి తెలుసు తల్లీ!
కూటికి గంజినీళ్లు కరువై సుమారు 16
లక్షల మంది కూలీలు పొట్ట చేతపట్టుకొని
ప్రాంతాలు కాదని, రాష్ట్రాలు కాదని
బతుకడానికి, కేవలం బతుకడానికి
వలసపోతుంటే
వాళ్ళ బతుకుల ధైన్యం గురించి
నీ అభివృద్ధిని కావాలని పదే పదే చెప్పే
నాయకులకు తెలియదా తల్లీ?
నీ కరీంనగర్ కష్టజీవులున్న సిరిసిల్ల
చేనేత కార్మికులు రోజులు తరబడి,
నెలలు తరబడి, సంవత్సరాల తరబడి
అప్పులపాలై ఆకలి చావులకు
ఆత్మహత్యలకు ఎందుకు
పాల్పడుతున్నారు తల్లీ?
అభివృద్ధి అంటే ఏది?

హైదరాబాద్ అభివృద్ధి అంటే తెలంగాణా
ప్రాంతపు అభివృద్ధా?
అభివృద్ధికి నోచుకోక
సిరిసిల్ల స్పిన్నింగ్లు చిన్నపోతున్నాయి
తెలుసా తల్లీ!
బీడైన బతుకుల్లో, బీడీల బతుకుల్లో
బతుకులు ఆగమాగమై చేద్దామంటే
పనుల్లేక
నీ కరీంనగర్, జగిత్యాల, కోరుట్ల,
మెట్టపల్లి నిజాం బాద్ పేద జనం
డొక్క చేత పట్టుకొని బొంబాయి, బీవండి
వలస పనివాళ్ళలాగా పోతున్నారు
తెలుసా?
దుబాయి, మస్కట్లకు పోయి
మోసాలకు గుర్తై, వీసాలు అయిపోయి
కలివెలి లేబర్లుగా దుబాయి, మస్కట్,
సౌదీలలో వేలాదిమంది నీ బిడ్డలు
జైళ్ళలో మగ్గుతున్నారు తెలుసా తల్లీ
నీ అభివృద్ధి మంత్రం పఠించే వాళ్ళకు?
సింగరేణి బొగ్గు ఓపెన్ కాస్ట్ ల పేర
ఊర్లకు ఊర్లన్ని
ఎడార్లమయమవుతున్నాయి ఎఫ్.సి.ఐ.
కంపెనీ వెనుకడుగులు వేసింది అంతర్గాం
మిల్లు అంతరించి పోయింది సర్ సిల్క్
కంపెని సరిపోని బతుకయింది
అదిలాబాద్ బతుకు అన్నిట్లో
వెనుకుండిపోయింది
గోండుల బతుకుల్లో గోసెవరికి తెలుసు?
శ్రీరాంసాగర్లు సిన్నపొతున్నాయి
నీ అభివృద్ధి మంత్రం పఠించేవాళ్ళకు
తెలియదా తల్లీ ఇవన్ని!
నిజాం షుగర్లు ఎందుకు నిలువలేదు?
అజాంజాహి మిల్లులు ఎందుకు
అంతరించినవి?
పరిశ్రమలు ఎందుకు పాడుపడినవి?
సింగరేణి గనుల సిరులెటు పోతున్నవి?
బొగ్గు పుట్టిన చోట బోసిపోయిన
బతుకులెందుకు?
కొత్తగూడెంలోని కొత్త వెలుగులెవరికి?
పాల్వంచలోని పసిడి వెలుగులెవరికి?
గోదారి దారుల్లో గోస ఎందుకు వచ్చెను?
కృష్ణమ్మ పరుగుల్లో కృషి ఎటు
పోయింది?
పారేటి గోదావరి, కృష్ణల పాలెంత
వచ్చింది?
హైదరాబాద్ పేర అభివృద్ధి అంటుంటే
మరి తెలంగాణమంత ఏమయి
పోయింది?
హైదరాబాద్! ఓ! హైదరాబాద్!
నీ అభివృద్ధి మాత్రమే జ్ఞాపకం వచ్చి
నీ తెలంగాణా అభివృద్ధి జ్ఞాపకం రాదా?
అభివృద్ధి అంటే జిగేల్మనే జిలుగు
వెలుగుల హైద్రాబాదేనా! హైద్రాబాద్
చుట్టుపక్కల నీ పది జిల్లాల
తెలంగాణ బతుకు గోస తెలియదా
వాళ్ళకు? నీ చుట్టుపక్కల మెతుకుసీమ
బతుకుల్లో పటాన్ చెరువుల్లో పర్యావరణ
కాలుష్యం
నీ జీడిమెట్ల జీవుల బతుకుల్లో పరిశ్రమల
కాలుష్యం

రంగునీళ్ళల్లో బతుకులు ధ్వంసం
అవుతుంటే ఏమిటీ అభివృద్ధి? ఎక్కడ
అభివృద్ధి? నీ నగరం చుట్టూ ఉన్న
బతుకమ్మ కుంటల బతుకు
దెరువలెటుపోయినవి? మొండి
కుంటలన్ని మొదటికే ఎందుకు
ఎండుకపోయినవి? ఊరి చెరువులన్నీ
ఎందుకు ఊడ్చుకపోయినవి? రియల్
ఎస్టేట్ల రీతి ఏమి మరి?
పట్టణ భూములు పట్టు ఎందుకు
తప్పిపోయినవి? భూ బకాసురులెవరు
భూమి చెరపట్టిరి? భూములెందుకు
పాయె భుక్తి కూడా పాయె! కంపిన్లు
పెడుతుంటె, కాలుష్యం నింపుతుంటె ఉన్న
ఉద్యోగాల్లో ఊరి వారికి ఎన్ని మరి?
అభివృద్ధి అంటే ఇదేనా?
భూముల ధరలకు ఒక్కసారి రెక్కలొస్తే
అభివృద్ధి జరిగినట్టా!
పంటపొలాలను ధ్వంసం చేస్తూ ప్లాట్లుగా
మారుస్తుంటే అభివృద్ధి జరిగినట్లా?
పంటపొలాలకు నీరందించండి!
ప్రతి ఏడు పాడిపంటలతో బంగారాన్ని
పండిస్తారు రైతులు
ఒక్కసారి వచ్చే లక్షల, కోట్ల రూపాయల
కన్నా ప్రతి ఏడు వచ్చే వ్యవసాయ రాబడి
ఎక్కువ బంగారు గనుల్లో బంగారాన్ని
బయటకు తీస్తే వచ్చే ఆదాయం కన్నా
భూమికి నీటి వసతి కల్పిస్తే వచ్చే
ఆదాయం ఎక్కువ
అనే కాటన్ సూక్తిని జ్ఞాపకముంచుకుంటే
గోదావరి, కృష్ణలు సుమారు ఐదువందల
కిలోమీటర్ల మేర తెలంగాణాలో పారుతూ
పోతుంటే బీడువడిన భూములు
ఎందుకుంటున్నాయి?
హైదరాబాద్! ఓ! హైదరాబాద్!
ఏముందీ హైదరాబాద్లో
కచ్చీర్లల్ల జూసినా, కార్ఖాన్లల్ల జూసినా
తెలంగాణా తెరమరుగైతుంది!
ఆకాశవాణిల్లో
అవకాశాలెన్నుంటున్నాయి
దూరదర్శన్లు దూరంగానే ఉండె
సినిమాలల్ల, సిత్రాలల్ల
తెలంగాణ భాష, యాసను ఎద్దేవ
అవుతుండె
విలన్లు, జోకర్లు మాట్లాడే భాషనా
తెలంగాణా భాష అంటే
పత్రికలల్ల పాలనా ఎవరిది?
అవార్డులల్ల అవకాశాలెన్ని వచ్చె?
కథలన్ని ఎవరివి? కవితలు ఎవరివి?
నాటకాలు ఎవరివి? నాట్యాలు ఎవరివి?
టీవీల తీరును, తీరుగా విని చూసినా
సాహిత్య సంచికల సంకలనాలు చూసినా
తేజమున్న ఈ తెలంగాణా గడ్డ
తెరమరుగు అవుతుంది
భాష తెలంగాణను, బతుకు తెలంగాణను
అడుగడుగున అపహాస్యం చేస్తూనే
ఉన్నారు! రాజకీయం మరీ రంకు
నేర్చింది
అంతా బాగుంది తెలంగాణా
హైదరాబాద్ అభివృద్ధి చెందింది అని
హైదరాబాద్! ఓ! హైదరాబాద్!
అందచందాల సుందర నగర్!

అసలుకిరికిరి అంతా నీ కోసమేనా?
అందరికి నీపై కన్నే కదా
నీపై కథనాలు వస్తున్నాయి!
టి.వీల్లో నీపై వార్తలు వస్తున్నాయి
పత్రికల్లో నువ్వెవరి దానవు?
నాదని, మాదని, అందరిదని, వారిదని,
వీరిదని అందరు రకరకాలుగా
అంటుంటే
ఎవరి ప్రేమ ఎంత నీపై?
ప్రేమకు పెట్టుబడులు పెట్టి ప్రేమిస్తారా?
ప్రేమను వ్యాపారాలతో ముడిపెట్టి
చూపెడుతారా?
ప్రేమ, తల్లికి బిడ్డకు ఉన్నటువంటి
ప్రేమలా ఉండాలి
ప్రేమ, నీటికి చేపకు ఉన్నటువంటి
బంధంలా ఉండాలి
ప్రేమ, తనువుకు, ఆత్మకు ఉన్నటువంటి
బంధంలా ఉండాలి
ప్రేమ, పూవుకు, తావికి ఉన్నటువంటి
సంబంధంలా ఉండాలి
హైదరాబాద్! ఓ! హైదరాబాద్!
ప్రపంచంలో ఏ నగరం కూడా
ప్రేమకు చిహ్నంగా నిర్మించబడలేదట
ఒక్క ఈ నగరం తప్ప!
కులీకుతుబ్ షా తన ప్రియురాలు
భాగమతి కోసం
నిర్మించిన ప్రేమనగరమే భాగ్యనగరం!
భాగమతి హైదర్ బేగం గా
పిలువబడినందులకే హైదరాబాద్!
హైదరాబాద్! ఓ! హైదరాబాద్!
ఏమి ఔన్నత్యం నీది!

"చార్మినారుకే ఇస్ షహర్మే రహనే వాలో
చార్మినార్‌కి మత్లబ్ క్యాహై?" అన్న
సుప్రసిద్ధ ఉర్దూ కవి జహాందర్ అఫ్సర్
మాటల సాక్షిగా
చార్మినార్ అంటే దాని భావమేమిటీ?
హైదరాబాద్ చరిత్ర ఏమిటి?
'మా కారణంగా హైదరాబాద్ నగరం
అంత సుందరంగా తయారయింది
అంతకుముందు అక్కడేమి ఉండేది?
సిమెంట్, కాంక్రీట్ భవనాలుండేవా?
ఆకాశహార్మాలుండేవా?
మట్టిగోడల భవనాలే కదా! " అని ఎద్దేవా
చేసిన
బాధ్యత గల ఒక పెద్దమనిషికి జవాబు
ఏమిటీ?
చరిత్ర అంటే, సంస్కృతి అంటే,
మట్టి గోడల భవనాలు కూడా అవుతాయి
కదా!
కుతుబ్ షాహీలు నిర్మించిన మట్టిగోడల
భవనాలు, కార్యాలయాలు,
విద్యాలయాలు ఒక హైదరాబాద్ లోనే
కాదు తెలంగాణ నలుమూలల,
హైదరాబాద్ స్టేట్ నలుమూలల 2010
సంవత్సరంలోనూ నిలిచి ఉన్నాయి
ఘనంగా! ఆ విద్యాలయాల భవనాల్లో
విద్యనార్జించిన వాళ్ళు
ఆ కార్యాలయాల భవనాల్లో
కార్యనిర్వహణ చేసిన వాళ్ళు మంత్రులు,
ముఖ్యమంత్రులు,
ప్రధానమంత్రులున్నారు,
నాయకులున్నారు, సైంటిస్టులున్నారు,

కవులున్నారు, మేధావులున్నారు,
అధ్యాపకులున్నారు, వీర సైనికులున్నారు,
మాన్యులున్నారు, సామాన్యులున్నారు!
చరిత్ర, సంస్కృతి, భవనాలు, కట్టడాలు
అంటేనే
బతుకుకు ప్రతిబింబాలు అప్పటికీ,
ఇప్పటికీ
గోల్కొండ, చార్మినార్లు చారిత్రక
చిహ్నాలు!
హైదరాబాద్ నగరాన్ని ప్రపంచంలో
గుర్తుంచుకోవడానికి
ఒక్క చార్మినార్ చాలు!
హైదరాబాద్, సికింద్రాబాద్ లు జంట
నగరాలుగా
ప్రధానమైన హిందూ, ముస్లీం, ఇసాయి
మతాలకు కూడళ్లు
అప్పటి నిజాం నిర్మించిందే కదా నేటి
సుందర అసెంబ్లీ భవనం
అప్పటి పబ్లిక్ గార్డెన్సే కదా ఇప్పుడు
కూడా ఉన్నవి.
అప్పటి ఉస్మానియా విశ్వవిద్యాలయం,
మెడికల్, ఇంజనీరింగ్ కాలేజీలే
ఇప్పుడున్నవి!
అప్పటి హైకోర్ట్ భవనమే కదా ఇప్పుడూ
ఉన్నది
సర్ మోక్షగుండం విశ్వేశ్వరయ్య
ఇంజనీర్ గారి పర్యవేక్షణలో
నిర్మించబడిన అప్పటి గండిపేట, ఉస్మాన్
సాగర్, హిమాయత్ సాగర్లు కదా
ఇప్పుడున్నవి అప్పటి ఆకాశవాణియే కదా
ఇపుడున్నది
అప్పటి స్టేట్ లైబ్రరీ భవనమే కదా
ఇప్పుడున్నది
అప్పటి నిజాం వైద్యాలయాలే కదా
ఇప్పుడున్నవి తాపీపని మేస్త్రి రంగయ్య
సారథ్యంలో ఫైజుల్లా బేగ్ ఇంజనీర్
ఆధ్వర్యంలో
మక్కానుంచి తెచ్చిన మట్టితో చేసిన కొన్ని
ఇటుకలతో నిర్మించిన
ప్రార్థనామందిరమే కదా నేటి మక్కా
మసీదు
అప్పటి చాదర్ ఘాట్, నయాపూల్,
పురానాపూల్ లు ఇప్పటికీ ఉన్నాయి
కదా!
అప్పటి రేస్కోర్స్ మైదానమే కదా ఇప్పటి
మలక్పేట రేస్ కోర్స్ మైదానం
అప్పటి విమానాశ్రయమే కదా
నిన్న, మొన్నటి బేగంపేట
విమానాశ్రయం
అప్పటి జింఖానా మైదానమే కదా
ఇప్పటిది
అప్పటి కంటోన్మెంటే కదా ఇప్పటిది
ప్రజల అవసరాలను తీర్చేది ప్రతీది
అభివృద్ధే! నేటికి చెక్కు చెదరకుండా
నిలిచి ఉన్న మట్టి గోడల భవనాలే
అభివృద్ధికి చిహ్నాలు!
సిమెంట్, కాంక్రీట్ భవనాలు ఆకాశ
హర్మ్యాలే
అభివృద్ధికి చిహ్నాలా?
మట్టి గోడల భవనాలే
తెలంగాణా సంస్కృతి వారసత్వం!
నాలుగువందలేళ్ళ నవీన పట్నం
ప్రగతిపథం

చూసేవాళ్ళ కళ్ళనుబట్టి ఉంటుంది
ప్రగతి. హైదరాబాద్ సంస్కృతి, చరిత్ర,
అభివృద్ధి కనిపిస్తుంది భారత మాజీ
ప్రధాని ఐ.కె. గుజ్రాల్ హైదరాబాద్ వచ్చి
"నేను చూసిన అందమైన హైదరాబాద్
ఏమయ్యింది? ఇప్పుడున్నది సిమెంట్
కాంక్రీట్ భవనాల అరణ్యమే" అని
విచారాన్ని వ్యక్తం చేసినారు
అదీ! హైదరాబాద్ గొప్పతనం!
చూసే మనసుండాలి కాని
కుతుబ్ షా, భాగమతి ప్రణయ గాథ
చదివి చూడమందాం
చూసే మనసుండాలి గాని
పాట్రిక్, ఖైరాతున్నిసాల ప్రేమ మందిరం
కోఠి రెసిడెన్సీ, నేటి కోఠి ఉమెన్స్ కాలేజీ,
ఉస్మానియా మెడికల్ కాలేజీ భవనాల
సౌందర్య రహస్యాన్ని దర్శించి
చూడమందాం
చూసే మనసుండాలి గాని "ఎవడబ్బ
సొమ్మని ఇన్నేళ్ళు కులికేవు రామచంద్రా"
అని
దేవుడినే ధిక్కరించిన కంచర్ల గోపన్న అనే
అక్కన్న, మాదన్నల మేనల్లుడు భద్రాద్రి
రామాలయాన్ని నిర్మించి గోలకొండలో
జైలుపాలయిన రామదాసు మనసును
సొచ్చి చూడమందాం
చూసే మనసుండాలి కాని
మహమ్మద్ కుతుబ్ షా పట్టపురాణి,
హయత్ బక్షీ బేగమ్
పేర నిర్మాణమైన హయతనగర్ లోగిళ్ళ
కెళ్లి చూడమందాం ఐదవ సుల్తాన్
తనయగా,
ఆరవ సుల్తాన్ అబ్దుల్లా కుతుబ్ షాకు
తల్లిగా
మూడు తరాల సుల్తాన్ల కాలం ప్రధాన
భూమిక పోషించిన 'మాసాహెబ్'గా
పేరు గాంచిన హయత్ బక్షీ బేగమ్ పేరున
నిర్మించిన మాసాహెబ్ చెరువు ప్రాంతపు
నేటి మాసబ్ టాంక్ పరిసరాల్లో నడిచి
చూడమందాం చూసే మనసుంటే
మహమ్మద్ కుతుబ్ షా పుత్రిక, అబ్దుల్లా
కుతుబ్ షా సోదరి హైదరాబాద్ బ్రిటిష్
రాజ ప్రతినిధి జేమ్స్ అకిలిస్ కిర్క్ పాట్రిక్
ప్రియురాలు ఖైరతున్నిస్సా తన గురువుల
గౌరవార్థమై నిర్మించిన కమాన్ల మసీదుల
పరిసరాల ప్రాంతమే నేటి ఖైరతాబాద్
ఆ నేల మీంచి నడయాడి చూడమందాం
నగారాలు వాయించి, ఫర్మానాలు చదివి
వినిపించే
గుట్ట 'నౌబత్ పహాడ్' పైకి ఎక్కి
హైదరాబాద్ నగరాన్ని దర్శించి
చూడమందాం
హైదరాబాద్ అంటే తెలుస్తుంది!
నాలుగు దశాబ్దాలు సాలార్ జంగ్
ప్రపంచమంతా పర్యటించి
విశ్వవిఖ్యాత వస్తు సముదాయాన్ని
సమకూర్చిన సాలార్ జంగ్
మ్యూజియంను
ఒక్కసారి దర్శించి చూడమందాం ఎంత
అద్భుతంగా ఉంటుందో!

చూసే మనసుండాలి గానీ,
హైదరాబాద్ నగర అడుగడుగుకో చరిత్ర
ఉంది.
బస్తీబస్తీకి, వాడవాడకు, బజారుబజారుకు
ఒక పేరు ఉంది, చారిత్రక నేపథ్యం ఉంది,
విలక్షణమైన జీవన విధానం ఉంది
పంజాబీలు, సిక్కులు, బెంగాలీలు,
తమిళులు,
రోహిలఖండ్ రోహిల్లాలు, బుందేలఖండ్
బొందిలోల్లు, పార్సీలు, ఆంగ్లో
ఇండియన్స్,
గుజరాత్ లోథాల్ ప్రాంతపు లోథీలు అనే
లోథోళ్ళు నేటి ధూల్ పేట నివాసీలు,
హైదరాబాద్ కు నిజాం కాలంలో
దేశ దిమ్మరులుగా వచ్చిన పార్థీలు లేదా
పిట్టలోల్లు, నేటి బంజారాహిల్స్
ప్రాంతాల తొలి నివాసులు బంజారాలు,
పఠానులు, అఫ్ ఘనులు, టర్కీలు,
అరబ్బులు, కాబూలీలు, ఇథియోపియా,
అబిసీనియా నుండి వచ్చిన ఆఫ్రికన్స్,
నీగ్రోలు, నేటి హబ్సీగూడా హబ్సీలు
ఒకటేమిటీ
హైదరాబాద్ నగరంలో లేని ప్రపంచ
జాతి ప్రజలున్నారా!
సర్వమతాల, సర్వజాతుల మినీ ప్రపంచం
హైదరాబాద్!
చూసే మనసుంటే ఒకసారి వెళ్ళి
చూడమందాం
నీగ్రో జాతుల అశ్వకదళం
ఆఫ్రికన్ కావల్రీ గార్డ్స్ నేటి ఏ.సి. గార్డ్స్
ప్రదేశాన్ని
వాళ్ళ బస్తీ జీవనాన్ని!

అడుగడుగునా హైదరాబాద్ ఒక సజీవ
కథ చెప్తుంది!
నగరమంటే ఉట్టి మట్టిగోడలు భవనాలు
మాత్రమే కాదు
ప్రజల ఆత్మలు, నగరానికి వారికున్న
అనుబంధాలు కనిపిస్తాయి.
చూసే మనసుండాలికాని
తెలంగాణా తెలంగాణకే ఒకే ఉమ్మడి
బతుకు పండుగ
బతుకమ్మ పండుగ, పూల పండుగ,
ప్రకృతి పండుగ నేటి లుంబినీ
వనంలోనో, హైదరాబాద్ నగర
వాడవాడల్లోనో తెలంగాణ బతుకు
సంస్కృతిని వినిపించే
గుండెల లయను వినమందాం
చూసే మనసుండాలి కాని
ముసల్మాన్ సోదరుల రంజాన్
ఉపవాసాల సంస్కృతి,
బక్రీద్ పండుగల సంస్కృతి, మొహర్రం
త్యాగాల సంస్కృతిని హైదరాబాద్
పాతనగర గల్లీగల్లీలో
స్నేహ సౌభ్రాతృత్వాల నిలయంగా
దర్శించమందాం చూసే మనసుండాలి
కాని
సికింద్రాబాద్ క్రిస్టియన్ సోదరీ సోదరుల
ప్రేమ చిహ్నాల చర్చీ ప్రార్థనల సంస్కృతిని
చూడమందాం ఒకటేమిటీ సర్వమతాల
సారం నీది విభిన్నజాతుల సంస్కృతి నీది
చూసే మనసంటూ ఉంటే
నిజాం పాలనలోని గ్రామీణ ఫ్యూడల్
వ్యవస్థలో

తెలంగాణ జాగీర్దార్లు, దేశ్ ముఖ్, దొరల
పాలన కింది
ప్రజల అష్టకష్టాలను, వెట్టిచాకిరీల
బతుకుల దైన్యాన్ని చూడమందాం
చూసే మనసంటూ ఉంటే
ప్రపంచ ప్రజలచే కీర్తించబడ్డ
నాల్గువేల మందికి పైగా యోధుల
ప్రాణత్యాగాల చరిత్ర సాక్షిగా తెలంగాణ
సాయుధపోరాట రీతిని చూడమందాం
హైదరాబాద్! ఓ! హైదరాబాద్!
నీ నగర భవన సముదాయాల కాంతులు
నలుదిక్కులా ప్రసరింపజేసిన పాదుషాల
అధికార నివాసం పాతనగరం
"చౌమొహల్లా" భవనపు వైభవ చిహ్నాలు
హుక్కాదర్బారులు, వెన్నెల రాత్రులలో
ముషాయిరాలు, కవిత్వగోష్ఠులు,
పర్షియన్ భాషలో వినిపించే 'మస్నవీలు'
వాహ్వాలు! ఎదలను పులకింపజేసేవి.
ఆస్థాన నర్తకి, ప్రముఖ ఉర్దూ కవయిత్రి,
జిగేల్న మెరిసే మెరుపు తీగె రసిక
హృదయాలను రంజింపజేసిన
ఉమ్రావ్ మహలఖాబాయి చందా
అందచందాలు, నృత్యసౌరభాలను
మనసుపెట్టి చూడాల్సిందే హైదరాబాద్
నగర చరిత్రలోకి వెళ్ళి హైదరాబాద్ నగర
సంస్కృతిలోని
సూఫీ సాధువుల, ఫకీర్ల దర్గాలు
పహాడ్ షరీఫ్, జహంగీర్ పీర్ దర్గా,
యూసుఫియా దర్గా, మౌలాలీ దర్గాలు
మతాలను, కులాలను చెరిపేసే దైవ
ప్రసాదాలు!
హైదరాబాద్! ఓ! హైదరాబాద్!
పరమత సహనానికి, లౌకికతత్వానికి
ప్రతీక నువ్వు విశ్వజనులకు నిలయమైన
మినీ ప్రపంచం నువ్వు అందర్ని ఆదరించే
అమ్మవు నువ్వు పాలలో నీళ్ళల్లా
కలిసిపోయారు
ఈ దేశప్రజలు, ఈ విశ్వజనులు నీలో
అందరికీ! ఆదాబ్ !
హైదరాబాద్! ఓ! హైదరాబాద్!
నీ హృదయపు లోతుల్లోకి దిగి చూస్తుంటే
ఆడపిల్ల హృదయపు లోతులు
తెలుసుకోలేనట్లు నీ గురించి అందిన
సంగతుల కన్నా అందని సంగతులెన్నో
ఉన్నాయి!
నీ మట్టితో మమకారాన్ని పంచుకొన్న
వాళ్ళెవ్వరూ నిన్ను మరచిపోలేరు కదా!
తల్లికి బిడ్డకు ఉన్న అనుబంధం ప్రేయసీ
ప్రియుడికి ఉన్న పవిత్రబంధం నీకై నిన్ను
ప్రేమించినవాళ్ళకు ఉంటుంది బతుకును
ఒక వ్యాపారంలా చూసే వాళ్ళకు నీ
నగరాన్ని పాలిస్తున్న పాడియావులా
చూసి దాని పాలు మాత్రమే
పిండుకుందాం అని చూసేవాళ్ళకు
నువ్వెప్పుడూ చెందవు కదా! అందర్నీ
నావారే అనుకొనే నిన్ను
కావాలని వేరు చేయాలని
చూడడమెందుకు? నిన్ను చూస్తుంటే, నీపై
అక్షరలక్షలు రాస్తుంటే నీపై మనసు
మమేకమై పోతుంది మమతానురాగాలు
మరీ పెరిగిపోతున్నవి
ఓ! నా హైదరాబాద్ !

"మేరే షహర్ లోగోన్సే మమూర్కర్ కె జైసే
సమందర్మే మినియాన్ సమీన్"
"నా నగరాన్ని
మహాసముద్రంలో చేపల్లా నిండిపోనీ
జనంతో" అన్న సుల్తాన్ కులీకుతుబ్ షా
మాటలు
వరాల మూటలు
హైదరాబాద్! ఓ! హైదరాబాద్!
నీ అందానికి, నీ చందానికి,
నీ జోరుకు, నీ హోరుకు, నీ ప్రతిష్టకి,
నీ చూపుకు, నీ రూపుకు, నీ నడకకు, నీ
ఠీవికి
దక్కన్ ఎదపై పొంగిన నీ పరువాలకు,
పసిడి వన్నెలకు! నీ లాలిత్యానికి, ఆదాబ్!
షాన్ ఏ షహర్ హైదరాబాద్!
చార్ సౌ సాల్ కా సుందర్ షహర్
హైదరాబాద్ !
'ఏ షాన్ హమారా, ఏ షహర్ హమారా'
ఆదాబ్! హైదరాబాద్!
హైదరాబాద్ ! ఓ ! హైదరాబాద్ !
భాగమతికీ భాగ్యవతికీ భాగ్యనగర్
కులీ కుతుబ్ షా ప్రేమరాణీ !
హైదరాబాద్!
హైదర్ ఆబాద్ ఎంత మంచి పేరు!
Long live Hyderabad!
హైదర్ అంటే కూడా అల్లాకు ప్రియమైన
పేరు
అలా ఎవరు చొచ్చి చూశారు
నీ గుండెల్లోతుల్లోకి వెళ్ళి
నువ్వు ఒక వ్యాపార కేంద్రానివా ?
నువ్వు ఒక వాణిజ్య కేంద్రానివా ?
నువ్వు ఒక పెట్టుబడి పెట్టే ప్రదేశానివి
మాత్రమేనా ? నీ గుండెల వెనుక ప్రేమ
కథలు
నీ చరిత్ర నీ సంస్కృతి నీ వారసత్వం
ఎందరికి తెలుసు ?
హైదరాబాద్ ! ఓ ! హైదరాబాద్!
ఒక దేశ రాజధానికుండవలసిన
హంగులు, వనరులు,
వసతులు అన్నీ ఉన్నాయి కూడ ఘనంగా
అని అంబేద్కర్ చే కీర్తింపబడ్డ మహా
నగరమా !
నువ్విప్పుడు కాదు అప్పుడే 1955 వరకే
గొప్ప మహానగరానివి !
అందమైన పిల్ల అందం అందమే ఎప్పటికీ
అందమైన ఆభరణాలతో అప్పుడే
అలంకరించారు. నిన్ను విశ్వ సుందరిగా
చూపెడుతూ నీ హైదరాబాదీలు ఆనాడే !
ఇప్పుడు నీ దేహ సౌందర్యంపై మరికొన్ని
నగలు వచ్చి చేరవచ్చు
హైటెక్ హంగులని, ఫిల్మ్ సిటీల తీరులని
ఫ్లై ఓవర్ బ్రిడ్జీలని, నెక్లెస్ రోడ్లని ఇంకా
కొన్ని పార్కులని అంతస్థుల రెసిడెన్సీలనీ,
అందమైన హిల్స్ అని
రియల్ ఎస్టేట్ లు అని....
హైదరాబాద్ ! ఓ ! హైదరాబాద్ !
హైదర్ – ఆబాద్
నీ పేరుకో అర్థం ఉంది !
విశాల తత్వం ఉంది !
విశ్వజనీన సూత్రం ఉంది !
ఎక్కడి 1591
ఎక్కడి 1991
నాల్గువందల ఏళ్లు !

ఘనమైన నీ నగర ఉత్సవ కాంతులు
ప్రపంచం నలుదిశలా ప్రసరించినాయి
నీ కీర్తికిరణాలు వెదజల్లుతూ
హైదరాబాద్! ఓ ! హైదరాబాద్!
నువ్విప్పుడు మేటైన, ధీటైన
ఐ.టి. రాణివి కూడా ప్రపంచంలోనే
నీ మాదాపూర్, నీ కొండాపూర్, నీ
గచ్చిబౌలీ, నీ హైటెక్ సిటిల ఐ.టి. రంగ
అభివృద్ధితో
అలా నువ్వు సైబరాబాదువు కూడా!
హైదరాబాద్ ! ఓ ! హైదరాబాద్!
నీ చార్ మినార్, నీ గోల్కొండలు
నీ కుతుబ్ షాహి టోంబ్స్, నీపైగా టొంబ్స్
నీ చేమహల్లా ప్యాలెస్ లు , నీ
ఎర్రమంజిల్లు, పైగా ఫ్లాజాలు, నీ
తారమతి బారాదారి ప్యాలెస్ లు
ప్రేమవతి, భాగమతి భవనాలు
పురాని హవేలీలు, కింగ్ కోఠీ లు,
నీ జంటనగరాల క్లాక్ టవర్లు, కంట్రీ
క్లబ్లు, దివాన్ దేవిడీలు. అనంతగిరి హిల్
రిసార్ట్స్, నీ వారసత్వ నిర్మాణ చిహ్నాలు
ఎవరు నిర్మించారు?
ఎపుడు నిర్మించారు ?
హైదరాబాద్ ! ఓ ! హైదరాబాద్ !
నీ ఆనంద బుద్ధ విహారాలు ?
నీ బిర్లామందిర్, అష్టలక్ష్మి టెంపుల్,
మక్కామసీదు, గురుద్వారా, చర్చిలు,
రాం మందిర్ టెంపుల్స్
జైన టెంపుల్, ఫైర్ టెంపుల్,
మహంకాళమ్మ టెంపుల్, నీ బాదాషాహి
అషూర్ ఖానాలు
నీ నగర మత సంస్కృతి వారసత్వ
చిహ్నాలు
ఎవరు నిర్మించారు ?
ఎప్పుడు నిర్మించారు వాటిని ?
హైదరాబాద్! ఓ! హైదరాబాద్!
నీ హుస్సేన్ సాగర్, దుర్గం చెరువులు,
షామీర్ పేట చెరువులు. నీ నగరానికి
కాలవాహినిలో వారసత్వంగా వచ్చిన
జలాశయాలు ఎవరు నిర్మించారు ?
వాటిని ఎపుడు నిర్మించారు ?
హైదరాబాద్ ! ఓ ! హైదరాబాద్!
హైదరాబాద్ నగరమంటే
వజ్ర వైఢూర్యాల నగరం !
సిటీ ఆఫ్ పెరల్స్ గా పేరు!
నీ నగరం పత్తర్ గట్టి, చార్మినార్
ప్రాంతాల వజ్ర వైఢూర్యాల దుకాణాల
ధగధగల
అందచందాలకు ముగ్ధులైన
మనోహరులు, మనోహరిణిలు ఎందరో
కదా !
ముదితల మనసులను మురిపించే
చార్మినార్ దగ్గరి చుడీ బజారు
లాడిలీ బజారు, లాడ్ బజారు
రంగు రంగుల గాజులకు నగల
దుకాణాలకు ప్రసిద్ధి కదా ! హైదరాబాద్
అంటే అందచందాలు
హైదరాబాద్ అంటే ఆహ్లాద కేంద్రం
హైదరాబాద్ అంటే అవని కిరీటం
నాలుగు వందలేళ్ల నవీన పట్నం
నాగరిక నగరం
హైదరాబాద్ ! ఓ ! హైదరాబాద్!

తింటే గారెలే తినాలి
వింటే భారతమే వినాలి అన్నట్లుగా
తింటే హైదరాబాద్ బిర్యాని తినాలి
నీ వంటకాల రుచులు, ఘుమ ఘుమలు
కుబానికే మీఠా, డబుల్ కా మీఠా, ఫిర్ని,
పాయ, హలీమ్.
కద్దూకీ కీర్, శీర్ కుర్మా, మిర్చికా సాలన్,
బగారే బైగన్, కట్టి దాల్, కిచిడీకా కట్టా,
తిల్కి చట్నీ, బైగన్ కీ చట్నీ, తిల్ కా
కట్టా,
ఆమ్ కా అచార్, గోస్త్క అచార్, షాహీ
టుకుడే,
కీమా ఆలూ నీ నగర ప్రజలకు ప్రీతి
పాత్రమైన వంటకాలు
స్వచ్ఛమైన నెయ్యి స్వీట్లు నీ నగరంలో
ప్రీతి పాత్రం
నీ నగరం నలుమూలలా
హైదరాబాద్ సంస్కృతి
ఇరానీ కేఫ్ సంస్కృతి, ఇరానీ చాయ్,
ఇరానీ సమోసా, ఉస్మానియా బిస్కట్లు
నిజంగా హైదరాబాద్‌కు రుచి ఉంది
హైదరాబాద్‌కురంగు ఉంది
హైదరాబాద్‌కు ప్రత్యేక సంస్కృతి ఉంది.
హైదరాబాద్‌కుప్రజలకో వేషధారణ
ఉంది
నీ నగర స్త్రీలకు సాంప్రదాయ చీరలో
అందం,
ఆధునిక షల్వార్ కమీజ్ చందం వారికే
సొంతం పురుషులు నవీన సూట్ బూట్ల
సంప్రదాయ షేర్వానీల సంస్కృతి నీ
నగరానికే స్వంతం !
హైదరాబాద్ ! ఓ! హైదరాబాద్ !

ఏమి చెప్పాలి నీ పై !
ఏమి రాయాలి నీపై
నీ నడకే ఒక నవీన మార్గం నీ రూపే ఒక
అపురూపం బంజార పిల్ల పాటవు నువ్వు
బతుకు బండి బాటవు నువ్వు ఆహ్లాదాల
తోటవు నువ్వు
ఆనందాల నిలయం నువ్వు
అన్ని హంగులున్న అందమైన పిల్లవని
అందరు భ్రమ పడుతారు కదా నిన్ను
చూసి
హైదరాబాద్ ! ఓ! హైదరాబాద్! ఎంతటి
అందాల ఆరిందవు నువ్వు! నవ రసాల
సాలబంజికవు నువ్వు పూరేకులా పుత్తడి
బొమ్మవు నువ్వు నడకల్లో నాట్యరాణివి
నువ్వు అందుకే నీ అందానికి, నీ
చందానికి
నీ రూపుకు, నీ చూపుకు ముగ్ధులై నీపై
కన్నెస్తారు ఎవరైనా !
ఇక ఎవరి ప్రేమ ఎంతో నిన్ను షోకు
చేయడానికి
నిన్ను ముస్తాబుల్లో ముంచడానికి
నిన్ను ప్రస్తుతిస్తూ ఊరేగించడానికి
కలసి ఉంటే కలదు సుఖమని
ఇక ఇపుడు అందరమొకటే
హైదరాబాదీలమని
పాటలుకూడా పాడుతుంటారు
హైదరాబాద్ ! ఓ ! హైదరాబాద్ !
అందర్ని తల్లికోడి, పిల్లల్ని ఎద క్రింద
దాచుకున్నట్లు దాచుకుంటున్న నీ
ముందు ఎవరైనా ఇలా చేశారా ఈ నాల్గు
వందేళ్లలో? తప్పును తప్పంటే
కాదంటారేమిటి ?

అవినీతిని అవినీతి అంటే
కాదంటారేమిటి ?
హైదరాబాద్ ! ఓ ! హైదరాబాద్ !
కలిసి ఉంటే కలదు సుఖం
ఒక సమైక్య డ్రామా !
ఎద్దు పుండు బాధ
కాకికేమి తెలుసులే
మోసేవాడికి, తెలుస్తుందిలే
కావడి బరువు సంగతి
హైదరాబాద్ ! ఓ ! హైదరాబాద్ ! ఏమిటీ
విపరీతం ?
ఏమిటీ విడ్డూరం ?
ఆకలి పేగుల బ్రతుకుల ఆర్తనాదం
కడుపునిండిన వారి దొంగ ఏడుపు
ఒకటేనా ? ఊరూరా, వాడ వాడా, పల్లె
పల్లె పట్టణాలు తెలంగాణా తెలంగాణా
తెలంగాణా అంటుంటే ఒక నాయకుడు
ఆడిస్తున్న నాటకం
కొందరి నాయకుల స్వార్థపు బుద్ధి అట
ఎలాంటి అసత్య ప్రచారం !
హైదరాబాద్! ఓ ! హైదరాబాద్ ! నిజం
నిలకడ మీద తేలుతుంది
వాస్తవం అదే బయట పడుతుంది
కలతల కాపురాలు చెల్లవు తల్లీ
బలవంతపు పెళ్ళిళ్ళు నిలవవు తల్లీ
ప్రేమకు చిహ్నమైన అందమైన నగరమా !
మమతకు నిలయమైన మాన్యమైన
నేస్తమా !
పూర్వ వైభవ చిహ్నాలకు
చిరస్మరణీయమా !
హైదరాబాద్! ఓ! హైదరాబాద్ !
నీ నగరమే ఒక వేదిక తెలంగాణా
ఉద్యమానికి అసెంబ్లీ ఎదుటన గన్ పార్క్
గుండెల తెలంగాణా అమరవీరుల
స్థూపం సాక్షిగా ఉస్మానియా విద్యార్థుల
ఆత్మ త్యాగం సాక్షిగా నీ నగర
పాదచారుల రోడ్ల సాక్షిగా
హైదరాబాద్! ఓ! హైదరాబాద్!
నాలుగు కోట్ల ప్రజల వాణి ఆత్మ త్యాగాల
ఫలం
నీవే సాక్ష్యం ఇక !
ఆత్మ బలిదానాలు చూడు ! న్యాయమైన
కోర్కె చూడు
హైదరాబాద్! ఓ ! హైదరాబాద్!
భాగమతికీ భాగ్యవతికీ భాగ్యనగర్
కులీ కుతుబ్ షా ప్రేమరాణీ !
హైదరాబాద్ !
హైదర్ – ఆబాద్
Long live Hyderabad !
ఆదాబ్ !
హైదరాబాద్ !

తెలంగాణ డెవలప్‌మెంట్ ఫోరం అమెరికా వారి ఆధ్వర్యంలో రెవెన్యూ గార్డెన్, కరీంనగర్‌లో జరిగిన సభలో హైదరాబాద్ ! ఓ! హైదరాబాద్ పుస్తకాన్ని ఆవిష్కరిస్తున్న తెలంగాణ గెజిటెడ్ అధికారుల సంఘం అధ్యక్షుడు శ్రీనివాస్ గౌడ్ గారు. తేది 18-12-2011

చారిత్రక తెలంగాణ
(పాటలు)

సబ్బని లక్ష్మీనారాయణ

తెలంగాణ సాహిత్య వేదిక, కరీంనగర్

2011

తెలంగాణ వైభవం

తెలంగాణ పది జిల్లాలలో ఎక్కడికైనా వెళ్ళండి. ఏదో ఒక ప్రత్యేకత, విశిష్టత కనిపిస్తుంది. సాహిత్య సాంస్కృతిక రంగాల్లోనే కాక తదితర రంగాల్లో కూడా ఈ ప్రాంతం విలక్షణత చెప్పుకోదగింది. ప్రాచీన మానవుడు సంచరించిన ఈ నేల మానవుణ్ణి పరిపూర్ణంగా తీర్చిదిద్దిన బౌద్ధానికి హారతులు పట్టింది. ఎంతో ప్రకృతి సంపదతో తులతూగుతున్న తెలంగాణ వలస వాదుల చేతిలో దోపిడికి గురై ప్రాభవాన్ని కోల్పోతుంది. గ్రామ దేవతలు, జాతర్లు ప్రజల ఆనందానికి, విశ్వాసానికి కేంద్రాలుగా విలసిల్లుతున్నాయి. సాహిత్యంలో మొట్టమొదటి సాంఘిక విప్లవకారుడు పాల్కురికి, భాగవతం ద్వారా భక్తి, మానవతాఉద్యమాల్ని భారతదేశమంతా పంచిపెట్టిన బమ్మెర పోతన ఈ ప్రాంతం వారే. భారతదేశంలో మొట్టమొదటి స్త్రీ చక్రవర్తి రాణి రుద్రమ 'సామ్రాజ్యం' భావనను ప్రపంచానికి ఇచ్చింది తెలంగాణ ప్రాంతం నుండే. దక్షిణ దేశాన్ని వందలాది సంవత్సరాలు పాలించిన శాతవాహనులు, రాచరికంకు తలొగ్గని వీరత్వాన్ని ప్రదర్శించిన సమ్మక్క సారలమ్మలు, నిజాం నిరంకుశ రాజ్యాన్ని గడగడలాడించిన గండరగండడు గోండు వీరుడు కొమురం భీం ఈ ప్రాంత శౌర్యధీప్తులు. నిరంతర తెలంగాణ ఉద్యమానికి ఊపిరిలొదిలిన వందలాది అమరులు, మేధావులు, కవులు, కళాకారులు ఈ ప్రాంతంలో తరగని మానవ వనరులే. ఈ ప్రాంతంలో ఏ ఊరికైనా వెళ్లండి ప్రతి మట్టి రేణువు చారిత్రక వైభవాన్ని వినిపిస్తుంది. దీన్ని విస్మరిస్తే తెలంగాణా అస్తిత్వానికి ముప్పని సబ్బని లక్ష్మీనారాయణ గారు గుర్తించారు. ప్రవాహం లాంటి తెలంగాణ చారిత్రక వైభవాన్ని పాత్రలోకి వొంపే ప్రయత్నం చేసారు. దీన్ని చదివిన తెలంగాణేతరులకు, తెలంగాణ ప్రాంతవాసులకు తెలంగాణలో పుట్టినవాళ్ళు ఎందుకు గర్వించాలో అర్ధమవుతుంది. ఇందుకు సబ్బని లక్ష్మీనారాయణ గారికి అభినందనలు.

తేది : 2 అక్టోబర్ 2011.
రాజగృహం, హనుమ కొండ

(బన్న అయిలయ్య)

తెలంగాణ బతుకు గాథ

మిత్రుడు లక్ష్మీనారాయణ నిత్యసాహిత్య కృషీవలుడు. ఇప్పటివరకు 20 పుస్తకాల వరకు వెలువరించాడు. అందులో 8 పుస్తకాలు విభిన్న ప్రక్రియల్లో తెలంగాణ పైనే వెలువరించాడు. ఇప్పటి ఈ పుస్తకం 'చారిత్రక తెలంగాణ'లో తెలంగాణ చరిత్ర, సంస్కృతి, వెనుకబాటుతనం, కష్టాలు, కన్నీళ్ళు, కారణాలు ఇందులో ఇమిడి ఉన్నాయి. ఈ పాటను చదువుతుంటే తెలంగాణ జానపద, బతుకమ్మ బాణీలు జ్ఞాపకం వస్తుంటాయి. 12 విభాగాలుగా 12 పేజీలలో పేజీ పేజీకి ఒక్కో ఇతివృత్తం కనిపిస్తుంది.

తెలంగాణ జానపద జీవనం గుర్చి కళల కాణాచి అయిన తెలంగాణ కమనీయసీమ అని చెపుతూ తెలంగాణ సాహితీ వైభవాన్ని గుర్తుకు తెస్తాడు.

కరెంటు పుట్టిల్లు అయిన తెలంగాణలో కరువెందుకచ్చింది అంటాడు. తెలంగాణ యాస, భాషపై చిన్నచూపు ఎందుకు? అని ప్రశ్నిస్తాడు. అన్ని రంగాల్లో తెలంగాణకు రావాల్సిన, చెందవల్సిన పాలు ఎటు పోయింది అని నిలదీస్తాడు. భాష, సాహితీ, కళా, సాంస్కృతిక రంగాలలో తెలంగాణపై వివక్షతను గుర్తుకు చేస్తూ సమైక్యత, సంపూర్ణత ఎక్కడ అని ప్రశ్నిస్తాడు. నిజాం నిరంకుశత్వం నుండి తెలంగాణ సాయుధ పోరాట త్యాగాలు చేసి సాధించుకున్న తెలంగాణను ఎవరి భోగాల కోసమని వదిలిపెట్టాలి? అని చెబుతూ పార్టీలది ఏ మాట మరి? అని ప్రశ్నిస్తాడు.

అందుకే "బతుకు కష్టమాయె
భవిత కష్టమాయె
తెలంగాణమంటు
తెలివితో చెప్పుడీ
ప్రత్యేక తెలంగాణరా తెలంగాణ
ప్రగతికిదె బాటరా తెలంగాణ" అని చెపుతూ తెలంగాణ ప్రజల ఆకాంక్షను వెలువరిస్తాడు.

ఇంత చిన్న పుస్తకంలో తెలంగాణ గుర్చి ఎన్నో అమూల్యమైన విషయాలు తెలియజేసిన ప్రియమిత్రుడు లక్ష్మీనారాయణకు హృదయపూర్వక అభినందనలు.

తేది : 10-10-2011
బొమ్మకల్, మం॥జి॥ కరీంనగర్. (కె. నారాయణ రెడ్డి)

అంకితం

"పుట్టుక నీది
చావు నీది బ్రతుకంతా దేశానిది"
బతుకు గానం
బతుకు సారం
ఒక శతాబ్దపు
తెలంగాణం
(కాళోజీ స్మృతిలో...)

చారిత్రక తెలంగాణ

బతుకు బంగరు తల్లిరా తెలంగాణ అంటూ ...సాగిన ఈ గేయమును నేను జూన్ 2001 మాసంలో కొన్ని గంటల వ్యవధిలో రాయడం జరిగింది. తెలంగాణ ఉద్యమం మరోసారి బలంగా ముందుకు వస్తున్న రోజులు అవి. తెలంగాణ పై అధ్యయనం చేయడం జరిగింది. 'దగాపడ్డ తెలంగాణ' పుస్తకం చదువుతూ అందులో లీనమై కష్టాల కన్నీటి తెలంగాణపై ఈ గేయకవితను రాస్తూపోయాను. అప్పుడు మా బావమరిది శ్రీనివాస్ అదిలాబాద్ జిల్లా మంచిర్యాలలో ఉంటే వాళ్ళ ఇంటికి వెళ్ళినప్పుడు ఇది స్పాంటేనియస్ గా రాసాను. పదేళ్ళు గడిచిపోయింది. ఈ గేయకవితలో కొన్ని భాగాలు గానయోగ్యంగా ఉండి వాటిని ఆడియోగా రికార్డ్ చేయించాలనుకొన్నాను. ఆ పని కూడా చేయలేకపోయాను. మా ఇంట్లో పుట్టిన 'తెలంగాణ బతుకమ్మ పాట' ఈ దశాబ్దంలో మూడు ముద్రణలు పొంది, ఆడియో క్యాసెట్, సి.డి. వి.సి.డి గా కూడా వచ్చింది. కాని ఇది ఇలానే ఉండిపోయింది. 2001లో మళ్ళీ మొదలైన ప్రత్యేక తెలంగాణ ఉద్యమం దాని అస్తిత్వాన్ని నిలుపుకుంటూ ఆటుపోట్లకు గురైతూ 2009, 2010 ల నుండి 2011 సెప్టెంబర్, అక్టోబర్ సకల జనుల సమ్మె వరకు అది ఉధృత రూపం దాల్చింది. ఆ క్రమంలో 2009 నుండి తెలంగాణపై నేను రాసిన పుస్తకాలను 2010 నుండి ప్రచురిస్తూ పోయాను. అలా ఇప్పుడు వెలువడుతున్నదే ఈ చిరుపుస్తకం. తెలంగాణ చరిత్ర, సంస్కృతి, బతుకు, కష్టాలు, కన్నీళ్ళు ఇందులో ఇమిడి ఉన్నాయి. కాలం చాలా గొప్పది. తెలంగాణ నాకు కావ్య వస్తువు అయి నాతో పాటలు, కవితలు, చిరుకవితలు, దీర్ఘ కవిత, వ్యాసాలు రాయించింది. రాయడం ఒక సామాజిక బాధ్యత, ఆ బాధ్యతలో భాగంగా దీనిని ప్రచురిస్తున్నాను. సాదరంగా ఆదరిస్తారని.

తేది : 10-10-2011

కరీంనగర్.

(సబ్బని లక్ష్మీనారాయణ)

చారిత్రక తెలంగాణ

పాటలు

బతుకు బంగరు తల్లిరా తెలంగాణ
భవ్యమైన సీమరా తెలంగాణ
నిలువెల్ల గాయాలు
నిప్పులాకుంపటి
తనువెల్ల గాయాలు
తరుణి తెలంగాణ
వీరుల కన్నతల్లి
విప్లవాల గడ్డ
సాయుధ పోరాటం
సాహిత్యపు గడ్డ రత్నాల సీమ ఇది
రాజకీయపు గడ్డ నట్ట నడిమి సీమ
నా తెలంగాణ
పురుటి పోరుగడ్డ పుణ్యాల దీవిరా
ముక్కోటి తెలంగాణ ముచ్చటైన సీమ
కష్టజీవుల గడ్డరా తెలంగాణ
కన్నీటి కావ్యమ్మురా తెలంగాణ

శాతవాహన గీత
కాకతీయుల రీతి
విజయనగర కీర్తి
తెలంగాణ తల్లి
తెలుగైన నా సీమ
గోదారి, కృష్ణమ్మ
కుడి ఎడమల తీర
విలసిల్లిన సీమ
నిమ్మల అదిలబాద
ఇందూరు భారతీ
నిజాం కన్నెరం ఒరంగల్లు కోట
మెతుకు సీమల జాడ
ఖమ్మం మెట్టుల సీమ

నల్లగోండను జూడు
రంగరెడ్డి జిల్ల
రాష్ట్రం హైదరాబాదు
జానపదుల బాణిరా తెలంగాణ
జాను తెనుగు సీమరా తెలంగాణ

కోటి లింగాలురా కొలనుపాక సీమ
కొంరెల్లి మల్లన్న
యాదగిరి నర్సన్న
సమ్మక్క సారక్క
ఐలేని మల్లన్న భాసర సరస్వతీ
ధర్మపురినర్సన్న కాళేశ్వరం శివుడు
భద్రాద్రి రామన్న
ఎములాడ రాజన్న
ఓదెల మల్లన్న
కొండగట్టంజన్న
కొత్తకొండీరన్న
బతుకమ్మ పండుగలు
దసరజమ్మి చెట్టు
బోనాల జాతర్లు
బద్ది పోచమ్మలూ
తెలంగాణా తల్లిరా తెలంగాణ
తెలంగాణా సీమరా తెలంగాణ

భువనగిరి బురుజులు పానగల్ కోటలు
గొల్లకొండ కోట
చార్మినార్ జూడు
రామప్పశిల్పమూ
నాగినీ నృత్యమూ
కాకతీయ శిల్పమూ ఏక శిలనగరం
వేయి స్తంభాల గుడి
నిర్మల్ బొమ్మలూ

పెంబర్తి డిజైన్లు
ఫిలిగ్రీ కళలూ
గద్వాల చీరెలూ
పట్టు పోచంపల్లి
సిరిసిల్ల చేనేత
భాగ్యనగర సీమ
లస్కర్ సికింద్రబాద్
పట్నం హైదారాబాద్
కళల కాణాచీ ఇదిరా తెలంగాణ
కమనీయ సీమ ఇదిరా తెలంగాణ

ఇందూరు భారతీ
మానేరు సాహితీ
మంజీర సాహితీ
మూసి సాహితీవరద
పొన్నెగంటి తెలుగన్న
పాల్కురికి సోమన్న బమ్మెర పోతన్న
ఎలగందుల నారయ
భక్త రామదాసు
అచ్చతెనుగు కవులు
ఉద్యమాల బాట
అభ్యుదయ కవిత
గ్రామీణ చిత్రాలు
డోలు బుర్రకథలు జానపదబాణీలు
సినారె కావ్యాలు
ధాశరథి కవితలు
కాళోజి నాగోడవలూ తెలంగాణ
కమనీయ కావ్యాలురా తెలంగాణ

మంజీర నదులిచట
మానేరు నదులిచట
ఒకపక్క గోదారి

మరుపక్క కృష్ణమ్మ శ్రీరాంసాగర్ల
శీఘ్ర గతులూ లేవు
మూసినదుల బాట
మురికి పారినచోట
సింగరేణి గడ్డ
సిరులు కురిసేనేల

నిజాం షుగర్లు
సర్ సిల్క్ కంపిన్లు
ఆజంజాహి మిల్లు
అంతర్గాం మిల్లు
ఆల్విన్ కంపిన్లు
ఎఫ్ సిఐ కంపిన్లు
ఎన్టీపీసీ లుండె
కెటిపీసీ లుండె
కరెంటు పుట్టిల్లురా తెలంగాణ
కరువెట్ల వచ్చిందిరా తెలంగాణ

నీ బాంచన్ కాల్మొక్త
నిమ్మలంగ విను
ఎందుకట్ల జూత్తవ్
కైనారమీ భాష
అనుమకొండీ భాష
పాలమూరీభాష
నైజాముదీ భాష
మెతుకు సీమ భాష
నిమ్మలది ఈ భాష
నల్లగొండీభాష
హైదారాబాదీ భాష
రాజన్నలుంటరూ, రామన్నలుంటరూ
కొంరెల్లి లుంటరూ, మల్లన్నలుంటరూ
యాదగిరిలుంటరూ, అంజన్నలుంటరూ
పోచమ్మలుంటరూ, మైసమ్మలుంటరూ
సమ్మక్కలుంటరూ, సారయ్యలుంటరూ
భూదేవిలుంటరూ, భూమన్నలుంటరూ
నర్సయ్యలుంటరూ, ఈరన్నలుంటరూ
భాషపై ఊసెందుకూ తెలంగాణ
చిన్నగా చూపెందుకూ తెలంగాణ

ఏంది వయా గట్ల
ఏమున్నదిక్కడ
కథల పుట్టినిల్లు
కావ్యాల పుట్టిల్లు
విప్లవాలఖని
వీరయోధుల గడ్డ
మట్టిబిడ్డల కథలు
మాన్యమైన కథలు
పాలమూరి కథలు
పక్షిపిల్లల వెతలు
అడవిబిడ్డల కథలు
అలమటించే కథలు
కరువు రక్కసి కథలు
కష్ట జీవుల వెతలు
ఉద్యమ కవితకూ
ఊపిరైన నేల
సజీవ కావ్యాలు
సత్యమైన కథలు
కన్నీటి కావ్యాలురా తెలంగాణ
కష్టజీవుల వెతలురా తెలంగాణ

సదువు సందెలు జూడు
సాధనమ్ములు జూడు
బడులనిక్కడ జూడు
భవితనిక్కడ జూడు
పల్లెపల్లెను జూడు

పట్నవాసం జూడు
ఆఫీసుల జూడు
అడుగడగున జూడు
హైదరాబాదును జూడు
అంతటాను జూడు
ఉపాధిని జూడు
ఉద్యోగములు జూడు
పరిశ్రమల జూడు
పనిపాటల జూడు
నాన్ లోకల్ కోట
నాంది పలికిన చోట
విపరీతం జూడు
విద్దూరం జూడు
పాలెటు పోయిందిరా తెలంగాణ
పక్షపాతమెందుకూ తెలంగాణ

సాహిత్యమైతేమి
సంగీతమైతేమి
కథలు ఐతేమి
కవితలు ఐతేమి
నాటకాలయితేమి
నటనలు ఐతేమి
సినిమాలు ఐతేమి
సిత్రాలు ఐతేమి
అవార్డు ముచ్చట్ల
అవకాశాలయితేమి
పత్రికలు ఐతేమి
పాలనా ఐతేని
ఆంధ్ర ఐతేనేమి
అమెరికా ఐతేమి
ప్రవాసాంధ్రులైతేమి
ప్రదేశాంధ్రులైతేమి

పట్టుమని ప్రతిభను
పక్కనా పెడుతుంటె
సంపూర్ణతెక్కడుందీ తెలంగాణ
సమైక్యతెక్కడుందీ తెలంగాణ

నట్టనడిమీ సీమ
నల్లగొండను చూడు
ఖమ్మం మెట్టుల సీమ
కష్టజీవుల జూడు
కాలవాహిని జూడు
కమ్యూనిష్టుల జూడు
దొడ్డి కొమరయ్యలూ
నల్లనరిసింహాలు
అరుట్లచంద్రులూ
అనభేరి సింహాలు
బద్దం ఎల్లారెడ్డి
రావి నారాయణరెడ్డి
తెలంగాణమంటు
తేజముట్టి పడుతూ
సాయుధ పోరాటం
సాగించిన గడ్డ
మాన ప్రాణాలను
మంటగలుపుకొంటె
త్యాగాలు ఎవరియి
భోగాలు ఎవరియి
పార్టీలదేమాటరా తెలంగాణ
పక్షపాతమేలరా తెలంగాణ

విశాలాంధ్ర అంటు
విజ్ఞులు పలికేరు
సమైక్యతా అంటు
సాటింపు వేసేరు

అర్ధ శతాబ్దం
అరకొర బతుకులే
సదువు సందెలు కరువు
సాగునీరు కరువు
తాగు నీరు కొఱకు
తండ్లాట కావట్టె
వెనుకబడ్డ బతుకు
వెనుకకే కావట్టె
ఉపాధి ఉద్యోగాల
ఉనికేలేదాయె
బతుకు కష్టమాయె
భవిత కష్టమాయె
తెలంగాణమంటు
తెలివితో చెప్పుడీ
ప్రత్యేక తెలంగాణరా తెలంగాణ
ప్రగతికిదె బాటరా తెలంగాణ

(రచనాకాలం : తేది 4-6-2001)
(స్థలం : మంచిర్యాల, ఆదిలాబాద్ జిల్లా)

తెలంగాణ డెవలప్‌మెంట్ ఫోరం అమెరికా వారి ఆధ్వర్యంలో రెవెన్యూ గార్డెన్, కరీంనగర్‌లో
జరిగిన సభలో చారిత్రక తెలంగాణ గేయ కవిత పుస్తకాన్ని ఆవిష్కరిస్తున్న అప్పటి ఎమ్మెల్సీ నారదాసు లక్ష్మణ్‌రావు గారు
తేది 18-12-2011

తెలంగాణ హైకూలు

సబ్బని లక్ష్మీ నారాయణ
తెలంగాణ సాహిత్య వేదిక, కరీంనగర్
2011.

అంకితం

(1956-2002)

తెలంగాణ గుండె చప్పుడై

బతికి నిలిచిన

కీ॥శే॥ ప్రొ. బి. జనార్ధన్ రావు గారి

స్మృతికి...

కృతజ్ఞతలు

ఈ 'తెలంగాణ హైకూలు' అన్నింటిని ఒకేసారి 'నేటినిజం' దినపత్రికలో ప్రచురించిన
సంపాదకులు శ్రీ బైస దేవదాస్ గారికి,
కోరగానే ఈ 'తెలంగాణ హైకూలు' పై విశ్లేషణాత్మకమైన సందేశం పంపిన ప్రముఖ కవి శ్రీ
పెన్నా శివరామకృష్ణ గారికి,
నన్ను అభిమానించే మా శరత్ సాహితీ కళాస్రవంతి కార్యవర్గ సభ్యులకు, ఈ హైకూలును
చదివి, చిరు సూచనలు చేసిన ప్రియమిత్రుడు, బాల్య మిత్రుడు శ్రీ కె. నారాయణరెడ్డికి,
'తెలంగాణ'పై భావస్ఫోరకంగా చక్కటి ముఖచిత్రం వేసి, అది ముఖచిత్రంగా వేసుకోవడానికి
అవకాశంగా నిలిచిన చిత్రకారుడు టి. భూపతి గారికి,
ఈ హైకూలును పుస్తకరూపంలో మలిచి ప్రింట్ చేసి ఇచ్చిన ఉపశ్రీ గ్రాఫిక్స్ హరీశ్, తిరుపతికి
నన్ను అన్నివేళలా అర్థం చేసుకొనే నా శ్రీమతి శారదకు, మా పిల్లలకు నన్ను అభిమానించే మా
కరీంనగర్ ఆర్ట్స్ జూనియర్ కళాశాల ప్రిన్సిపాల్, సహచర ఉపన్యాసకులకు,
ఇంకెందరో ఆత్మీయ మిత్రులకు పేరుపేరునా......

– సబ్బని

తెలంగాణ వేదన ప్రతిఫలించిన 'హైకులు'

-పెన్నా శివరామకృష్ణ

ఆంధ్ర, ఆంగ్ల, హిందీ భాషలలో ప్రవీణులు, ప్రముఖ కవి, కథకులు, విమర్శకులు సబ్బని లక్ష్మీనారాయణ గారు. వీరు కరీంనగర్ లోని జూనియర్ కళాశాలలో ఆంగ్లోపన్యాసకులుగా పనిచేస్తున్నారు. వీరు ఇప్పటికే డజన్ కు పైగా పుస్తకాలను ప్రచురించారు. **మౌనసముద్రం** (1999), **బతుకుపదాలు** (2003), **నది నా పుట్టుక** (2005), **చెట్టునీడ** (2010), **అవ్వ** (స్మృతి కవిత- 2010), **తెలంగాణ ఒక సత్యం** (2010) మొదలైన కవితా సంపుటాలు వెలువరించారు. '**హైదరాబాద్! ఓ! హైదరాబాద్!**' (2010) పేరుతో వీరు రాసిన దీర్ఘకవితకు హైదరాబాద్ నగర చారిత్రక, సాంస్కృతిక ప్రాశస్త్యాన్ని వివరిస్తూ పరవస్తు లోకేశ్వర్ గారు మంచి 'ముందుమాట' రాసినారు. శేషేంద్ర మీద రాసిన కవితలను, వ్యాసాలను, ఇంటర్వ్యూలను కలిపి '**శేషేంద్ర స్మృతిలో...**' (2007) అనే పుస్తకాన్ని తీసుకొచ్చారు. మన ప్రస్థానం (2001), **మనిషి** (2007), **నేటి కవిత** (2007), **అతని అక్షరం మీద చెవి పెట్టి వినండి** (కథలు- 2008) మొదలైన మరెన్నో రచనలూ పేర్కొనదగినవి. వీరు తమ రచనలకు గాను ఎన్నో అవార్డులు, రివార్డులు అందుకున్నారు.

తెలంగాణ వస్తువుగా వీరు 'నానోలు', 'రెక్కలు' రాశారు. 'చిన్న రాష్ట్రాలు అభివృద్ధికి అడ్డమా?' 'తెలంగాణ ఒక గాయాల తల్లి' మొదలైన నానోలలో ఈ కవి సూటిగా, స్పష్టంగా, క్లుప్తంగా తమ అభిప్రాయాలు తెలిపారు. 'నానోలు ప్రస్తుతం తెలుగు కవిత్వంలో ఉన్న రూపాల్లోకి సూక్ష్మమైంది. నాలుగు పాదాలు, పాదానికి ఒకే ఒక్క పదం. ఆ పదం సరళమైన సమాసం లేదా సంధి యైనా సరే. ఇదీ ఈ ప్రక్రియ వ్యాకరణం. అంటే నాలుగే నాలుగు పదాల్లో కవిత్వాన్ని పలికించగలగాలి.' అంటూ ఈగ హనుమాన్ గారు నానోల లక్షణాన్ని వివరించారు. 'ఆ పదం సరళమైన సమాసం లేదా సంధియైనా సరే' అనే వాక్యం ఇక్కడ కీలకమైనది. సబ్బని వారి 'తెలంగాణ నానోల' ను చీకట్లో చిరుదివ్వెలు' అంటూ హనుమాన్ గారు వర్ణించారు.

'ఎవరి భవిష్యత్తు వారి చేతుల్లోనే స్వయంకృషి తెలంగాణ', 'ఒక ఓటమి ఇంకో గెలుపుకు నాంది విజయపథం తెలంగాణ' అంటూ 'తెలంగాణ రెక్కలు' లో వీరు ఉద్బోధించారు. 'అత్యంత పటిష్టమైన, అత్యంత శక్తివంతమైన, అత్యంత సూటిదనాల పదాలతో, ఉపమానాలతో, ప్రగాఢ చింతనను తేటతెల్లం చేస్తున్నాయి" అని వీరి రెక్కలను సుగమ్ బాబు గారు ప్రశంసించారు.

ప్రస్తుతం మన ముందున్నవి 'తెలంగాణ హైకూలు . నాకు అర్థమయినంత వరకు హైకూ లక్షణాలను గూర్చి కొన్ని వ్యాసాలు రాసి ఉన్నాను. మళ్ళీ ఇక్కడ వాటినే చెప్పడం, చర్చించడం అనవసరం. 'తెలంగాణ హైకూల సందర్భంలో నిరుపయోగం కూడా.

ఈ సంపుటిలో 108 హైకూలు ఉన్నాయి. "తెలంగాణ | ఎద్దుపుండు బాధనే | ఎవరికెర్క" అనే మొదటి రచనలో 'కాకులు' ఎవరో వ్యంగ్యం చేశారు. "నాయకులునూ | సేద తీరుతున్నారు | పార్టీ గడప " అనేది మరో హైకూ. ప్రజలు, విద్యార్థులు, ఉద్యోగులు ఉద్యమాల బాట పట్టగా, తెలంగాణ అట్టుడుకుతుంటే, కొందరు తెలంగాణ నాయకులు అధిష్టానాలకో, అధినేతలకో దాసులుగా మారడాన్ని ఈ రచనలో సూచించారు. తరతరాలుగా వంచనకు గురవుతూ, ఎన్నెన్నో ఉద్యమాలు నడిచినా ప్రత్యేక తెలంగాణ సమస్య అపరిష్కృతంగా మిగలడాన్ని "తాత, తండ్రియు | మనమడు కలిసి | తెలంగాణము" అనే రచన ద్వారా స్పష్టం చేశారు. "అడుగడుగు | అంతటను అనాథ | తెలంగాణము", "అళ్వారు స్వామి | ప్రజల మనిషి | తెలంగాణము |" వంటివి సరళంగా, సూటిగా చెప్పబడిన 'హైకూలు'.

ఆరు దశాబ్దాలుగా సాగుతున్న ఆంధ్రుల ఆధిపత్యం, దోపిడి, నీటి సమస్య, పక్షపాతాలు, తెలంగాణ భాష, సంస్కృతులను చిన్నచూపు చూడడం, తెలంగాణ నాయకులే తెలంగాణ ద్రోహులుగా తెలంగాణ రాష్ట్ర సాధనకు అడ్డుపడుతున్న వ్యక్తులు, శక్తులు, పార్టీలు, వారి అవకాశవాదాలు, పాలక పార్టీల వారి మోసపూరిత వాగ్దానాలు, కపట నాటకాలు, నైరాశ్యంతో విద్యార్థులు ఆత్మహత్యలు చేసుకోవడం, ఓటు బ్యాంక్ రాజకీయాలు, ఊరూరా వ్యాపించిన ఉద్యమ చైతన్యం మొదలైన సమస్త అంశాలు ఈ 'హైకూ'లలో ప్రస్తావింపబడినాయి. ఎన్ని ఆటంకాలు ఎదురైనా, ఎన్ని నష్టాలు వచ్చినా తెలంగాణ నిలుస్తుంది, గెలుస్తుందని ఆశాభావం వ్యక్తం చేశారు.

ప్రత్యేక తెలంగాణ పట్ల సబ్బని వారి అకుంఠిత నిబద్ధతను, నిర్మలమైన నిజాయితీని ఈ 'తెలంగాణ హైకూలు' ప్రతిఫలిస్తున్నాయి. లఘు కవితా ప్రక్రియల మీద కూడా వారికి సాటిలేని అభిమానమున్నది. వీరు ఇంతకుముందే 'నీకోసం హైకూలు' పేరుతో ప్రేమ హైకూలు రాశారు. 'తెలంగాణ ఒక సత్యం' పేరుతో కవితా సంపుటి ప్రచురించినా తృప్తి లేకపోవడం వల్లనేమో, తెలంగాణ మీద నానీలు, నానోలు, రెక్కలు, హైకూలు రాశారు. ఒకే అంశం అందులోనూ ప్రత్యేక తెలంగాణ ఉద్యమం వస్తువుగా వివిధ లఘు కవితా ప్రక్రియలలో రచనలు చేసిన ఏకైక కవి సబ్బని లక్ష్మీనారాయణ గారేనేమో !

'తెలంగాణ పై ఒక మహాకావ్యం రాయాలన్నంత మమకారమున్నద"ని సబ్బని వారన్నారు. ఆ శక్తియుక్తులు వారికున్నాయి. కనుక తెలంగాణ వస్తువుగా ఒక మంచి కావ్యం రాయగలరని ఆశిస్తాను. ముందుగానే ఈ 'హైకూలు' చదివే అవకాశం కలిగించినందుకు శ్రీ సబ్బని లక్ష్మీనారాయణ గారికి కృతజ్ఞతలు, శుభాకాంక్షలు.

తేది 31-10-2011 భవదీయుడు

హైదరాబాద్. (పెన్నా శివరామకృష్ణ)

'తెలంగాణ హైకూలు' గురించి

'హైకూ' జపనీస్ కవితా ప్రక్రియ. మూడు పాదాలతో ఉండి, ఆ మూడు పాదాలలో వరుసగా 5-7-5 సిలబుల్స్ ను కలిగి ఉండి, ఒక లోతైన జీవిత భావనను ఇనుమడింప చేస్తూ, ప్రకృతి పరిశీలనకనుగుణంగా అనుభూతిని దృశ్యమానంగా మన కళ్ళముందు ఉంచేది హైకు. ఇక్కడ తెలంగాణ కావ్య వస్తువు. చిన్న పదాల్లో, మూడు పాదాల్లో చెప్పాలని హైకూ ప్రక్రియను ఎన్నుకొన్నాను. మూడు లైన్లు అనే నియమాన్ని పాటిస్తూ తెలంగాణ కంటెంట్ కే ప్రాధాన్యత నిచ్చాను. నేను నాల్గు లైన్లలో తెలంగాణ నానీలు, నానోలు, ఆరు లైన్లలో 'తెలంగాణ రెక్కలు'ను మూడు లైన్లలో తెలంగాణ హైకూలను రాశాను. కవిత్వం రసాస్వాధన, సౌందర్యం అనే కంటే కూడా కవిత్వం సామాజిక అవసరానికి అక్కరకు రావాలని నమ్ముతాను. అందుకే మూడు లైన్లలో తెలంగాణ నేపథ్యంగా హైకూల్లో చెప్పడానికి ప్రయత్నించాను. కవిత్వం ప్రయోజనం భావాల వ్యాప్తి అని కూడా నమ్ముతాను. అందుకే వీటిని రాశాను. హైకూకు రూపం ఉండచ్చు కాని హైకూ సౌందర్యం అంతగా ఇనుమడించక పోవచ్చు వీటిలో కాంటెంట్ పరంగా. తెలంగాణపై ప్రేమే వీటిని రాయడానికి కారణం. కవి కార్చిన కన్నీరే కవిత్వం అని నమ్ముతూ సాదరంగా ఆదరిస్తారని.

తేది 4-11-2011.
కరీంనగర్ .(సబ్బని లక్ష్మీనారాయణ)

తెలంగాణ హైకూలు

1. తెలంగాణది
   ఎద్దు పుండు బాధనే
   ఎవరికెర్క ?

2. 'సమైక్యాంధ్ర' లో
   తెలంగాణము అది
   ఉట్టి నినాదం !

3. కాలానికొక
   కవిత్వము ఉంటుంది
   తెలంగాణము !

4. సమయం ఇది
   సమరము కూడాను
   తెలంగాణము

5. విద్యార్థులచే
   ప్రభంజనము అది
   ఈ ఉస్మానియా!

6. దశాబ్దాలుగా
   దోపిడియే బతుకు
   తెలంగాణము.

7. పదవీ లాలస
   అవకాశవాదము
   అడుగడుగు !

8. తెలంగాణము
గొంతు, గోడు ఒక్కటే!
జై తెలంగాణ!

9. ఆట పాటతో
అడుగు అడుగునా
తెలంగాణము

10. చితికిన బత్కు
ఆకలి చావులునూ
తెలంగాణము.

11. తెలంగాణము
నాడొక సిరిశాల
నేడురిశాల !

12. బతుకు మరి
బరుబాద్ అయ్యింది
మోసపోయినం

13. తాత, తండ్రియు
మనమడు కలిసి
తెలంగాణము

14. అంతయు కూడా
అమ్మ చెప్పినటులే
ఈ నాయకులు!

15. నాయకులునూ
సేదదీరుతున్నారు.
పార్టీ గడప !

16. కొంత విరామం
కమిటీల పేరన
తారుమారైతే !

17. స్వాతంత్ర్యమే
అర్ధరాత్రి వచ్చింది
ప్రకటనేనా?

18. దోస్తీకి మేము
ప్రాణమిస్తాము కూడా!
మోసం చేస్తేనే ?

19. పైనది ఢిల్లీ
ఢిల్లీ వెంట రాష్ట్రము !
సరాసరిగా !

20. తెలంగాణను
వ్యతిరేకిస్తూ కూడా
ఉద్యమములు !

21. విద్యాలయాలు
పల్లెలు, పట్నాలునూ
జై తెలంగాణ !

22. రోడ్లన్ని కూడా
జనంతో నిండినట్లు
జై తెలంగాణ !

23. కలిసి ఉంటే
కలదట సుఖము
మరెవరికీ?

24. తెలంగాణము
బడి బడిలో కూడా
గుడిలో కూడా

25. తెలంగాణకు
స్వాగతము అందాము
కలిసి ఉంటూ

26. తెలంగాణము
అతలాకుతలం
ప్రజల హోరు

27. కమిటీలేస్తే
సత్యం తారుమారైద్దా?
కాలయాపన !

28. ఎప్పుడూ అంతే !
అవకాశవాదము
అటో ఇటోగ !

29. ఆర్తితో కూడి
తెలంగాణ బతుకు
తెల్లారుతుందా ?

30. తెలంగాణము
బతుకును స్మరిస్తూ
కవిత్వం మరి !

31. ప్రభంజనంలా
తెలంగాణ ప్రజలు.
జై తెలంగాణ !

32. నాటి భారతం
కురు పాండవ సమరం
ఈ తెలంగాణ!

33. తెలంగాణలో
పశువు, పక్షి కూడా
జై తెలంగాణ !

34. తెలంగాణము
గా మిఠాయి పొట్లమా?
ఊరిచ్చిచ్చుడు !

35. తెలంగాణలో
ఆత్మహత్యలు కూడా
ఇదేమి త్యాగం!

36. ఒకటే మరి
హోరు, జోరు జోరుగా
తెలంగాణము

37. మాట మార్పులో
తెలంగాణిస్తామని
నిజాయితేది !

38. ప్రకటనేనా !
అర్ధరాత్రి అయితేం
తెలంగాణము

39. రాత్రికి రాత్రే
సీను మారింది మరి
సమైక్యాంధ్రది!

40. ఆర్తితో కూడి
ఆదరించాలి మరి !
సత్యమే జయం !

41. కాలం సిగలో
తెలంగాణ పువ్వది
నిండుగ పూసి.

42. తెలంగాణము
పాడి ఆవు నిజంగా
పాలెటువైపు?

43. కాలప్రవాహం
ఆరు దశాబ్దములు
తెలంగాణము.

44. తెలంగాణము
మలిదశ ఉద్యమము
విజయగీతం.

45. ప్రకటనతో
సీను మారిపోయింది.
తెల్లారినుంచి.

46. విద్యార్థులేమో
దిగులుగా ఉన్నారు
తెలంగాణలో

47. తెలంగాణము
వద్దంటూ ఉద్యమాలు
దోపిడి చాలు!

48. గాలి మాటలు
కొట్టుకొనిపోతాయి
సత్యం విజయం!

49. గెలువదులే
మోసం ఎప్పుడైననూ
జై తెలంగాణ !

50. తెలంగాణము
అల్లంత దూరంలోన
సత్యము జయం.

51. తెలంగాణ ప్రకటన!
మనసంతా ఉల్లాసం
తెలంగాణీయం!

52. పండగైతుందా?
ఇల్లు అలుకంగనే
ఇంకా పయనం!

53. ఎన్నికలటా !
అప్పుడంటారా మళ్ళీ
తెలంగాణని!

54. జై తెలంగాణ
పండు ముసలి, పిల్లాడు!
ఊరు వాడల్లో

55. రగిలెనులే
కదిలెనులే ఇక
జన హృదయం !

56. తెలంగాణము
బతుకు బండితోడి
అరవై ఏండ్లు

57. అందరి అమ్మ
సమానంగా పెట్టాలి
టి. అనాథనా?

58. తెలంగాణలో
చలి, ఎండ, వానలో
ఆట, పాటతో.

59. ఇద్దరు కల్సి
మూడోన్ని ముంచినట్టు
గీ తెలంగాణ !

60. వస్తేమిటిలే
ఎన్ని ఎదురుదెబ్బలు
టి. నిలుస్తుంది.

61. ఉగ్గుపాలతో
అమ్మ నేర్పింది మరి !
తెలంగాణని !

62. తెలంగాణము
ప్రతి చావడిలోన
ప్రత్యేక చర్చ.

63. తెలంగాణము
కళ తప్పిపోయింది
కల గనాలి !

64. కొందరు అటు
ఒకే పార్టీలో మరి !
కొందరు ఇటు!

65. కలిసి ఉంటే
కలదు సుఖం, ఆహా !
సమైక్య డ్రామా!

66. అనుచరులు
అటూ, ఇటూ కూడాను !
మోసం చేస్తునూ!

67. హృదయమును
అమ్ముకొని కొందరు
తెలంగాణలో.

68. పదం పదంలో
పల్లె పల్లెలో కూడా
తెలంగాణము!.

69. తెలంగాణలో
హోరు జనప్రవాహం
తుఫానులాగా .

70. ఓట్లప్పుడేనా
తెలంగాణ పాటంటే
ఓడిస్తారుగా !

71. పట్నం వెలుగు
శతాబ్దాల సాక్షిగా
తెలంగాణము !

72. తెలంగాణకు
వనరు వడ్డింపులు
వాటా ఎంతెంత?

73. నేడొక మాట
నిన్నొకమాట మరి
తప్పుడు దారి!

74. చిన్నా పెద్దలూ
అంతా జై తెలంగాణ!
ప్రజలందరూ !

75. తెలంగాణము
తెగిపోయిన వీణ
సవరించాలి.

76. కరీంనగర్
కదిలిందిలే ఇక
మేల్కొలుపుగా !

77. అడుగడుగు
తెలంగాణ జాతర
పల్లె, పట్నంలో

78. కాళోజీ కైత
తెలంగాణ సత్యము
కల సాకారం !

79. అగ్నిశ్వాసది
దాశరథి కవిత
తెలంగాణము

80. అళ్వారుస్వామి
ప్రజల మనిషిలా
తెలంగాణము

81. ఆ జనపదం
చిల్లర దేవుళ్ళుగా
రంగాచార్యులు.

82. ఉద్యమం అది
అరవైతొమ్మిదితో
అమరత్వము !

83. తెలంగాణము
సాయుధ పోరాటము
త్యాగాల ఫలం!

84. ఊరు పేరది !
తెలంగాణ పేరున
పదం పేరది.

85. ఊరి ఊరికి
ఆట, పాట, మాటగా
తెలంగాణము

86. నటనమును
జీవితం ఒక్కటేనా?
ఎప్పుడూ కాదు

87. తల్లి పిలుపు
తెలంగాణ తల్లిది !
బయిలెల్లాలి!

సబ్బని లక్ష్మీనారాయణ | 106

88. పల్లెలు అన్నీ
నోళ్ళు విప్పుతూ పాట
తెలంగానము

89. పాడగలవా?
మనసు విప్పి నువ్వు
తెలంగాణపై !

90. సత్యమునకు
అసత్యముకు మధ్య
తెలంగాణ.

91. నిప్పు పూలోలె
కుప్ప పోసిన క్రాంతి !
ధూం! ధాం! మనది !

92. ఎడారి బతుకు
కృష్ణ, గోదావరులు
కుడి ఎడమ

93. తెలంగాణము
చట్టం – న్యాయం – ధర్మంలా
గెలుస్తుందిలే !

94. ఈ నేల తల్లి
గుండె ఆక్రోశిస్తోంది
దగాపడ్డదై !

95. మౌనమెందుకు?
కవి కోకిలలారా !
తెలంగాణము !

96. సత్యమెప్పుడూ
సత్యమే సర్వదాను
తెలంగాణాలా!

97. పట్నం ప్రేమను
పెట్టుబడులు పెట్టి
ప్రేమించుతారా ?

98. తెలంగాణ సై!
ఊరు, వాడా కదిలి
అంతిమ జయం !

99. అడుగడుగు
అంతటను అనాథ
తెలంగాణము !

100. తెలంగాణము
కన్నీటి కథాకావ్యం
సత్యమది యే!

101. ఒక్కసారిగా
రెండుసార్లుగా మోసం
మూడోసారి, నో?

102. తుది మజిలీ
సమయము వచ్చింది
గీ తెలంగాణా !

103. జట్లు జట్లుగా
కదిలిన ప్రజలు
జై తెలంగాణ!

104. సమైక్య వాదం
వద్దంటే కాపురమా?
సరిగాలేదు

105. కాలాన్ని చూస్తూ
తెలంగాణ తొవ్వది
విజయపథం !

106. ఉద్యమాలకు
తెలంగాణ నేలది
పురిటిగడ్డ !

107. ప్రాణత్యాగము
దశాబ్దాల పోరాటం
జై తెలంగాణ !

108. తెలంగాణము
విస్మృత సాహిత్యము
ఘన చరిత్ర!

తెలంగాణ డెవలప్‌మెంట్ ఫోరం అమెరికా వారి ఆధ్వర్యంలో రెవెన్యూ గార్డెన్, కరీంనగర్‌లో జరిగిన సభలో తెలంగాణ హైకులు పుస్తకాన్ని ఆవిష్కరిస్తున్న ఎం.పి. పొన్నం ప్రభాకర్ గారు
తేది 18-12-2011

తెలంగాణ నానోలు

సబ్బని లక్ష్మీ నారాయణ
తెలంగాణ సాహిత్య వేదిక, కరీంనగర్.
2010.

అంకితం

తన 'జల దృశ్యం'
తెలంగాణ సాకారానికి తొలి వేదిక అయ్యింది
'తెలంగాణ పితామహ'
బడుగు బలహీన వర్గాల నేత
'సహకార రత్న'
కీ.శే. ఆచార్య కొండా లక్ష్మణ్ బాపూజీ స్మృతికి..
. జననం: 27-9-1915. వాంకిడి, అదిలాబాద్ జిల్లా
మరణం: 21-9-2012. హైదరాబాద్.

మొదటి ముద్రణకు ముందుమాట

చీకట్లో చిరుదివ్వెలు – తెలంగాణ నానోలు

– ఈగ హనుమాన్

తెలుగు కవిత్వం నిత్య నూతనమైంది. కాలానుగుణంగా క్రొంగొత్త రీతులు, రూపాలు వస్తూనే ఉంటై. అవి భాషను పరిపుష్టం చేస్తాయి. మారుతున్న కాలంతో పాటు భాష ప్రవహిస్తూనే ఉండాలి. ఒక కాలంలోనో ఒక మైలురాయి దగ్గరో మూలకు పడిపోగూడదు.

"నానోలు" ప్రస్తుతం తెలుగు కవిత్వంలో ఉన్న రూపాల్లోకి సూక్ష్మ మైంది. నాలుగు పాదాలు, పాదానికి ఒకే ఒక్క పదం. ఆ పదం సరళమైన సమాసం లేదా సంధియైనా సరే, ఇదీ ఈ ప్రక్రియ వ్యాకరణం. అంటే నాలుగే నాలుగు పదాల్తో కవిత్వాన్ని పలికించగలగాలి. ఒక మెరుపులాగా మెరిసి పాఠకున్ని రంజింప చేయగలగాలి. మొట్టమొదటగా 'నానోలు' 2005 మేలో ఈగ హనుమాన్ చే రాయబడ్డాయి. తదాదిగా దేశ విదేశాల్లో (అంతర్జాలం ద్వారా) ప్రాచుర్యత పొందడమే గాక, తెలుగు కవిత్వంలో నవ్య ప్రక్రియల్లో ఒకటిగా విరాజిల్లుతుంది. ప్రాథమికంగా కవిత్వానికుండే లక్షణాలైనటువంటి క్లుప్తత, గుప్తత, గాఢత 'నానోల'కి కూడా వర్తిస్తుంది. నాలుగు స్వతంత్రమైన పదాలు ఒక భావాన్ని, ఆలోచనని చిక్కగా ప్రసారం చేయగలిగితేనే చీకట్లో చిరుదివ్వెలా 'నానో' భాసిల్లుతుంది. ఆ సూక్ష్మరూపం గనుక ఖచ్చితంగా చిక్కదనాన్ని, కవిత్వాన్ని ఒలికించాల్సిందే. నినాద ప్రాయంగానో, వార్తాపత్రిక శీర్షికల్లాగానో ఉంటే నానో తేలిపోవడమే కాకుండా, కవి కూడా అపప్రథకు లోనయ్యే అవకాశముంటుంది.

సబ్బని లక్ష్మీనారాయణ గారు కవిత్వంతో అడపాదడపా దర్శనమిస్తూనే ఉంటారు. తాను నమ్మిన సిద్ధాంతాన్ని ముక్కు సూటిగా చెప్పడం అనే లక్షణం అతని కవిత్వంలో నాకు నచ్చే లక్షణం. కవిత్వానికి ఉన్న ప్రధానమైన లక్షణమేంటంటే, వస్తు ప్రధానమైనపుడు కవిత్వపు పాలు తగ్గే ప్రమాదం ఉంది. ఈ రెంటిని సమతూకంగా సృజన చేయగలిగితే శభాష్ అనిపించుకోవచ్చు. నానో ప్రక్రియను మనస్ఫూర్తిగా ఆహ్వానించి, పుస్తకరూపంగా వెలువరిస్తున్న సబ్బని గారికి శుభాకాంక్షలు తెలియజేస్తున్నాను.

ఒక ప్రత్యేకమైన వస్తువును తీసుకొని నానోలు రాసింది సబ్బనిగారే. తెలంగాణ, తెలంగాణ ఉద్యమాన్ని, ఊపిరిని ఈ నానోల్లో నింపారు. గాయబడ్డ కోయిల కూసిన కూజితాలివి. వేల గాయాల రిప్రెజెంటేషన్ ఇవి. ఉద్యమ ఆవశ్యకతను, విద్యార్థుల పాత్రను చక్కగా చెప్పారు. ఒక చోట అంటారు :

'స్వచ్ఛత | నిజాయితీ / చిత్తశుద్ధి / తెలంగాణ'. నిజాయితీకి నిలువ నీడలేకుండా పోయిన కాలమిది. ఇక రానున్నది తెలంగాణా మహాకావ్యమే. ఈ దగాపడ్డ దశాబ్దాల

పోరాటాన్ని ప్రతి నానోలో ప్రస్ఫుటింపచేశారు. ధర్మమే, న్యాయమే గెలుస్తుందని ఆశపడ్డా చట్టంముందు అవి మోకరిల్లుతున్నాయి కదా! ఉస్మానియా, కాకతీయ విశ్వవిద్యాలయాలే ప్రత్యేక తెలంగాణ కోసం కదం తొక్కకపోతే, తోవలన్నీ ముళ్ళకంచెలతో మూసి వేయబడి ఉండెడివి.

కొన్ని నానోల్లో, నానో లక్షణం నుండి వైదొలిగినట్లు ఉంది. చిక్కటి నానోలు రాయాలంటే పదంపైన, పదజాలంపైన పటుత్వం సాధించాలి. వచన కవిత్వం గానీ, ఇతర రూప కవిత్వాలు గానీ రాయడం ఒకెత్తు. విశాలమైన భావాన్ని ఒక నాలుగు పదాల్లో నిక్షిప్తం చేయడం ఒకెత్తు. సబ్బని లక్ష్మీనారాయణ గారిది కవిత్వ కుటుంబం. ఆ ఇంట్లో పూసిన నానోపూలని అభినందిస్తూ, లక్ష్మీనారాయణ గారు కవిత్వపథంలో పయనిస్తూనే ఉండాలని ఆకాంక్షిస్తూ...

శ్రేయోభిలాషి

తేది 21-4-2010
పాల్వంచ

(ఈగ హనుమాన్)
సెల్ : 9866341396

మొదటి ముద్రణకు ముందుమాట
ఈ నానోల గురించి

స్పష్టత	అక్షరం	వాన
క్లుప్తత	ఆలోచన	వరద
నాణ్యత	అక్షరం	కన్నీళ్ళు
నానో	వందనం	కవిత

నానోల గురించి మొదటిసారి ఈగ హనుమాన్ గారు పలుకరించినపుడు రాసిన నానోలు ఇవి. తెలంగాణ కావ్య వస్తువు. ఆ వస్తువుపై నేను దీర్ఘకవిత రాశాను, వచన కవితా సంపుటిని రాశాను. వ్యాసాలు రాశాను, పాటలు రాశాను. ఏమి చెప్పిన ఏది చెప్పినా గుండెలకు హత్తుకొనేట్లు సులభంగా చెప్పాలనిపిస్తుంది. అందుకు వాహికగా నేను నానోలను ఎన్నుకొన్నాను. తెలంగాణ గురించి చెప్పాలనే ప్రేమతో, నానోలలో చెప్పాలనే ప్రేమతో నేను వీటిని రూపు కట్టించాను. 'కారు / నానో / కవిత / నానో'. చెప్పడానికి వెయ్యిల పేజీలు కాదు, వేల లైను కాదు, వందల పదాల్లోనే సూక్ష్మంగా 'నవ్యత/నాణ్యత/నిపుణత/నానో' అని నానోలలో చెప్పాలనిపించింది.

ఈగ హనుమాన్ గారు చెప్పినట్లు కొన్ని నానోల్లో నానో లక్షణం వైదొలిగి నట్లుగా ఉంది అన్నారు. నిజమే, ఈ భావాలను నానో రూపాల్లో రాసినా, తెలంగాణ విషయానికే ప్రాధాన్యత ఇచ్చాను. కొన్ని బలంగా ఉన్నాయి, కొన్ని మామూలుగా ఉండచ్చు.

తెలంగాణపై ఒక మహాకావ్యం రాయాలన్నంత మమకారం. తెలంగాణపై చిన్న చిన్న పదాలతో చెప్పాలన్నంత ప్రేమ కూడా. ఆ ప్రేమే ఈ నానోలని రాయించింది. కవిత్వం కాలానికి ప్రతిబింబం, తెలంగాణ కావ్య వస్తువు. తెలంగాణ ఒక సత్యం అని, ఆ నేల కోసం, 'కవి/కన్నీరు/కవిత్వం/తెలంగాణ' అని నమ్మి ఈ నానోలను రూపు కట్టించాను. కవిత్వం ప్రాంతాలకు, దేశాలకు అతీతమైందని, నమ్ముతూ.

సబ్బని లక్ష్మీనారాయణ

తేది : 24-04-2010.
కరీంనగర్.

(సబ్బని లక్ష్మీనారాయణ)

రెండో ముద్రణకు ముందు

కృతజ్ఞతలు

ఈ తెలంగాణ నానోలను 2010లో మొదటిసారి రాసి ముద్రించాను. "కొన్ని నానోల్లో నానో లక్షణం వైదొలగినట్లు ఉంది. చిక్కటి నానోలు రాయాలంటే పదంపైన, పదజాలంపైన పటుత్వం సాధించాలి" అన్నారు ముందుబాటలో ఈగ హనుమాన్ గారు, అది నిజమే. అందుకే రెండో ముద్రణలో అలాంటి వాటిని తొలగించి నానో లక్షణాన్ని పునికి పుచ్చుకున్న నాల్గు పదాల్లోనే ఈ నానోలను ఉంచడం జరిగింది. నిజంగా నానోలను రాయడం ఈజీకాదు. తెలంగాణ కంటెంట్తో నానోలను తిరిగి రాయడానికి సంకల్పించాను మనసు నుంచి. ప్రత్యేక తెలంగాణా రాష్ట్రం ప్రకటన వెలువడిన కేంద్ర కేబినెట్ నోట్ వెలువడిన ఈ చారిత్రక సందర్భంలో మళ్ళీ రెండవ ముద్రణగా తెలంగాణ నానోలను వెలువరిస్తున్నాను. నానోలను ఆదరించిన ఫేస్బుక్ సాహితీ మిత్రులకు, పత్రికల సంపాదకులకు, నన్ను అభిమానించే సహృదయ సాహితీ మిత్రులకు హృదయపూర్వక కృతజ్ఞతలు.

కోరిన వెంటనే డి.టి.పి. వర్క్ చేసి మరియు పుస్తకాన్ని ముద్రించి ఇచ్చిన ఉషశ్రీ గ్రాఫిక్స్ హరీషు,
మా పిల్లలు శరతు, వంశీకి,
ప్రియమిత్రుడు, బాల్యమిత్రుడు శ్రీ కె. నారాయణరెడ్డికి,
నాకు అన్నివేళలా సహకరించే నా శ్రీమతి శారదకు,
తెలంగాణ నానోలను చదివి స్పందించి ఎస్.ఎం.ఎస్ ల ద్వారా, ఫోన్ ద్వారా పలుకరించిన ఎందరో ఆత్మీయ మిత్రులకు పేరుపేరునా...

తేది : 10-10-2013,
కరీంనగర్.

తెలంగాణ నానోలు

1. తెలంగాణ
సత్యం
సోక్రటీస్
సాక్షి

2. సత్యం
ధర్మం
సాక్షాత్కారం
తెలంగాణ

3. ఎద్దు
పుండు
బాధ
తెలంగాణ

4. స్వచ్ఛత
నిజాయితీ
చిత్తశుద్ధి
తెలంగాణ

5. ఢిల్లీ
దూరం
తెలంగాణ
ఆలస్యం.

6. కవి
క్రాంతిదర్శి
సత్యం
ప్రవచితం

7. అబద్ధాలు
   వెయ్యి
   సత్యం
   తెలంగాణ

8. కవి
   కన్నీరు
   కవిత్వం
   జీవితం

9. తెలంగాణ
   మహాకావ్యం
   మట్టి
   మమకారం

10. దేశం
    ప్రాంతం
    నేపథ్యం
    కవిత్వం

11. కళ
    సంస్కృతి
    విస్మృతి
    తెలంగాణ

12. సత్యం
    ఆవిష్కరణం
    కవిత్వం
    జీవితం

13. నటన
    అబద్ధం
    జీవితం
    సత్యం

14. బతుకు
    సత్యం
    తెలంగాణ
    ఉద్యమం

15. మాట
    మంచి
    మనుగడ
    బతుకు

16. తెలంగాణ
    స్ఫూర్తి
    మార్గదర్శి
    ముందడుగు

17. తెలంగాణం
    ఆత్మాభిమానం
    ఆత్మగౌరవం
    నినాదం

18. కరువు
    బతుకు
    వలస
    తెలంగాణ

19. స్వప్నం
ద్యేయం
సాకారం
తెలంగాణ

20. అమాయకం
తెలంగాణం
గడుసుతనం
ఆంధ్ర

21. ఆలుమొగలు
విడాకులు
తెలంగాణ
ఆంధ్ర

22. భూకంపం
సునామీ
తుఫాన్
ఉద్యమం.

23. మనసు
మార్గం
పరిష్కారం
జీవితం

24. తెలంగాణ
పాడి ఆవు
చిలకమర్తి
పద్యం

25. వాదం
సమైక్యం
వన్ సైడ్
లవ్ !

26. కష్టం
కాపురం
నష్టం
జీవితం

27. పార్టీలు
పదవులు
ప్రాంతాలు
నాయకులు

28. ధర్మం
న్యాయం
గెలుపు
తెలంగాణ

29. కుట్రలు
కుతంత్రాలు
నిలవవు
గెలువవు.

30. ఉద్యమం
అగ్నిపర్వతం
లావా
ఆగ్రహజ్వాల

సబ్బని లక్ష్మీనారాయణ | 118

31. ప్రజలు
కోర్కె
సత్యం
తెలంగాణ

32. సమయం
సందర్భం
పరిపక్వం
తెలంగాణ

33. కమిటీలు
చర్చలు
కాలసూచి
తెలంగాణ.

34. అబద్ధాలు
నూటొక్కటి
సత్యం
ఒక్కటే

35. నటన
సినిమా
నిజం
జీవితం

36. జ్యోతి బాపులే!
అంబేద్కర్!
సామాజికం
తెలంగాణ

37. రెండు
పడవలు
రెండు
నాలుకలు

38. పదవి
ప్రాంతం
ఊగిసలాట
బతుకు

39. ఉద్యమం
పల్లె
పట్నం
విద్యాలయం.

40. తెలంగాణం
సత్యం
ఆత్మ బలిదానం
నిజం

41. ఉద్యమం
స్ఫూర్తి
మార్గదర్శి
తెలంగాణ

42. ఓట్లు
సీట్లు
పాట్లు
తెలంగాణ

43. తెలంగాణం
ఆత్మగౌరవం
నినాదం
ఆకాంక్ష

44. సమైక్యాంధ్ర
సహపంక్తి
తెలంగాణ
వివక్షత

45. చిలుక
పలుకు
కపటం
నాటకం

46. కర్ర
విరగదు
పాము
చావదు

47. త్యాగం
ఉద్యమం
చరిత్ర
తెలంగాణ

48. హస్తిన
రావాలె
పోవాలె
భారతం

49. ఒకే తల్లి
ఒకే బాష
వివక్షత
నిజం

50. తెలుగుతల్లి
తెలంగాణతల్లి
పెద్దమ్మ
చిన్నమ్మ

51. కవి
కలం
తెలంగాణ
కావ్య వస్తువు

52. ఆంధ్ర
తెలంగాణ
అన్న
తమ్ముడు

53. నిజం
నిలుస్తుంది
గెలుస్తుంది
తెలంగాణ

54. విద్యార్థి
ఆకాంక్ష
సాకారం
తెలంగాణ

సబ్బని లక్ష్మీనారాయణ | 120

55. - జనఘర్జన
తొవ్వ
ఆవిష్కరణ
తెలంగాణ

56. మౌనులు
తటస్థులు!
సత్యం
ఒక్కటి!

57. తెలంగాణ
సత్యం
కెరటం
సాక్ష్యం

58. వేయి అసత్యాలు
అబద్ధాలు
సత్యం
గెలుపు

59. కాలం
గాయం
తెలంగాణ
సత్యం

60. కాలం
జవాబు
సత్యం
నిత్యం

61. పాట
ఆట
మాట
తెలంగాణ

62. భారతం
తెలంగాణా
కురుపాండవం
సమరం

63. నిప్పురవ్వ
పెనుగాలి
తుఫాన్
తెలంగాణ

64. తుఫాన్
కెరటం
ఉద్యమం
ఉస్మానియా

65. తెలంగాణ
ఆకాంక్ష
స్వప్నం
ఉస్మానియా

66. తెలంగాణ
నాలుగుకోట్లు
నాడి
ఉస్మానియా

తెలంగాణ నానోలు 121

67. ప్రగతి
భావం
బాట
ఉస్మానియా

68. ఉద్యమం
ఉనికి
ఊపిరి
ఉస్మానియా

69. బతుకు
బాట
భవిత
తెలంగాణ

70. ధర్మం
న్యాయం
గెలుపు
చరిత్ర

71. ప్రజలు
ఆకాంక్ష
స్వయంపాలన
తెలంగాణ

72. తెలంగాణ
సత్యం
సత్యం
అమృతం

73. న్యాయం
పోరాటం
ప్రజలు
విజయం

74. కవి
క్రాంతిదర్శి
సత్యం
వాక్కు

75. కపటం
మోసం
నటన
వినాశనం

76. కష్టం
కన్నీరు
ప్రాంతం
తెలంగాణ

77. ప్రజలు
ఉద్యమం
నాయకుడు
తెలంగాణ

78. నటులు
నాయకులు
నాయకులు
నటులు.

సబ్బని లక్ష్మీనారాయణ | 122

79. వందేమాతరం
తెలంగాణం
ఉద్యమకేంద్రం
ఉస్మానియా

80. బతుకు
గెలుపు
పురోగమనం
జీవితం

81. ఆత్మహత్య
పిరికితనం
బతుకు
సాధన

82. అమ్మ
ఆదరణ
హైదరాబాద్
తెలంగాణ.

83. ఆత్మ
గుండె
తెలంగాణ
హైదరాబాద్

84. నవీనం
పట్నం
నూతనం
హైదరాబాద్

85. ప్రజలు
చెమట
పట్నం
నిర్మాణం

86. మోసం
ఓటమి
నిజాయితీ
గెలుపు

87. సినిమా
నటన
ఉద్యమం
ఓటమి

88. మనసు
మలినం
బతుకు
నాశనం.

89. కృత్రిమం
అక్రమం
అసహజం
నాశనం

90. ఆశ
శ్వాస
బతుకు
తెలంగాణ

తెలంగాణ నానోలు | 123

91. మనసు
మనిషి
తెలంగాణం
సత్యం.

92. కదం
పదము
ఉద్యమం
తెలంగాణ

93. ప్రజలు
ఉద్యమం
నాయకుడు
తెలంగాణ

94. సహనం
ఓపిక
సత్యం
జయం.

95. నిజం
సత్యం
ధర్మం
తెలంగాణ

96. సత్యం
ధర్మం
జయం
జీవితం.

97. పోరాటం
సాకారం
సాక్షాత్కారం
తెలంగాణ

98. సహనం
సహకారం
సంయమనం
తెలంగాణ

99. రాయబారం
ఢిల్లీ
అంతిమం
తెలంగాణ

100. స్వప్నం
ధ్యేయం
సాక్షాత్కారం
తెలంగాణ

సబ్బని లక్ష్మీనారాయణ | 124

తెలంగాణ చౌక్, కరీంనగర్‌లో తెలంగాణ నానోలు పుస్తకాన్ని ఆవిష్కరిస్తున్న తెలంగాణ మిత్రులు
తేది 28-09-2011

తెలంగాణ రెక్కలు

సబ్బని లక్ష్మీనారాయణ
తెలంగాణ సాహిత్య వేదిక, కరీంనగర్
2011

అంకితం

ఈ
మట్టిపై
మమకారం ఉన్న
ప్రతి ఒక్కరికి
......
ఆదరించే అమ్మ
తెలంగాణ!

కృతజ్ఞతలు

ఈ 'తెలంగాణ రెక్కలు'ను నూటికి నూరు 'నేటినిజం' దినపత్రికలో ప్రచురించిన సంపాదకులు శ్రీ బైస దేవదాస్ గారికి,
తన 'కాంతి కెరటాలు' రెక్కలు పంపి ఈ 'తెలంగాణ రెక్కలు' రాయడానికి ప్రేరణగా నిలిచిన శ్రీ మోపిదేవి రాధాకృష్ణ గారికి,
కోరగానే ఈ 'తెలంగాణ రెక్కలు' పై అమూల్యమైన సందేశం పంపిన ప్రసిద్ధ కవివర్యులు జ్ఞానపీఠ అవార్డు గ్రహీత డా॥ సి. నారాయణరెడ్డి గారికి, రెక్కలు రాస్తున్నాని తెలిసి సంతోషపడి వాటి ముందుమాట కోసం పంపగానే ఆప్యాయంగా 'సత్యదర్పణం' అనే ముందుమాట అందించిన 'రెక్కలు' సృష్టికర్త శ్రీ సుగమ్ బాబు గారికి,
నన్ను అభిమానించే మా శరత్ సాహితీ కళాస్రవంతి కార్యవర్గ సభ్యులకు, ఈ రెక్కలును తొలిసారి చదివి, చిరు సూచనలు చేసిన ప్రియమిత్రుడు, బాల్య మిత్రుడు శ్రీ కె. నారాయణరెడ్డికి,
తనెవరో నాకు తెలియకున్న తెలంగాణపై చక్కటి ముఖచిత్రం వేసిన
ఎం.వి. రమణారెడ్డి గారికి, అది ముఖచిత్రంగా వేసుకోవడానికి అవకాశంగా నిలిచిన ఆంధ్రజ్యోతి ఆదివారం సండే స్పెషల్ పత్రిక వారికి,
ఈ రెక్కలును పుస్తకరూపంలో మలిచి ప్రింట్ చేసి ఇచ్చిన ఉషశ్రీ గ్రాఫిక్స్ హరీష్‌కు,
నన్ను అన్నివేళలా అర్థం చేసుకొనే నా శ్రీమతి శారదకు, మా పిల్లలకు, ఇంకెందరో ఆత్మీయ మిత్రులకు పేరుపేరునా

– సబ్బని

జ్ఞానపీఠ అవార్డు గ్రహీత
డాక్టర్ సి. నారాయణరెడ్డి ఎక్స్ ఎంపి.
అధ్యక్షులు ఆంధ్ర సారస్వత పరిషత్తు
తిలక్ రోడ్, హైదరాబాదు 500 001. ఫోన్: (e) 24753724

శ్రీ సబ్బని లక్ష్మీనారాయణకు,
మీరు రచించిన "తెలంగాణ రెక్కలు' కృతిలో ఆరు పంక్తుల్లో తెలంగాణ స్వరూపాన్ని ఉత్తేజకరంగా ఉల్లేఖించారు.

"కఠిన
కాలపరీక్షకు
ఎదురొడ్డి
నిలిస్తేనే
భవిష్యత్
తెలంగాణ"

ఈ పంక్తుల్లో మీరు లక్ష్య సాధనకు అకుంఠిత దీక్ష అవసరమని ఉద్బోధించారు. ధర్మాగ్రహంతో, సత్యాగ్రహంతో గాంధీ బాటలో సాగితే తెలంగాణ ప్రాప్తిస్తుంది అంటూ మీరు చక్కని సూచన చేశారు.
ప్రయోజనాత్మక కృతిని రచించిన మీకు నా హార్ధికాభినందనలు.

M.K. Sugam Babu
'రెక్కలు' రూపశిల్పి

502, SaiTeju Enclave,
Suraram X Roads,
Hyderabad - 500055
Cell : 8096615202

నిలువెత్తు సత్యదర్పణం

సత్యశోధనే రెక్కలు ప్రక్రియ లక్ష్యం–

ఆ శోధనలోంచి, ఆ లోతుల్లోంచి తాత్విక చింతనకు మార్గం ఏర్పడుతుంది. కవి మిత్రుడు సబ్బని లక్ష్మీనారాయణ సత్య ప్రేమికుడు. ఈయన తన రెక్కలకు ఆధారం చేసుకున్న విషయం (Subject) తెలంగాణ. తెలంగాణలో పుట్టి పెరిగిన కవి, తెలంగాణ చరిత్ర, సంస్కృతి, సాహిత్యాన్ని ఆకళింపజేసుకున్న విద్యాధికుడు లక్ష్మీనారాయణ.

ఇవాళ తెలంగాణా లక్ష్యం ప్రత్యేక రాష్ట్రం కాగా, సబ్బని తన రెక్కల్లో తెలంగాణ ఆర్తిని, ఆకాంక్షలను ప్రస్ఫుటం చేసిన తీరు, ప్రత్యేక తెలంగాణ అవసరాన్ని వ్యక్తం చేసిన విధానం అపూర్వం. సామాన్యంగా ఒక ఉద్యమ నేపథ్యంలో వచ్చే కవిత్వం నినాద ప్రాయంగా ఉంటుందనేది సత్యదూరం కాదు. అందుకు భిన్నంగా ఈ కవి తెలంగాణను అజరామరం చేస్తూ, సాహిత్య గౌరవాన్ని కట్ట బెట్టడం ఎంతైనా హర్షణీయం.

"తాత తరం

తండ్రి తరం

మనవడి తరం

తెలంగాణం –

తరాల గోస

తెలంగాణ!

ఈ రెక్క మూడు తరాల ఆకాంక్ష. తెలంగాణ చిరకోరిక. కేవలం ఆరు చిన్న చిన్న పంక్తుల్లో (4+2) కవి వర్ణించిన తీరు 'తెలంగాణా రెక్కలు'కే మకుటాయ మానంగా భాసించింది.

"నిప్పు
రాజుకుంది
ఎవరాపుతారు
చేతులడ్డం బెట్టి? –

తెలంగాణ
అగ్నికణం !"

అత్యంత పటిష్టమైన, అత్యంత శక్తివంతమైన, అత్యంత సూటిదనాల పదాలతో, ఉపమానాలతో, ప్రతీకలతో సబ్బని రెక్కలు హృదయరంజకంగా సాగడం కవి కవితాశక్తిని, ప్రగాఢ చింతనను తేటతెల్లం చేస్తున్నాయి.

"నాటి
వీర తెలంగాణ
నేటి
ప్రత్యేక తెలంగాణ –

రెండూ
అస్థిత్వ ఉదాహరణలే

ఇది రాజకీయ అవగాహన. ఒక చారిత్రాత్మకమైన మలుపులో తెలంగాణా ప్రజల పక్షాన నిలిచి, గళం విప్పి, వారి ఆకాంక్షలను 'రెక్కలు'గా గానం చేసిన సబ్బని లక్ష్మీనారాయణ బహుధా ప్రశంసనీయుడు.

ఇతర ఏ ప్రక్రియలోనైనా ఒకే వస్తువును (Subject) వంద కోణాల్లో అభివర్ణించి ఒప్పించడం అసాధ్యం. అది రెక్కల్లో మాత్రమే సాధ్యం. దీనికి ప్రత్యక్ష, ప్రత్యక్షర సాక్ష్యం 'తెలంగాణ రెక్కలు' ఇది ఉత్తమ కావ్యం. నిలువెత్తు సత్య దర్పణం.

23-2-2011 శుభాకాంక్షలతో..

యం.కె. సుగమ్ బాబు.

(యం.కె. సుగమ్ బాబు)

తెలంగాణ రెక్కల గురించి

రెక్కలు తెలుగు కవిత్వంలో నూతన ప్రక్రియ, సుగమ్ బాబు గారి సృష్టి. అది గత ఐదారేళ్ళ నుండి కవులను విశేషంగా ఆకర్షిస్తుంది. కాని రెక్కలు రాయడం రాసి మెప్పించడం అంత సులువు కాదు. రెక్కలు ఒక లోతైన సృజనాత్మక, భావాత్మక, తాత్విక కవిత్వ ప్రక్రియ. ఆరు లైన్లలో ఉన్న రెక్కల్లో మొదటి నాలుగు లైన్లలో విషయాన్ని చెప్పి, చివరి రెండు లైన్లలో ఆ మొదటి నాల్గు లైన్ల సారాన్ని చాలా లోతుగా, పరిశోధకంగా చెప్పాలి. అప్పుడే ఆ రెక్క రాణింపుకస్తుంది. గుర్తింపుకస్తుంది. జీవితపు విలువలు బతుకులోతుపాతులు ఎంతగా తెలిస్తే అంత గొప్పగా రాయవచ్చు రెక్కలను. కవిత్వానికి కవితా వస్తువు ఏదైనా కావచ్చు. నేను రెక్కల్లో చెప్పడానికి ఎన్నుకొన్న వస్తువు తెలంగాణ. తెలంగాణ గురించి చెప్పడానికి నేను వచన కవితను, దీర్ఘ కవితను, వ్యాసాన్ని పాటను సాధనంగా చేసుకున్నాను. ఇంకా చిన్నమాటల్లో పదాల్లో తెలంగాణ గురించి చెప్పాలని, మూడు లైన్లలో తెలంగాణ హైకులు, నాల్గు లైన్లలో తెలంగాణ నానోలు, నానీలు రాసాను. ఆరు లైన్లలో చెప్పాలని రెక్కలు రాసాను. తొలిసారి రెక్కలు సృష్టించిన సుగామాబాబుగారి రెక్కలపై అభిమానం, గౌరవభావం ఉంది. అవి లోతైన రెక్కలు వాటికి ఐదారేళ్ళ కిందటనే రివ్యూ రాయడం జరిగింది. ఆ తర్వాత క్రమంలో చీరాల పి.శ్రీనివాస్ గౌడ్ గారి రెక్కలపై కూడా రివ్యూ రాయడం జరిగింది. అలానే మోపిదేవి గారి రెక్కలు చదివినపుడు నేను తెలంగాణ రెక్కలు రాస్తానని వారితో చెప్పాను, అలానే రాసాను. అవి 'నేటినిజం'లో నూరు ఒకేసారి ప్రచురితమై ఆశ్చర్యం కలిగించాయి కొందరికి. తెలంగాణ గురించి రెక్కల్లో కూడా చెప్పి ఉండవచ్చా అని. ఇప్పట్లో గత 2009 డిసెంబర్ నుండి నేను తెలంగాణ పైనే ఎక్కువగా రాసాను సాహిత్యపరంగా. నాకు కావ్య వస్తువు అయ్యింది. నేను తెలంగాణపై మమేకమై వాస్తవాల్ని గమనిస్తూ స్పాంటేనియస్ గా రాస్తూపోయాను. అలా వెలువడిన తెలంగాణ రెక్కలు చదివి సుగమ్ బాబు గారు అభినందించారు. మరి పలువురు కవులు మెచ్చుకున్నారు. అది తెలంగాణ గొప్పతనం! ఈ మట్టికి ఆ గొప్పతనం, స్వభావం ఉంది. ఒక నేల, దాని పరిస్థితులు, దాని కష్టాలు, ఒక మహోన్నత రచనను చేయడానికి పురిగొల్పుతాయి. అలా తెలంగాణ ఒక కావ్యవస్తువు కవుల రచనకు. ఒక మహాకావ్యాన్ని రాయడానికి గల సరుకు, సత్తా గల నేల ఈ తెలంగాణ. చిత్తశుద్ధితో, నిజాయితీతో దాని ఆత్మను పట్టుకున్నవారే దాన్ని రాయగలరు. అవకాశవాదులకు, అల్పులకు, రెండు నాల్కల వాళ్ళకు సత్యాన్ని చూస్తూ కూడా మౌనంగా ఉండేవాళ్ళకు అది సాధ్యం కాదు. కవిత్వం భగభగ మండే అగ్ని జ్వాల. ఆ జ్వాలను తట్టుకొని పట్టుకున్న వాడికే అది అందుతుంది. ఆ క్రమంలో నేను

తెలంగాణ రెక్కలును రాసాను, రాసి ప్రచురిస్తున్నాను. సహృదయులైన సాహితీవేత్తలు మెచ్చుకున్నారు ప్రాంతీయబేధం లేకుండా. సత్యం ఒక్కటే ఉంటుంది. ఆ సత్యదర్పణమే ఈ 'తెలంగాణ రెక్కలు' సాదరంగా ఆదరిస్తారని వినమ్రంగా.

కరీంనగర్.
20-03-2011

సబ్బని లక్ష్మీనారాయణ

తెలంగాణ రెక్కలు

1. తాత తరం
   తండ్రి తరం
   మనవడి తరం
   తెలంగాణం

   తరాల గోస
   తెలంగాణ

2. ఆరు
   దశాబ్దాల
   అవిరళ
   సుదీర్ఘ పోరాటం

   తెలంగాణ
   ఆకాంక్ష

3. విసుగు లేదు
   విరామం లేదు
   365 రోజుల
   సుదీర్ఘ పోరాటం

   జనజాతర
   తెలంగాణ

సబ్బని లక్ష్మీనారాయణ | 134

4. నాటి
వీర తెలంగాణ
నేటి
ప్రత్యేక తెలంగాణ

రెండూ
అస్థిత్వ ఉద్యమాలే

5. దశాబ్ధాల
పోరాటం
జగమెరిగిన
సత్యం

దగాపడ్డ
తెలంగాణ

6. అందరికి
అన్నీ తెలుసు
తెలిసి కూడా
మౌనం

బలిపశువు
తెలంగాణ

7. చిత్తశుద్ధితో
చేసేపనులు
కడదాకా
కొనసాగుతాయి

తెలంగాణ
రామబాణం

8. ఎవర్ని
ఏమనలేదు
వాళ్లే
చనిపోయారు

అమాయకులు
తెలంగాణ బిడ్డలు

9. చర్చలు
వాదనలు
తెలంగాణను
గట్టెక్కించవు

ఉద్యమం
తెలంగాణ

10. ప్రశ్నలకు
జవాబులుంటాయి
సమస్యలకు
పరిష్కారాలుంటాయి

జయిస్తుంది
తెలంగాణ

11. ఒకరికి తోడు
ఇంకొకరు
పిల్లాపాపా
అందరు

తెలంగాణ
జనవాహిని

12. పండితుడైతేం
పామరుడైతేం
అంతా
తెలంగాణ అంటూ
తెలంగాణ
ప్రజల ఆకాంక్ష

13. సత్యాన్ని
కూడా
పరీక్షకు
పెడుతారా?

వేదవాక్కు
సత్యమేవ జయతే

14. వెయ్యి ఓటమిల
తర్వాత
ఒక
అద్భుత విజయం

అంతిమ తీర్పు
తెలంగాణ

15. ముగ్గురు
బిడ్డల పై
తల్లి ప్రేమ
సమానంగా ఉండాలి

వివక్షే
తెలంగాణ బతుకు

16. కాల పరీక్షకు
తెలంగాణను
నిలిపి
చూడడమా

సహనశీలి
తెలంగాణ

17. నివురుగప్పిన
నిప్పు
సముద్రంలోని
బడబాగ్ని

అంతరంగం
తెలంగాణ

18. వద్దని
కొందరు
అవునని
కొందరు

సత్యం
ఒక్కటేగా?

19. సహనం
పోరాటం
ఆరాటం
ఎదురుచూపు

తెలంగాణ
సాకారం

సబ్బని లక్ష్మీనారాయణ | 136

20. దశాబ్దాల
పోరాటం
జగమెరిగిన
సత్యం

దగాపడ్డ
తెలంగాణ

21. నాటి
వీర తెలంగాణ
నేటి
ప్రత్యేక తెలంగాణ

రెండూ
అస్థిత్వ ఉద్యమాలే

22. అన్ని దారులు
తెలంగాణ
బతుకు
బాగుకే

తొవ్వల పడ్డ
తెలంగాణ

23. కోటి
రూపాయలిచ్చినా
ప్రాణాలు
ఇస్తారా?

ఆత్మ త్యాగాలగడ్డ
తెలంగాణ

24. ఆత్మ త్యాగాలు
చేసుకొంటే
తల్లి మనసు
రోధించదా?

తెలంగాణ
తల్లడిల్లుతున్న తల్లి

25. కష్టాలకు
నష్టాలకు
వేదనలకు
వెరువకూడదు

తెలంగాణ
విజయకేతనం

26. కొన్నాళ్లు
మౌనపోరాటం
కొన్నాళ్ళు
భీకర రణరంగం.

ఆటుపోటులమయం
తెలంగాణ

27. విసుగు లేదు
విరామం లేదు
365 రోజుల
సుదీర్ఘ పోరాటం

జనజాతర
తెలంగాణ

28. మట్టిని
ప్రేమించేవారు
మనిషిని
ప్రేమించేవారు

స్వచ్ఛమైన
తెలంగాణ

29. నింగి
నేల
గాలి
నీరులా

తెలంగాణ
అస్తిత్వం

30. న్యాయంగా
అడిగింది ఇచ్చేస్తే
అల్లరెందుకు
ఉంటుంది

తెలంగాణ
మిఠాయిపొట్లం

31. నిన్నటి
నిరాశ
నేటి
ఆశ

భవిష్యత్
తెలంగాణ

32. తీర్పు
తీర్పే
తీర్పు కోసం
ఎన్నిరోజులో

ఎదురుచూపు సందర్భం
తెలంగాణ

33. ఓ కాళోజీ
ఓ దాశరథి
తెలంగాణ
బతుకుపోరు

రానున్న మహాకావ్యం
తెలంగాణ

34. ఎవరి
చరిత్ర
వారే
రాసుకోవాలి

విస్మృత సాహిత్యం
తెలంగాణ

35. సంకల్పం
సహనం
గమనం
ముందుదారి

స్వాగతం
తెలంగాణ

36. ఎన్ని
ఆటుపోట్లు
భరించింది
ఈ నేల

తెలంగాణ
గాయాలతల్లి

37. ఇల్లు
అలుకంగనే
పండుగ
కాలేదు

నిరీక్షణ
తెలంగాణ

38. ఒక
ఓటమి
ఇంకో గెలుపుకు
నాంది

విజయపథం
తెలంగాణ

39. కష్టాలను
ఎదుర్కొంటేనే
బతుకుబరువు
తెలుస్తుంది

కష్టాల కడలి
తెలంగాణ

40. కఠిన
కాల పరిక్షకు
ఎదురొడ్డి
నిలుస్తేనే

భవిష్యత్
తెలంగాణ

41. కాల పరీక్షకు
365 రోజులు
ధర్మాగ్రహం
సత్యాగ్రహం

గాంధీబాట
తెలంగాణ

42. అందరికి
అన్నీ తెలుసు
తెలిసి కూడా
మౌనం

బలిపశువు
తెలంగాణ

43. ఎవరి ఆత్మ
వారికి తెలుసు
నటనలు, సమర్థింపులు
వ్యర్థం

సత్యం
అమృతం

44. ఎవర్ని
ఏమనలేదు
వాళ్లే
చనిపోయారు

అమాయకులు
తెలంగాణ బిడ్డలు

45. ఒక్క రోజులో
అంతా
తారుమారు
సమైక్య డ్రామా

వాస్తవం
జీవితం

46. వేయిసార్లు
చెప్పి అబద్దాన్ని
నిజమని
నమ్మింపజూస్తారు

అసత్యం
సత్యమెప్పుడూ కాదు.

47. ఆరు
దశాబ్దాల
అవిరళ
సుదీర్ఘ పోరాటం

తెలంగాణ
ఆకాంక్ష

48. తెలంగాణ
మట్టి
తెలంగాణ
మనుషులు

ఒకే మాట
ఒకే బాట

51. చర్చలు
వాదనలు
తెలంగాణను
గట్టెక్కించవు

ఉద్యమం
తెలంగాణ

52. ఊరేదయినా
పట్నమేదయినా
అంతా
తెలంగాణమే

అందరి కోరిక
తెలంగాణ

53. తాత తరం
తండ్రి తరం
మనవడి తరం
తెలంగాణం

తరాల గోస
తెలంగాణ

54. మట్టిపై
మనుషులపై
మమకారం
మనసునిండ

మాతృప్రేమ
తెలంగాణ

55. స్పష్టమైన
ప్రకటన
అసలే
వెలువడదు

గోప్య
తెలంగాణ

56. కష్టానికి
నష్టానికి
కారణాలున్నాయి
లెక్కలున్నా

తెలంగాణ
తప్పుడు లెక్కకాదు.

57. గిరి
గీసుకొనే
వాగ్దానాలు
చేయాలా?

మనసుంటే
మార్గముంటుది.

58. ప్రశ్నలకు
జవాబులుంటాయి
సమస్యలకు
పరిష్కారాలుంటాయి

జయిస్తుంది
తెలంగాణ

59. దేన్నీ
కావాలని
ఎల్లకాలం
ఆపలేరు

సత్యం
నీరులా ప్రవహిస్తుంది.

60. ఇచ్చేది
తెచ్చేది
మేమే
మేమే

తెలంగాణ
అందని పండు

61. మొండి, తుండి
మొగుడితో
ఇష్టం లేని భార్య
కాపురం

తెలంగాణ
బతుకు

62. నీళ్ళు
నిధులు
ఉద్యోగాలు
ఆత్మగౌరవం

తెలంగాణ
ఉద్యమం

63. అన్యాయం
అక్రమం
చరిత్రలో
వీగిపోయాయి

ధర్మపోరాటం
తెలంగాణ

64. ఒక్క శవాన్ని
చూసే
గౌతముడు
బుద్ధుడయ్యాడు.

శాంతి సందేశం
జీవితం

65. మోసపోయేవాడు
ఉన్నంతవరకు
మోసం
చేస్తూనే ఉంటారు

జాగరూకత
జీవనం

66. సహనానికి
హద్దు
కాలానికి
అగ్ని పరీక్ష

తెలంగాణ
ప్రజ్వరిల్లుతున్న తేజం

67. వెయ్యి
అబద్ధాలాడి
సత్యాన్ని
మరుగుపరుచలేరు

తెలంగాణ
సజీవ సత్యం

68. ఒక్కరి
కోర్కెకోసం
స్వార్ధం కోసం
కాదు తెలంగాణ

తెలంగాణ
ప్రజల అభీష్టం

69. ఎదురుదెబ్బలు
తలిగినా
కొత్తదారులు
తెలుసుకోవాలి

అన్వేషణే
జీవితం

70. హామీలు
చర్చలు
కమిటీలు
తెలంగాణపై

ఉద్యమం
నివురుగప్పిన నిప్పు

71. ఆట
పాట
మాట
అడుగడుగునా

స్వాతంత్ర్య ఉద్యమంలా
తెలంగాణ

72. చరిత్రలో
కొన్ని
చరిత్రలు
రక్తపు సిరాతో

తెలంగాణ
నెత్తుటి మరక

73. అమ్మ
ఆశీస్సులతోనే
అన్నీ
వస్తాయి

తెలంగాణ
ముద్దుబిడ్డ కాదా?

74. అన్నీ ఉండి
అన్నీ అందరికి
ఇచ్చి
చిక్కి శల్యమయింది

వట్టిపోయిన ఆవు
తెలంగాణ

75. చట్టబద్ధమయిన
నిర్ణయం
తెలంగాణ
సాకారం

పార్లమెంటే
పునాది

76. పిల్లలు
పెద్దలు
అందరు
కలిసికట్టుగా

తెలంగాణ
జాతర

77. ఓపిక
ఉన్నంతవరకు
అందరు
శాంతమూర్తులే

తెలంగాణ
సాగరంలోని ఉప్పెన

తెలంగాణ రెక్కలు | 143

78. నాయకులకు
ప్రజలకు
కావలసింది
తెలంగాణ

దాగుడుమూతలు
ఎందుకు?

79. వద్దంటే
ఆగుతుందా
తెలంగాణ
రాష్ట్రం

కొండెక్కడానికి
కోటి దారులు

80. ముగ్గురిలో
ఇద్దరు
కలిసి
మూడో అతన్ని ముంచినట్లు

తెలంగాణ
బతుకు చిత్రం

81. రెండు
నాల్కలు
రెండు
మాటలు

రెంటికి చెడిన
రేవడి కథ

82. నాయకుడు
అటూ ఇటూ
రెండు
నాల్కలతో

సత్యం
మారదు

83. నిప్పు
రాజుకుంది
ఎవరాపుతారు
చేతులడ్డం పెట్టి

తెలంగాణ
అగ్నికణం

84. అదను చూసి
వస్తారు
అవకాశవాదులు
జాగ్రత్త !

క్షణక్షణం
జాగరూకత

85. కలిసి
ఉంటే
కలదు
సుఖం

నేతిబీరకాయలో
నెయ్యి

సబ్బని లక్ష్మీనారాయణ | 144

86. మోసేవాడి
కావడి బరువు
చూసే వాడికి
ఏమి తెలుసు

తెలంగాణ
ఎద్దుపుండు బాధ

87. సెంటిమంట్ కాదు
నీటికి చేపకు
ఉన్న
ఆత్మ బంధం

ప్రాణబంధం
తెలంగాణ

88. ఆటలు
పాటలు
తెలంగాణ
ఉద్యమ బాటలు

ఆరిపోని దీపం
తెలంగాణ ఉద్యమం

89. సెంటిమెంట్ కాదు
నీటికి చేపకు
ఉన్న
ఆత్మబంధం

ప్రాణబంధం
తెలంగాణ

90. కష్టాలను
ఎదుర్కొంటేనే
బతుకుబరువు
తెలుస్తుంది

కష్టాల కడలి
తెలంగాణ

91. ఒక్కరి
బాధ
అందరి
బాధ

సామాజిక బాధ
తెలంగాణ

92. అన్యాయం
అక్రమం
చరిత్రలో
వీగిపోయాయి

ధర్మపోరాటం
తెలంగాణ

93. వద్దంటే
ఆగుతుందా
తెలంగాణ
రాష్ట్రం
కొండెక్కడానికి
కోటి దారులు

94. నిప్పు
రాజుకుంది
ఎవరాపుతారు
చేతులడ్డం పెట్టి

తెలంగాణ
అగ్నికణం

95. ఒక్కసారి
మోసం చేస్తారు
రెండుసార్లు
మోసం చేస్తారు

మోసం
ఎల్లప్పుడు గెలువదు

96. ఓపిక
ఉన్నంతవరకు
అందరూ
శాంతమూర్తులే

తెలంగాణ
సాగరంలోని ఉప్పెన

97. చట్టబద్ధమయిన
నిర్ణయం
తెలంగాణ
సాకారం

పార్లమెంటే
పునాది

98. నాయకుడు
అటూ ఇటూ
రెండు
నాల్కలతో

సత్యం
మారదు

99. కష్టాలను
ఎదుర్కుంటేనే
బతుకుబరువు
తెలుస్తుంది

కష్టాల కడలి
తెలంగాణ

100. విసుగు లేదు
విరామం లేదు
365 రోజుల
సుదీర్ఘ పోరాటం

జనజాతర
తెలంగాణ

తెలంగాణ చౌక్, కరీంనగర్‌లో తెలంగాణ రెక్కలు పుస్తకాన్ని ఆవిష్కరిస్తున్న
మాజీ ఎమ్మెల్సీ నారదాసు లక్ష్మణ్‌రావు గారు
తేది 08-10-2011

తెలంగాణ నానీలు

సబ్బని లక్ష్మీనారాయణ

తెలంగాణసాహిత్య వేదిక, కరీంనగర్.

2011.

అంకితం

సకల జన

కార్మిక, కర్షక

విద్యార్థి, ఉద్యోగ

తెలంగాణ 'వాడి' కి

కృతజ్ఞతలు

ఈ 'తెలంగాణ నానీలు' అన్నింటిని 'నేటి నిజం' దినపత్రికలో ప్రచురించిన సంపాదకులు శ్రీ బైస దేవదాస్ గారికి,

ఆత్మీయంగా ముందుమాట ఇచ్చిన మిత్రులు శ్రీ సంకేపల్లి నాగేంద్రశర్మ గారికి, నన్ను అభిమానించే మా శరత్ సాహితీ కళాస్రవంతి కార్యవర్గ సభ్యులకు, ఈ నానీలను చదివి, చిరు సూచనలు చేసిన ప్రియమిత్రుడు, బాల్యమిత్రుడు శ్రీ కె. నారాయణరెడ్డికి,

తనెవరో నాకు తెలియకున్నా తెలంగాణపై చక్కటి ముఖచిత్రం వేసిన ఆర్టిస్ట్ శ్రీ ఎం.వి.రమణారెడ్డి గారికి, అది ముఖచిత్రంగా వేసుకోవడానికి అవకాశంగా నిలిచిన ఆంధ్రజ్యోతి సండే స్పెషల్ పత్రిక వారికి,

తెలంగాణ నానీలను నేటినిజం పత్రికలో చూసి బాగున్నాయని చెప్పి చిరు సూచనలు చేసిన బహుభాషావేత్త శ్రీ నలిమెల భాస్కర్ గారికి,

మా కళాశాల ఉపన్యాసకులు శ్రీ వి.సత్యనారాయణగారికి, శ్రీ ఎ. గోవర్ధన్ గారికి, మిగితా సహచర ఉపన్యాసకులకు, కరీంనగర్ ఆర్ట్స జూనియర్ కళాశాల ప్రిన్సిపాల్ శ్రీ కె.వెంకటేశ్వర్లు గారికి

ఈ నానీలను చూసి పుస్తకరూపంలో వస్తుందని తన ఆశీస్సులను అందించిన నానీల సృష్టికర్త డా॥ ఎన్.గోపి గారికి,

ఈ నానీలను పుస్తకరూపంలో మలిచి ఇచ్చిన ఉషశ్రీగ్రాఫిక్స్ హరీష్, తిరుపతికి, నా శ్రీమతి శారదకు, మా పిల్లలు శరత్ కు , వంశీకి.. ఆత్మీయురాలైన స్నేహమయికి

ఈ నానీలను చదివి ఫోన్ ద్వారా, ఎస్.ఎం.ఎస్ ల ద్వారా ఆత్మీయంగా పలుకరించిన ఎందరో మిత్రులకు

సబ్బని లక్ష్మీనారాయణ

తెలంగాణా గుండె కోతను ఆవిష్కరించిన నానీల కవిత్వం

సబ్బని లక్ష్మీనారాయణ బహుముఖ ప్రజ్ఞాశాలి. తెలుగు సాహిత్యంలో పట్టున్న వీరుడు. వివిధ ప్రక్రియల్లో చక్కని కవిత్వం రాసి మెప్పించిన "ఆంగ్ల" బోధకుడు. నానీల నాన్న ఆచార్య డా॥ గోపి సృష్టించిన నానీల ప్రక్రియలో తెలంగాణా నానీలు 120 వరకు రాని భళీరేయనిపించుకుంటున్నాడు. వీర తెలంగాణావాదిగా, సాహిత్యకారుడిగా తన ఆవేదనను, ఆర్తిని, పోరాట ఆకాంక్షను, చాటుతూ, కోస్తాంధ్రుల దోపిడీని, ఇక్కడి రాజకీయ పోరాటాల్ని దునుమాడుతూ ఆయన నానీలను కవిత్వంగా మలచి పలికించినాడు. పైగా తెలంగాణాలో పెద్దఎత్తున సాగిన 42 రోజుల సకలజనులసమ్మెను ప్రతిబింబిస్తూ, ఆ మహోజ్వల చరిత్ర కాలాన్ని నానీల్లో నిక్షిప్తం చేశారు. ఒక విధంగా సాహితీ చరిత్రకారుడాయన.

కాలానికి / పురిటి నొప్పులు / తెలంగాణ బిడ్డ / ఉదయించడానికి అంటూ తెలంగాణా వచ్చే సత్యాన్ని గట్టిగా చెబుతాడు (పేజి-35). "తెలంగాణ 'వాడి' | ప్రభుతలో వేడి" అంటూ తెలంగాణా ఉద్యమ కెరటాల్ని మనపైకి తోస్తాడు. కన్నీటి సిరాతో / కవిత్వం రాశాను / తెలంగాణ / కావ్యమైంది (పే-30) అంటూ తెలంగాణా సాహితీ పవనాల్ని ప్రచలితం చేస్తాడు. సకలజనులసమ్మె ఎలా సాగిందంటే, సకల జన / గనులు, బడులు / కార్యాలయం, కార్ఖానా / జయహో తెలంగాణా అంటూ ఉద్యమ స్వరాన్ని భుజాన వేసుకొంటాడు. చదువులు / పోతున్నాయా? / తెలంగాణా బిడ్డల / ప్రాణాలే పోతున్నాయి (పే- 26) తెలంగాణలో జరుగుతున్న విద్యార్థి, యువత ఆత్మబలిదానాల ప్రస్తావన తెస్తూ ఆవేదన చెందుతాడు.

సింగరేణి బొగ్గు, కృష్ణ గోదావరి నీళ్ళు / సిరులు గల / తెలంగాణ అంటూ సహజ వనరులు ఎలా దోపిడీకి గురవుతున్నాయో "సత్యంగా" చెబుతాడు. అధికార / మదాంధత / అది కుబుసము విడిచిన / పాము అంటూ తెలంగాణ పట్ల చూపిస్తున్న పాలకుల చిన్నచూపు వైనాన్ని తన అసహనంతో ఎండగడతాడు (పే-22).

సమైక్యవాదుల్లారా / నిజాయితీ వుంటే / తెలంగాణా / గాయం మాన్పండి (పే-14) అంటూ తెలంగాణకు అడ్డుగా వున్న సమైక్యవాదాన్ని వొడిశెలరాయి పట్టుకొని తిప్పినట్టు తిప్పికొడతాడు.

చర్చలు, కమిటీలు / కమీషన్లు / తెలంగాణ రోడ్డు మ్యాప్ ఏదని (పే-14) సూటిగా కేంద్రాన్ని బాధ్యత వహిస్తున్న "నాయకత్వాన్ని" ప్రశ్నిస్తాడు.

సకలజనుల /ఆర్టీసి సమ్మె / ఇరవైయ్యేడు రోజుల / అద్భుతం (పే-12) అంటూ సకలజనుల సమ్మెను ప్రభావితం చేసిన ఆర్టీసి సిబ్బంది త్రికరణశుద్ధి కి జోహార్లర్పిస్తాడు.

తెలంగాణా /జయకేతనం /మాన్యుడు / జయ శంకర్ సార్ (పే-11) అంటూ తెలంగాణా పోరులో నిలిచిన "కీర్తి పతాకాల"పై పుష్పవృష్టి కురిపిస్తాడు.

వాదంలో వేదంలో అణువణువునా సబ్బని సార్ దేహంలో తెలంగాణా కవిత్వం మమేకమైపోయింది. తె-రాష్ట్ర సాధనం జరిగేదాకా ఆయన ఎత్తిన కలాయుధాన్ని దించేటట్లుగా కనబడడం లేదు. అవి నానీలైనా, హైకూలైనా, నానోలైనా, రెక్కలైనా, దీర్ఘకవిత్వమైనా, పాటలైనా, వచన కవిత్వమైనా, వ్యాసాలైనా అవి తెలంగాణా ఉద్యమ అక్షరాలు. మరో మాటలో చెప్పాలంటే రక్తంలో తడిసిన బీజాక్షరాలు... కవి సబ్బనిని అభినందిస్తూ....

తేది : 12-12-2011 .
కరీంనగర్

సంకేపల్లి నాగేంద్రశర్మ, అధ్యక్షులు
తెలంగాణ రచయితల వేదిక, కరీంనగర్ జిల్లాశాఖ

తెలంగాణ నానీల గురించి

కవిత్వ ప్రక్రియలో సూక్ష్మరూపాలైన హైకూలు, నానీలు, నానోలు, రెక్కలు, మినీ కవితలు తెలుగు సాహితీలోకంలో నేడు విశిష్టంగా వర్ధిల్లు తున్నాయి. కవిత్వానికి వస్తువు కవిని బట్టి కాలాన్ని బట్టి మారుతుంటుంది. నాకిక్కడ కావ్యవస్తువు తెలంగాణ అయ్యింది. తెలంగాణ కష్ట నష్టాలను, కన్నీళ్ళను చెప్పడానికి వ్యాసాలు, పాటలు, దీర్ఘకవిత, వచన కవితలు రాసింతరువాత పెద్దమాటల్లో, పెద్ద పెద్ద పేజీల్లో చెప్పాలని కాక, చిన్ని పదాల్లో, చిన్న మాటల్లో చెప్పాలని నాలుగు లైన్లలో చెప్పాలని నానీలు, నానోలు రాశాను, మూడు లైన్లలో చెప్పాలని హైకూలు రాశాను. ఆరు లైన్లలో చెప్పాలని రెక్కలు రాశాను. కాలగతిని గమనిస్తే తెలంగాణ కన్నీటి కావ్యం. 1948 సెప్టెంబర్ 17 నుండి 1956 వరకు హైదరాబాద్ స్టేట్లో భాగంగా ఉండి 1956 నవంబర్ 1న విశాలాంధ్రలో కలిసి అది బావుకుంది ఏమీలేదు, నష్టపోయింది కూడా. తెలంగాణ అభివృద్ధికి ప్రత్యేక రాష్ట్రం కావాలని, 1969లో ఉద్యమం వచ్చింది, 370 మంది విద్యార్థులు ప్రాణత్యాగం చేసారు. ఉద్యమంపై నీళ్ళు చల్లారు నాడు నాయకులే. తొలిదశ మలిదశలు దాటి అది 2001లో మళ్ళీ ఉద్యమరూపం దాల్చింది. దశాబ్దంపైగా కార్యోన్ముఖంగా నడిచి ప్రజల ఉద్యమమై ముందుకు వచ్చింది. 2009, 2010, 2011లలో అది ఉధృతరూపం దాల్చింది. ఎందరో అమాయక తెలంగాణ బిడ్డలు వందలాదిమంది తెలంగాణ కోసం ఆత్మత్యాగాలు, బలిదానాలు చేసుకున్నారు. కేంద్రప్రభుత్వం మేల్కొని తెలంగాణ ప్రత్యేకరాష్ట్రాన్ని ఏర్పాటు చేయవచ్చు. కాని తెలంగాణ ఏర్పాటును అడ్డుకోవడానికి బలమైన శక్తులున్నాయి. తెలంగాణ ఏర్పాటును కాంక్షిస్తూ, చేపట్టిన ఉద్యమాల్లో బలమైంది, ప్రపంచ చరిత్రలోనే కనీవినీ ఎరుగనిది, "సకల జనుల సమ్మె". అది సెప్టెంబర్, అక్టోబర్ 2011లో వచ్చింది. నలుపై రోజుల పైగా నడిచిన ఈ సకల జనుల సమ్మెలో కార్మికులు, కర్షకులు, ఉపాధ్యాయులు, ఉద్యోగులు, విద్యార్థులు, సకల జనులు పాల్గొని ఉద్యమాన్ని ముందుకు నడిపి తెలంగాణ ఉద్యమాన్ని దేశానికి, ప్రపంచానికి చాటిచెప్పి చూపినారు. అది ప్రజా ఉద్యమం, సకలజనులు ముందున్నారు ఉద్యమంలో. పార్టీల నాయకులే వెనుకడుగు వేశారు. సకల జనులసమ్మె ప్రభావం ప్రభుత్వంపై చాలా ప్రభావం చూపించింది. తెలంగాణ ఏర్పాటు ఆవశ్యకతను చాటి చెప్పింది. అలాంటి సకలజనులసమ్మె రోజుల్లో అక్టోబర్ 17,18 తేదీల్లో ఈ నానీలను స్పాంటేనియస్ గా రాయడం జరిగింది.

అక్షర నియమమని, నాలుగు లైన్లు అని నానీలు రాయడానికి కొన్ని నియమాలున్నాయి, వాటిని పాటించాను. ఇక నానీలలో పంచ్ ఉండాలని, మంచి శిల్పంతో

ఉండాలని చెప్పే నానీ పెద్దలున్నారు. నేను ఎవరు మెచ్చుకొంటారనో, మెచ్చుకోవాలనో వీటని రాయలేదు. ఏ రచనైనా అది స్వభావసిద్ధంగా వెలువడాలి. ఇలా వచ్చినవే ఇవి! కవిత్వం కోసం కవిత్వం రాయడం కన్న, ఒక ప్రయోజనం ఆశించి కవిత్వం రాయడం గొప్ప. కవిత్వ ప్రయోజనాలు లక్షణాల్లో కొన్ని లక్షణాలైన ఈ నానీలకుంటే అవి సఫలీకృతమైనట్టే. కీర్తి కోసం కాక ఆర్తితో చెప్పిన నానీలు ఇవి. ఇవి ఎలా భాషించాయో, భాషిస్తాయో విజ్ఞులైన పాఠకులే చెప్పాలి.

(సబ్బని లక్ష్మీనారాయణ)

తేది : 10-12 – 2011
కరీంనగర్.

తెలంగాణ నానీలు

తెలంగాణ తల్లి
తల్లడిల్లుతుంది.
ఓదార్చేవారు
ఎక్కడ ?

శోధించాను
శోఖించాను
తెలంగాణ
మట్టి బతుకులను చూస్తూ

దగాపడుతూ
మోసపోయింది
తెలంగాణ
దశాబ్ధాల సాక్షిగా

తెలంగాణ పక్షి
అల్లాడుతుంది
స్థిరమైన
గమ్యం కోసం.

తెలంగాణ
నెత్తురోడింది!
కరుణామయులైన
జాలిగుండెలేవి ?

ఆకలిచావు
ఆత్మహత్య
తెలంగాణ
రైతన్నది, నేతన్నది

కాళోజీ కవిత్వం
కన్నీరై పారింది
తెలంగాణ
మట్టి కోసం.

తెలంగాణను దర్శించాలి
సమదృష్టితో
కవి
పై రవిలా !

మోసం చేయడానికి
అలవాటు పడ్డవాడు
చేస్తూనే ఉంటాడు
జాగ్రత్త.

అంతా
ఉట్టుట్టి మాటలతో
మాటలు కాదు
చేతలు కావాలి

ఒక్కసారి
రెండుసార్లు
మూడుసార్లు చూస్తే
అంతా మోసమేనా?

కేంద్రం దగ్గర
పరిష్కారం లేదు
రావణకాష్టం
తెలంగాణ.

తెలంగాణ
విద్యాలయములు
ఉద్యమ స్ఫూర్తి నింపే
కేంద్రాలు.

ప్రభుత్వాన్ని
మేల్కొల్పడానికే
సకల జనుల
సమ్మె కదా!

జన ప్రవాహం
జల ప్రవాహం
తెలంగాణము
నేటి ఉద్యమం.

దాశరథీ!
కోటి రతనాల వీణ
తెలంగాణ
ఎక్కడుంది?

విద్యార్థుల
గుండెల్లో ఆర్తి
తెలంగాణ
ఇక రాదేమోనని !

తెలంగాణ
సాయుధ పోరాటం
నాలుగువేల పైగా
అమరుల త్యాగం

అమ్మ
అసలే మౌనం వీడదు
తెలంగాణము
గోస తీరదు.

తెలంగాణ
బతుకు బర్ బాదయింది
ఎంత కాలమో
గాయాలు మానడానికి?

ప్రజ నాయకులను
నమ్ముకుంటూ
ఉట్టి చేతులతో
ఎన్నేళ్ళు ?

ప్రజలు రోడ్లపై
మాట్లాడవలసిన వాళ్ళు
ఇళ్ళల్లో
మౌనం ఇంకెన్నాళ్ళు?

కలము
కన్నీళ్ళు కార్చితే
తెలంగాణ
కవిత్వము వచ్చింది

సత్యాన్ని
నిజాయితీగా ఆవిష్కరించాలి
కవికెందుకు
మౌనం ?

ఎక్కడ చూసినా
తెలంగాణా
ఆట పాట మాట
అడుగడుగునా!

తెలంగాణము
అనాథ శిశువు
ఆదరించే తల్లి
కావాలి

పసిపిల్లాడు
నడీడు మనిషి
పండు ముసలి
జై తెలంగాణ అంటూ

ముగ్గురు
ఒకే తల్లిబిడ్డలైతే
వివక్షత
ఎందుకైంది మరి?

నాయకున్ని కాదు
సామాన్యున్ని అడగండి
తెలుస్తుంది
తెలంగాణ విలువ.

కొందరు
మౌనులు, తటస్థులు
తెలంగాణ పై
మాట్లాడే వారేరి ?

తెలంగాణ
జయకేతనము
మాన్యుడు
జయశంకర్ సార్ !

పసిడి
తెలంగాణమును
పీల్చి పిప్పి చేస్తున్నది
ఎవరు ?

కేంద్రం మౌనం
రాష్ట్రం మౌనం
తెలంగాణ
రగులుతున్న భారతం !

ఆర్టీసి, సింగరేణి
సకల జనుల సమ్మె
వాహ్వారే !
మీదే గెలుపు !

సకల జనుల
ఆర్టీసి సమ్మె
ఇరవైయ్యేడు రోజుల
అద్భుతం !

తెలంగాణ పల్లె
ఎదురు చూస్తుంది
ఎప్పుడు
తెలవారుతుందని ?

ఆశలు, ఆరాటాలు
నిరాశలుగా
విద్యార్థుల
ఆత్మహత్యలుగా !

శ్రీకాంత్ లు
కిష్టయ్యలు
ఇషాన్ రెడ్డిలు
తెలంగాణ ఆర్తి చిహ్నాలు!

కోస్తా, తుఫాను
కనిపిస్తుంది కళ్ళకు?
తెలంగాణ కరువు
కనిపించదా ?

చర్చలు, కమిటీలు,
కమీషన్లు
తెలంగాణ
రోడ్ మ్యాప్ ఏది ?

సమైక్యవాదుల్లారా !
నిజాయితీ ఉంటే
తెలంగాణా
గాయం మాన్పండి !

ఎద్దుపుండు బాధ
కాకికేమి తెలుసు !
తెలంగాణ
బతుకు ఇదే !

పాలమూరి గోస
పదిహేను లక్షల
వలస కూలీలు
పల్లెలు ఖాళీ !

తెలంగాణలో
ప్రతి పౌరుడు
జై తెలంగాణ
నినాదం.

తెలంగాణలో
సకల జనుల సమ్మె
ప్రభుత్వ గుండెల్లో
గుబులు !

'పవర్ 'ఉందని
విర్రవీగడం !
'పవర్' ఎప్పటికీ
ఉండదు !

నల్లగొండలో
నాగార్జునసాగర్
నీళ్ళ కరువు
ఫ్లోరైడ్ బాధితులు!

విద్యాలయాలే
ఉద్యమ కేంద్రాలు
తెలంగాణ
అస్థిత్వాలు

రోడ్లన్నీ
జన ప్రవాహంతో
జై తెలంగాణా !
హోరు ! జోరు !

తెలంగాణ వాణి
నలుదిశలా
దేశమంతా
మారుమ్రోగుతూ!

కాలం
కడుపుతో ఉంది
తెలంగాణ బిడ్డను
కంటుంది !

బడులును
గుడులును కూడా
తెలంగాణ
తొవ్వలోనికి

అక్షరం
ఆయుధముగా
తెలంగాణ
నినాదముగా

సకల జనుల సమ్మె
నెల రోజులు
విస్తుపోయింది
ప్రభుత్వం !

అన్యాయం, అక్రమం
ఉన్నందుకే
సకల జనులు
మేల్కొన్నారు.

కలం పట్టుకొన్నా
అక్షరాల జడివాన
తెలంగాణ
బతుకు పై

అడ్డుగోడగా
కొందరు తెలంగాణకు
జన ప్రవాహం
ముంచెత్తుతుంది.

సిగ్గుపడుతుంది
కాలము
మోసపోయానని
తెలంగాణ పై

కాలము
కఠిన పరీక్ష
విజయ పథము
తెలంగాణము.

మోసపు రౌతులు
తెలంగాణ గుర్రంపై స్వారి
మరీ
జాగ్రత్త !

మొన్నటి, నిన్నటి
మాట ఎక్కడా ?
తెలంగాణ పై
కప్పదాటు !

తెలంగాణా !
నీకు నువ్వే సాటి
ఎన్ని అడ్డంకులు
ఆటు పోటులున్నా !

కాలాన్ని చూడు
కఠినత్వాన్ని చూడు
కలలు ఊరికే
సాకారం కావు !

మోసం
పేట్రేగిపోతుంది
నైతిక శక్తితో
కట్టడి చేయాలి !

అధికార
మదాంధత
అది కుబుసము విడిచిన
పాము

విరవీగడం
ఎవరికైనా
ఎప్పుడైనా
కత్తి మీద సాము.

పదవులను
ప్రజలిస్తారు !
ప్రజలకు
దండం పెట్టరేమి ?

సకల జనుల సమ్మె
తెలంగాణ 'వాడి'
దిమ్మ తిరిగిన
రాష్ట్రం, కేంద్రం

తెలంగాణ వద్దంటారు
కలిసుంటే సుఖమంటారు
ఎవరికి?
ఎందుకు?

గాంధీలా ఉద్యమం
అంబేద్కర్ ఆశయం
తెలంగాణ
సాకారం.

మాట
ఎప్పుడో ఇచ్చేశారు
అమలు చేయడమే
తరువాయి.

తెలంగాణా ఏర్పాటు
మొదలే లేదు!
డిసెంబర్ తొమ్మిది
మళ్ళీ వస్తుంది.

పాడి ఆవు
తెలంగాణము
ఎవరిపాలు
ఎంతెంత మరి ?

సమైక్య ఉద్యమాలు !
ఎవరికి నచ్చకున్నా
ఆలుమగల్లా
విడిపోవచ్చు.

సింగరేణి బొగ్గు
కృష్ణగోదారి నీళ్ళు
సిరులు గల
తెలంగాణ !

గాంధీ మార్గం
అడుగడుగునా
తెలంగాణ
తొవ్వల పడుతుంది !

ఒకే భాష
రెండు రాష్ట్రాలు
అన్నదమ్ములా విడిపోయి
కలిసుండచ్చు.

చదువులు
పోతున్నాయా?
తెలంగాణ బిడ్డల
ప్రాణాలే పోతున్నాయి!

గుండె విప్పుకొని
జై తెలంగాణ అంటారా?
బతుకమ్మ సాక్షిగా
చెప్పండి !

తెలుగు తల్లి
పెద్దమ్మలాగా
తెలంగాణ తల్లి
చిన్నమ్మలాగా

బడిగంట మోగె
బస్సు కదిలె
గని పని మొదలయ్యే
తెలంగాణ కోసం !

తెలంగాణ
ఒంటరి కాదు
దేశముంది, ప్రపంచముంది
తోడుగా!

తెలంగాణ ఉద్యమం
గల్లీగల్లీలోనే కాదు
చెయ్యాలి
ఢిల్లీ కేంద్రంలో.

తెలంగాణ
గాయాల తల్లి
మనసు పెట్టి
అర్థం చేసుకోండి

తెలంగాణ పిల్ల
విడాకులంటుంది
పెద్ద మనుషుల ఒప్పందం
చూడండి !

సకల జన
గనులు, బడులు,
కార్యాలయం, కార్ఖానా
జయహో తెలంగాణ !

మనిషిలో
మనసుల్లో మాలిన్యం
'నీతి' ఖడ్గంతో
నిలువెల్లా ! తొలగించాలి !

అబద్ధాలు చెప్పి
మోసం చేస్తున్నారు
నిజాల్ని విప్పి
నిలబడమనండి.

సిగ్గుండదు
కొందరికి
వాగ్దానాలు
మరిచిపోతారు !

కన్నీటి సిరాతో
కవిత్వం రాశాను
తెలంగాణ
కావ్యమయ్యింది.

కన్నీళ్ళు
ఊరికే రావు
తెలంగాణ
కష్టాల బతుకు.

ఇక
ప్రజలు ఊర్కోరు
ఉరికించనిదే
ద్రోహులను.

మోసేవాడి మీదనే
సవారి
అమాయకులుంటే
అంతే మరి !

చేయి చేయి
భాయ్ భాయ్
తెలంగాణ నినాదము
ఐక్యముగా

తెలంగాణ 'వాడి'
ప్రభుత్వంలో వేడి
ఉద్యమమంటే
తెలంగాణ !

ఎవరి జెండాను
వారే ఎత్తాలి
జయకేతనం
తెలంగాణ.

ఎవరిది త్యాగం?
ఎవరిది భోగం !
పండున్న దిక్కే
పక్షి పలుకా ?

మనవాళ్ళే
కాని వారితో దోస్తీ
ఇక తెలంగాణ
ఎట్లస్తది ?

బడి పూదోటలో
తెలంగాణ పువ్వు
బతుకుల్ని
వికసింప చేస్తూ.

కాలానికి
పురుటి నొప్పులు!
తెలంగాణ బిడ్డ
ఉదయించడానికి!

అన్నా!
అవినీతి అంటే
తెలంగాణ
ఇవ్వకుండుండడం కాదా?

వాగ్దానాలు
గాలి కబుర్లు
మొన్న, నిన్న, నేడు
తెలంగాణేది ?

కలము
కన్నీరు కార్చినది
తెలంగాణ
గేయమై వచ్చింది.

ఎందరి తల్లుల
కడుపుకోత
తెలంగాణ పై
దయ రాదేం ?

ఉద్యమం ఒక పక్క
వద్దని ఇంకో పక్క
అడకత్తెరలో
ప్రభుత్వం.

ఊరికనే వస్తుందా
ఏది అయినా?
ఎన్ని త్యాగాలు
చెయ్యాలి !

అసెంబ్లీలో
తీర్మానం పెట్టమంటే
తెలంగాణ
అనాథ బిడ్డలా
మోసము
తెలిసిపోయింది
ఇక వెయ్యి దారులు
వెతకాలె.

ఉద్యమ ఉధృతిలో
నిలిచి
గమ్యం తెలిసి
నడవాలి.

'ఉద్యమము' లో
కుట్రలు
తెలంగాణ తల్లి
ఇంకా మోసపోతుంది !

ఎన్నికలప్పుడేనా
తెలంగాణ ?
తెలంగాణ కోసం
తెలంగాణ !

ప్రాంతేతరుడు
ఎవరైతేం ?
ఆదరించే అమ్మ
తెలంగాణ

కర్ణుడి చావుకు
కారణాలెన్నో
తెలంగాణ
రాకపోవడానికి కూడా!

విద్యార్థుల
ఆత్మహత్యలు
తెలంగాణ
ఇక రాదేమోనని !

తెలంగాణ బతుకు
తెరిచిన పుస్తకం
చదువుకోవడానికే
తీరిక లేదు!

తెలంగాణ
ఒక సత్యం
సత్యాన్ని కూడా
నొక్కి వక్కాణించాలి

మేధావులని
మేకవన్నె పులులు
జాగ్రత్త !
జాగ్రత్త ! జాగ్రత్త !

అసత్యము
విషంలాంటిది
ఊర్కొంటే
సత్యాన్ని కబళిస్తుంది.

నాటి కురుపాండవ
సమరంలా
నేటి తెలంగాణ
భారతం.

అధర్మం, అన్యాయం
నశిస్తాయి
చరిత్ర సారాంశము
ఎప్పుడైనా.

అబద్దాలతో
సత్యమునకు గోడ
వాస్తవాల్ని
దాచలేరని తెలియదా?

ఎద్దుపుండు
కాకి కథలా
తెలంగాణ
గాయం మాన్పేదెవరు ?

ఉద్యమం
అంతిమ విజయం
తెలంగాణ
సత్యమేవ జయతే !

(రచనా కాలం : సకలజనుల సమ్మె
17-10-2011,
18-10-2011)

హైదరాబాద్ ఏ.వి. కాలేజిలో, తెరవే, తెలంగాణ యుద్ధభేరి సభలో తెలంగాణ నానీలు మొదటి ముద్రణను ఆవిష్కరిస్తున్న జ్ఞానపీఠ అవార్డు గ్రహీత డా. సి.నారాయణరెడ్డిగారు. తేది 20-01-2013

తెలంగాణ వైభవ గీతములు

సబ్బని లక్ష్మీనారాయణ
తెలంగాణసాహిత్య వేదిక, కరీంనగర్
2015

అంకితం

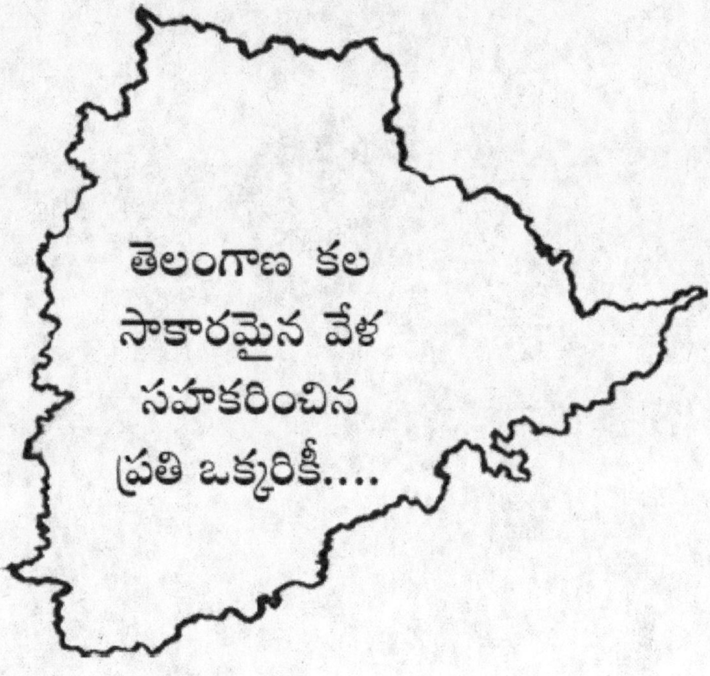

తెలంగాణ కల
సాకారమైన వేళ
సహకరించిన
ప్రతి ఒక్కరికీ.....

కృతజ్ఞతలు

కోరగానే ఆత్మీయంగా ముందుమాటలు అందించిన సుప్రసిద్ధ చరిత్రకారులు డా॥ జైశెట్టి రమణయ్య గారికి, మరియు ఆత్మీయ మిత్రులు సంకేపల్లి నాగేంద్రశర్మ గారికి, ఈ తెలంగాణ వైభవ గీతములకు అద్భుతమైన సంగీతాన్ని కూర్చిన ధర్మపురికి చెందిన సంగనభట్ల నరేందర్ శర్మ గారికి, తమ గళంతో ఈ పాటలకు ప్రాణం పోసిన నరేందర్ శర్మ గారికి, లలితాప్రసాద్ గారికి హృదయపూర్వక కృతజ్ఞతలు. డి.టి.పి. వర్క్ చేసిన హరీష్ కు, అచ్చు తప్పులు సరిచూసిన మిత్రులు వాసం శివనారాయణ గారికి, ప్రింటింగ్ కు సహకరించిన మిత్రులకు పేరుపేరునా కృతజ్ఞతలు.

పాటలు విని ఆదరించి అభిమానించి అభినందనలు తెలిపిన మిత్రులకు, మా కుటుంబ సభ్యులకు....

– లక్ష్మీనారాయణ

ముందుమాట

డా॥ జైశెట్టి రమణయ్య
చరిత్రకారులు,
నెం. 1-5-29, అరవిందనగర్,
జగిత్యాల - 505 327. జి॥ కరీంనగర్, తెలంగాణ.
సెల్ : 9959031450

తెలంగాణ సాహిత్యవేదిక కరీంనగర్ వ్యవస్థాపకులు, ఆంధ్రాంగ్ల ఉభయ భాషా పండితులు, బహు గ్రంథ రచయిత, చక్కటి కవి, వక్త, నిరాడంబరుడైన స్నేహశీలి, సాహితీ ప్రియ యువమిత్రుడు శ్రీ సబ్బని లక్ష్మీనారాయణగారు తాను రచించిన సుదీర్ఘ చారిత్రక తెలంగాణ పాటను మనోహరంగా మనోజ్ఞంగా, శ్రావ్యంగా వినడానికి "తెలంగాణ వైభవము" పేరుతో తయారైన సి.డి.ని నూతన తెలంగాణ రాష్ట్ర ఆవిర్భావ సందర్భములో 2వ జూన్ 2014 రోజున తెలంగాణ నాలుగు కోట్ల ప్రజలు అమితానందోత్సాహములతో అంబరాన్నంటే సంబరాలు జరుపుకుంటున్న తరుణములో తెలంగాణ గడ్డ ముద్దుబిడ్డగా విడుదల చేయడం మిక్కిలి ముదావహము, హర్షదాయకము.

ఆంగ్లోపన్యాసకులుగా వారిది బోధనావృత్తి. కాని తెలుగు సాహిత్యమును ఔపోసన పట్టి చక్కటి సుదీర్ఘ వచన కవితలల్లడము వారి ప్రవృత్తి. గతంలో వారు పంపిన బతుకమ్మ పాటలు, చారిత్రక తెలంగాణ దీర్ఘ గేయకవితను చదివి ఆనందించాను. చారిత్రక తెలంగాణలోని కళలు, కట్టడాలు వారు హృద్యంగా చేసిన వివిధ వర్ణనలు వర్ణనాతీతము, అనితర సాధ్యము. తల్లి అనురాగ స్మృతిలో వారు రచించిన "అవ్వ" పుస్తకము అద్వితీయము. అమోఘమైన అమ్మ అనురాగానికి, మమత మమకారాలకు ఇది అద్దం పడుతుంది. తల్లిపై గల అపారమైన మాతృప్రేమకు వారి "అవ్వ" రచనయే తార్కాణము. అలాంటి ఆ మాతృమూర్తి కడుపులో పుట్టడం మిత్రులు సబ్బని లక్ష్మీనారాయణ గారి అదృష్టం. అలాగే మాతృప్రేమ ఔన్నత్యాన్ని పాఠకలోకానికి చాటిచెప్పి, నైతిక విలువలకు నిలువుటద్దముగా నిలిచిన మీలాంటి ఆదర్శ కుమారునికి జన్మనివ్వడం మీ జనని అదృష్టము.

2001 నుండి 2014 వరకు జరిగిన సుదీర్ఘ పోరాటములో సకలజనుల సమ్మె, రైల్ రోకో, మిలియన్ మార్చ్, సాగరహారం, సడక్ బంద్ లాంటి అనేక ఉద్యమాల ఫలితంగా 60 సంవత్సరాల పరాయిపీడన దాయాదుల పాలన నుండి తెలంగాణ తల్లి విముక్తి నొందిన ఆనందానుభూతి కట్టలు తెంచుకొని, హృదయాంతరాళము నుండి పెల్లుబికి వచ్చిన భావ పరంపరలకు ప్రతిరూపమే ఈ చారిత్రక తెలంగాణ వైభవ గేయము.

ప్రభుత్వము నుండి పొందిన ఉత్తమ ఉపాధ్యాయ అవార్డుతో పాటు అనేక వ్యక్తులు, సాహితీసంస్థల నుండి మీరు సన్మానాలు అందుకోవడం మీ భాషాపటిమకు, భావసంపదకు చక్కటి నిదర్శనములుగా నిలిచాయి.

"తెలంగాణ వైభవం" గీతంలో మూడు భాగాలున్నాయి. ప్రథమభాగములో వివిధ జిల్లాలు, దేవాలయాలు, నదులు, కవులు, విప్లవవీరులు, శిల్పాలు, కళలు మున్నగు విభిన్న అంశముల ప్రస్తావన ఉంది. ద్వితీయ భాగములో ఈ నేలనేలిన రాజవంశములు, వారి ఘనకీర్తి, కళాపోషణ, సాహితీసేవ ఇత్యాదుల వివరణ బహుచక్కగా ఇవ్వబడింది. చివరి తృతీయ భాగములో ప్రతిజిల్లాలోని వైభవోపేతమైన ప్రత్యేకతలను ఉటంకిస్తూ సుసంపన్నమైన తెలంగాణ పరిపూర్ణ వైభవమును కండ్లకు కట్టినట్లు ఆవిష్కరించడం మిత్రులు సబ్బని లక్ష్మీనారాయణ గారి పాండితీప్రకర్షకు ప్రబల నిదర్శనము. ఇందులో 'తెలంగాణ వైభవం' పాటలతో పాటు, జయహో తెలంగాణ, తెలంగాణ పిలిచె, జయహో తెలంగాణ అనే మరో మూడు మనోహరమైన పాటలు ఉన్నాయి. అవి లక్ష్మీనారాయణకు మంచి పేరు తెచ్చిపెడుతాయి.

"తెలంగాణ వైభవ గీతములు"యను ఈ చిన్నపొత్తము సత్వరమే ముద్రణకు నోచుకొని తెలంగాణ సాహితీమిత్రుల మరియు సామాన్య పాఠకుల చేతిలో త్వరలోనే ఒక కరదీపికగా వెలుగొందాలని ఆశిస్తూ, ఇంకనూ ప్రజానురంజకములైన రచనలు ఎన్నెన్నో నిరంతరం శ్రీ లక్ష్మీనారాయణ గారి అమూల్యమైన కలము నుండి జాలు వారాలని మనసారా ఆశీర్వదిస్తూ, ఆకాంక్షిస్తూ సెలవు.

జగిత్యాల. 5-7-2014

డా. జైశెట్టి రమణయ్య
చరిత్రకారులు

తెలంగాణా ప్రశస్తిని చాటి చెప్పిన "తెలంగాణా వైభవ గీతములు"

– సంకేపల్లి నాగేంద్రశర్మ

తెలంగాణా ఉద్యమ సాహిత్యంలో కరీంనగర్ సాహితీవేత్త సబ్బని లక్ష్మీనారాయణ విలక్షణమైన పాత్రను పోషించారు. ఆయన "తెలంగాణా సాహిత్య వేదిక, కరీంనగర్ "ను స్థాపించి తెలంగాణా సాంస్కృతిక చైతన్యానికి తన వంతైన రచనలను, పాటలను రాస్తూ పోతూ, ప్రజల్లో స్ఫూర్తిని నింపాడు. ప్రాచీన కాలంలో బుర్రకథ, చిందు, యక్షగాన సాహిత్యం, తదుపరి జానపదం, భావ, విప్లవ సాహిత్యాలు గేయాల్ని, పాటల్ని ఆవిష్కరించాయి. ఈ వ్యాసం రాస్తున్నప్పుడు తెలంగాణా రాష్ట్ర సాధన జరిగి తెలంగాణా నూతన రాష్ట్ర ఆవిర్భావ ఉత్సవాలు జరుగుతున్నాయి. ప్రస్తుత పుస్తకం తెలంగాణా సాధన తర్వాత వచ్చింది. తెలంగాణా ఉద్యమ ప్రారంభంలో అంటే 2001లో ఆయన శ్రీమతి శారదగారు వీరి ప్రోత్సాహంతో వెలువరించిన "తెలంగాణా బతుకమ్మపాట" సీడిలు, పుస్తకాలు తెలంగాణాలోని నలుమూలల్లోకి వెళ్ళి ఉద్యమ చైతన్యవ్యాప్తికి పునాదులు వేశాయి. తెలంగాణాలోని పదిజిల్లాల బాధల్ని, వివక్షతల్ని, జరుగుతున్న అన్యాయాల్ని ఆ సీడీలు పాట రూపంలో ఏకరువు పెట్టాయి. ఉద్యమానికి, పాటకు అవినాభావ సంబంధం ఉంది. అందుకే ఆయన బతుకమ్మపాట బాణీ ద్వారా ప్రజల్లోకి చొచ్చుకొని వచ్చారు. తెలంగాణా చౌక్ లో, పల్లెల్లో, బతుకమ్మలు ఆడే చావడీల దగ్గర వీరి బతుకమ్మ పాటలు మారుమోగాయి. కాకతీయ యూనివర్సిటీ రాజనీతి ప్రొఫెసర్, పురిటి ఉద్యమనేత కీ.శే. బియ్యాల జనార్ధనరావు నాడే 2001 సం॥లో వీరి బతుకమ్మ సీడీలను, పుస్తకాలను ఆవిష్కరించారు సబ్బని. తెలంగాణపై విస్తృతంగా అధ్యయనం చేసిన తర్వాత 2001 నుండే సీమాంధ్రుల దోపిడీ, వివక్షతలు వీరిలో రగిలిపోయాయి. తదుపరి తెలంగాణాపై వున్న అవాజ్యమైన ప్రేమ, ఉద్యమతీవ్రత సబ్బని గారిలో అంకురించి, మొగ్గగా చైతన్యీకరించబడి వివిధ సాహిత్య రూపాల్లో వీరి రచనలు ఆవిష్కృతమైనాయి. వీరి తెలంగాణా బతుకమ్మపాట సీడీలు తెలంగాణా లోని పది జిల్లా కేంద్రాలలో ఆవిష్కృతమయ్యాయి. అంతేకాక తెలంగాణా ఒక సత్యం, తెలంగాణా నానీలు, తెలంగాణా రెక్కలు, తెలంగాణా నానోలు, తెలంగాణా హైకూలు, బతుకమ్మ, చారిత్రక తెలంగాణా పాటలు, హైదరాబాద్ దీర్ఘకవిత అచ్చులో వెలువడ్డాయి. తెలంగాణా

కొన్ని వాస్తవాలు అన్న వ్యాససంపుటి ప్రస్తుతం అచ్చులో వుంది. మరియు గత రెండు సంవత్సరాల నుండి రాసిన కవితలతో మరో వచన కవితా సంకలనం "తెలంగాణ మార్చ్" రానుంది. బలాదూర్ గద్దర్, డా. అందెశ్రీ, గోరటి వెంకన్న, దేశపతి శ్రీనివాస్, రసమయి బాలకిషన్, జయరాజ్, సుద్దాల అశోక్ తేజ, డా. సినారే, పెద్ద దాశరథి, ప్రజాకవి కాళోజీ, సంగీత దర్శకుడు వందేమాతరం, తెలంగాణా డైరక్టర్ శంకర్, విప్లవ సినిమాల నిర్మాత, డైరెక్టర్ నారాయణమూర్తి, టీవీ ఆర్టిస్టు ఉదయభాను, డా.నటరాజ రామకృష్ణ, కళాకృష్ణ, అరుణోదయ కళాకారిణి విమలక్క, వారి భర్త పాటల రచయిత మిత్ర, నందిని సిధారెడ్డి, మొగ్గ గాయని మధుప్రియ, గుండేటి రమేష్, నడిమెట్ల రామయ్య, ఆచార్య జయధీర్ తిరుమలరావు, వరవరరావు, చెరబండరాజు, మల్లోజ్జ్వల సదాశివుడు, డా. గోపులింగారెడ్డి, చొప్పకట్ల చంద్రమౌళి, డా. వడ్డేపల్లి కృష్ణ, డా.మలయశ్రీ, గాజోజు, గడప బాలయ్య, వేములవాడ ఒగ్గుకథ వాగ్గేయకారుడు మిద్దెరాములు, చుక్క సత్తయ్య వంటి వారెందరో తెలంగాణా పాటతో, ఆటతో, గేయంతో, గజ్జెతో సంబంధ బాంధవ్యాలుండి తెలంగాణా ఉద్యమానికి ఊపిర్లు పోశారు. గత 14 ఏళ్ళనుండి తెలంగాణాలో ఏ మూలలలో సభలు, సమావేశాలు జరిగినా ఆటా–పాట, ధూంధాం కార్యక్రమాలు చోటు చేసుకున్నాయి. వూరూరా వాడవాడల్లో తెలంగాణా చౌక్ తెలంగాణా పాటలే మారుమోగాయి. తెలంగాణా ఉద్యమంపై, తెలంగాణా విప్లవాలపై వందలాది ఆడియో, వీడియో సీడీలు వచ్చాయి. బతుకమ్మ, గౌరమ్మపాటలు, అసైదులాపాటలు, విప్లవ గీతాలు తెలంగాణా ఉద్యమ ప్రాభవానికి ఎర్రెర్రని దివిటీలు పట్టాయి. పొడుస్తున్న పొద్దు మీద నడుస్తున్న కాలమా, పోరు తెలంగాణమా, కోట్లాది ప్రాణమా అని గద్దరన్న ఎలుగెత్తి తెలంగాణా నెత్తుటి గాయాల పాటను వివిధ వేదికలపైనుండే పాడారు. అలాగే నాగేటి చాళ్ళలో నా తెలంగాణా అన్న డా. నందిని సిధారెడ్డి రాసిన పాటకు రాష్ట్ర ప్రభుత్వ నంది పురస్కారం పొందింది. డా. అందెశ్రీ రాసిన జయహే తెలంగాణ గీతం తెలంగాణా

రాష్ట్ర ఉద్యమగీతంగా సాగిపోయి, రాష్ట్ర గీతంగా ఎదిగింది. తెలంగాణా డప్పేసి, దరువేసి పాటందుకుంటే జానపదుల తెలంగాణా తల్లి నాట్యమాడుతుంది. ఇంకా ఈ జాబితాలోనికి రాని మంది ఎంతోమంది గాయకులు, సంగీతకారులు, పాటల రచయితలున్నారు.

ప్రస్తుతము సబ్బని లక్ష్మీనారాయణ రాసిన 'తెలంగాణ వైభవ గీతములు' చారిత్రక తెలంగాణా పాటలు 26 నిమిషాల ఆడియోక్యాసెట్. ఇది మూడుభాగాల్లో సమకూర్చ బడింది. తెలంగాణా కల సాకారమవుతున్న దశలో ఈ పాటల ఆడియో క్యాసెట్ డిజైన్ చేయబడింది. ఉద్యమకాలానికి, ఉద్యమానంతర తెలంగాణా రాష్ట్ర వైభవానికి ఈ ఆడియో సి.డి. అద్దం పడుతుంది. ఒక రకంగా చెప్పాలంటే తెలంగాణా రాష్ట్ర భక్తికి ఔపోసనం పట్టిన మధుర స్వరాలివి. రచయితలో తెలంగాణావాదం, నాదం జమిలియై కలిసి స్వరం రూపంలో తెలంగాణా తల్లి పాదాల చెంతకు చేరిందని చెప్పవచ్చు. తెలంగాణా చారిత్రక

వైభవ ప్రశస్తి, కళలు, సాహిత్యం, ప్రాచీన కవులు – కావ్యాలు, కళాకారులు–నృత్యరీతులు, చిత్రశిల్పకళలు, రామప్ప – కాకతీయ శిల్పాలు, భౌగోళిక ప్రాధాన్యతలు, రైతులు–పంటలు, పరిశ్రమలు–కార్మికులు, చెరువులు, వాగులు–వంకలు, నదీనదాలు, దేవాలయాలు, అడవులు–కొండలు, జలపాతాలు, వన్యమృగాలు, పర్వతాలు, కోటలు, గడులు, బౌద్ధ-జైన మత ప్రాభవాలు, స్థూపాలు, చైత్యాలు, నగరాలు, రాజవంశాలు, శాతవాహన పూర్వ, మలి కోటిలింగాల రాజుల ప్రశస్తి, తెలంగాణా సంస్కృతీ ప్రతీకలైన బతుకమ్మలు, బోనాలు, ముగ్గులు, తెలంగాణా సాయుధ పోరాట ఉద్యమం, కమ్యూనిస్ట్ల ఉద్యమాలు, విప్లవోద్యమాలు, తెలంగాణా తొలి పత్రికలు – పత్రికారచయితలు, తెలంగాణా భాష, శైలీలు, ప్రాచీన ఇనుము– ఉక్కు పరిశ్రమలు వంటి అంశాలెన్నో ఈ పాటలో కమనీయ కావ్యసుందరమై తణుకులీనుతాయి ఈతరం వారి ముందు తెలంగాణా ప్రత్యేక రాష్ట్ర సాధనా ఉద్యమం ఒక మహత్తరమైన దృశ్యకావ్యం. జాతీయ స్వాతంత్ర్యోద్యమాన్ని చూడని వారికి ఈ ఉద్యమం అందిన మెట్టేనని చెప్పవచ్చును. నాటి అరవై యేళ్ళ కిందటి జాతీయ ఉద్యమాన్ని చూసి, నేటి తెలంగాణా ఉద్యమ సాకారాన్ని చూసిన విశ్వబంధు డా. బోయినపల్లి వెంకటరామారావు(93) వంటివారికి ఈ ఉద్యమం అందిన జామపండే. సబ్బని తెలంగాణా వైభవాన్ని ఇరువయ్యారు నిమిషాలపాటు జగిత్యాలకు చెందిన

సంగనభట్ల నరేందర్ శర్మ, మధుర గాయని శ్రీమతి లలితాప్రసాద్లు హృద్యంగా, తెలంగాణా తల్లి పట్ల అచంచలభక్తితో గొంతెత్తి పాడారు. సంగీతం ఆహ్లాదకరంగా సాగుతూ, పాటను ఊయల గీతంగా కదుపుతూ వుంటుంది. రాగానికి, పాటకున్న మహత్తు గొప్పది. ఎంతైనా ఆడియోను, ఆడియోసాహిత్యాన్ని విని అనుభవించి పలవరించాల్సిందే. ఇందులో 'తెలంగాణ వైభవం' సుదీర్ఘమైన మూడు భాగాల పాటలతో "జయహో తెలంగాణ', 'తెలంగాణ పిలిచె', 'జయహో తెలంగాణ' అనే మరో మూడు మనోహరమైన పాటలున్నాయి. మధుర గాయకులు యన్. నరేందర్ శర్మ, లలితాప్రసాద్ గాత్రములో అవి వీనులవిందులు చేస్తాయి తెలంగాణ ప్రాశస్త్యమును తెలియజేస్తూ. ఉద్యమ సాహిత్యంలో తన కలను సాకారం చేసుకున్న సబ్బని లక్ష్మీనారాయణలో ఉన్నతమైన మానవీయతలు పలకరిస్తాయి, పులకరిస్తాయి. తెలంగాణా బోళాతనం కనిపిస్తుంది. ఈ పాటకు ముందుమాటను రాయించిన సబ్బనికి తెలంగాణా శుభాకాంక్షలు, ధన్యవాదాలు తెలుపుతున్నాను.

సంకేపల్లి నాగేంద్రశర్మ
రాష్ట్రశాఖ కార్యదర్శి,
తెలంగాణా రచయితల వేదిక,
కరీంనగర్. సెల్: 9346814782

"తెలంగాణ వైభవం" పాటకు నేపథ్యం

ఈ పాట మొదటి భాగం 2001 సంవత్సరం జూన్ మాసంలో 'చారిత్రక తెలంగాణ' పేర రాయడం జరిగింది. మలిదశ తెలంగాణ ఉద్యమ ప్రారంభదినాలు. తెలంగాణ సాధన నిమిత్తమై కె.సి.ఆర్ 'తెలంగాణ రాష్ట్ర సమితి'ని 2001 సం. ఏప్రిల్ నెలలో స్థాపించాడు. అప్పుడు తెలంగాణపై అధ్యయనం చేయడం జరిగింది. అప్పుడు పుట్టిందే ఈ పాట. అప్పుడే మా శారద రాసిన 'తెలంగాణ బతుకమ్మ' పాటను పుస్తక రూపంలో జూన్ 2001లోనే తీసుకురావడం జరిగింది. సెప్టెంబర్ 2001లో ఆడియో క్యాసెట్ గాను తీసుకురావడం జరిగింది. ఈ పాట కాలక్రమంలో పత్రికల్లో వచ్చింది కాని, పుస్తక రూపంలో రావడానికి 2010 సం॥ దాకా ఆగిపోవలసి వచ్చింది. అది నా నిర్లక్ష్యమే. గాన యోగ్యమైన ఈ పాటను నేను సైలెంట్ గానే ఉంచాను అనిపిస్తుంది. కవి అయి ఉండి, గాయకుడిని కానందుకేనేమో ఈ పాట నా దగ్గరే ఉండిపోయింది. 2013 సం॥ సెప్టెంబర్, అక్టోబర్ మాసాల వరకు తెలంగాణ రాష్ట్రం ఏర్పాటు సంకేతాలు అందినాయి. జులై 31, 2013 వరకు కేంద్ర కేబినేట్ ప్రకటన వెలువడింది తెలంగాణ రాష్ట్ర ఏర్పాటుపై. అది తెలంగాణ వాసులకు ఆనందదాయకమైన విషయం. పత్రికల్లో రాసిన వివిధ వ్యాసాలు రాసిన సందర్భంగా ముఖ్యంగా "హైదరాబాద్ నగరాన్ని ఎవరు అభివృద్ధి పరిచారు" అనే వ్యాసం 1, సెప్టెంబర్ 2013 'నమస్తే తెలంగాణ' బతుకమ్మ ఆదివారం సంచికలో ప్రచురితమైనప్పుడు వందకు పైగా ఫోన్‌కాల్స్, ఎస్ఎంఎస్ లు మిత్రుల నుండి అందుకోవడం జరిగింది. అలాంటి సందర్భంలోనే సినిమాలు తీయడంలో ఆసక్తి ఉన్న దర్శక మిత్రుడు 'దీపక్' మెదక్, రామాయంపేట వాసి నా వ్యాసం చదివి నేను ఒక సినిమాకు ప్లాన్ చేస్తున్నాను, తెలంగాణ ఏర్పాటు సందర్భంగా, మీరు కొంత తెలంగాణపై నాకు సమాచారం ఇవ్వాల్లని పర్సనల్ గా కలిసి అడిగాడు, చర్చించాడు. నేను అప్పుడు మరొకమారు తెలంగాణ గురించి లోతుగా అధ్యయనం చేయడం జరిగింది. ఆ అధ్యయన ఫలితమే... ఈ 'తెలంగాణ వైభవం' రెండవభాగం, మూడవ భాగం. పదిజిల్లాల తెలంగాణ గురించి ఎంత చదువుకుంటే అంత, ఎంత తెలుసుకుంటే అంత! తెలంగాణ ఒక తరగని సాహిత్యగని లాంటిది. సాహిత్య పిపాసులకి అది శతాబ్దాల నుండి ఎల్లలు దాటి కవులను, కళాకారులను కదిలించింది. ఈ మట్టిగడ్డపై కవితలు రాయనివారు ఎవరున్నారని, ఈ మట్టిగడ్డ కీర్తిని, చరిత్రను పొగడని వారు ఎవరున్నారని, తెలంగాణ అంటే, తెలంగాణ సాయుధ పోరాటం అంటే ప్రపంచ చరిత్రలోనే ఎన్నదగినది. మట్టిచరిత్రే మనిషి చరిత్ర. ఆ మట్టికి మొక్కుదాం ముందుగా. అందుకే ఈ తెలంగాణ నేల, తెలంగాణ పోరాట పటిమ ప్రపంచ మేధావుల, పోరాట యోధుల మెప్పు పొందింది, దేశ, విదేశ కవులను, ప్రాంతీయభేదం లేకుండా ఆకర్షించింది.

లెనిన్ లాంటి విప్లవ యోధులచే కొనియాడబడింది. పాబ్లో నెరుడా లాంటి కవులచే కీర్తించబడింది. రాష్ట్రాల ఎల్లలు దాటి హరీన్ చటోపాధ్యాయ లాంటి కవులచే కవితలు రాయించుకొంది. హిందీ, ఉర్దు భాష కవులను కదిలించింది. స్వతంత్ర దేశంగా ఉన్న ఈ హైదరాబాద్ స్టేట్ తెలంగాణ ప్రాంతం, ఫ్యూడల్ నిజాం నిరంకుశ పాలన కింద నలిగిపోయి, తెలంగాణ సాయుధ పోరాటం దాకా సాగివచ్చింది. అలాంటి క్రమంలో ఆంధ్రప్రాంతపు కవులైన ఆరుద్రలాంటి ప్రసిద్ధ కవులచే 'త్వమేవాహం' లాంటి కావ్యం రాయించుకొంది, అభ్యుదయ వాది అయిన సోమసుందర్ చే 'వజ్రాయుధం' కావ్యం రాయించుకొంది, మహాకవి గుంటూరు శేషేంద్రశర్మలాంటి కవులచే 1947, 1948లోనే 'విశాలాంధ్ర' పత్రికలో తెలంగాణపై కవిత్వం రాయించుకొంది. కుందుర్తి లాంటి కవులు 'తెలంగాణ' కావ్యం రాసారు, ఎందరో విప్లవయోధులు స్వతంత్రంగా పోరాటంలో పాల్గొని, అమూల్యమైన పాటలను, సాహిత్యాన్ని సృష్టించారు. 'మా భూమి' లాంటి నాటకాలు వెలువడ్డాయి. సుద్దాల హనుమంత్ లాంటి, యాదగిరి లాంటి కవియోధులు అమూల్యమైన రచనలు చేశారు తెలంగాణపై. చివరికి సర్దార్ పటేల్ నాయకత్వాన భారత సైన్యం జోక్యంతో ఈ తెలంగాణా ప్రాంతం సెప్టెంబర్ 17, 1948న నిజాం నిరంకుశ పాలన నుండి విముక్తమయ్యింది. అప్పటినుండి 1956 అక్టోబర్ 31 వరకు 'హైదరాబాద్ స్టేట్'గా ఉన్నది. కాని ఒకే భాష తెలుగుపేర ఆంధ్ర తెలంగాణాలు ఒకే రాష్ట్రంగా ఉండాలని బలవంతపు పెళ్ళిలా 'పెద్దమనుషుల ఒప్పందం' మేర స్వతంత్ర తెలంగాణా ఆంధ్రతో కలిసిపోయి ఆంధ్రప్రదేశ్ 1, నవంబర్ 1956న అవతరించింది. ఇక అప్పటినుండి తెలంగాణా ఉమ్మడి రాష్ట్రంలో అన్ని రంగాలలో అణగదొక్కబడి, వెనుకబడిపోయింది. దాని ఫలితమే, 1969 ప్రత్యేక తెలంగాణ ఉద్యమం, తర్వాత 2001 నాటి నుండి 13,14 ఏళ్ళు నిరంతరాయంగా సాగిన తెలంగాణ మలిదశ ఉద్యమం. 1969 నాటి ఉద్యమకాలంలో నేను తొమ్మిదేళ్ళ పిల్లవాన్ని. 'జై తెలంగాణ' "పార గుర్తుకే మన ఓటు" అనే నినాదాలు తెలిసినవాన్ని తెలంగాణా ప్రజాసమితి పేరిట. అయితే ముప్పయి ఏళ్ళ కాలం గడిచిపోయింది 2001లో మహోజ్వల తెలంగాణ ఉద్యమం మరొక్కసారి ఉజ్వలంగా ఉప్పెన ప్రభంజనంలా వచ్చింది తెలంగాణ ప్రజల గుండెల్లోంచి. 2001లో నా వయస్సు 41, అప్పుడు ఉద్యమంలో భాగంగా ఒక కవిగా, సాహితీకారుడిగా తెలంగాణాపై అధ్యయనం చేయడం జరిగింది. వాస్తవాలు ఎలా తెలుస్తాయి, చదువుకుంటేనే తెలుసుకుంటేనే కదా, అంచలవారిగా, అన్యాయానికి గురి అయిన తెలంగాణ గురించి చదువుకుంటూ టపటప కన్నీళ్ళు కార్చిన సందర్భాలున్నాయి. మలిదశ తెలంగాణ ఉద్యమానికి కవులు, కళాకారులు, గాయకులు అందించిన కృషి, చేయూత ప్రప్రథమంగా ఎన్నదగింది. అప్పట్లోనే జూన్,2001లో నా సూచనల మేరకు 'తెలంగాణ బతుకమ్మ పాట' మా శారద రాసింది. ఆ పాటతో పాటే 'చారిత్రక తెలంగాణ' పాట నేను రాయడం జరిగింది.

2009 నాటికి 'తెలంగాణ బతుకమ్మ పాట' 3 ముద్రణలు పొంది ఆడియో, వీడియో సి.డిగా వచ్చింది. యూ ట్యూబ్లో వేలాదిమందిచే వీక్షింపబడింది. తెలంగాణ ఉద్యమంలో 2009 డిసెంబర్ 9 కీలకమైనది. ఆ రోజు తెలంగాణా ఆశలపై రాష్ట్ర ఏర్పాటుపై నీల్లు చల్లబడిన దినం. కుటిలనీతి ఆంధ్రప్రాంతపు నాయకులు తెలంగాణ రాష్ట్ర ఏర్పాటు కాకుండా కేంద్రాన్ని అడ్డుకున్నారు, తెలంగాణ ఏర్పాటు వాయిదా వేసే ప్రకటనలు కేంద్ర హోంమంత్రిచే చేయించారు. అప్పుడు నా బోటి కవులు ఊర్కొంటారా...! వేలనోళ్ళతో 'తెలంగాణ ఒక సత్యం' అని తెలంగాణ కోసం కలం ఎత్తి రాయాలని, గళం ఎత్తి పాడాలని నిర్ణయించుకొని ఉంటారు. నేను అలానే చేశాను. నేను పనికిరానివి ఏమి రాయకున్నా పర్వాలేదు, తెలంగాణ కోసం రాస్తే చాలు అనుకొన్నాను. కె.సి.ఆర్ నిరాహారదీక్ష 23 నవంబర్ 2009 మొదలుకొని, డిసెంబర్ 9 మొదలుకొని, జనవరి మాసం 2014 వరకు నేను కవిగా తెలంగాణా సామాజిక పరిస్థితులకు స్పందించి ఆ నలుపై రోజుల్లో 40 కవితలు రాశాను. ఎన్నటికైనా తెలంగాణా ఏర్పాటులో 'హైదరాబాద్' కీలకం అవుతుంది అని గుర్తించి, 'హైదరాబాద్! ఓ! హైదరాబాద్' అని వేయిలైన్లకు పైగా ఉన్న దీర్ఘకవితను డిసెంబర్

డిసెంబర్ 2009 నుండి జనవరి 2010 వరకు అధ్యయనం చేసి రాశాను. 2009 డిసెంబర్ నుండి 2013 వరకు నాలుగేళ్ళు తెలంగాణ ఉద్యమం చాలా కీలకమైనది. అందులో కవులు, కళాకారుల పాత్ర ఎన్నదగినది. ఈ నాలుగేళ్లలో నేను ఒక వచన కవితా సంపుటిని, హైదరాబాద్ పై దీర్ఘకవితను, తెలంగాణాపై చిన్న చిన్న పదాలతో చెప్పాలని, తెలంగాణ నానీలు, నానోలు, రెక్కలు, హైకులు అని రచించాను. ముద్రించి విడుదల చేశాను కూడా. పత్రికల్లో వివిధ వ్యాసాలు రాస్తూ 'చారిత్రక తెలంగాణ' గేయ కవితను కూడా ముద్రించాను. అలా 2001లో 'తెలంగాణ సాహిత్య వేదిక కరీంనగర్' అనే సంస్థను స్థాపించి ఆ బ్యానర్ కింద ఎనిమిది పుస్తకాలను, బతుకమ్మ పాట సి.డి.ని వెలువరించాను.

తెలంగాణ బిడ్డల ఎందరో అమరుల త్యాగం, ఎందరో త్యాగధనుల సహకారం, కృషి, పట్టుదల వల్ల మేధావులు, విద్యార్థులు, ఉద్యోగులు, కార్మికులు, కర్షకులు, సకలజనుల సంపూర్ణ కృషి వల్ల తెలంగాణ కల సాకారమయ్యింది. ఆ కల ఫిబ్రవరి 2014 నాడు పార్లమెంట్లో చట్టరూపంలో వచ్చి నిజమయ్యింది.

అదిగో సరిగ్గా ఆనాడే ఫిబ్రవరి 18, 2014 నాడు మధ్యాహ్నం నేను ఈ 'తెలంగాణ వైభవం' పేర ఈ పాట జగిత్యాలలో రికార్డింగ్ చేయించాను. నా ఆనందానికి అవధులు లేని సందర్భం. మిత్రుడు గాయకుడు నరేంద్ర శర్మను, గాయని లలితా ప్రసాదు తనివితీరా గానం చేయమన్నాను ఈ పాట. ఇది నా శ్వాసలోంచి, ఊపిరిలోంచి పుట్టిన పాట. నేనే గాయకున్ని అయితే ఈ పాట దశాబ్దం ముందుగా తెలంగాణ ప్రజానీకం ముందుకు వచ్చేదేమో, ఇప్పుడు తెలంగాణ కల సాకారమైన వేళ దీని మొదటిభాగాన్ని సవరించి, ఇంకా

లోతుగా అధ్యయనం చేసి, రెండవభాగం, మూడవభాగాన్ని చేర్చి పాటను రికార్డ్ చేయించి పుస్తక రూపంలో తెలంగాణ రాష్ట్రం ఆవిర్భవ సందర్భంగా విడుదల చేయాలని సంకల్పించుకొన్నాను.

ఏముంది ఈ పాటలో అంటే, 'తెలంగాణ వైభవం' ఉంది. ఏముంది ఈ పాటలో అంటే తెలంగాణ గొప్పదనం, తెలంగాణ సంస్కృతి, తెలంగాణ చరిత్ర నిక్షిప్తమై ఉంది అని చెప్పాలనిపిస్తుంది. ఎంతటి ఘనచరిత్ర తెలంగాణది. వలసవాద పాలన కింద తెలంగాణ చరిత్ర, సంస్కృతి, వైభవం కప్పివేయబడింది లోకానికి తెలియకుండా. అలాంటి 'తెలంగాణ వైభవాన్ని' జనుల ముందు ఉంచాలని నా ప్రయత్నంగా దీనిని రూపకల్పన చేశాను. తెలంగాణ గురించి ఇప్పటివరకు ఎవరికి అందినంత వారు సేకరించారు, స్వరపరిచారు, గానం చేశారు, పుస్తకరూపంలో తీసుకువచ్చారు. నా తృప్తిమేరకు తెలంగాణ గురించి లోతుగా చదివి ఆధారాలతో సహా సరిచేసుకొని రాగయుక్తంగా రూపకల్పన చేయడం జరిగింది.

బౌద్ధం, జైనం పరిడవిల్లిన ఈ తెలంగాణ సీమ చరిత్రను లోకానికి తెలియ వలసినంత తెలియనీయనే లేదు గడిచిన వలసవాద పాలనలో. క్రీస్తుకు పూర్వం మగధులు, నందులు, మౌర్యులు పరిపాలించిన ఆధారాలు ఉన్నాయి ఈ నేలను. పూర్వ శాతవాహనులైన సమగోప, నారన, గోబధలు పరిపాలించిన ఆధారాలు నాణాలతో సహా దొరికిన ప్రాంతం ఈ తెలంగాణా ప్రాంతం, దానికి కరీంనగర్ జిల్లాలోని పెద్దబొంకూర్ త్రవ్వకాలే సాక్ష్యం. శాతవాహనుల తొలిరాజధాని అయిన 'కోటిలింగాల' నేటి కరీంనగర్ జిల్లాలో గోదావరి నది ఒడ్డున విలసిల్లి ఉంది అని, ఆ ప్రాంతంలో అవశేషాలు ఇప్పటికి ఆ నేల మట్టికింద చారిత్రక ఆధారాలుగా నిలిచి ఉన్నాయని తెలిసి ఎంత గర్వపడుదాం మనం! కాలక్రమానుసారం ఈ నేలను శాతవాహనుల తర్వాత, ఇక్ష్వాకులు, త్రైకూటకులు, బాదామి చాళుక్యులు, వేములవాడ చాళుక్యులు, కళ్యాణి చాళుక్యులు పరిపాలించారని తర్వాత విష్ణుకుండినులు, కాకతీయులు, పద్మనాయకులు, విజయనగర రాజులు, బహమనీలు, కుతుబ్ షాహీలు, మొగలులు, నిజాం ప్రభువులు పరిపాలించారని చారిత్రక ఆధారాలతో సహా సరి చూసుకోవచ్చు. ఎంత గొప్ప చరిత్ర తెలంగాణది !

ఈ 'తెలంగాణ వైభవం' పాట మొదటి భాగాన్ని 14 ఏళ్ళ క్రితం చాలా క్యాజువల్ గా ఊహకు అందినట్లు ఉద్యమంలో భాగంగా

'బతుకు బంగరు తల్లిరా తెలంగాణ' 'భవ్యమైన సీమరా తెలంగాణా..'

నిలువెల్ల గాయాలు నిప్పులా కుంపటి తనువెల్ల గాయాలు తరుణీ తెలంగాణా

వీరుల గన్నతల్లి విప్లవాల గడ్డ సాయుధ పోరాటం సాగించిన గడ్డ వీరయోధుల గడ్డరా తెలంగాణ

విప్లవాల సీమరా తెలంగాణ' అని మొదలు పెట్టి తెలంగాణ చారిత్రక విశేషాలను, సంస్కృతీ విశేషాలను పొందుపరుస్తూ తెలంగాణా రాష్ట్ర ఆవశ్యకతను తెలియజేస్తూ...

'ప్రత్యేక తెలంగాణరా తెలంగాణరా

ప్రగతికిదే బాటరా తెలంగాణ' అంటూ రాయడం జరిగింది.

ఈ పాటను ఈ చందంలోనే రాయడానికి నాకు తెలంగాణలో ప్రాచుర్యంలో ఉన్న 'తెలంగాణ బతుకమ్మ పాటలే' ఆధారమైనాయి. ముఖ్యంగా మా ఊరు 'బొమ్మకల్'లో చిన్నపుడు నేను విన్న పాటలు 'రామ రామ రామ ఉయ్యాలో పాటలు' మరీ ముఖ్యంగా బతుకమ్మలను నీటిలో నిమజ్జనం చేసివస్తూ... ఇంటికి తిరిగి రాంగా పాడుకొనే ఈ పాటలు నన్ను బాగా ఆకట్టుకొని, ఆ చందంలో రాయడానికి పురికొల్పినాయి.

అదే...

శ్రీలక్ష్మి నీ మహిమలు గౌరమ్మ
చిత్రమై తోచునమ్మా గౌరమ్మ
పార్వతీదేవియై పరమేశురాణివై
భారతీదేవివిపై బ్రహ్మకిల్లాలివై
పరగశ్రీలక్ష్మివై గౌరమ్మ
భార్యవైతివి హరికినీ గౌరమ్మ

ఏమేమి పువ్వొప్పునే గౌరమ్మ
ఏమేమి కాయొప్పునే గౌరమ్మ
గుమ్మడి పువ్వొప్పునే గౌరమ్మ
గుమ్మడి కాయొప్పునే గౌరమ్మ
గుమ్మడి పూసింది – గుమ్మడి కాసింది
గుమ్మడి చెట్టుకింది – ఆట చిలుకలారా
పాట చిలుకలార కలికి చిలుకలార – కందుమ్మ గుడ్డలు
రానుపోనడుగులు – రంగు తంగెడు పూలు
తీరుగోరంటలు – తారుద్రాక్షలు
ఘనమైన పొన్నపువ్వే గౌరమ్మ
గజ్జెలా ఒడ్డాణమే గౌరమ్మ

ఇలాంటి బాణీలు నన్ను ఈ పాటను ఈ చందంలో రాయడానికి పురికొల్పాయి.

అందుకే ఈ పాటల్లో ముక్తాయింపు ఇలా ఉంది ప్రతి ఘట్టం వెనుక :

'కష్టజీవుల గడ్డరా తెలంగాణ
కమనీయ కావ్యమ్మురా తెలంగాణ

....

జనపదుల బాణీరా తెలంగాణ
జానుతెనుగు సీమరా తెలంగాణ' అంటూ...

అలా మొదటి భాగాన్ని స్పాంటేనియస్ గా పదిజిల్లాల తెలంగాణ సంస్కృతి, చరిత్ర అంశాలను జోడిస్తూ రాసాను పద్నాలుగు ఏళ్ళ క్రితం.

ఇక రెండవభాగానికి సంబంధించి, త్రిలింగ దేశమైన ఈ తెలంగాణ గురించి.. కాళేశ్వరం, శ్రీశైలం, ద్రాక్షారామం అనే మూడు లింగాల మధ్యనున్న ప్రదేశం ఈ త్రిలింగ దేశం అదే తెలంగాణం. ఆ త్రిలింగ దేశాన్ని తొలి శాతవాహనులు, వారి తొలిరాజధానిగా నేటి కరీంనగర్ జిల్లాలో గోదావరినది ఒడ్డున ఉన్న 'కోటిలింగాల"ను రాజధానిగా చేసుకొని పరిపాలించారు. అంతకు పూర్వం పూర్వ శాతవాహనులు ఈ ప్రాంతాన్ని సమగోన, నారన, గోబధలు పరిపాలించారు. క్రీస్తు పూర్వం ఇక్కడే బౌద్ధం, జైన మతాలు వర్ధిల్లినాయని వేములవాడ గుళ్ళు గోపురాలు, దూళికట్ట బౌద్ధ చైత్యాలే దానికి ప్రత్యక్ష ఉదాహరణలు. బౌద్ధ మత గురువు బావరినేటి కరీంనగర్, నిజామాబాద్ సరిహద్దు గ్రామం బోదనకుర్తి వాసి అని, జైన మత గురువు ఋషబుడు, బాహుబలికి బోధన్కు సంబంధాలు ఉన్నాయని ఆధారాలు ఉన్నాయి. శాతవాహన రాజ్యం అస్మక జనపదం అని, అస్మకులు, మూలకులు ఈ ప్రాంతాన్ని పరిపాలించారని చారిత్రక ఆధారాలున్నాయి.

భారతదేశం ఆధికారికంగా తీసుకొన్న క్యాలెండర్ శక సంవత్సరం శాతవాహన, శాలివాహన శక సంవత్సరం ఆధారంగా, గౌతమీపుత్ర శాతకర్ణి, హాలుడి గాథాసప్తశతి, గుణాఢ్యుడి బృహత్ కథలు, సోమదేవసూరి కథా సరిత్సాగరాలు, పంపకవి సోదరుడు

జినవల్లభుడి కురిక్యాల శాసనాలు, కోనసముద్రం ఇనుము ఉక్కు పరిశ్రమలు, అజంతా, ఎల్లోరా శిల్ప, చిత్రకళలు తెలంగాణా చరిత్రకు నిలువెత్తు సాక్ష్యాధారాలు. ఇక్ష్వాకులు, త్రైకూటకులు, బాదామి చాళుక్యులు, విష్ణు కుండినులు, వేములవాడ చాళుక్యుఉలు, కళ్యాణి చాళుక్యులు, కాకతీయులు, పద్మనాయకులు, విజయనగర రాజులు, బహమనీలు, కుతుబ్ షాహీలు, మొగలులు, నిజాం ప్రభువుల పాలన కింద కాలవాహినిలో చరిత్రను మోసుకుంటూ వచ్చింది తెలంగాణా.

సాహిత్య, కళా సాంస్కృతిక రంగాలలో రాణిస్తూ అచ్చ తొలి తెలుగు కావ్యం వ్రాసిన పొన్నెగంటి తెలుగన్న ఇక్కడి పటంచెరువు వాసి. నల్లగొండ ప్రాంత సర్వజ్ఞ భూపాల సారస్వతపు నేల, జాయప సేనాని పద రత్నావళులు, మడికి సింగన, కందనామాత్యుడు, వెలగందుల నారయ, చరికొండ ధర్మనలు, కొఱవి గోపరాజులు, దోమకొండ కవులు, పద్మపురాణాలు, గద్వాల సంస్థాన కవులు, గోన బుద్ధారెడ్డి తొలి రామాయణాలు,

అప్పకవీయం లాంటి లాక్షణిక గ్రంథాలు వెలసిన నేల ఇది. ఆధునిక తెలంగాణా సాహితీ, సాంస్కృతిక, సామాజిక రంగాలలో భాగంగా సురవరం ప్రతాపరెడ్డి, గోలకొండ కవుల సంచిక, తొలి తెలుగు నీలగిరి పత్రిక, చర్విరాల భాగయ్య యక్షగానాలు వెలసిన నేల ఇది. భాగ్యరెడ్డివర్మ, అరిగె రామస్వామి లాంటి సంఘ సంస్కర్తలు, పి.టి.రెడ్డిలు, కాపు రాజయ్యలాంటి చిత్రకారులు, శిల్పకారులు పుట్టిన నేల ఇది. ఉత్తమ సినిమాలకు నిలయమై "ఊరుమ్మడి బతుకులు', 'మా భూమి', 'రంగుల కల" లాంటి ఉత్తమ సినిమాలు నిర్మించిన ప్రాంతమిది. ఎలా చూసినా తెలంగాణ ఒక సజీవ సాహిత్య కళా జీవితానికి అద్దం పట్టే నేల. జ్ఞానపీఠాలకు నిలయమై, దేశానికి ప్రధానిని అందించిన నేల అయి, ఉద్యమాలకు ఊపిరి అయి, అందర్నీ అక్కున చేర్చుకొని ఆదరించే కన్నతల్లి లాంటిది ఈ తెలంగాణ. ఈ విషయాలు ఈ పాటలో ఉన్నాయి.

ఇక ఈ తెలంగాణ వైభవం మూడవ భాగంలో పది జిల్లాల ఆదిలాబాద్, కరీంనగర్, వరంగల్, నిజామాబాద్, ఖమ్మం, నల్గొండ, మెదక్, మహబూబ్ నగర్, రంగారెడ్డి, హైదరాబాద్లతో నిండి ఉండి ఈ తెలంగాణ జిల్లా ప్రాశస్త్యమును తెలుపుతూ 'ఇచట పుట్టిన చివురు కొమ్మైన చేవ' అన్న చందమ్మున ఆదిలాబాద్ అడవి బిడ్డల కుంతాల, కరీంనగర్ (సబ్బినాడు) ఎలగందుల, కాకతీయుల ఓరుగల్లు,

ఇందూరు నిజామాబాద్, భద్రాద్రి రామన్నల ఖమ్మం, ఆచార్య వినోభా బోధనోద్యమ జిల్ల నల్లగొండ, మెదక్ కొండాపూర్లు, తెల్లాపురం (తెలంగాణపురం), మహబూబ్ నగర్ పిల్లలమర్రిలు, అలంపురం గుడుల విశేషాలు, రంగారెడ్డి జిల్లా విస్తరించిన విశేషాలు, నాల్గువందల యేళ్ళ నవీనపట్నం హైదరాబాద్ హైటెక్ నగర విశేషాలు, తెలంగాణ ఘన కీర్తి విశేషాలు ఈ పాట నిండా విశేషంగా ఉన్నాయి. 'తెలంగాణ వైభవం' మూడు భాగాలకు అదనంగా మరి మూడు పాటలు రాసి నేను రికార్డ్ చేయించడం జరిగింది. మధుర మనోహరమైన ఈ మూడు పాటలను నరేందర్ శర్మ గారి సంగీత సారథ్యంలో నరేందర్ శర్మ గారు, లలితా ప్రసాద్ గారు లలిత మనోహరంగా గానం చేయడం జరిగింది. అందులో మొదటిది.

'జయహో తెలంగాణ పాట' త్రిలింగ దేశం మొదలుకొని, శాతవాహన, కాకతీయ, దక్కన్ సామ్రాజ్యాలు మొదలుకొని, వీరుల అమరుల త్యాగాల తెలంగాణ రైతాంగ పోరాటం విశేషాలు మొదలుకొని, గోల్కొండ, చార్మినార్ విశేషాలు, కృష్ణా గోదావరి పుణ్యనదుల విశేషాలు, బౌద్ధం, జైనం, బృహత్కథ, గాథశతి, సరిత్సాగర విశేషాలు, సోమన, పోతన, రామదాసు కావ్య విశేషాలు మొదలుకొని, స్వచ్ఛతకు, నమ్రతకు నిలయమైన తెలంగాణతనంను గూర్చి చెపుతూ, సర్వకళల నిలయం అయిన ఈ తెలంగాణ ఘనకీర్తిని ఈ పాటలో ఉంచడం జరిగింది. జూన్ 2 వ తేది నాడు, తెలంగాణా రాష్ట్రం తెలంగాణ రాష్ట్ర సమితి ద్వారా ఏర్పడిన తరువాత రాష్ట్ర చిహ్నాలైన పాలపిట్ట, తంగేడుపువ్వు,

తెలంగాణ వైభవ గీతములు | 181

బంగారు జింక, శమీ వృక్షం విశేషాలు కూడా పాటలో రమణీయంగా నిక్షిప్తమయి ఉన్నాయి.

తెలంగాణ పిలిచె– రెండవ పాటలో

'తెలంగాణ పిలిచే తేజమున్న గడ్డ

స్వాగతం పలుకండి – సాగి తరలి రండి' అనే పల్లవితో మొదలై తెలంగాణ ప్రాంతపు కళా సాంస్కృతిక విశేషాలను పొందుపరుస్తూ పది జిల్లాల పేరున తెలంగాణకు ఆహ్వానం పలుకుతూ సాగిన మనోహరమైన పాట ఇది.

మూడవ పాట జయహోతెలంగాణ

తెలంగాణ రాష్ట్రం సాకారమైన వేళ, ద్విగుణీకృత ఉత్సాహంతో

"కొత్త పొద్దు పొడిచినట్లు – ప్రకృతి పులకరించినట్లు
నింగి పొంగి పోయినట్లు – తొలకరి వర్షించినట్లు
కొత్త చిగురు తొడిగినట్లు – తెలంగాణ జననం
కొత్త ఆశ కొత్త వెలుగు – కొత్త బతుకు స్వాగతం"

అంటూ సజల సెలయేరులా సాగిన పాట ఇది.

మూడు భాగాలు 'తెలంగాణ వైభవం' పాటలు, పై మూడు పాటలు నాకు చాలా ఇష్టమయిన పాటలు. నా శ్వాస, నా ఊపిరిని తెలంగాణ కోసం ఇచ్చి అధ్యయనం చేసి వ్రాసినాను. పక్షుల్లాగా ఈ పాటలు తెలంగాణ ప్రజల గుండెల్లోకి చేరిపోతాయని ఆశ. అందుకే పుస్తకంతో పాటు ఆడియో సి.డి.ని కూడా రూపొందించి విడుదల చేస్తున్నాను. రాయడంలో ముందుంటానేమో కాని వ్రాసి పుస్తకాలు వేయడంలో, పేరు గడించడంలో కాస్త వెనుక ఉంటాను. అయినా మంచినెప్పుడు సహృదయ పాఠకులు ఆదరిస్తారని...

కరీంనగర్. మీ,
తేది : 3-11-2015 సబ్బని లక్ష్మీనారాయణ

జయహో తెలంగాణ (పాట) - 1

పల్లవి : జయహో తెలంగాణ
జయ జయహో తెలంగాణ

చరణం 1: త్రిలింగదేశం తెలంగాణ క్షేత్రం
శాతవాహన రాజ్య ప్రగతిశీల సౌరభం
కాకతీయ సామ్రాజ్య శౌర్యరాశి కీర్తిపథం
దక్కన్ హృదయసీమ తెలంగాణ స్వాగతం ॥జయహో॥

చరణం 2 : వీరుల బలిదానం, అమరుల త్యాగఫలం
ప్రపంచ విఖ్యాత సాయుధ పోరాటం
అరవై యేళ్ళ పోరాటం తెలంగాణ రాష్ట్రం
ఆదరించె కన్నతల్లి తెలంగాణ స్వాగతం ॥జయహో॥

చరణం 3 : గోలకొండ దుర్గం ప్రాభవ చిహ్నం
ప్రపంచ విఖ్యాత చార్మినార్ ఘనత
కృష్ణా గోదావరులు పావనమైన నదులు
సర్వమత సమ్మేళనం తెలంగాణ స్వాగతం ॥జయహో॥

చరణం 4 : బౌద్ధం, జైనం వర్ధిల్లిన క్షేత్రం
బృహత్కథా, గాథాశతి, సరిత్సాగారం
సోమన, రామదాసు స్మరణీయం తెలంగాణ
భక్తకవి పోతన భాగవత కావ్యసీమ ॥జయహో॥

చరణం 5 : స్వచ్ఛతకు చిహ్నం నమ్రతకు ప్రాణం
అందర్ని ఆదరించె తెలంగాణ ప్రాంతం
సర్వకళల సాగరం కమనీయం తెలంగాణ
సస్యశ్యామల క్షేత్రం స్వాగతం తెలంగాణ ॥జయహో॥

చరణం 6 : రాష్ట్ర పక్షి పాలపిట్ట పసిడి వన్నెల స్వాగతం
బంగారు తంగేడు బతుకమ్మ స్వాగతం
సాధుజీవి మృధు స్వభావి బంగరు జింక స్వాగతం
శమీ వృక్షం విజయచిహ్నం తెలంగాణ స్వాగతం ॥జయహో॥

తెలంగాణ పిలిచే (పాట) - 2

పల్లవి : తెలంగాణ పిలిచే తేజమున్న గడ్డ
స్వాగతం పలుకండి – సాగి తరలిరండి

చరణం1: నిర్మల్ బొమ్మల్తో నిండుగా కొలువండి
పట్టు పోచంపల్లి పసిడి బంగారం తెండి
గద్వాల చీరలతో ఘనంగా కొలువండి
సిరిసిల్లా చేనేత సిరులతోని రండి ॥ తెలంగాణ ॥

చరణం2 : గోదారి జలాలతో గొప్పగా కొలువండి
కృష్ణమ్మ పరుగుల్లో కృషితో నిలువండి
మానేర్లు, మున్నేర్లు మురిపంగా రండి
పసిడి పంటల నేల పాటి అని పాడండి ॥ తెలంగాణ ॥

చరణం3 : ఆదిలాబాద్ జిల్ల ఆహ్వానం పలుకండి
కైనారమచ్చింది కలిసి మీరు రండి
ఇందూరు భారతి ఇంపుగాను రండి
ఓరుగల్లు వచ్చె ఓర్మి తోడ రండి ॥ తెలంగాణ ॥

చరణం4: ఖమ్మం మెట్టుసీమ కలిసి మీరు రండి
మెతుకుసీమ బతుకు మేలిమి వన్నెతో రండి
పాలమూరు జిల్ల పసిడి వన్నెలతో రండి
నల్లగొండ జిల్ల నర్తిస్తూ రండి ॥ తెలంగాణ ॥

చరణం5 : రంగారెడ్డి జిల్ల రండి మీరు రండి
హైదరాబాద్ ఆహ్వానం పలుకంగ రండి
తంగేడు పువ్వులతో తరుణి తెలంగాణ
బంతి పువ్వులతోని బంగారు తెలంగాణ ॥ తెలంగాణ ॥

చరణం6 : పాలపిట్ట పయనంతో పసిడి వన్నెలతో రండి
లేడిపిల్ల పరుగులతో పరుగుపరుగునా రండి
బంగారు తంగేడు బతుకమ్మ తరలిరండి
శమీ వృక్ష విజయగాథ తెలంగాణ కదలిరండి ॥తెలంగాణ॥

జయహో తెలంగాణ (పాట) – 3

పల్లవి : జయహో తెలంగాణ
జయ జయహో తెలంగాణ

చరణం 1 : నాల్గుకోట్ల ప్రజల కోర్కె – సాకార స్వప్నం
వేలవేల అమరుల–త్యాగాల ఫలితం
ఆటుపోట్ల బతుకుల్లో – ఒక ఆశాదీపం
సుదీర్ఘ స్వప్నాలు – ఫలించిన తరుణం   ‖జయహో‖

చరణం 2 : కొత్త పొద్దుపొడిచినట్లు – ప్రకృతి పులకించినట్లు
నింగిపొంగి పోయినట్లు – తొలకరి వర్షించినట్లు
కొత్త చిగురు తొడిగినట్లు – తెలంగాణ జననం
కొత్త ఆశ కొత్త వెలుగు – కొత్త బతుకు స్వాగతం ‖జయహో‖

చరణం 3 : ప్రపంచపటం మీద తెలంగాణ నవతేజం
స్వేచ్ఛారావానికిది – శాంతి విజయ సంకేతం
పోరాటపటిమకిది – సాక్షీభూత సందేశం
వేలవేల అపజయాల–తుది అంతిమ విజయం ‖జయహో‖

చరణం 4 : కవులు కన్న కలలు–నేడు నిజయమయ్యెను చూడు
ఉద్యమకారుల ఆశలు–ఉదయించెను నేడు
పల్లె పల్లె తెలంగాణ–పొంగిపోయె నేడు
బంగారు తెలంగాణ–భవిత ముందు చూడు   ‖జయహో‖

చరణం 5 : మన స్వప్నం, మన ధ్యేయం – తెలంగాణ సాకారం
స్వాతంత్ర్యం, సమభావం బడుగు,బలహీనులను
అడుగడుగున నిలుపుకొని – కలుపుకొని సాగుదాం
తెలంగాణ ఘనకీర్తిని–ప్రపంచాన చాటుదాం ‖జయహో‖

తెలంగాణ వైభవ గీతములు | 185

తెలంగాణ వైభవం
(చారిత్రక తెలంగాణ పాట)
మొదటి భాగం

బతుకు బంగరు తల్లిరా తెలంగాణ
భవ్యమైన సీమరా తెలంగాణ

వీరుల కన్నతల్లి – విప్లవాల గడ్డ
సాయుధ పోరాటం – సాగించిన గడ్డ

రత్నాల సీమ ఇది – రాజకీయపు గడ్డ
నట్ట నడిమి సీమ నా తెలంగాణ

పురుటి పోరుగడ్డ – పుణ్యాల దేవిరా
ముక్కోటి తెలంగాణ – ముచ్చటైన సీమ

కష్టజీవుల గడ్డరా తెలంగాణ
కమనీయ కావ్యమ్మురా తెలంగాణ

శాతవాహన గీత – కాకతీయుల రీతి
విజయనగర కీర్తి – తెలంగాణ తల్లి

గోదారి, కృష్ణమ్మ – కుడి ఎడమల తీర
విలసిల్లిన సీమ – తెలంగాణా సీమ

నిమ్మల అదిలాబాద్ – ఇందూరు భారతీ
నిజాం కైనారం – ఒరంగల్లు కోట

మెతుకు సీమల జాడ – పాలమూరు జిల్ల
ఖమ్మం మెట్టు సీమ – నల్లగొండను జూడు

సబ్బని లక్ష్మీనారాయణ | 186

రంగరెడ్డి జిల్ల – పట్నం హైదరాబాదు
లస్కర్ సికింద్రాబాద్ – భాగ్యనగర సీమ

జానపదుల బాణిరా తెలంగాణ
జాను తెనుగు సీమరా తెలంగాణ

ధూళికట్ట క్షేత్ర – బౌద్ధ చైత్యాలు
కొలనుపాక సీమ – జైన దేవాలయం

యాదగిరి నర్సన్న – ఓదెలా మల్లన్న
సమ్మక్క సారక్క – బాసర సరస్వతీ

ధర్మపురి నర్సన్న – కాళేశ్వరం శివుడు
భద్రాద్రి రామన్న – ఎములాడ రాజన్న

మంత్రపురి నగరం – మంథనీ క్షేత్రం
పుణ్య గోదావరి – గౌతమేశ్వరాలయం

సిద్ధుల గుట్టలు – మెదక్ చర్చీలు
మసీదు, దర్గాలు – సిక్కుల గురుద్వారాలు

బతుకమ్మ పండుగలు –దసరజమ్మీ చెట్టు
బోనాల జాతర్లు – బద్ది పొచమ్మలూ

తెలంగాణా తల్లిరా తెలంగాణ
తెలంగాణా సీమరా తెలంగాణ

భువనగిరి బురుజులు పానగల్ కోవెలలు
గొల్లకొండ కోట చార్మినార్ జూడు

రామప్పశిల్పం – నాగినీ నృత్యమూ
కాకతీయ శిల్పం– ఏక శిలా నగరం

తెలంగాణ వైభవ గీతములు | 187

రమణీయ కుంతాల – నిర్మల్ బొమ్మలూ
పెంబర్తి డిజైన్లు – ఫిలిగ్రీ కళలు

గద్వాల చీరెలూ– పట్టు పోచంపల్లి
సిరిసిల్ల చేనేత – సిరిగల్ల ఈ సీమ

కళల కాణాచిదిరా తెలంగాణ
కమనీయ సీమ ఇదిరా తెలంగాణ

ఇందూరు భారతీ – మానేరు సాహితీ
మంజీర సాహితీ– మూసి సాహితివరద

పొన్నెగంటి తెలుగన్న – పాల్కురికి సోమన్న
బమ్మెర పోతన్న – భక్త రామదాసు

అచ్చతెనుగు కవులు – అభ్యుదయ కవిత
కథల పుట్టినిల్లు – కావ్యాల పుట్టిల్లు

గ్రామీణ చిత్రాలు డోలు బుర్రకథలు
యక్షగాన కృతులు– జానపద బాణీలు

సురవరం కథనాలు – ధాశరథి కవితలు
కాళోజి గొడవలు – సినారె కావ్యాలు

ఉద్యమ కవితకూ – ఊపిరైన నేల
సజీవ కావ్యాలు – సత్యమైన కథలు

కళలు సాహిత్యమ్మురా తెలంగాణ
కమనీయ కావ్యాలురా తెలంగాణ

మంజీర నదులిచట –మానేరు, మున్నేర్లు
ఒకపక్క గోదారి – మరుపక్క కృష్ణమ్మ

శ్రీరాంసాగర్లు – బ్రోయుతుమ్మెద పరుగు
మూసినదుల బాట మురిసిపోయిన చోట

సింగరేణి గడ్డ –సిరులు కురిసేనేల
బోధన్ షుగర్లు – సర్ సిల్క్ కంపిన్లు

ఆజంజాహి మిల్లు – అంతర్గాం మిల్లు
ఆల్విన్ కంపిన్లు – ఎఫ్ సిఐ కంపెనీలు

ఎన్టిపీసీ లుండె – కెటిపీసీ లుండె
రామగుండమ్ములూ – కొత్తగూడెమ్ములూ

కరెంటు పుట్టిల్లురా తెలంగాణ
కళల వెలుగు సీమరా తెలంగాణ

స్వాతంత్ర్య సమరం – రోహిల్లా కదనం
తుర్రేబాజ్ ఖాన్ – స్మారక చిహ్నం

అదిలాబాద్‌ను జూడు అడవి బిడ్డల జూడు
రాంజీ గోండులు – కొమురం భీంలు

కాలవాహిని జూడు – కమ్యూనిష్టుల జూడు
దొడ్డి కొమురయ్యలు – చాకలయిలమ్మలు

నల్లనరసింహాలు – మగ్దూం మోహియోద్దీన్
అరుట్లచంద్రులూ – అనభేరి సింహాలు

బద్దం ఎల్లారెడ్డి – రావి నారాయణరెడ్డి
తెలంగాణమంటు – తేజముట్టి పడుతూ

వీరయోధుల గడ్డరా తెలంగాణ
విప్లవాల సీమరా తెలంగాణ

రెండవ భాగం

త్రిలింగ దేశమిది – తెలంగాణమిది
తొలి కోటిలింగాల – 'గోబద' శబ్ధమది

క్రీస్తుకు పూర్వం – బౌద్ధమత క్షేత్రం
దూళికట్ట క్షేత్ర ముచిలింద నాగం

బౌద్ధ మత బావరి – బాదనకుర్తి వాసి
జైనమత ఋషభుడు – బాహుబలి బోధన్

శాతవాహన రాజ్య –అస్మక జనపదం
కోటి లింగాల ఇది – తొలి రాజధాని.

శక సంవత్సరం – శాలివాహన శకం
శాతవాహన రాజ్య – గౌతమి శాతకర్ణి

హాల భూపాలుని –గాథా సప్తశతులు
మంత్రి గుణాడ్యుని – బృహత్ కథల సీమ.

తొలి తెలుగు కందం – కురిక్యాల శాసనం
సోమదేవసూరి – కథా సరిత్సాగరం

కోన సముద్రమ్ము – ఇనుముక్కు పరిశ్రమ
ప్రపంచ దేశాల – ఖ్యాతిగాంచిన సీమ

అజంత, ఎల్లోర – చిత్ర శిల్ప కళలు
శాతవాహనాది – కళల సామ్రాజ్యాలు

చరిత్ర సాక్ష్యమ్మురా తెలంగాణ

ప్రత్యక్ష నిలయమ్మురా తెలంగాణ

మగధ నందవంశ –మౌర్య సామ్రాజ్య
శాతవాహనపూర్వ – సమగోప, గోభద

ఇక్ష్వాకు రాజ్యం – విజయపురి క్షేత్రం
త్రైకూటక రాజ్య – ఇందూరు నగరం

బాదామి చాళుక్య – విష్ణుకుండినులూ
వెములాడ చాళుక్య – రాజ్య సపాదలక్ష

కళ్యాణ చాళుక్య – విక్రమాదిత్యుడు
వేములవాడ క్షేత్ర – రాజరాజేశ్వరుడు

కాకతీ రుద్రుడు గణపతీ దేవుడు
రాణి రుద్రమదేవి – వీరప్రతాపుడు.

పద్మనాయక రాజ్య – పరిడవిల్లిన నేల
సాహిత్యసుమాలు వికసించిన సీమ

విజయనగర కీర్తి – తార్కాణ చిహ్నాలు
అపురూప వైభవ – నిర్మాణ కళారీతి

బహమనీ పాలన – కుతుబ్ షాహీలు
మొగలుల పాలన – నిజాం ప్రభువులు

రాచబాటల తీరురా తెలంగాణ
రాజ్యాల ప్రభ వెలుగురా తెలంగాణ

శ్రీపర్వత క్షేత్ర – నాగార్జున సాగర్
ఆచార్య నాగార్జున – బౌద్ధ విద్యాలయం

రామపాదం సోకె – రామగిరి ఖిల్లా
ఆరామ గిరి చూడు వనమూలికల ఖిల్ల

కొండగట్టు కోట – కొండలా రాయుడు
ఖిలాషాపురం – సర్వాయి పాపన్న

పొలాస క్షేత్రం – పౌలస్తేశ్వరాలయం
జగ్గదేవుడు ఏలె – జగిత్యాల ప్రాంతం

వెములాడ చాళుక్య – అరికేసరి ప్రభువు
ఆస్థాన పంప కవి ఆదిపురాణాలు

వెములాడ భీమకవి – వేములవాడ కవి
రాజరాజేశ్వరం – పుణ్య శివక్షేత్రం

పుణ్య గోదావరి – ధర్మపురి క్షేత్రమది
పంప మహాకవి అగ్రహారం అది.

హాల–లీలావతి – సప్త గోదావరి
తెలివాహా నది – తెలంగాణ మిది

క్షేత్ర ప్రదేశాలురా తెలంగాణ
స్థల పురాణాలురా తెలంగాణ

రామప్ప శిల్పాలు నాగిని నృత్యాలు
జాయప సేనాని – పద రత్నావళులు

మడికి సింగన కవులు – కందనామాత్యులు
వెలగందుల నారయ – చరికొండ ధర్మన

భీంగల్ సంస్థాన – కొలవి గోపరాజు

సింహాసన ద్వాత్రింశిక – కావ్య కుసుమాలు.
దోమకొండ కవులు – బహుగ్రంథ కర్తలు
కామినేని వారి పద్మ పురాణాలు

పాలమూరి జిల్లా -- సాహిత్యపు ఖిల్లా
బి.యన్. శర్మలు – రామకృష్ణ బుధులు

గద్వాల సంస్థాన – శోభనాద్రీశ్వరుడు
ప్రఖ్యాత విఖ్యాత కవి పండిత సభలు

గోన బుద్ధారెడ్డి – తొలి రామాయణం
లాక్షణిక గ్రంథం – అప్ప కవీయం.

సాహిత్య సౌరభంరా తెలంగాణ
కవి పండితా సభలురా తెలంగాణ

పటంచెరువు వాసి– పొన్నెగంటి తెలుగన్న
యయాతి చరిత్రం – తొలి తెలుగు కావ్యం

సర్వజ్ఞ భూపాల – సారస్వతపు జిల్లా
పోరాటాల కెల్ల – నల్లగొండ జిల్లా.

సురవరం ప్రతాప – సంచిక గోలకొండ
తెలంగాణా కవుల – భావ విపంచిక.

తెలంగాణ గడ్డ – తొలి తెలుగు పత్రిక
నీలగిరి పత్రిక – షబ్నవీస్ పుత్రిక

యక్షగాన పిత – చర్విరాల భాగయ్య
చిరుతల రామాయణం – జనహిత ప్రయోజనం

భాగ్యరెడ్డి వర్మ – అరిగె రామస్వామి
సంఘ సంస్కర్తలు – తెలంగాణ బిడ్డలు

చిత్రకళలు – శిల్పకళలిచట రాణించె
పి.టి.రెడ్డిలు – కాపు రాజయ్యలు

'ఊరుమ్మడి బతుకు' – ఉత్తమ సినిమాలు
'మా భూమి' చిత్రాలు – 'రంగుల కల' వెలుగు

సారస్వత సీమరా తెలంగాణ
సృజన కళల వెలుగురా తెలంగాణ

జ్ఞానపీఠాలకిది – నెలవైన నేల ఇది
దేశ ప్రధాని కిది – కొలువైన సీమ ఇది.

ఉద్యమాలకు ఇది – ఉగ్గుపాలను పట్టె
త్యాగాల చరితకు – సాక్ష్యమ్ముగా నిలిచె

ప్రత్యేక తెలంగాణ – పోరాట చిహ్నం
అసెంబ్లీ ఎదుటున్న – అమరుల స్థూపం

కోహినూర్ వజ్ర మణి మకుటం వెలుగు
దక్కన్ సామ్రాజ్య – కీర్తి ప్రభల వెలుగు

అక్కున చేర్చుకొని – ఆదరించే తల్లి
సర్వ మతాలకు – స్థానమిచ్చిన తల్లి

ఖ్యాతిగాంచిన నేలరా తెలంగాణ
వాసిలో మేటి ఇదిరా తెలంగాణ

సబ్బని లక్ష్మీనారాయణ | 194

మూడవ భాగం

అదిలాబాద్ జిల్లా – అడవి బిడ్డల జిల్లా
రమణీయ కుంతాల రమ్యమైన జిల్లా

గౌతమికి దక్షిణం – సబ్బినాడు క్షేత్రం
ఎలగందుల ఖిల్ల – కళల కరీంనగర్.

కాకతీయుల కోట – అది వరంగల్లు
సంగీత సాహిత్యం – అది విరాజిల్లు.

నేటి నిజాంబాద్ –ఇందూరు నగరం
వాసిగాంచిన నేల – బోధన్ క్షేత్రం

ఖమ్మంమెట్టు సీమ – కవిత కిన్నెరసాని
భద్రాద్రి రామన్న – కొత్త వెలుగుల సీమ

నల్లగొండ జిల్లా – ఉద్యమాల ఖిల్లా
ఆచార్య వినోభా – భూదానోద్యమ జిల్లా.

మెదక్ కొండాపూర్ – ప్రాచీన చిహ్నాలు
తెల్లాపురం అది –తెలంగాణ పదం

మహబూబ్‌నగర్ –అలంపురం గుడులు
పిల్లలమర్రిల – ప్రకృతి సోయగాల్

రంగారెడ్డి జిల్లా – రాసి గాంచిన జిల్లా
వాసిలో నగరం – విస్తరించిన జిల్లా
హైదరాబాద్ ఇది – హైటెక్ నగరం
నాల్గువందలేళ్ళ –నవీన పట్నం.

ఇది తెలంగాణ – మన తెలంగాణ
ఘన తెలంగాణ – మన బతుకు సీమ

ఉపయుక్త గ్రంథాలు

1. "కరీంనగర్ జిల్లా చరిత్ర, సంస్కృతి" – డా॥ జైశెట్టి రమణయ్య
2. "వెయ్యేళ్ళ కరీంనగర్ జిల్లా సాహిత్య చరిత్ర" – డా॥మలయశ్రీ
3. "ముంగిలి" తెలంగాణ ప్రాచీన సాహిత్యం – డా॥ సుంకిరెడ్డి నారాయణరెడ్డి
4. తెలంగాణ తల్లి ఎరుక – బి.ఎస్.రాములు
5. 'కాలగమనంలో కోనసముద్రం' – సంపాదకులు. పి. సత్యనారాయణ
6. 'ప్రత్యేక తెలంగాణ ఉద్యమాల చరిత్ర' – శోభాగాంధి
7. 'తెలంగాణ బతుకమ్మ పాట' – సబ్బని శారద
8. 'హైదరాబాద్ ! ఓ! హైదరాబాద్!' దీర్ఘకవిత – సబ్బని లక్ష్మీనారాయణ
9. 'ఆంధ్రుల సంక్షిప్త చరిత్ర' – ఏటుకూరి బలరామమూర్తి
10. 'పాలమూరు కవిత' – సంపాదకులు భీంపల్లి శ్రీకాంత్
11. "పాలమూరు చరిత్ర' – రాచాలపల్లి డి.యస్. బాబుదేవీదాస్ రావు
12. 'సబ్బినాడు ప్రతిభామూర్తులు' – సంకేపల్లి నాగేంద్రశర్మ
13. 'హరివిల్లు' వ్యాస సంకలనం – సంకేపల్లి నాగేంద్రశర్మ
14. 'కరీంనగర్ మండల చరిత్ర' – సంపాదకులు జువ్వాడి గౌతంరావు
15. 'పత్రికారంగంలో పున్నమి' – పున్న అంజయ్య
16. 'తెలంగాణ కొన్ని వాస్తవాలు' వ్యాసాలు – సబ్బని లక్ష్మీనారాయణ
17. 'వేయిన్నొక శేష ప్రశ్నలు' – పరవస్తు లోకేశ్వర్

" తెలంగాణ వైభవ గీతములు " పుస్తక ఆవిష్కరణ .

తేది: 22-5-2016. వైశ్య భవన్, కరీంనగర్.

ప్రసంగిస్తున్నవారు సంకేపల్లి నాగేంద్ర శర్మ. వేదికపై సబ్బని, ముదిగంటి, అప్పటి కరీంనగర్ D.P.R.O., గాయకుడు సంగనబట్ల నరేందర్ శర్మ, ఎ. గజేందర్ రెడ్డి.

తెలంగాణ స్థూపం వద్ద, కరీంనగర్‌లో 'తెలంగాణ వైభవం' సి.డి. ఆవిష్కరిస్తున్న కరీంనగర్ ఎం.పి. బి. వినోద్ కుమార్, ఎమ్మెల్యేలు గంగుల కమలాకర్, బొడిగె శోభ గార్లు, కలెక్టర్ శ్రీ వీరబ్రహ్మయ్య, టీఎన్‌జివో అధ్యక్షులు హమీద్, సబ్బని తదితరులు తేది: 1-6-2014.

తెలంగాణ కొన్ని వాస్తవాలు

(వ్యాస సంపుటి)

సబ్బని లక్ష్మీనారాయణ
తెలంగాణ సాహిత్య వేదిక, కరీంనగర్
2015

అంకితం

తన స్వప్నం

తన ధ్యేయం

తెలంగాణ సాకారం

కీ||శే|| ప్రొ|| కె. జయశంకర్ గారి

స్మృతికి

కృతజ్ఞతలు

ఇందులోని కొన్ని వ్యాసాలను ప్రచురించిన
'వార్త' దినపత్రిక సంపాదకులకు, 'నమస్తే తెలంగాణ' దినపత్రిక
'నేటినిజం' దినపత్రిక సంపాదకులకు,
'మూసీ' మాసపత్రిక సంపాదకులకు,
ఇందులో కొంత విషయ సంగ్రహణ కొరకు
చరిత్రకారులు శ్రీ జైశెట్టి రమణయ్యగారి 'కరీంనగర్ జిల్లా చరిత్ర సంస్కృతి'
చరిత్రకారులు కవి శ్రీ పరవస్తు లోకేశ్వర్ గారి పుస్తకాల నుండి
తెలంగాణ సిద్ధాంతకర్త కీ॥శే॥ ప్రొ॥ కె. జయశంకర్ గారి
పుస్తకాల నుండి కొంత సమాచారం సేకరించడం జరిగింది వారికి... ఈ వ్యాసాలను చదివి
స్పందించిన, తెలిపిన
ఎందరో మిత్రులకు,
ఫేస్ బుక్ ద్వారా అప్లోడ్ చేసిన విషయాన్ని స్వీకరించి
అభినందనల వర్షం కురిపించిన మిత్రులకు....
తెలంగాణను ప్రేమించి అభిమానించే అందరికీ...
మిత్రులు సంకేపల్లి నాగేంద్రశర్మ గారికి...
మా శారదకు, వంశీకి, శరతకు, సృజనకు...
ఈ పుస్తకానికి అమూల్యమైన ముందుమాట అందించిన
తెలంగాణ రచయితల వేదిక అధ్యక్షులు ప్రొ॥ జయధీర్ తిరుమలరావు గారికి
డిటిపి వర్క్ చేసిన హరీష్‌కు అచ్చు తప్పులు సరిచూసిన మిత్రులు వాసం శివనారాయణ
గారికి మరియు ఎస్.ఎన్.ఎల్.ఎస్. గ్రాఫిక్స్ ప్రింటింగ్ మిత్రులకు

– సబ్బని లక్ష్మీనారాయణ

అక్షరాలు అద్భుత సంవిధాన సృజనగా మారాలి

మలిదశ తెలంగాణా పోరాటంలో కలాల పాత్ర ఎంతో గొప్పది. రచయితలు తమకు తాము లిట్మస్ పరీక్షకు గురై తెలంగాణా రంగుని ధరించారు. మనసావాచా తెలంగాణా ప్రజల ఉద్యమం వైపు నిలిచారు.

కొంతమంది కేవలం తెలంగాణాలో పుట్టినందుకు, ఆ కాలంలో జీవించినందుకు మాత్రమే, తెలంగాణా సిద్ధించాక వాటి ఫలాలను అనుభవిస్తున్నారు. ఉద్యమకాలంలో ఎన్నో ఆటుపోట్లకు గురై, నిద్రాహారాలు మాని రచనలు చేసి, అచ్చువేసి, పుస్తకాలుగా తెచ్చినవారు ఇవ్వాళ రెండో శ్రేణి పౌరులుగా మారిపోయారు. తెలంగాణా అంటే భయపడి సీమాంధ్రుల చంకలకెక్కిన కవులు ఇవ్వాళ తెలంగాణా రచయితలయ్యారు. ఉద్యమంలో పనిచేసిన రచయితలు కొరగాని వారయ్యారు. ఇది ప్రపంచంలో ఎక్కడా కనీవిని ఎరుగని అతి కొత్త పరిస్థితి.

మనసావాచా అంటే తెలంగాణా వాదాన్ని మథిస్తూ, రచన అనే ఆచరణలో తెలంగాణాని ఆకాంక్షించడం. అలాంటి రచయితలు తాము ఇప్పుడు ఎక్కడ ఉన్నామని చూసుకునే విచిత్ర పరిస్థితి ఏర్పడింది. తాము అప్పుడు రాసిన రచనలను చూసి అయోమయంలో పడుతున్నారు. అలా రాసినందుకు, రాష్ట్రం సిద్ధించిన విజయంలో భాగం అవుతామనుకున్నారు. పాపం. వారిని ఇప్పుడు పలకరించే నాథులు లేరు.

కేవలం, తెలంగాణావాదాన్ని కాకుండా, నోస్టాల్జియా వెళ్ళగక్కిన వారు తెలంగాణా రచయితలుగా, కవులుగా బోరవిడుచుకుంటున్నారు. అలాంటివారి ముందు ఎంతో శ్రమించి తెలంగాణా దోపిడి కాబడుతున్న అంశాలను, ఉద్యమించాల్సిన తక్షణ అవసరాలను గురించి రాసిన వారు కొంత నిర్వీర్యతకు లోనుకావడం బాధాకరం.

ఆనాడు దేశ స్వాతంత్ర్య పోరాటంలో పాల్గొన్న వారిని స్వాతంత్ర్య సమరయోధులుగా గుర్తించారు. వారికి భారత ప్రభుత్వం సముచిత రీతిని తామ్రపత్రంతో గుర్తించి, పెన్షన్ మంజూరు చేసి గౌరవించింది. అక్కడ కూడా కొన్ని అవకతవకలు జరిగినా, జైలుకెళ్ళినవారు, పోలీసులచే అరెస్టు చేయబడినవారు తప్పక గుర్తింపునకు నోచుకున్నారు. జాతీయోద్యమం జరిగినంత కాలం, తెలంగాణా ప్రత్యేక రాష్ట్రం కోసం అరవై ఏళ్ళు పైగా పోరాటం జరిగింది. ఈ పోరాటానికి సిమెంటు, ఇసుకలాగా అక్షరాలు పనిచేశాయి.

తెలంగాణా ఉద్యమ రచయిత ఎవరు అంటే తొలి మలి దశలలో రచనలు చేసి, ఉద్యమంలో ప్రత్యక్షంగా పాల్గొని, ప్రభావం నెరపుతూ రాసిన రచనలను అచ్చు

వేసినవారు, పత్రికలలో రాసిన వారిని తెలంగాణా ఉద్యమ రచయితలుగా గుర్తించాలి. అంతేగాని తమ వ్యక్తిగత భావాలను అక్షరాలలో పెట్టిన కవులను కాదు. అలా గుర్తింపు పొందేవారిలో సబ్బని తప్పక ఉంటారు. ఈ కోవ రచయితగా గుర్తింపబడడం కన్నా ఏమి కావాలి. ఒక మహోద్యమాన్ని ముందుకు నడిపించడంలో తన అక్షరాలను ఇంధనంగా చేసిన అవకాశం చాలా తక్కువ మందికి వస్తుంది.

హైదరాబాద్, హైదరాబాద్ వచన కవిత, తెలంగాణ బతుకమ్మ పాటలు, తెలంగాణ నానీలు, హైకూలు, రెక్కలు, నానోలు, నానీలు వంటి సంక్షిప్త కవితా రూపాలన్నిటిలో ఆయన పుస్తకాలు వెలువరించారు. 'తెలంగాణా – కొన్ని వాస్తవాలు' వ్యాసాలు వంటి పుస్తకాలను రచించాడు. వివిధ ప్రక్రియలలో రచించడమే కాదు. అప్పటికప్పుడు పుస్తకాల రూపంలో పాఠకులకి, కేసట్ల ద్వారా పాటలను పాడి శ్రోతలకు అందించాడు. అటు లిఖిత రూపంలో, ఇటు మౌఖిక రూపంలో తన సాహిత్యాన్ని అందించడం సబ్బని కృషికి ఉదహరణ.

ప్రభుత్వ కళాశాలలో ఆంగ్లోపన్యాసకునిగా పని చేస్తూ సీమాంధ్ర పాలకులకు వెరవకుండా అక్షరాలను రోడ్డుమీదెక్కించడం మామూలు విషయం కాదు. ఉద్యమ సాహిత్యానికి తెలంగాణ చేసిన దోహదం అక్షరాలా లిఖించదగినది. ప్రజలకు ఉపకరించని భద్రపురుష సాహిత్యం కన్నా ఇలాంటి ఉద్యమ సాహిత్యం ఎంతో మిన్న. ఈ సాహిత్యం రచించడానికి ధైర్యం కావాలి. నోస్టాల్జియా రాయడానికి స్థలకాలాలు ఏవీ లేకపోయినా ఎప్పుడైనా రాయవచ్చు. ఎంతైనా రాయవచ్చు. తమ చుట్టూ కొన్ని గుంపులను ఏర్పాటుచేసుకోగలిగితే చాలు. నీవు నన్ను, నేను నిన్ను పొగడతాను. ఫోనులో, పత్రికలలో, ముందు మాటలలో, వ్యాసాలలో, ఉపన్యాసాలలో, వేదికలపైనా ఎక్కడైనా సరే. అక్కడ మనం మనం బరంపురం. పురస్కారాలలో, పుస్తకావిష్కరణలలో సైతం మనం మనం కరీంనగరం అని అనుకోవచ్చు. ఈ ధోరణి అన్ని జిల్లాలలోనూ కనుపించడాన్ని గుర్తు చేసుకోవాలి. ఇలాంటి చిన్న చిన్న గుంపులు అనేకం ఉంటాయి. ఒక గుంపులోంచి మరో గుంపులోకి, ఒక పట్టణం నుండి మరో పట్టణం గుంపులోకి జారిపోవచ్చు. కావలసింది నిత్యం కొన్ని పొగడ్తలు. కృత్రిమ మొహమాటాల కీర్తనలు. పొగిడేవాడికి, పొగిడించుకునే వాడికి తెలుసు. ఇవి చాలా కాలం నిలవవని. ఐనా సరే. మనిషి కొన్ని వ్యసనాలకి బానిస. పొగడ్త అన్ని వ్యసనాలకన్నా బలమైనది. రాష్ట్రం వచ్చాక ఇప్పుడు రచయిత రాజ్యపోషక వేదికలపై ఎడమకాలు, దానికి ఆవల ఉన్న ప్రజావేదికలపై కుడి కాలు పెట్టి ఎంచక్కా ఊరేగుతున్నాడు. ఒక్క గళంలోంచి రెండు పాటలు పాడే సంస్కృతి పెచ్చుపెరిగింది. దీనివలన రచయితకు ఎలాంటి అసౌకర్యం కలుగుతుందో ఆలోచించాలి. ప్రజలు, తమ చుట్టూ ఉండే మనుషులు తమని గుర్తిస్తున్నారనే ఇంగితం కూడా కొరవడింది. పైరవీలు,

సబ్బని లక్ష్మీనారాయణ | 202

పురస్కారాల కోసం దేబరింపుల సంస్కృతి పెచ్చుపెరిగిపోయింది. అర్థింపులతో సాహిత్య విలువ, గౌరవం తగ్గిపోతున్నది.

ఉద్యమ కాలంలో ఇలాంటి పరిస్థితి తక్కువగా కనుపించింది. అప్పుడు కూడా రచనా వ్యాసంగంలో సీరియస్ నెస్, సాహిత్య విలువలు, శైలీ నైపుణ్యాలపై దృష్టి పెట్టకుండా జావలాంటి సాహిత్యం రాయడానికే పూనుకునేవారు లేకపోలేదు. ఐతే చాలా మంది ఎలాంటి ప్రతిఫలం ఆశించకుండా తమ పని తాము చేసుకుంటూ పోయారు. అలాంటివారిలో సబ్బని వంటివారు కొందరు చేరతారు. వీరిలో బహుప్రక్రియల పట్ల ఆకర్షితులు అయ్యే లక్షణం గమనించాలి. ఒక అభిమాన ప్రక్రియని ఎంచుకుని దానిలో నిరంతరం కృషి చేసి ఆ ప్రక్రియని ఉన్నతీకరించే దిశగా దృష్టి పెట్టాల్సిన అవసరం అప్పుడూ ఉంది ఇప్పుడూ ఎంతైనా ఉంది. కొన్ని సాహిత్యేతర సాహితీ కార్యక్రమాలు జరపడం తాత్కాలికంగా మనకి కొంత ఆనందం కలిగిస్తుంది. కాని చాలా వరకు అవి మనలోని శక్తిని తగ్గిస్తాయి. కాలాన్ని హరిస్తాయి. ఈ కోణంలో ఆలోచించి భవిష్యత్తుని మనకి మనమే నిర్దేశించు కోవలసిన అవసరం ఏర్పడింది.

వ్యాసాలు రాయడం కొందరికి చాలా తేలిక. కాని సమాచారం ఎంతముఖ్యమో, సందర్భానుసారంగా ఆ వ్యాసాన్ని రూపొందించడం అంతకన్నా ముఖ్యం. సమయానుగుణ సమాచారం అందించడానికి అక్షరాలు సరిపోవు. అందులో ఆత్మని రంగరించి ఒక లోతుని, విస్తారతని నిర్మించాలి. ముగింపుని బలంగా చెప్పగలగడం రచయిత ప్రతిభ.

చరిత్రలో తెలంగాణ ఒక సముద్రం వంటిది. దాని చుట్టూ ఎన్నో కాలాలు పరిభ్రమించాయి. అంతకు మించిన కోణాలు దాగి ఉన్నాయి. తవ్వినకొద్దీ చారిత్రక వైవిధ్యతలు. సమాజం, చరిత్ర, సంస్కృతి, కళ, క్షేత్రం. ఎక్కడ ముట్టుకున్నా కాలుతుంది. ఏది చెప్పాలన్నా కొత్తగానే ఉంటుంది. అలాంటి చారిత్రక కల్పవల్లిపై ఉద్యమ కాలంలో సీమాంధ్రులు కొన్ని అనుమానాలు రేకెత్తించారు. అవమానాలకు గురి చేశారు. కొన్ని అపవాదులు ప్రచారం చేశారు. కొన్ని సాంకేతిక సమస్యలను పత్రికల్లో చర్చించారు. మీడియా చాలా వరకు ఒకే కేంద్రకంగా పని చేసింది. రోజూ లక్షలాది దిన పత్రిక ప్రతులు, ఎన్నో చానెళ్ళు ఏకపక్షంగా పని చేసినా వాటన్నిటిని తట్టుకుని దీటుగా జవాబు ఇవ్వగలిగాయి తెలంగాణా కలాలు, గళాలు.

సీమాంధ్ర మీడియా ప్రచారం చేసిన అబద్ధాలలో హైదరాబాదుని తామే అభివృద్ధి పరిచామన్నది ఒకటి. ఈ ఒక్క అంశంపై సబ్బని మూడు వ్యాసాలు రాశాడు. అంతేకాదు. హైదరాబాదుపై దీర్ఘ కవితని ఎంతో శక్తిమంతంగా రాశాడు. అటు కవిత్వ – ఇటు వ్యాసం రెంటిని సమభావనతో చూసాడు. కవితాత్మక చరణానికి, వచన వాక్యం రాయడానికి తేడా ఉంది. ఐతే వ్యాసంలో చెప్పలేని, వ్యక్తం చేయలేని అభివ్యక్తిని కవిత్వంలో వ్యక్తం చేయవచ్చు.

అందుకే దానిని పెద్ద కవితగా మలిచాడు. ఈ రెంటిలోని సమాచారం సారూప్యత తులనాత్మకంగా పరిశీలించడం పరిశోధకులకి వదిలేద్దాం.

తెలంగాణ భాష, కళా సాంస్కృతిక రంగాలు, తెలంగాణ అస్థిత్వం-, పోరాటం వంటి పలు అంశాలు ఈ పుస్తకంలో వ్యాసాలకు పునాది. రాయల తెలంగాణా అనే వాదాన్ని తెచ్చి ప్రత్యేక తెలంగాణా వాదాన్ని పక్కన పెట్టడమో, నిర్వీర్య పరచడమో చేయాలని చూసిన రాజకీయ సందర్భంలో ఒక వ్యాసం రాశాడు సబ్బని. చివరలో రాష్ట్రం సిద్ధించాక 'విజయోత్సవ వేళ'ని కూడా నమోదు చేశాడు. ఈ వ్యాసాలు నేటినిజం, వార్త, మూసీ, నమస్తే తెలంగాణా వంటి పత్రికలలో అచ్చయ్యాయి.

కేవలం పత్రికల పేజీలకే పరిమితం కాలేదీ వ్యాసాలు, ఫేస్బుక్లలో కూడా హల్చల్ చేశాయి.

తన విధిని తాను నిర్వర్తించి, ఆనాటి వ్యాసాలను సేకరించి తన పదవీ విరమణ సందర్భంగా సాహిత్యోత్సవాన్ని జరుపుకునే వేళ ఈ పుస్తకం తెస్తున్నందుకు అభినందనలు.

ప్రభుత్వం ఇచ్చిన ఉద్యోగానికి 32 ఏళ్ళు అక్షరాలా న్యాయం చేకూర్చాడు. ఇప్పుడు సమాజం, ప్రజలు ఇచ్చే 'రచయిత' అనే పూర్తికాలికపు బాధ్యతని స్వీకరించి జీవితాంతం రచనలు చేయాలని కోరుతున్నాను. ఎవరూ కోరినా కోరుకున్నా సబ్బనిలో ఆ తపన అతడిని ఊరికే ఉండనివ్వదు. ఆ విషయం అతని రచనలను చూసినవారికి ఇట్టే తెలుస్తుంది.

వృత్తి, ప్రవృత్తికి; నిజాయితి, నిబద్ధతలకీ జోడి కుదిరితే అక్షరాలు అద్భుత సంవిధాన సృజనగా మారతాయి. అలాంటి మరో అక్షర ఆల్కెమీ కోసం ఎదురు చూస్తూ.....

హైదరాబాదు – ఆచార్య జయధీర్

25 సెప్టెంబర్ 2015 తిరుమలరావు

అధ్యక్షులు, తెలంగాణ రచయితల వేదిక

తెలంగాణ కొన్ని వాస్తవాలు

1. హైదరాబాద్ పట్టణాన్ని ఎవరు అభివృద్ధి పరిచారు?
2. భారత స్వాతంత్ర్యం సిద్ధించే నాటికి హైదరాబాద్ రాష్ట్రం పరిస్థితి
3. కళా సాంస్కృతిక రంగాలలో ....
4. రెండు తెలుగు రాజ్యాల ఆవశ్యకత
5. దాశరథి భావనల్లో తెలంగాణ
6. తెలంగాణ భాషపై చిన్న చూపెందుకు?
7. సమైక్యాంధ్రవాదులు తెలంగాణ ఏర్పాటును ఎందుకు వ్యతిరేకిస్తున్నారు
8. ప్రత్యేక తెలంగాణ, తెలంగాణ ప్రజల ఆకాంక్ష
9. తెలంగాణ ధర్మ పోరాటం
10. తెలంగాణ ఒక సత్యం.
11. భద్రాచలం ఎవరికి చెందుతుంది?
12. చివరి నిజామ్ (7వ నిజామ్) మీర్ ఉస్మాన్ అలీఖాన్ (1911-1948)
13. 7వ నిజాం ప్రభువు ఉస్మాన్ అలీఖాన్ పరిపాలనా కాలం నాటి హైదరాబాద్ నగర విశేష అభివృద్ధి
14. రాయల తెలంగాణ కాదు, ప్రత్యేక తెలంగాణ కావాలి
15. సమైక్యాంధ్ర నాయకులు చెపుతున్న సమన్యాయం అంటే ఏమిటి?
16. తెలంగాణ విజయోత్సవ వేళ

1. హైదరాబాద్ నగరాన్ని ఎవరు అభివృద్ధి పరిచారు?

హైదరాబాద్ పట్టణ నిర్మాణం (క్రీ.శ. 1591)

హైదరాబాద్ నగరాన్ని తెలంగాణలో 'పట్నం' అంటారు ముచ్చటగా. తెలంగాణ ప్రాంతంలో ఉన్న ఏకైక 'పట్టణం' హైదరాబాద్ 400 యేళ్ల నుండి. కుతుబ్ షాహీల రాజ్యమునకు తొలుత రాజధాని గోలకొండ నగరం. ఈ గోలకొండ కోట ఒక గుట్టపై కాకతీయుల కాలంలో క్రీ.శ 1143లో నిర్మించబడింది. ఓరుగల్లు నేలిన ప్రభువు కృష్ణదేవ్ దీనిని క్రీ.శ.1363లో బహమనీ సుల్తాన్ మొదటి మహమ్మద్ షాకు అప్పగించాడు. కాల క్రమంలో అప్పటి బహమనీ సుల్తాన్ మహమూద్ క్రీ.శ 1496లో సుల్తాన్ కులీకుతుబ్ షా ముల్క్ ను గోలకొండకు తరఫ్ దారుగా నియమించాడు. బహమనీ రాజ్యం పతన మొందుతున్న కాలంలో సుల్తాన్ కులీకుతుబ్ షా (1518-1543) క్రీ.శ 1518లో స్వతంత్ర రాజై గోలకొండను రాజధానిగా చేసుకొని పట్టాభిషిక్తుడైనాడు. తర్వాత ఇబ్రహీం కుతుబ్ షా (క్రీ.శ 1550-1580) కాలం వరకు గోలకొండ నగరపు జనాభా పెరిగిపోయింది. నీటి వసతులు సరిగా లేక అంటు వ్యాధులు ప్రబలినాయి. పట్టణమును విస్తృత పరుచుటకై అతడు క్రీ.శ. 1578లో మూసీనదిపై పురానాపూల్ నిర్మించాడు. కొత్త పట్టణ నిర్మాణానికి పునాదులు వేశాడు. తర్వాత ఇబ్రహీం కుతుబ్ షా మరణానంతరం అతని కుమారుడు కులీకుతుబ్ షా నూతన పట్టణ నిర్మాణమునకై ఒక బృహత్ ప్రణాళికను సిద్ధం చేయించి క్రీ.శ 1591లో మూసీనది ఒడ్డున నూతన పట్టణ నిర్మాణమును గావించాడు. ఆ నూతన నగరమే భాగ్యనగర్, హైదరాబాద్ అని పిలువబడుతున్నది. మూసీనది ఒడ్డున వెలిసిన ఈ సుందరనగరమును కులీకుతుబ్ షా తన ప్రియురాలు భాగమతి (భాగ్యమతి) పేర వెలసిన ఈ నగరాన్ని భాగ నగరమని, భాగ్యనగరమని పిలిచాడు. హైదర్ మహల్ అనే గౌరవనామంతో భాగమతి కులీకుతుబ్ షా జనానాలో చేరిన తర్వాత భాగ్యనగరం హైదరాబాద్ అయ్యింది.

చార్మినార్ నిర్మాణం (1592): ప్రపంచ ప్రసిద్ధ సుందర నిర్మాణాలలో హైదరాబాద్ చార్మినార్ ఒకటి. నాలుగు గోపురములతో కూడిన అందమైన చార్మినార్ క్రీ.శ. 1592లో నిర్మాణం గావింపబడింది. చార్మినార్ కు నాలుగువైపులా రోడ్ల నిర్మాణం జరిగినది. ఈ రోడ్లకు ఇరువైపుల 14000 దుకాణములు, మదరసాలు, మసీదులు, కారవాన్ సరాయిల నిర్మాణములు గావించబడినవి. నూతనముగా నిర్మించిన నగరమునకు అందం చేకూర్చుటకై పట్టణ కేంద్ర బిందువునందు (Central Point) చార్మినార్ నిర్మించబడింది. అప్పట్లో హైదరాబాద్ లో ప్లేగు (గత్తర) వ్యాధి వచ్చిందని, దాన్ని

సబ్బని లక్ష్మీనారాయణ | 206

అరికట్టుమని ప్రభువు అల్లాకు మొక్కుకోగా అది తగ్గగానే ఆ జ్ఞాపకార్థం చార్మినార్ నిర్మించబడిందని ప్రతీతి.

చార్ కమాన్ నిర్మాణం : (క్రీ.శ 1594)

చార్మినార్‌కు ఉత్తరమున 250 అడుగుల దూరంలో నాలుగు అద్భుతమైన ఎత్తైన కమాన్లు నాలుగు దిశలందు క్రీ.శ. 1594 లో నిర్మించబడినవి. దీనినే- చార్ కమాన్ ప్రాంతమంటారు.

ఇతర నిర్మాణాలు :

మహ్మద్ కులీకుతుబ్ షా చార్మినార్, చార్ కమాన్ కట్టడములే కాకుండా 1595లో దారు అల్ షిఫా అను రెండంతస్తుల జనరల్ ఆసుపత్రిని కట్టించారు. ఇందులో యునాని వైద్య కళాశాల నడుపబడేది. అనుభవము గడించిన హకీమ్లను (డాక్టర్లను) గ్రీసు, ఇటలీ, పర్షియన్, గల్ఫ్ దేశముల నుండి పిలిపించి రోగులకు వైద్య సేవలు అందించాడు. 1596లో బాదుషాహి అషూర్ఖానా, 1597లో చార్మినార్ సమీపమున జమామసీదు కట్టించబడినాయి. తర్వాత పాలనకు వచ్చిన మహ్మద్ కుతుబ్ షా క్రీ.శ (1612-1626) మక్కామసీదు నమూనాను సిద్ధపరిచి క్రీ.శ. 1617లో చార్మినార్ కు సమీపమున దక్షిణ దిశయందు స్వహస్తములతో పునాది రాయివేసి నిర్మాణమును ప్రారంభించాడు. ఇతడు ఇస్లాంనందు అమిత విశ్వాసం గలవాడై దినమునకు ఐదుసార్లు తన 12వ ఏట నుండి తప్పకుండా నమాజు చేసిన సుల్తాన్. తర్వాత వచ్చిన అబ్దుల్లా కుతుబ్ షా, అబుల్ హసన్ తానీషా సుల్తాన్ల కాలంలో కూడా మక్కామసీదు నిర్మాణం కొనసాగింది. చివరకు 77 సంవత్సరముల తరువాత ఔరంగజేబు క్రీ.శ.1694లో మక్కామసీదు నిర్మాణం పూర్తి చేశాడు. భారతదేశములోని పెద్ద మసీదులలో ఇది ఒకటి. ఇందులో పదివేల మంది ఒకేసారి ప్రార్థన చేయవచ్చు. మేస్త్రి రంగయ్య తాపీపని సారథ్యంలో ఫైజుల్లాబేగ్ ఇంజనీర్ ఆధ్వర్యంలో దీని నిర్మాణం ప్రారంభించబడినది. మహమ్మద్ కుతుబ్ షా మక్కా నుండి తెచ్చిన మట్టితో చేసిన కొన్ని ఇటుకలను మధ్యనున్న కమాన్ పైకట్టడంలో నిలిపి నిర్మించారు కావున దీనికి మక్కామసీదు అని పేరు వచ్చినది.

మాసాబ్ ట్యాంక్ నిర్మాణం : మహ్మద్ కుతుబ్ షా పట్టపురాణి హయత్ బక్షీబేగమ్, ఆమె ఐదవ సుల్తాన్ మహ్మద్ కులీకుతుబ్ షా తనయగా, ఆరవ సుల్తాన్మహ్మదుతుబ్షా భార్యగా, ఏడవ సుల్తాన్ మహ్మద్ కుతుబ్ షా తల్లిగా ముగ్గురు సుల్తాన్ల కాలములో రాజకీయములందు ప్రధాన పాత్ర వహించింది. ఆమె పేరున సుల్తాన్ హైదరాబాదు తూర్పున 16 కి.మీ దూరంలో క్రీ.శ. 1676లో హయత్‌నగర్ నిర్మించారు.

ఆమె తన 76వ ఏట క్రీ.శ. 1666లో మరణించింది. ఆమెను గౌరవంగా మాసాహెబ్ అని పిలిచేవారు. ఆమె పేరిట నిర్మించిన మా సాహెబ్ చెరువే నేటి మాసాబ్ ట్యాంక్ అని పిలువబడుతుంది.

తర్వాత గోలకొండ రాజ్యమునకు అబ్దుల్లా కుతుబ్ షా (క్రీ.శ. 1626-1672) సుల్తానయ్యాడు. మహమ్మద్ కుతుబ్ షా పుత్రిక మరియు అబ్దుల్లా కుతుబ్ షా సోదరి ఖైరతున్నిస్సా. బేగం, ఆమె తన గురువు గౌరవార్థమై కమాన్ల మసీదు కట్టించింది. ఆ మసీదు చుట్టూ పెరిగిన ప్రాంతమే నేడు ఖైరతాబాద్ గా పిలువబడుతున్నది.

కుతుబ్ షాహీ సుల్తాన్ల మరియు అసఫ్జాహీ నవాబుల కాలములో నౌబత్ పహాడ్పై నగారాలు మోగించి రాచఫర్మానాలు ప్రజలకు చదివి వినిపించేవారు. నౌబత్ అనగా డ్రమ్, డోలు లేదా నగారా. పహాడ్ అనగా గుట్ట. నగారాలు వాయించి ఫర్మానాలు చదివి వినిపించే గుట్ట కనుక దీనికి నౌబత్ పహాడ్ అని పేరు వచ్చింది. ఈ నౌబత్ పహాడ్ పైనే నేటి ప్రకాశవంతమైన బిర్లామందిర్, బిర్లా ప్లానిటోరియమ్లు నిర్మించబడినవి. ఈ నౌబత్ పహాడ్ కు దక్షిణంగా ఫతేమైదాన్ ఉంది. ఇప్పుడీ మైదానమున లాల్ బహదూర్ స్టేడియం నిర్మించబడినది.

అబ్దుల్లా కుతుబ్ షా అనంతరం అతని అల్లుడు అబ్దుల్ హసన్ కుతుబ్ షా (తానీషా)(క్రీ.శ. 1672–1687) సుల్తాన్ అయ్యాడు. ఇతడు పరిపాలనాదక్షుడు. ఇతని పాలనలోనే హిందువైన మాదన్న గోలకొండ రాజ్యమునకు దివాన్ గా (ప్రధానమంత్రి) పనిచేశాడు. మాదన్న సోదరుడు అక్కన్న సేనానాయకుడిగా నియమింపబడినారు. తానీషా కాలంలోనే అక్కన్న, మాదన్నల మేనల్లుడైన కంచర్ల గోపన్న భద్రాచల ప్రాంతపు తహసీల్దారుగా ఉండి, అక్కడ వసూలైన రెవెన్యూ ద్వారా భద్రాచలంలో రామాలయం నిర్మించి గోలకొండలో జైలు పాలయి కీర్తనలు రాశాడు.

క్రీ.శ. 1687 జనవరి 28న మొగల్ చక్రవర్తి ఔరంగజేబు స్వయంగా తన ఆస్థానంలోని సైన్యంతో గోలకొండను ముట్టడించాడు, అబుల్ హసన్ తానీషా బందీగా చిక్కినాడు. కాలక్రమంలో క్రీ.శ.1700లో తానీషా మరణించాడు. అలా కుతుబ్ షాహీల వంశపాలన అంతమయ్యింది గోలకొండలో. అలా 170 సంవత్సరాలకు పైగా క్రీ. శ. 1518-1687 వరకు వైభవంగా పాలించిన గోలకొండ రాజ్యపు కుతుబ్ షాహీల పాలన అంతమై మొగలుల స్వాధీనంలోకి వచ్చింది. మొగలుల పాలన కింద గోలకొండ ప్రాంతం క్రీ.శ. 1687 -1724 వరకు ఉంది.

అసఫ్జాహీల పాలన: (క్రీ.శ.1724-1948)

ఔరంగజేబు మరణం తర్వాత మొగల్ రాజు మహమ్మద్ షా ఆస్థానంలోని 'నిజాముల్ ముల్క్' (మీర్‌ఖ మ్రోద్దీన్) ఫక్కీర్ ఖైడ్ యుద్ధంలో మొగలుల పాలనలో ఉన్న గోలకొండ ప్రాంతం అయిన దక్కను సుబేదారుగా ఉన్న ముబారిజ్ ఖాన్ ను ఓడించి స్వతంత్ర రాజై గోలకొండలో అసఫ్ జాహీల పాలన క్రీ.శ. 1724లో ప్రారంభించాడు. 'నిజాముల్ ముల్క్' గాని 'ఆసఫ్' గాని మొగలు ప్రభువులు మీర్‌ఖ మ్రోద్దీన్ కు ఇచ్చిన బిరుదములు. అలా నిజాముల్ ముల్క్ మొదటి అసఫ్ జాహీ ప్రభువు దక్కన్ ప్రాంతానికి, అతడు 1748 వరకు ఈ ప్రాంతాన్ని పరిపాలించాడు. అసఫ్జాహీ ప్రభువులు హైదరాబాద్ రాష్ట్రము దక్కన్ ప్రాంతాన్ని సుమారు 225 సంవత్సరాలు పరిపాలించారు. మొదటి అసఫ్ నిజాముల్ ముల్క్ మరణాంతరం అతని వారసులు నాసర్ జంగ్, ముజఫర్ జంగ్, సలాబత్ జంగ్ క్రీ.శ. 1748 – 1762 వరకు పరిపాలించారు. తర్వాత రెండవ అసఫ్ జా నిజాం అలీఖాన్ క్రీ.శ. 1762-1803 వరకు పాలించాడు. మూడవ అసఫ్జాహీ ప్రభువు సికిందర్ షా క్రీ.శ. (1803-1829) పేరు మీదుగానే సికింద్రాబాద్ అనే పేరు వచ్చింది జంటనగరాల్లో ఒకదానికి. నాల్గవ నిజాం ప్రభువు నసీరుద్దౌలా అసఫ్ (క్రీ.శ 1829-1857) కాలంలో క్రీ.శ. 1853-1854 సంవత్సరంలో దారుల్ ఉల్మ్ కళాశాలను స్థాపించారు. క్రీ.శ 1853 లోని అప్పటి దివాన్ సాలార్జంగ్ 1853లో కేంద్ర ట్రెజరరీ మరియు 1856లో స్టాంపు కాగితముల కార్యాలయాలను ఏర్పాటుచేశారు. అయిదవ నిజాం ప్రభువు అఫ్జల్ ఉద్దౌలా కాలంలో అఫ్జల్ గంజ్ మసీదు, అఫ్జల్ గంజ్ బజారు అఫ్జల్ గంజ్ బ్రిడ్జిల నిర్మాణం జరిగింది. ఆరవ నిజాం ప్రభువు మీర్ మహబూబ్ అలీఖాన్ నవాబుకు గుర్రాలపై మక్కువ ఎక్కువ. అతడు గుర్రపుస్వారీలో దిట్ట. 1879లో మలక్‌పేట్ యందు అశ్వశాల, గుర్రాల రేస్ కోర్సును ఏర్పాటుచేశాడు. 1869లో నిజాం స్టేట్ రైల్వేశాఖ స్థాపించబడింది. విద్యావ్యాప్తికి కృషి జరిగింది. 1870లో ఒక ఇంజనీరింగ్ కళాశాల స్థాపించబడింది. 1870లో సిటి హైస్కూల్, 1872లో ఛాదర్ ఘాట్ హైస్కూల్, 1878లో మదరసె ఆలియా, 1887లో నిజాం కళాశాల, 1908లో మహబూబియా బాలికల పాఠశాల స్థాపించబడ్డాయి. 1880లో తపాల శాఖ ఏర్పాటు చేయబడింది. 1891లో అసఫియా లైబ్రరీ ఏర్పాటు చేయబడింది. 1893లో దివాన్ వికారుల్ ఉమ్రా నిర్మించిన అందమైన ఫలక్ నుమా ప్యాలెసు ఆరవ నిజాం 1897లో అతని నుండి కొన్నాడు. సాలార్జంగ్ సలహాపై ఐదవ నిజాం 1864 లోనే పబ్లిక్ గార్డెన్ స్థలాన్ని సేకరించారు. అభివృద్ధి పరిచారు. దానిలో మీర్ మహబూబ్ అలీఖాన్ ప్రభువు 1905లో తన 40వ జన్మదిన సందర్భంలో టౌన్ హాల్ నిర్మాణమునకు శంకుస్థాపన చేయగా అందమైన భవనం 1913లో పూర్తి చేయబడినది. అదియే నేటి అసెంబ్లీ భవనము. 1910లోనే హైదరాబాద్ విద్యుచ్ఛక్తి శాఖ ఏర్పాటు చేయబడింది. జనరేటర్ల ద్వారా

తెలంగాణ కొన్ని వాస్తవాలు | 209

విద్యుత్ దీపములు జంట నగరాలలో వెలిగింపబడినాయి. ఆరవ నిజాం మీర్ మహబూబ్ అలీ ఖాన్ మరణించగానే అతని కుమారుడు మీర్ ఉస్మాన్ అలీ ఖాన్ క్రీ.శ 1911 ఆగస్ట్ 29న ఏడవ నిజాముగా ప్రకటించబడినాడు. అతని కాలంలోనే ప్రధానమంత్రిగా పనిచేసిన మూడవ సాలార్జంగ్ 1914 లో రాజీనామ చేసి నాల్గు దశాబ్ధములు ప్రపంచములోని విలువైన, అందమైన, అద్భుతమైన వస్తువుల సేకరణ చేసి విశ్వవిఖ్యాతమైన సాలార్జంగ్ మ్యూజియంను తన నివాసమగు దివాన్ దేవిడీలో ఏర్పాటు చేసినాడు. ఏడవ నిజాం కాలంలో హైదరాబాద్ రాజ్యం సర్వతోముఖాభివృద్ధి సాధించింది. ఏడవ నిజాం కాలంలో అనేక సంస్కరణలు ప్రవేశపెట్టబడినాయి. 1914లో పురావస్తుశాఖ ఏర్పాటయ్యింది. 1919లో నూతన రాజ్యాంగముతో ఒక కార్యనిర్వాహక మండలి ఏర్పాటయ్యింది. 1922లో న్యాయశాఖ ఇతర శాఖల నుండి వేరు చేయబడింది. 1927లో ఉస్మానియా మెడికల్ కాలేజ్, 1924లో ఉస్మానియా ఇంజనీరింగ్ కళాశాలలు ఏర్పాటు చేయబడినవి. 1930లో రాష్ట్ర పురావస్తు ప్రదర్శనశాల ఏర్పాటు చేయబడింది. 1932లో విమానసర్వీసుల బోర్డ్ స్థాపించబడి, 1935లో విమానాశ్రయం హైదరాబాద్ లో ఏర్పడింది.

1933లో కోఠిలోని బ్రిటిష్ రెసిడెన్సీని ఆంగ్లేయులు తిరిగి నిజాం ప్రభుత్వానికి అప్పగించారు. అప్పటినుండి కోఠీ రెసిడెన్సీ బజారును సుల్తాన్ బజారుగా పిలుస్తున్నారు. 1935లో హైదరాబాద్ నందు ఆకాశవాణి కేంద్రం ఏర్పడింది. 1919 ఆగస్టు 7న ఉస్మానియా విశ్వవిద్యాలయం కోసం అడికెమెట్టు వద్ద 1400 ఎకరాల స్థలం సేకరించడం జరిగింది. 1934లో ఉస్మానియా విశ్వవిద్యాలయం నిర్మాణం ఆరంభమయ్యింది. వేలమంది కార్మికులు నియమింపబడి 36 లక్షల వ్యయంతో దీని నిర్మాణం పూర్తి అయి 1939లో ఏడవ నిజాం ప్రభువు తన స్వహస్తములతో ప్రారంభోత్సవం చేశాడు. ఈ విశ్వవిద్యాలయం భవనం భారతదేశంలోనే అందమైన, అద్భుతమైన కట్టడం. మూసీనది ఒడ్డున ఉన్నత న్యాయస్థాన భవనం (HighCourt Building) యొక్క నిర్మాణం 1915లో ఆరంభమైంది. నిజాం ప్రభువు 1920 ఏప్రిల్ 20న హైకోర్టు భవనమును ప్రారంభించాడు. మూసీనది వరదలు అరికట్టుటకై విఖ్యాత ఇంజనీర్ మోక్షగుండం విశ్వేశ్వరయ్య సలహాపై 1914లో గండిపేట చెరువు, ఉస్మాన్ సాగర్, హిమాయత్ సాగర్ నిర్మాణం ప్రారంభమైనవి. ఉస్మాన్ సాగర్ నిర్మాణం 1920లో 54 లక్షల వ్యయంతో, హిమాయత్ సాగర్ నిర్మాణం 1927లో 92 లక్షల వ్యయంతో పూర్తయినాయి. 1937లో భారతదేశ రాజధాని ఢిల్లీలో అందమైన హైదరాబాద్ హౌజ్ కూడా నిర్మించబడినది. 1936లో మూసీనది ఒడ్డున స్టేట్ సెంట్రల్ లైబ్రరీ భవనం, 1937లో జూబ్లీ హాల్ నిర్మించబడినవి. ఉస్మానియా జనరల్ ఆసుపత్రి, యునాని దావఖాన, పబ్లిక్ గార్డెన్స్ లోని రాష్ట్రపురావస్తు మ్యూజియం, హెల్త్ మ్యూజియం, బాల్ భవన్ మున్నగు భవనములన్నియు

ఏడవ నిజాం మీర్ ఉస్మాన్ అలీఖాన్ ఆసఫ్ కాలంలోనే పూర్తయినవి. ఇలా కుతుబ్ షాహీల, అసఫ్జాహీల 400 ఏళ్ళ పాలనలో హైదరాబాద్ రాష్ట్రంలో హైదరాబాద్ నగరం సర్వాంగ సుందరంగా అన్నిరంగాలలో అభివృద్ధి చెందిన నగరం.

నవంబర్ 1, 1956 ఆంధ్రప్రదేశ్ రాష్ట్రం ఏర్పడే నాటికే దేశంలోని ఢిల్లీ, కలకత్తా, ముంబయి, మద్రాస్ వంటి నగరాల్లో ఒక ముఖ్య నగరంగా అభివృద్ధి చెంది ఉన్నది. అప్పటికీ, ఇప్పటికీ భారతదేశంలో ఐదు గొప్ప నగరాల్లో హైదరాబాద్ ఒకటి. (నమస్తే తెలంగాణ 'బతుకమ్మ' 1-9-2013 ఆదివారం సంచిక)

2. భారత స్వాతంత్ర్యం సిద్ధించిన నాటి నిజాం హైదరాబాద్ రాష్ట్రం పరిస్థితి

భారతదేశం ఆంగ్లేయుల పాలన నుండి 1947 ఆగస్ట్ 15న విముక్తినొంది స్వతంత్రదేశంగా అవతరించింది. పాకిస్థాన్ కూడా ఇండియా నుండి విడిపోయి స్వతంత్రదేశంగా ఉండిపోయింది. కాని ఏడవ నిజాం తన రాజ్యంను ఇండియన్ యూనియన్లో కలుపకుండా స్వతంత్ర రాజ్యంగా పాలించుటకు నిర్ణయించుకొన్నాడు. అతడు 1947 నవంబర్లో ఇండియన్ యూనియన్తో యథాతథ స్థితి ఒప్పందం కుదుర్చుకున్నాడు. దానిననుసరించి హైదరాబాద్ రాజ్యరక్షణ, విదేశీ వ్యవహారములు భారత యూనియన్ ప్రభుత్వానికి సంక్రమించినాయి. కాని నిజాం ఈ ఒడంబడికను ఉల్లంఘించి పాకిస్థాన్ నుండి ఆయుధములు దిగుమతి చేసుకొనుటకు ప్రయత్నించాడు. 1946 సంవత్సరంలో నిజాం రాజ్యంలో ప్రైవేట్ సైన్యం రజాకార్ల సంస్థకు కాశీంరజ్వీ అధ్యక్షుడైనాడు. 1947 నాటికి రజాకార్ల ఉద్యమం నానా భీభత్సం సృష్టించింది తెలంగాణలో. ప్రజల మాన ప్రాణాలతో చెలగాటమాడింది. రజాకారు సైనికులు తెలంగాణ జిల్లాల్లో స్త్రీలను చెరిచి మానభంగాలు చేసిన ఉదంతాలు, బరిబాత (నగ్నంగా) బతుకమ్మలు ఆడించిన సందర్భాలు ఉన్నాయి. తెలంగాణ ప్రజలు కమ్యూనిస్టు పార్టీ ఆధ్వర్యంలో నిజాం నుండి విముక్తికై తీవ్ర పోరాటం సలిపినారు వీరోచితంగా. ఎందరో వీరులు నేలకొరిగినారు. అదొక ఉద్యమ చరిత్ర. దాశరథి, కాళోజీ సోదరుల సాక్షిగా ఇట్టి పరిస్థితులలో భారత ప్రభుత్వం కె.యం. మున్షీని హైదరాబాదులో తన ప్రతినిధిగా నియమించింది. స్వామి రామానందతీర్థ నిజాం రాజ్యాన్ని ఇండియన్ యూనియన్లో కలుపడానికి ప్రజాభిప్రాయ సేకరణ జరుగవలెనని కోరాడు. అప్పటి పరిస్థితులలో రజాకార్ల దురాగతాల వల్ల హైదరాబాద్ రాష్ట్రంలోని ప్రజలకు భద్రత లేకుండా పోయింది. సర్దార్ పటేల్ దేశ వ్యవహారాల మంత్రి ఆదేశానుసారం ఇండియన్ యూనియన్ సైన్యాలు 1948 సెప్టెంబర్ 13న హైదరాబాద్ రాజ్యమును అన్ని వైపుల నుండి ముట్టడించినాయి. రజాకార్ల ఆగడాలు సాగలేదు. 1948 సెప్టెంబర్ 17న నిజాం రాజు లొంగిపోయినాడు భారత ప్రభుత్వానికి.

అలా ఆనాడు 1948 సెప్టెంబర్ 17నాడు హైదరాబాద్ రాష్ట్రం భారత యూనియన్లో విలీనమయ్యింది. హైదరాబాద్ రాష్ట్రంలోని తెలంగాణవారికి, వారితో కలిసి ఉన్న మరాఠీ, కన్నడ ప్రాంతాల వారికి విముక్తి లభించింది. సెప్టెంబర్ 18న, మేజర్ జనరల్ చౌదరీ హైదరాబాద్ సంస్థానపు మిలటరీ గవర్నర్ గా పదవీ బాధ్యతలు స్వీకరించాడు. అతడు

1949 డిసెంబర్ వరకు ఆ పదవిలో కొనసాగినాడు. 1950 జనవరిలో సివిల్ పరిపాలనాశాఖకు చెందిన యం.కె. వెల్లొడి I.C.S. ముఖ్యమంత్రిగా నియమింపబడినాడు. అలా నిజాం రాజ్యంలో మొదటిసారిగా పౌర ప్రభుత్వం ఏర్పడింది. ఏడవ నిజాం మీర్ ఉస్మాన్ అలీఖాన్ రాజ్ ప్రముఖ్ (గవర్నర్)గా నియమింపబడ్డాడు. తర్వాత 1952లో హైదరాబాద్ స్టేట్లో సార్వత్రిక ఎన్నికలు జరిగినాయి. బూర్గుల రామకృష్ణారావు హైదరాబాద్ స్టేట్ ముఖ్యమంత్రిగా బాధ్యతాయుతమైన మొదటి మంత్రివర్గం ఏర్పడినది. మీర్ ఉస్మాన్ అలీఖాన్ 1950 జనవరి 26 నుండి 1956 అక్టోబర్ 31 వరకు హైదరాబాద్ స్టేట్ రాజ్ ప్రముఖ్ (గవర్నర్) గా పనిచేశాడు. తర్వాత భాషా ప్రయుక్త రాష్ట్రముల పేరిట, అప్పటికే ఉమ్మడి మద్రాస్ రాష్ట్రం నుండి వేరుపడిన, కోస్తా, సీమాంధ్రల 1953 నాడు ఏర్పడి ఉన్న ఆంధ్ర రాష్ట్రంను, 1952లో హైదరాబాద్ రాజధానిగా ఉన్న హైదరాబాద్ ను ఫజలలీ కమీషన్ సిఫార్సు ఉన్నప్పటికిని తొందరపడి హైదరాబాద్ రాష్ట్రంను ఆంధ్రరాష్ట్రంతో కలిపి సమైక్య రాష్ట్రంగా చేయనవసరం లేదన్నప్పటికిని, పెద్దమనుషుల ఒప్పందం మేరకు 1956 నవంబర్ 1న, ఆంధ్రప్రదేశ్ రాష్ట్రం తెలుగు మాట్లాడేవారికి ఒక రాష్ట్రం అని ఏర్పడింది. కాని పెద్ద మనుషుల ఒప్పందంలోని అంశాల ఉల్లంఘన వల్ల, సమైక్య రాష్ట్రంలో అన్ని ప్రాంతాలను సమానంగా అభివృద్ధి చేయకపోవడం వల్ల తెలంగాణ అన్ని రంగాల్లో వెనుకబడిపోయి తెలంగాణ ప్రాంతంలో ప్రత్యేక తెలంగాణ ఉద్యమం 1969 లో బలంగా వచ్చింది. మళ్ళీ 2009లో ప్రత్యేక రాష్ట్రం కావాలనే ఉద్యమం ఉధృతంగా వచ్చింది. సమైక్య రాష్ట్రం కావాలని కోస్తా, సీమాంధ్రులు, ప్రత్యేక తెలంగాణ అని తెలంగాణ ప్రాంతీయులు ఉద్యమాలు చేస్తున్నారు.

ప్రత్యేక తెలంగాణ రాష్ట్రం ఏర్పడితే మరి హైదరాబాద్ సంగతేమిటీ? అంటున్నారు కోస్తా, సీమాంధ్ర వాసులు. హైదరాబాద్ తెలంగాణలో అంతర్భాగం అంటున్నారు తెలంగాణ వాసులు. హైదరాబాద్ ను మేం అభివృద్ధి చేశాం హైద్రాబాద్ లో పెట్టుబడులు పెట్టాం అని అంటున్నారు కోస్తా, సీమాంధ్ర వాసులు.

ఒక్కసారి నాలుగు వందల యేళ్ళ హైదరాబాద్ నగర చరిత్రను, అభివృద్ధిని గమనించాలి. నాల్గువందల యేళ్ళలో 1956, నవంబర్ 1 నాటికి జరిగిన అభివృద్ధి ఏమిటీ? 1956 నవంబర్ 1 తర్వాత జరిగిన అభివృద్ధి ఏమిటి అని బేరీజు వేసుకోవాలి.

నాల్గు వందల యేళ్ళ హైద్రాబాద్ అభివృద్ధి ప్రజల కోసం జరిగిన అభివృద్ధి, విద్య, పరిశ్రమలు, వైద్యం, రవాణా, నీటి వసతి, రోడ్లు, భవనాలు, ప్రభుత్వ శాఖలు మొదలగునవి. ఇది ప్రజలకోసం ప్రభుత్వం చేసిన అభివృద్ధి.

మరియు 1956, నవంబర్ 1 నుండి ఈ 53 యేళ్ళలో హైదరాబాద్ లో జరిగిన అభివృద్ధి, పొందిన అభివృద్ధి ఎవరివల్ల ఎవరి కోసం, ప్రజల కోసమా? కొందరు వ్యక్తుల కోసమా?

హైటెక్ సిటీలు, ఫ్లైఓవర్లు నిర్మించడం అభివృద్ధిలో భాగమే. నగరానికి అవసరమే. కాలక్రమేణ జరిగే అభివృద్ధే. పెరుగుతున్న జనాభాకు అనుగుణంగా ప్రపంచంలో అన్ని పట్టణాలు అభివృద్ధి చెందినట్లు, భారతదేశంలోని అన్ని పట్టణాలు అభివృద్ధి చెందినట్లు ఈ జరిగిన అభివృద్ధి సహజమే హైదరాబాద్ కు. కోస్తా, సీమాంధ్రల్లో సాంస్కృతిక రాజధానిగా పేరుగాంచిన విజయవాడ అభివృద్ధి చెందలేదా, ఇండస్ట్రియల్ సిటీగా విశాఖపట్నం అభివృద్ధి చెందలేదా. టెంపుల్ సిటీగా తిరుపతి అభివృద్ధి చెందలేదా? వనరులు, వసతులు వాటికి లేవా?

హైదరాబాద్ సిటిలో పెట్టుబడులు పెట్టాం. హైదరాబాద్ ను అభివృద్ధి చేశాం అంటే... వ్యక్తిగత ఆస్తులుగా ఎకరాలకొద్దీ స్థలాల్లో సినీ స్టూడియోలు నిర్మించుకోవడమా, హైదరాబాద్ నగరం చుట్టూ వేల ఎకరాల స్థలాల్ని కొని రియల్ ఎస్టేట్ వ్యాపారాల్ని పెంచుకోవడమా? ఫాంహౌసులను ఏర్పరచుకోవడమా? పరిశ్రమల్ని పెట్టి కాలుష్యాన్ని పెంచి పోషించడమా? వైద్యాన్ని, విద్యను వ్యాపారం చేస్తూ కార్పొరేటు ఆసుపత్రులను, కార్పొరేటు విద్యాలయాలను ఏర్పరచుకోవడమా? హోటళ్ళను, బిజినెస్లను పెంచుకోవడమా? వ్యాపార అభివృద్ధి చేసుకోవడమా? హైద్రాబాద్ చుట్టూ యాభై, అరవై కిలోమీటర్ల మేర గ్రామీణుల పంటపొలాలను సెజ్లుగా మార్చడమా? పబ్లను, క్లబ్ లను పెంచడమా? ఇవన్నీ మూలంగా హైదరాబాద్ నగరం చుట్టూ తెలంగాణా పల్లెల్లో ఎంత గ్రామీణ జీవితం చిన్నాభిన్నం అయ్యింది? ఎంతటి పారిశ్రామిక కాలుష్యం గ్రామీణుల బతుకుల్ని కబలిస్తుంది? అభివృద్ధి ఫలాలు కొన్నివందల మందికో వేల మందికో అంది, లక్షలమంది బతుకులు ధ్వంసం కావాల్నా?

పై విషయాలన్ని ఎవరికివారు గుండెలపై చెయ్యి వేసుకొని బేరీజు వేసుకోవాలి, హైదరాబాద్ నగర అభివృద్ధిలో ఎవరి పాత్ర ఎంత? అని 1956, నవంబర్ 1 నాటికే హైదరాబాద్ అన్నిహంగులతో అభివృద్ధి చెందిన నగరం. వాస్తవాలు గ్రహించాలి అందరు.

'**తాజ్మహల్ నిర్మాణానికి** రాళ్ళెత్తిన కూలీలెవరు?' అని మహాకవి శ్రీశ్రీ అన్నట్లు,

క్రీ.శ. 1591 నుండి హైదరాబాద్ నగర నిర్మాణానికి రాళ్ళెత్తిన కూలీలెవ్వరు? 1947, ఆగస్టు 15 నాడు భారతదేశమంతా స్వాతంత్ర్య ఫలాలను అందుకొని స్వేచ్ఛగా జీవిస్తుంటే తెలంగాణా ప్రాంతపు వాసులు గోడుగోడునా నిజాం పాలనను వ్యతిరేకంగా వీరోచితంగా పోరాటం సల్పిన వీరవనితలు, వీరులు ప్రాణాలు కోల్పోయింది ఎవరి కోసం ఏ ప్రాంతం వారి కోసం? తమ నేల కోసం, తమ బతుకుల బాగు కోసం కాదా? 1948, సెప్టెంబర్ 17 నాడు అప్పటి దేశ హోంశాఖమంత్రి సర్దార్ వల్లభాయ్ పటేల్ ఆదేశానుసారం భారత యూనియన్ సైన్యాలు నిజాం సైన్యంపై, ప్రైవేట్ సైన్యం రజాకార్లపై యుద్ధభేరి మోగించి ఓడించినపుడు నిజాం ప్రభువు లొంగిపోయినాడు. తెలంగాణా

సబ్బని లక్ష్మీనారాయణ | 214

ప్రజలు, ఆనాడు స్వేచ్ఛా వాయువులు పీల్చుకొన్నారు. అప్పటికిని కమ్యూనిస్టు పార్టీ తీసుకొన్న నిర్ణయం వల్ల తెలంగాణ సాయుధ పోరాటఫలితంగా మళ్ళీ 1948 నుండి 1952 వరకు భారత యూనియన్ సైన్యాలతో పోరాడి 4000 మంది తెలంగాణా యోధులు ప్రాణాలు పోగొట్టుకొంది ఎవరి ప్రజల కోసం? వారు రక్తం చిందించింది తెలంగాణా కోసం కాదా? వారి త్యాగాలు ఎవరివి? ఎవరి భోగాలు కొనసాగించు కోవడానికి వారు తమ మానప్రాణాలను పోగొట్టుకొన్నారు? ఈ త్యాగాల ఫలితాలను ఎవ్వరైనా గుర్తుకు చేసుకొంటారా? హైదరాబాద్ ను మేం అభివృద్ధి చేశాం, హైదరాబాద్ లో పెట్టుబడులు పెట్టాం అనే వారు, ప్రత్యేక తెలంగాణా ఏర్పడే సందర్భంలో హైదరాబాద్ గురించి చెప్పాలని, హైదరాబాదు తెలంగాణ నుండి వేరు చేయాలనే ప్రత్యేకంగా ఉంచాలనే వారికున్న నైతికమైన హక్కులేమిటీ? హైదరాబాద్ స్టేట్ తెలంగాణా ప్రజల రక్తమాంసాల, చెమట చుక్కలతో నిర్మించిన ఈ నగరం తెలంగాణాలో అంతర్భాగమైన ఈ నగరం తెలంగాణాకే చెందుతుంది.

('వార్త' దినపత్రిక తేది 12-3-2010)

హైద్రాబాద్‌లో చారిత్రక కట్టడాలు, నిర్మాణాలు

1507	గోల్కొండ స్వతంత్ర రాజ్యంగా అవతరణ
1562	హుస్సేన్ సాగర్ నిర్మాణం
1578	పురానాపూల్ నిర్మాణం
1578	హైదరాబాద్ నగరం గోల్కొండ కోట నుండి మూసీకి దక్షిణంగా విస్తరణ
1580	హైదరాబాద్ నూతన నగరం(ప్రస్తుతం పాతనగరానికి) ఆవిష్కరణ
1589-91	చార్మినార్,గుల్జార్‌హౌజ్,చార్‌కమాన్ల నిర్మాణం
1793	సరూర్ నగర్‌నగర్‌లో జనావాసాలు ఏర్పడటం
1803	సుల్తాన్ షాహీలో టంకశాల ఏర్పాటు
1805	మీరాలంమండీ ఏర్పాటు
1806	మీరాలం చెరువు నిర్మాణం
1808	బ్రిటీష్ రెసిడెన్సీ భవన నిర్మాణం
1828	చందూలాల్ బారాదరీ నిర్మాణం
1831	చాదర్‌ఘాట్ వంతెన నిర్మాణం
1859-66	అఫ్జల్ గంజ్ వంతెన నిర్మాణం
1862	పోస్టాఫీసుల నిర్మాణం
1873	బాగేఆం-పబ్లిక్ గార్డెన్ నిర్మాణం
1873	బొంబాయి-సికింద్రాబాద్ రైల్వేలైన్ల నిర్మాణం
1874	నిజాంరైల్వేసంస్థ ఏర్పాటు
1884	ఫలక్‌నుమా ప్యాలస్ నిర్మాణం
1882	చంచల్‌గూడా జైలు నిర్మాణం
1883	నాంపల్లి రైల్వేస్టేషన్ నిర్మాణం
1884	ముస్లింజన్ వంతెన నిర్మాణం
1885	టెలిఫోన్ ఏర్పాటు
1890	నిజామియా అబ్జర్వేటరీ టెలిస్కోపు ఏర్పాటు
1893	హనుమాన్ వ్యాయమాశాల నిర్మాణం
1920	హైకోర్టు నిర్మాణం
1920	ఉస్మాన్‌సాగర్ నిర్మాణం
1927	హిమాయత్‌సాగర్ అనకట్ట నిర్మాణం
1930	హైదరాబాద్ నగరంలో సిమెంటు రోడ్ల నిర్మాణం

నైజాం కాలంలో తెలంగాణాలో పరిశ్రమల స్థాపన

1871	సింగరేణి బొగ్గు గనులు
1873	మొదటి స్పిన్నింగ్ మిల్లు
1876	ఫిరంగుల ఫ్యాక్టరీ
1876	ప్రభుత్వ ప్రింటింగ్ ప్రెస్
1910	సోడా ఫ్యాక్టరీ
1910	ఐరన్ ఫ్యాక్టరీ
1916	దక్కన్ బటన్ ఫ్యాక్టరీ
1919	వి.ఎస్.టి. ఫ్యాక్టరీ
1921	కెమికల్ లాబోరేటరీ
1927	దక్కన్ గ్లాస్ ఫ్యాక్టరీ
1929	డి.బి.ఆర్.మిల్స్
1931	అజంజాహి మిల్స్, వరంగల్
1932	ఆర్.టి.సి. స్థాపన
1937	నిజాం షుగర్ ఫ్యాక్టరీ
1939	సిర్పూర్ పేపర్ మిల్లు
1941	గొల్కొండ సిగరెట్ ఫ్యాక్టరీ
1942	హైదరాబాద్ స్టేట్ బ్యాంకు
1942	హైదరాబాద్ అల్విన్ మెటల్స్
1943	ప్రాగా టూల్స్
1946	హైదరాబాద్ అస్బెస్టాస్
1947	హైదరాబాద్ లామినేషన్ ప్రొడక్ట్స్

హైదరాబాద్ స్టేట్‌లో వివిధ ప్రభుత్వ శాఖల స్థాపన

1864	రెవెన్యూ శాఖ
1866	కస్టమ్స్ శాఖ (కరోడ్‌గిరి)
1866	జిల్లాల నిర్మాణం
1866	వైద్యశాఖ
1866	మొదటి రైల్వేలైను బొంబై-రాయచూర్
1867	ప్రింటింగ్ మరియు స్టేషనరీ
1867	ఎండోమెంట్ శాఖ
1867	అటవీ శాఖ (జంగ్లాత్)
1869	మున్సిపల్ శాఖ
1869	పబ్లిక్ వర్క్స్ డిపార్ట్‌మెంట్
1870	విద్యాశాఖ
1870	హైకోర్టు ఏర్పాటు
1875	సర్వే, సెటిల్‌మెంట్ శాఖ
1876	లాండ్ సెటిల్‌మెంట్ శాఖ
1881	జనాభా లెక్కల సేకరణ
1882	ఎక్సైజు లెక్కల సేకరణ
1883	పోలీస్ శాఖ
1892	గనుల శాఖ
1892	పరిశ్రమలు, వాణిజ్యం శాఖలు
1893	లోకల్ ఫండ్ శాఖ
1896	నీటిపారుదల శాఖ
1911	స్టేట్ లైఫ్ ఇన్స్యూరెన్స్ ఫండ్
1912	సిటి ఇంప్రూవ్‌మెంట్ బోర్డు
1913	వ్యవసాయ శాఖ
1913	హైదరాబాద్ సివిల్ సర్వీసు
1914	అర్కియాలజీ శాఖ
1932	ఆకాశవాణి హైద్రాబాద్
1945	కార్మిక శాఖ

హైదరాబాద్‌లో స్కూళ్ళు, కాలేజీల స్థాపన

1856	దారుల్ ఉలూం పాఠశాల
1872	చాదర్‌ఘాట్ పాఠశాల
1879	ముఫీదుల్ అనాం హైస్కూల్
1879	అలియా స్కూల్
1884	సికింద్రాబాద్ మహబూబ్ కాలేజి
1874	నిజాం కాలేజి
1887	నాంపల్లి బాలికల పాఠశాల
1894	అసఫియా స్కూల్
1894	మెడికల్ కాలేజి
1904	వివేక వర్ధిని పాఠశాల
1910	మహబూబియా బాలికల పాఠశాల, గన్‌ఫౌండ్రి
1920	సిటీ కాలేజి భవనం
1920	ఉస్మానియా యూనివర్సిటీ
1921	ఉస్మానియా మెడికల్ కాలేజీ
1923	హైదరాబాద్ పబ్లిక్ స్కూల్ (జాగిర్దార్ కాలేజి)
1924	మార్వాడీ హిందీ విద్యాలయ
1926	హిందీ విద్యాలయ, సికింద్రాబాద్

హైద్రాబాద్‌లో దవాఖానాల నిర్మాణం

1890	ఆయుర్వేదం, యునానీ వైద్యశాలల ఏర్పాటు
1894	మెడికల్ కాలేజి
1897	మెంటల్ హాస్పిటల్, ఎర్రగడ్డ
1905	జిబ్గిఖానా (విక్టోరియామెమోరియల్ ప్రసూతి దవాఖానా)
1916	హోమియోపతి కాలేజి
1927	చార్మినార్ యునాని ఆయుర్వేదిక్ ఆసుపత్రుల నిర్మాణం
1945	నీలోఫర్ చిన్నపిల్లల దవాఖానా
1925	ఉస్మానియా జనరల్ హాస్పిటల్,
	గాంధీ దవాఖానా, సికింద్రాబాదు టి.బి. దవాఖానా,
	ఎర్రగడ్డ కాన్సర్ దవాఖానా, ఇ.ఎన్.టి. దవాఖానా,
	నిజాం ఆర్థోపెడిక్ హాస్పిటల్
	కోరంటి దవాఖానా

హైద్రాబాద్ స్టేట్‌లో గ్రంథాలయాల స్థాపన

1872	ముదిగొండ శంకరాధ్యుల లైబ్రరీ, సికింద్రాబాద్
1892	ఆసఫియా స్టేట్ సెంట్రల్ లైబ్రరీ
1895	భారత్ గుణ వర్థక్ సంస్థ లైబ్రరీ, శాలిబండ
1896	బొల్లారం లైబ్రరీ
1901	శ్రీ కృష్ణాదేవరాయ ఆంధ్రభాషా నిలయం, సుల్తాన్‌బజార్
1904	రాజరాజనరేంద్ర ఆంధ్రభాషా నిలయం, హన్మకొండ
1905	విజ్ఞాన చంద్రికా గ్రంథ మండలి, హైద్రాబాద్
1913	ప్రతాపరుద్ర ఆంధ్రభాషా నిలయం, మడికొండ, వరంగల్ జిల్లా
1913	సంస్కృత కళా వర్థినీ గ్రంథాలయం, సికింద్రాబాద్
1923	బాలసరస్వతీ గ్రంథాలయం, హైద్రాబాద్
1930	జోగిపేట గ్రంథాలయం, మెదక్ జిల్లా

3. సాహితీ, కళా, సాంస్కృతిక రంగాలలో తెలంగాణా కవులు, రచయితలు, కళాకారులపై అనాదరణ ఎందుకు?

"నిజాం రాష్ట్రంలో ఆంధ్రకవులు పూజ్యం" ఇది 1934 నాటి మాట, ఆమాటకు స్పందించి, తెలంగాణాలో ఉన్న 354 మంది కవులను వెలికి తీసి, వారు రాసిన కవితా ఖండికలతో 'గోలకొండ కవుల సంచిక' ను ప్రకటించిన సురవరం ప్రతాపరెడ్డిగారు పుట్టిన గడ్డమీద నేటికిని ఆంధ్రదేశంలో తెలంగాణాకు చెందిన కవులకు, రచయితలకు, కళాకారులకు సరి అయిన గుర్తింపు, ప్రాతినిధ్యం లభించడంలేదు. మొట్టమొదటి అచ్చతెలుగు కవి పొన్నెగంటి తెలగనార్యుడు పుట్టిన ఈ తెలంగాణా గడ్డపై నేటికిని తెలంగాణాకు చెందిన కవులు, రచయితలు, కళాకారులు అనాదరణకు గురవుతున్నారు. 'నా తెలంగాణ కోటి రత్నాల వీణ' అన్నారు దాశరథి. ఆ రత్నాలు, ఈ కవులు, రచయితలు, కళాకారులు కూడా! కాని తెలంగాణా ప్రాంత కవులకు, రచయితలకు, కళాకారులకు రావలసినంత గుర్తింపు రావడం లేదేమి?

కళలకు, సాహిత్యానికి, సాంస్కృతిక రంగాలకు వేదికలుగా నిలుస్తూ ప్రాంతీయ భేదం లేకుండా కవులను, రచయితలను, కళాకారులను ఆదరించవలసిన పత్రికలు, ఆకాశవాణీలు, దూరదర్శన్లు, అకాడమీలు, విశ్వవిద్యాలయాలు, సాహితీ కళా, సాంస్కృతిక కేంద్రాలు ఎంతవరకు తెలంగాణా కవులను, రచయితలను, కళాకారులను సమాదరిస్తున్నాయి. అవకాశాలను అందిస్తున్నాయి?

పత్రికల విషయానికి వస్తే....ప్రజాస్వామ్య దేశంలో పత్రికలు ప్రయోజనాలు, వాస్తవాల దృష్ట్యా, పక్షపాతరహితంగా జనహితం కోరి ప్రాంతీయభేదం లేకుండా వార్తా విశేషాలను ప్రజల ముందుంచాలి. ప్రజా పత్రికల సాహిత్యపు పేజీల్లో, తెలంగాణా ప్రాంత సాహిత్యంపై వచ్చిన విశ్లేషణాత్మక వ్యాసాలు ఎన్ని? విమర్శలు ఎన్ని? సమీక్షలు ఎన్ని? తుట్టతుదకు రివ్యూల కొఱకు పంపిన తెలంగాణా ప్రాంత కవుల, రచయితల పుస్తకాలు కూడా కొన్ని పత్రికల్లో రివ్యూలకు కూడా నోచుకోవు. ఇక వార పత్రికలు సాహిత్య పత్రికలు అని చెప్పబడే పత్రికల్లో తెలంగాణాకు చెందిన కవుల, రచయితల రచనలకు ఆదరణ తక్కువ. ఈ పత్రికల్లో సీరియల్ నవలలుగా ప్రకటింపబడిన రచనల్లో తెలంగాణా ప్రాంత రచయితల రచనలు తక్కువ. తెలంగాణా ప్రాంత కవుల, కథకుల రచనల ప్రచురణ విషయంలో వివక్షత ఎందుకు? ఇక కథలు, కవితలు, నవలలకు సత్కారాలు పొందిన తెలంగాణా ప్రాంత కవులు, రచయితలు ఎందరు? వార, మాస సాహిత్య పత్రికలు వేసే వార్షిక సాహిత్య సంచికలలోను, ప్రత్యేక సంచికలలోనూ తెలంగాణా ప్రాంత కవుల, రచయితల రచనలు,

తెలంగాణ కొన్ని వాస్తవాలు | 221

వ్యాసాలు, కథలు, విశ్లేషణలు ఎన్ని ప్రకటింపబడ్డాయి? తెలంగాణా అంటే సాహితీకళారంగాలలో రిజర్వేషన్ కేటగిరిగా ఒకటి రెండు కథలకే, విశ్లేషణలకే పరిమితం చేస్తారు. కొండొకచో అవి కూడా ఉండవు. సాహిత్య వ్యవస్థలో, సాహిత్య చర్చలో స్పందించవలసిన సందర్భాల్లో కూడా తెలంగాణా కవులు, రచయితల రచనలను గుర్తించరు, స్వీకరించరు, ప్రచురించరు. ఏటా వస్తున్న కథా సంకలనాల్లోను, అప్పుడప్పుడు వచ్చే కవితాసంకలనాల్లోను తెలంగాణ ప్రాంత కవుల, కథకుల రచనలు ఒకరిద్దరివి మాత్రమే ఉంటాయి. సజీవ సాహిత్యపు గడ్డ అయిన తెలంగాణాలో కథకులకు, కవులకు కరువా? అప్పుడప్పుడు కథ అనువాదాలు, కవితానువాదాలు జరుగుతుంటాయి. జాతీయస్థాయి రాష్ట్రస్థాయిలోను ఆంగ్ల మాధ్యమంగా అందులో కనిపించేవాళ్ళు తెలంగాణా నుండి పదిమందిలో ఒకరుగానో, ఇరవై మందిలో ఒకరిద్దరిగానో కొండొకచో అసలే లేకుండా అనువాద ప్రక్రియలు జరుగుతుంటాయి. సాహిత్య రంగంలో ఇంతటి వివక్ష ఉండడం శోచనీయం, ఇక అవార్డులు, బహుమతులు, సన్మానాల్లో వివిధ సాహిత్య సంస్థల నుండి అందుకొన్నవి తెలంగాణా ప్రాంతంనుండి ఎన్ని? సాహితీ వేత్తలుగా సాహితీ విమర్శకులుగా, కీర్తించబడ్డవాళ్ళు, గుర్తించబడ్డవాళ్ళు, రాయబడ్డ వాళ్ళు తెలంగాణా ప్రాంతము నుండి ఎందరు ఉన్నారు? రాష్ట్ర స్థాయిలోను, జాతీయ స్థాయిలోను ప్రభుత్వపరంగాను, వివిధ స్వచ్ఛంద సాహితీ కళా, సాంస్కృతిక సంస్థల సాహిత్యం, సంగీతం, నాటకాలు, లలితకళలు, జానపద కళారూపాలకు సంబంధించి ఎన్ని అవార్డులు, సన్మానాలు, సత్కారాలు, బహుమతులు తెలంగాణా ప్రాంత కవులకు, రచయితలకు, కళాకారులకు అంది వస్తున్నాయి?

తెలుగు జాతి మనది, నిండుగ వెలుగు జాతి మనది. అని చెప్పబడే ఈ సమైక్యాంధ్ర లోనేకాదు, విదేశాంధ్రుల, ప్రవాసాంధ్రుల సాహితీ కళాసాంస్కృతిక సంస్థలు వివిధ రాష్ట్రాల్లోని, దేశాల్లోని తెలుగు సాహితి కళా సంస్థలు తెలంగాణాలోని ఎంతమంది కవులను, కళాకారులను, నటులను, నాటక కర్తలను గుర్తిస్తున్నాయి, సన్మానిస్తున్నాయి, సమాదరిస్తున్నాయి.

ఇక ఆకాశవాణి, దూరదర్శన్ ల సాహిత్య, సాంస్కృతిక కార్యక్రమాలకు సంబంధించి ఎంతమంది తెలంగాణా ప్రాంత కవులు, రచయితలు, కళాకారులు, నటులు, ప్రయోక్తలు, పిల్లలు పెద్దలు అవకాశాలు అందిపుచ్చుకొంటున్నారు. ఎన్ని తెలంగాణా ప్రాంత కవుల, రచయితల కవితలు, నాటకాలు, కథలు, నవలలు ప్రసారం చెయ్యబడ్డాయి.

ఇక సినిమా రంగానికి వస్తే 60 ఏళ్ళ సుదీర్ఘ చరిత్రలో తెలంగాణా గడ్డపైనుండి ఒక్కనటరత్నం పేరుగాంచలేదేమి? ఒక నటసామ్రాట్, ఒక యాక్షన్ కింగ్, ఒక్క డైనమిక్ స్టార్ అని అనబడ లేదేమి? ఒక్క పేరు మోసిన నటీమణి తెలంగాణా ప్రాంతంనుండి లేరేమి? భాషలు కాదని రాష్ట్రాలు కాదని, తమిళ, కన్నడ, మళయాల ఉత్తరాది రాష్ట్రాల

నటులను, నటిమణులను ఆదరించిన, అభిమానించిన చిత్రసీమ తెలంగాణా ప్రాంతంనుండి నటులను, నటీమణులను చిత్రసీమకు సంబంధించి టెక్నిషియన్లు గాయకులు, గాయనీమణులు, నాటకకర్తలు, రచయితలను తెలంగాణా గడ్డపై నుండి ఆదరింపదేమి? నాటక రంగానికి, సినీరంగానికి, బుల్లితెర టి.వి రంగానికి సంబంధించి వివిధ అవార్డులు, మొదలగు వాటిని పొందుతున్న తెలంగాణా కళాకారులెందరు? ఇంకా తెలంగాణా భాషపై ఎంత చిన్నచూపు. సినిమాల్లో జోకర్లు, విలన్లు మాత్రమే మాట్లాడుకునే భాషగానే తెలంగాణ భాషను వాడి చూపిస్తున్నారు. ఇది తెలంగాణా భాషపై చూపుతున్న చిన్నచూపు కాదా?

ఇక వివిధ అవార్డు కమిటీల్లోనూ , సెన్సార్ సంఘ సభ్యుల్లోనూ, భాషా, సాహిత్యం, సాంస్కృతిక రంగాలకు సంబంధించి సభ్యుల కమిటీల్లోనూ తెలంగాణా ప్రాంత ప్రముఖులకు, రచయితలకు సాహిత్య వేత్తలకు అందివచ్చిన అవకాశాలు ఎన్ని?

అచ్చతెనుగు కవులకు ఆది అయి, శివకవులకు నిలయమై కుతుబ్ షాహి ప్రబంధ సాహిత్యానికి కొలువై, గద్వాల సంస్థాన కవులకు, పండితులకు నిలయమై ఆలంకారికులకు, సాహిత్య పరిశోధకులకు నెలవై, ఉద్యమ కవితకు ఊపిరై, అభ్యుదయ రచనలకు ఆలవాలమై, గ్రామీణ సాహిత్య, చిత్రకళలకు ఆటపట్టై, జానపద సాహిత్యానికి, బుర్రకథలకు, యక్షగానాలకు కొలువై కవులకు, కళాకారులకు, రచయితలకు కావ్యసీమై, కథకు, కవితకు, నవలకు సజీవ సాహిత్యమై... ఉత్తమ సజీవ చలన చిత్రాలకు పేరు అయిన ఈ తెలంగాణా సీమ కథకులకు, కవులకు, కళాకారులకు, రచయితలకు రావలసినంత గుర్తింపు, పొగడ్త, గొప్పతనం రావడంలేదేమి?

కళలకు, సజీవ సాహిత్యానికి పుట్టినిల్లైన, కృత్రిమ వ్యాపార సంస్కృతికి దూరంగా, నిలిచి బతికి ఉన్న తెలంగాణా సాహితీ కళా పటిమను గుర్తించడానికి, గౌరవించడానికి, కీర్తించడానికి బహుశా చేతులురావా? మనసొప్పదా? ఇది నిజం కాదా?!

('నేటినిజం' దినపత్రిక తేది. 27-11-2011)

రెండు తెలుగు రాజ్యాల ఆవశ్యకత

సుప్రసిద్ధ చరిత్రకారులు, శాసన పరిశోధకులు శ్రీ బి.యన్. శర్మ గారిచే ఆంధ్రప్రదేశ్ రాష్ట్రం ఏర్పడక ముందు కోస్తాంధ్రులు ఆంధ్రరాష్ట్రంలో ఉన్నప్పుడు తెలంగాణీయులు హైదరాబాద్ రాష్ట్రంలో ఉన్నపుడు, విశాలాంధ్ర ఏర్పాటుకు సన్నాహాలు జరుగుతున్నపుడు వాస్తవాలను సహేతుకంగా పొందుపరుస్తూ, జనాభా, విస్తీర్ణం, వనరులు, ఆదాయాల దృష్ట్యా అవి రెండు తెలుగు రాజ్యాలుగానే ఉండడం మేలని సహేతుకంగా వివరణలు ఇస్తూ వెలువరించిన పుస్తకం ఇది. 1955లో హైదరాబాద్ రాష్ట్రంలో ఉన్నప్పుడు మొదటిసారి ప్రచురించబడిన పుస్తకం ఇది. నేటి చారిత్రక ప్రత్యేక తెలంగాణ ఏర్పాటు సందర్భంలో 2010వ సంవత్సరంలో తెరవే తరపున ద్వితీయ ముద్రణగా వెలువడిన పుస్తకం ఇది.

"..........................

దేశ చరితం తేజరిల్లగ

తెలిసి పాడర తమ్ముడా! "

అంటూ వాస్తవాలు గ్రహించి మెలగండని నాడు తెలంగాణీయులకు, ఆంధ్రులకు హితబోధ చేస్తూ వెలువరించిన పుస్తకం ఇది.

1953 డిసెంబర్లో ఈ పుస్తకానికి వ్రాసిన భూమికలో బి.యన్.శర్మ గారు కింది వివరాలు ఉటంకించారు.

"ఇది ప్రజాయుగం. పూర్వపరానుభవాల వల్ల తెలంగాణ ప్రజానీకం ప్రత్యేక రాజ్య నిర్మాణానికి సంకల్పించి ఉంది. విశాలాంధ్ర పట్ల తెలంగాణ ప్రజానీకం వ్యక్తపరిచిన విముఖత విశాలాంధ్ర ఉద్యమ నాయకులకే కాదు, భారతావనికి సహితం సువిదితం. విశాలాంధ్ర భావం స్వార్థపూరితం. పరత ప్రచారంతో వాతావరణం కలుషితమయ్యింది. భయంకర రూపం దాల్చే అనుమానం కలిగింది. కాబట్టి ప్రస్తుతమది అవాంఛనీయం. ఇంతేకాదు. యీనాడు ఆంధ్రరాజ్యంలో కోస్తా జిల్లాలవారికి, రాయలసీమ వారికి యేర్పడిన విభేదం వల్ల ఆంధ్రుల పరిపాలన సమర్థత తోడై తీరును. అది మూడు ప్రాంతాల త్రివిధ సంఘర్షణకు దారి తీస్తుంది. దీనితో పరిపాలనానికి బలహీనత, ఆంధ్రుల సర్వతోముఖాభివృద్ధికి ఆహారం సిద్ధించును."

ఇది దాదాపుగా 60 సంవత్సరాల క్రితం ముందుచూపుతో బి.యన్.శర్మ గారు విశ్లేషించి చెప్పినారు. విశాలాంధ్ర ఏర్పడి ఎవరు బావుకున్నదేమి?

"1953 నవంబర్లో యీ భావాన్ని మిత్రులకు, దేశ క్షేమాభిలాషులకు విదితపరిస్తే భ్రమజనితమన్నారు. పగటి కల అంటూ నవ్వుతూ సంకుచిత తత్వమన్నారు. కాని

కాలచక్రమందొక ముల్లు ముందుకు తిరగడంతో భ్రమజనితమనిన విషయం వాంఛనీయంగా ఏర్పడడం ముదావహం" అన్నారు. 60 యేళ్ళ నుండి గమనిస్తే తెలిసిందేమిటీ... వారు చెప్పిందే నిజమై నేడు రెండు వేరు రాజ్యాలుగా ఉండడం శ్రేయస్కరమని తెలుస్తుంది.

"ప్రత్యేక రాజ్యంగా నిరూపితమయ్యే సామాగ్రిని ఆంధ్రలోకానికి అందించడం అత్యవసరమని గ్రహించిన కృషిని ఆంధ్ర సోదరులు సార్థకపరుస్తారని ఆశిస్తున్నాను" అని అన్నారు శర్మగారు ఆనాడే.

ఈ పుస్తకంలో శర్మగారు ముందుగా తెలంగాణం గురించి :

"కోటి తెలుగుల బంగారు కొండ క్రింద
పరుచుకొన్నట్టి సరసు లోపల వసించి
ప్రొద్దు ప్రొద్దున అందాల పూలు పూయు
నా తెలంగాణ తల్లి కంజాతవల్లి !" అనే మహాకవి దాశరథి కవితతో మొదలు పెట్టి.

"త్రవ్వు కొలదిని రత్నాలు, తరచుకొలది వెన్నయును" అని స్తుతి గాంచిన తెలంగాణం హైదరాబాద్ రాజ్యమునకు కల్పతరువు, చారిత్రక ప్రాముఖ్యత గాంచిన పవిత్ర నామాన్నే గోలకొండ నవాబులు తమ వెలుగు సీమకేర్పరిచి ధన్యులైరి" అన్నారు.

"కృష్ణా, గోదావరి, తుంగభద్ర, మంజీర నదులచే పునీతమైన యీ 'తెలంగాణం' పేరు మోస్తున్న రత్న గర్భానికి ప్రకృతి సంపద, పరంపరాస్తి. పాలకులు వలదనుకున్నను పరిశ్రమలు, జలాశయాలు అన్నీ క్రమాభివృద్ధి గాంచుతూనే వచ్చినవి" అని తెలుపుతూ...

తెలంగాణం విస్తీర్ణం, జనాభా, నదులు, ఖనిజాలు, నేల, అడవులు, విద్యుచ్ఛక్తి, పరిశ్రమలు,ఉత్పత్తి, పశుసంపద, వ్యవసాయం, చారిత్రక, సాంస్కృతిక సంపద, ఆదాయం మొదలగు విశేషములను గణాంకాలతో సహా వెలువరించి, ఒక రాష్ట్రానికి ఉండవలసిన అన్ని వనరులు, వసతులు అవకాశాలు ఉన్నాయని తెలంగాణం ప్రత్యేక రాజ్యంగానే ఉంటే సర్వతోముఖాభివృద్ధి గాంచుతుందని కాంక్షించారు.

ఇక ఆంధ్ర రాజ్యం గురించి:

"నీ కుమారులు నీ పేరు నిల్పురీతి
నీవు భారతమాతను నిరుపమాన
శీల విద్యల రాజిల్లజేయలేదె
అఖిల గుణపూత శుభజేత యాంధ్రమాత!"

అని కీర్తించిన పద్యాన్ని గుర్తు చేస్తూ

"ఆంధ్రులు అర్థశతాబ్దం నుండి అవిచ్ఛిన్నంగా ఆకాంక్షిస్తూ వచ్చిన ఆంధ్ర రాష్ట్రం అమరజీవి ఆత్మాహుతితో సిద్ధించింది. ఆశించిన ఆంధ్రరాష్ట్రం అక్టోబర్ (1953)లో అవతరించింది.

"రాష్ట్రపతి విస్పష్టపరిచినట్లు అతివేదనానంతరం అవతరింప జేసిన యీ నవ శిశు రాష్ట్రాన్ని పెంపొందించి, అలనాటి చారిత్రక ఖ్యాతిని సార్థకపరుస్తూ ఆదర్శప్రాయంగా పరిణమింపజేయడం ఆంధ్రుల ప్రథమ కర్తవ్యం".

అని విశదపరుస్తూ ఆంధ్ర రాజ్యం యొక్క వివరాలు, విస్తీర్ణం, జనాభా, వ్యవసాయం, నదులు, ఖనిజాలు, పరిశ్రమలు, నగరాలు, ఆదాయం మొ॥ విశేషాలను గణాంకాలతో సహా వివరిస్తూ... ఆంధ్ర రాజ్యాభివృద్ధికి అక్కడి నాయకులు రెట్టింపు ఉత్సాహంతో కృషి సలిపి, ఆంధ్ర జాతికి అలనాటి మహోన్నత దశ కలిగించుట విధ్యుక్త ధర్మంగా నిశ్చయింపబడి తీరాలి' అని ఆకాంక్షించారు ఆనాడే శర్మగారు.

ఇక 'విశాలాంధ్రం' గురించి తెలియజేస్తూ

"..

....

ఒరులు మేలుకు సంతసిస్తూ

ఐకమత్యం నేర్చవోయ్ !"

అనే గీతంతో మొదలుపెట్టి...

"విశాలాంధ్ర నిర్మాణం అవాంఛనీయ విషయం, తెలంగాణం అణుమాత్రమైనా సుముఖంగా లేనప్పుడు, విశాలాంధ్ర నిర్మాణం ఆంధ్రాభ్యుదయానికి ముఖ్య సోపానమనే నినాదంతో ప్రశాంత వాతావరణాన్ని కలుషిత పరచడం దేశరిష్టదాయకం. ఇంతే కాదు దీనితో పరస్పర మనస్పర్థలకు, విద్వేషాలకు దారి ఏర్పడునేమో యనెడి యనుమానం గూడా సంభవించడం కద్దు" అని అరువై యేళ్ళ నాడే సెలవిచ్చారు బి.యన్. శర్మ గారు.

"విశాలాంధ్ర నిర్మాణం, కోస్తా జిల్లాలు, రాయలసీమ, తెలంగాణము, మైసూరు, మధ్య భారతంలో మిగిలిపోయిన ఆంధ్ర భూభాగాలు పొసగని పేరంటంగా ఉంటుంది" అన్నారు.

"ఇంతేకాదు, ఒక ప్రాంతం స్వయం పోషకరాజ్యం. మనుగడ సౌకర్యం తెలంగాణమునకు పూర్తిగా గలదు. ప్రజల అభివృద్ధికి, రాజ్యసౌభాగ్యానికి కావలసిన పరికరాలు, అన్నీ పరిశ్రమలు, పంట భూములు, కర్మాగారాలు, అడవులు, రాజధాని, హైకోర్టు, విశ్వ విద్యాలయం, రహదారులు, విమానాశ్రయాలు, రైల్వే జంక్షన్లు, పార్లమెంట్‌కు కావలసిన దివ్యభవనాలు, వివిధ శాఖలకుపయుక్తమగు యిండ్లు, శాంతిభద్రతలు కాపాడే సిబ్బంది, సైన్యం మొదలగునవి సమకూర్చబడే ఉన్నాయి. ఒకనిపై ఆధారపడి బతకాల్సిన అవసరం లేదు. రెండవ వాళ్ళ సహాయం అంతకూ అగత్యం ఉండదు. తెలంగాణానికి స్వయం పోషక రాజ్యాంగం వుండే సౌకర్యం అన్ని విధాలా వుంటుంది. పంటకొరత వుంటుందనీ, ఆహారలోపం ఉంటుందని అనడం సత్యాన్ని కప్పిపుచ్చడమే" అని సెలవిచ్చారు.

"ఆర్థిక, సాంస్కృతిక, చారిత్రక, వ్యవస్థాపక సదుపాయాలన్నీ నిబిడీకృతమై ఉన్న యీ తెలంగాణం ప్రత్యేక రాజ్యంగా నిర్మించబడడమే శ్రేయోదాయకం, క్షేమకరం." అని పేర్కొన్నారు.

ఉద్యమనాయకులు తమ మనోభీష్టాన్ని నెరవేర్చుకునేందుకు విశాలాంధ్రం అనడానికి వారు 'హైదరాబాద్' రాజ్యం అంటామని. అమాయకుల రక్తపాతంతో వసంతోత్సవాన్ని గడుపుతున్న నైజాం నవాబుని 'గవర్నర్'గా నియమిస్తామనడం కూడా వదలలేదు. ఇట్టి ప్రలోభాలు వ్యర్థం. రేపు ఆ మహానాయకులే యావత్ ఆంధ్రావనిని విశాలాంధ్రాన్ని, తెలంగాణమని అనటానికి సంకోచించరు. ఇలా ఊసరవెల్లి మాదిరి రంగులు మారుస్తున్న వారి దయాదాక్షిణ్యాలపై తెలంగాణమెంత పురోగమిస్తుందో ఆలోచించుకోవాలి" అని అనాడే హెచ్చరించారు.

ఇంకా " ఇది వారి తత్వం అని వారి మనోవృత్తి తెలంగాణ రాజ్య నిర్మాణం ఆ మహానాయకుల ఉద్యమానికి 'గొడ్డలిపెట్టో' లేక విశాలాంధ్ర సంస్థాపనం తెలంగాణము వారికి హైడ్రోజన్ బాంబో ప్రజలే నిర్ణయిస్తారు" అని కూడా హెచ్చరించారు.

అరవై యేళ్ళు గడిచిపోయిన ఈ సందర్భంలో వారు హెచ్చరించిన మాటలు సత్యవాక్కులే అని నిరూపితమైనాయి. ఇవ్వాల్టికైనా రెండు తెలుగు రాజ్యాల ఆవశ్యకతను గుర్తించి వాటిని ఏర్పాటు చేసుకొని సర్వతోముఖాభివృద్ధి చెందడం ఇరు ప్రాంతాలవారికి మంచిది.

ఇంకా వారు ఈ విషయాల్ని గూడా తెలియజేశారు. "ఆంధ్ర జాతి పరిపూర్ణ వికాసానికి, ఆర్థికాభివృద్ధికి, ఒకే విధమైన భాష, వాఙ్మయం, ఆదర్శం, విజ్ఞానం, రాజకీయ, ఆధ్యాత్మిక, సాంఘిక, ఆచార వ్యవహారాల ఔన్నత్యానికి, విశాలాంధ్ర సర్వతోముఖాభివృద్ధి ప్రజ్వరిల్లి సాంస్కృతిక ఐక్యతను కలుగజేయుటకు, ఆంధ్రుల ఉజ్జ్వల భవిషత్ కు విశాలాంధ్రం అత్యవసరమనీ, పెద్ద రాష్ట్రాలకేర్పడే ప్రతిష్ట చిన్న రాష్ట్రాలకేర్పడజాలదనీ, హైదరాబాద్ రాజధానితో ఆంధ్రజాతికి అంతర్జాతీయ ప్రతిష్ట కలుగగలదని విశాలాంధ్ర ఉద్యమ నాయకుల హెచ్చరిక" అని 1953లోనే నేటి ఆంధ్రనాయకులు చెప్తున్న విషయాలను అనాడే నొక్కి వక్కాణించారు. కాని ఈ 60 ఏళ్ళ సమైక్య రాష్ట్రంలో ఎంతవరకు తెలుగు ప్రజలు ఒకటిగా కలిసి ఉన్నారో... కాలమే జవాబు చెప్పింది.

ఇంకనూ, "విశాలాంధ్ర రాజ్యానికి కామధేనువుగా వుంటుందని ఆశించబడ్డ తెలంగాణం యిది 'అంతా మసిబూసిన మారేడుకాయని' స్వార్థ నిర్వహణానికి వేసిన ఎత్తుగడ అని తెలంగాణ ప్రజల నిశ్చయం" అని కూడా తెలంగాణ ప్రజల అభీష్టాన్ని కూడా ఆనాడే వారు ప్రకటించారు.

నేటి చారిత్రక సందర్భంలో 57 ఏళ్ళుగా ప్రత్యేక తెలంగాణ ఏర్పాటు కోసం ఉద్యమాలు చేస్తున్న తెలంగాణ ప్రజల అభీష్టాన్ని గుర్తించి కేంద్రం తెలంగాణ రాష్ట్రం ఏర్పాటును

ప్రకటించిన సందర్భంలో రెండు తెలుగు రాజ్యాల ఏర్పాటు అవసరమని గుర్తించి అందుకు ఇరుప్రాంతాల ప్రజల అనుకూలంగా సహకరించడం తెలుగు ప్రజల విజ్ఞత.

('నేటి నిజం' దినపత్రిక 29-8-2013, సాహితీ కెరటాలు)

5. దాశరథి భావనల్లో తెలంగాణం

"జగత్తులో నేడు సగం
దగా పడుట మానుకుంది
పేదజనం నేడు మొగం
తుడుచుకొని మేలుకుంది."

ఇవి దాశరథి 1950ల్లో రాసిన 'తెలంగాణం' కవితలోని మొదటి నాలుగు పంక్తులు. కవిత్వం సమాజానికి ప్రతిబింబం ఎప్పటికైనా, 1948 సెప్టెంబర్ 17, వరకు తెలంగాణ ఫ్యూడల్ నిజాం నిరంకుశ పాలనలో మగ్గిపోయింది. తెలంగాణ పేద, బీద ప్రజానీకం పడరాని కష్టాలు పడింది. రాస్తే పెద్ద చరిత్ర తెలంగాణది. కష్టాల కడలి, కన్నీటి కావ్యం తెలంగాణ. దేశానికి స్వాతంత్ర్యం 1947, ఆగస్ట్ 15న వస్తే తెలంగాణకు సెప్టెంబర్ 17, 1948న వచ్చింది అని అర్థం చేసుకుంటే దాశరథి ఎందుకు పై నాలుగు మాటలు రాశాడో అర్థమవుతుంది.

"ఇక నిద్దుర రాదు మనకు
ఇక చీకటి మాటలనకు
మండుతున్న సూర్యుడు మన
మండలాన విచ్చెను తన
కాంతి నేత్రమున నేడు
వెలుతురు నెవడడ్డలేడు"

ఫ్యూడల్ వ్యవస్థ బానిస బంధనాల్లోంచి విడివడి తెలంగాణ స్వేచ్ఛావాయువులు పీల్చుకొంది అని, ఇక మనం మెలకువగా ఉండాలని, జాగరూకతతో మెలగాలని, పురోగతి సాధించాలని, ప్రగతి మార్గాన సూర్యతేజస్సుతో జగత్తున కాంతి వెలుగులు విరజిమ్మాలని కాంక్షించాడు దాశరథి. ప్రగతి వికాసాన్ని ఇక ఎవరు అడ్డలేరని కాంక్షించాడు కవి. దాశరథి పై కవిత 'పునర్నవం' కవితా సంపుటిలోనిది, అది తొలుత 1956లో ముద్రించబడింది. అంటే దాశరథి ఈ కవిత 1956కు ముందే రాసి ఉంటారు. హైదరాబాద్ రాష్ట్రంలోని తెలంగాణంలోనే రాసి ఉన్నారు. 1956 నవంబర్ 1 తర్వాతి ఉమ్మడి రాష్ట్రంలో 'తెలంగాణ' దగాపడ బోతుందని దాశరథి ఊహించి ఉండడు బహుశా. అప్పుడప్పుడే స్వేచ్ఛా వాయువులు పీల్చుకొని స్వయం సమృద్ధమైన హైదరాబాద్ రాజధానిగా, హైదరాబాద్ రాష్ట్రంగా కొనసాగిన తెలంగాణ ప్రాంతం ఉమ్మడి రాష్ట్రంలో మోసపోయి, ఎంత దగాపడి వెనుకబడి పోయిందో ఈ అరవై యేళ్ళ చరిత్రనే సాక్ష్యం.

'వెలుతురు లడ్డుట కొఱకై
పలుగోడలు పెట్టినారు
వెలుతురులను దాచుకొఱకు
పలు మేడలు కట్టినారు'

ఎప్పుడైతేమిలే, ఎవరైతేంలే... దోపిడీదార్లు దోపిడీ దార్లే, నిజాం ఫ్యూడల్ పాలనలో నవాబులు, దొరలు, దేశ్ ముఖ్ గడీల్లో అణగారిపోయిన బతుకులెన్నో, పీడనలో రోదనతో చితికిపోయిన బతుకులెన్నో... అలాంటి సందర్భాలను గుర్తుకు చేసుకునే దాశరథి అలా రాసి ఉంటారు. తెలంగాణ మట్టితో, తెలంగాణ జన జీవనంతో మమేకమైన కవి దాశరథి. ఈ తెలంగాణ మట్టి తల్లి ముద్దుబిడ్డ అతడు. ఈ నేల విముక్తి కోసం జైలు పాలయి కవితలల్లిన కలం యోధుడతడు.

'ధనం దాచగలరు గాని
తేజస్సును దాచగలర ?
తెరలు దించగలరు గాని
శిరస్సులను వంచగలర?'

అడ్డుగోడలు ఎన్ని పెట్టినా, ధనముందని విర్రవీగినా ఎవడు ఆపగలడు. ప్రజా చైతన్యాన్ని, తేజస్సును, ఉధృత జన సమూహ ప్రవాహాన్ని, ఒక లక్ష్యంతో, దీక్షతో, చిత్తశుద్ధితో పనిచేస్తున్న ప్రజానీకాన్ని ఎవరు ఆపగలరు, ఎన్ని అడ్డు తెరలు పెట్టినా అని దాశరథి చెప్పిన మాటలు అప్పటికీ, ఇప్పటికీ నిత్య సత్యాలే. నిజంగా ప్రజాచైతన్యాన్ని ఎవరాపగలరు. ఉధృతంగా సాగుతున్న నేటి ప్రత్యేక తెలంగాణ రాష్ట్ర ఉద్యమాన్ని కూడా ఎవరు ఎన్ని డబ్బు గోడలు పెట్టి అయినా, అడ్డుగోడలు సృష్టించి అయినా ఎంతకాలం ఆపగలరు? వెయ్యి అబద్దాలు చెప్పి కూడా ఎంతకాలం ఆపగలరు. తెలంగాణ రాష్ట్ర ఏర్పాటును అని మననం చేసుకోవచ్చు.

"తన మంత్రం పారదింక
ఉచ్చు త్రెంచుకొనెను జింక
ఇక స్వేచ్ఛాప్రయాణం
ఇదే తెలంగాణం."

దాశరథి 'తెలంగాణం' కవితలో ఇది పరాకాష్ఠ. ప్రస్తుతం సమయం, సందర్భం అదే. తెలంగాణ ఏర్పాటుకు ఎన్ని అడ్డంకులు, చెప్పినా, వెయ్యి అబద్దాలు చెప్పినా,కృత్రిమ ఉద్యమాలు తెలంగాణ ఏర్పాటు కాకుండా సృష్టించినా, తెలంగాణ ఏర్పాటు అడ్డుకోలేరు వీళ్ళు. తెలంగాణ ఒక సత్యం. తెలంగాణ ఒక మండుతున్న అగ్నిగోళం. తెలంగాణ తన స్వతంత్ర అస్థిత్వం, వనరులు, ఉపాధి కాపాడుకోవడానికి తన భాషను, చరిత్రను, సంస్కృతిని కాపాడుకోవడానికి ఉద్యమం చేస్తుంది. ఆ ఉద్యమంలో తెలంగాణ ప్రజానీకం

మమేకమై నిలిచింది. ఇది సత్యం. ఎవరైనా కావాలని తెలంగాణ ఉద్యమం నాయకులు సృష్టించింది అని, ప్రజల్లో అది లేదని అంటే అది అబద్ధం. వెయ్యి అబద్ధాలు చెప్పి సత్యాన్ని మరుగుపరుచలేరు గదా ఎవరైనా. తెలంగాణ నేడు పాటై పల్లవించింది, ఆటై అలరించింది, కవితై కమనీయరూపమై కనిపించింది. ఆట, పాట, మాట తెలంగాణ జనజీవనంతో ప్రత్యేకవాదమై నినాదమై ముక్త కంఠంతో మారు మ్రోగింది. ఇక ఎవరడ్డుకొంటారు తెలంగాణను ఓట్లు కావాలనుకున్నవారా, సీట్లు కావాలనుకున్నవారా? తొలిదశ, మలిదశ దాటి నేటి వర్తమాన కాలంలో తెలంగాణ ఉద్యమం మూడు తరాల ముచ్చట. తాత, తండ్రి, కొడుకు కలిసి ఉద్యమిస్తున్న తరుణం ఇది. తెలంగాణ ఏర్పాటు ప్రజాస్వామ్య కాంక్ష తెలంగాణ ప్రజలది.

అందుకే

"తమ మంత్రం పారదింక
ఉచ్చుత్రెంచుకొనెను జింక
ఇక స్వేచ్ఛాప్రయాణం
ఇదే తెలంగాణము."

అందుకే ఎవరి ఆటలు సాగవు ఇక, ఎవరి వేషాలు ఇంకా నిలువవు. ఇక స్వేచ్ఛాప్రయాణం. ఇది తెలంగాణ ప్రజల వాణి, తెలంగాణ ప్రజల ప్రగాఢ ఆకాంక్ష. అడ్డుగోడలన్ని తొలగిపోయి, స్వేచ్ఛా తెలంగాణ సాకారమయ్యే సందర్భం.

కవివాక్కు వేదవాక్కు, కవివాక్కు బాలవాక్కు, కవివాక్కు బ్రహ్మవాక్కు నాడైనా నేడైనా. కవి క్రాంతిదర్శి, కవి దూరదృష్టి గలవాడు. కవి స్ఫూర్తి ప్రదాత. చిత్తశుద్ధి, నిజాయితీ గల కవి సత్యావిష్కరణ చేస్తాడు. పై కవితా చరణాలు దాశరథి సత్యవాక్కుకు ప్రతిబింబాలు.

('నేటి నిజం' దినపత్రిక, సాహితీ కెరటాలు తేది 25-7-13)

6. తెలంగాణ భాషపై చిన్నచూపెందుకు?

'అవ్వా! నీ బాంచెన్ కాల్మొక్త, గింత సలి బువ్వంటెయ్యి, పోరడు బువ్వ కేడుత్తుండు'
'జెరాగరాదె, నీ యింట్ల పీనుగెల్ల, గింత పొద్దుగాల ఎవలకు తీరింది, మల్లరాపో 'ఓ గొల్లోల్ల పిలగా, పరాశిక మాడుతున్నవా, మరి నీ పనైతది, నేను సిన్నదాన్ని గాదు'

'ఎటుబోతున్నవే సిన్నాయ్నా, గింత పొద్దుగాల'

'గీ కైనారం బొయ్యత్త బిడ్డ, ఇయ్యాల శనారం అంగడి'

ఇది తెలంగాణ భాష! ముచ్చటైన భాష! ప్రజల సజీవ భాష! భాషను చిన్నచూపు చూడడమా, భాషను తూలనాడడమా! తెలంగాణ భాషను, సినిమాల్లో ఉపయోగించుకొంటే, సినిమాల్లోని అన్ని పాత్రలు ఈ మాండలిక భాషను మాట్లాడకూడదా? ఏ విలన్ మాటలో, జోకర్ మాటలో మాత్రమే తెలంగాణా భాషలో ఉండి, మిగితా పాత్రల మాటలన్నీ నిత్య వ్యావహారిక పత్రికాభాష కాక, కేవలం ఓ రెండు మూడు జిల్లాల భాషనో అయి ఉండడం ఎంతవరకు సబబు? తెలంగాణ మాండలిక భాష సినిమాల్లో అన్ని పాత్రలు మాట్లాడడానికి పనికిరాదా? అలానే అయితే 'మాభూమి', 'రంగులకల' 'మట్టిమనుషులు', 'దాసి', 'ఊరుమ్మడి బతుకులు' లాంటి ప్రసిద్ధ సినిమాలు తెలంగాణ మాండలిక భాషను, ఇతివృత్తాన్ని పుణికి పుచ్చుకొని ప్రజల్లోకి వెళ్ళి విజ్ఞుల ఆమోదం పొంది ఆవార్డులు పొందలేదా? అవార్డులు పొందడం పక్కన పెట్టి, సినిమాలను పక్కన పెట్టి తెలంగాణ భాషలో, తెలంగాణ యాసలో క్యాసెట్లు తయారుచేసి జోకులు, కేవలం జోకుల క్యాసెట్లు తయారుచేసి మార్కెట్లో అమ్ముకోవడం ఎంత వరకు సమంజసం? హృదయమున్న వారికి, మనసున్నవారికి తెలంగాణ గొప్ప కావ్య వస్తువు. కాని తెలంగాణ భాషను, ఓ జోకర్ పాత్రకో, విలన్ పాత్రకో పరిమితం చేసి క్యాసెట్లరూపంలో బస్టాండ్లోనో, కిళ్ళీ షాపుల ముందట్నో, హోటళ్ళ ముందట్నో ప్లే చేసి, ఓ బస్ కండక్టర్ సంవాదమో, మస్కట్ మల్లయ్య కథనో, జాతర సన్నివేశాన్నో కేవలం నవ్వుకోవడానికి సృష్టించి ఏకంగా తెలంగాణ భాషను, యాసను చిన్నచూపు చూస్తున్నవారికి ఆక్షేపణ చెప్పవలసిన అవసరం ఉంది.

మధ్యలో 'హైదరాబాద్ పోరీ' అంటూ పాటల క్యాసెట్ విడుదల అవుతుందని పత్రికల్లో ప్రకటనిచ్చుకున్నాడో పెద్దమనిషి. ఆ మధ్యలోనే ఏకంగా ఓ సినిమా హాస్యనటుడు, విలన్ పాత్రధారి 'తెలంగాణా రామాయణం' అంటూ రామాయణం తెలంగాణ మాండలిక

భాషలో ఇలా ఉంటుందని, అతని అరువు తెచ్చుకున్న తెలంగాణ భాషతో క్యాసెట్ విడుదల కావడం శోచనీయం.

ఇవ్వాళ్ళ మార్కెట్లో అమ్మకానికి అన్ని పెట్టారు. చిట్టచివరికి సినిమాల్లోను, పత్రికల్లోను ఆడపిల్ల అంగాంగాల్ని కూడా. ఒక భాషను, యాసను ఉపయోగించుకొని కూడా క్యాష్ చేసుకోవాలనుకోవడం, మనుషుల అల్పత్వానికి నిదర్శనం. తెలంగాణ కథలతో, తెలంగాణ ఇతివృత్తాలతో, తెలంగాణ భాషతో, యాసతో సినిమాలను నిర్మించి వ్యాపారం చేసుకొంటున్న దర్శకులకు, నిర్మాతలకు, నటులకు 'తెలంగాణ అభివృద్ధి'పై చిత్తశుద్ధి ఏపాటి?

మనుషులు పుట్టిన తర్వాత జాతులు పుట్టాయి. భాషలు పుట్టాయి. భాష సంస్కృతిలో, ప్రజల జీవన విధానంలో భాగం. అంతర్జాతీయభాష 'ఇంగ్లీష్' నయినా ఇంగ్లాండ్లో ఉత్తర దక్షిణ ప్రాంతాల్లో విభిన్నంగా మాట్లాడుతారు. అమెరికన్ ఇంగ్లీషు, బ్రిటిష్ ఇంగ్లీషు భాష వాడకం, యాసకు తేడా ఉంటుంది. ఉత్తరభారతం నుండి, ఈశాన్యరాష్ట్రాల నుండి దక్షిణాది వరకు ఒకే భాషను విభిన్నయైన యాసతో మాట్లాడుతారు ప్రజలు. ప్రాంతాలను బట్టి సజీవంగా అక్కడి జనుల నాల్కలపై నాట్యమాడుతుంది భాష. కాని ఒక ప్రాంతపు భాషకు కామెడీ టచప్ ఇచ్చి నవ్వుకోవడానికి సాధనంగా పరిమితం చెయ్యడం దురదృష్టకరం.

తెలంగాణ గడ్డకు ఉజ్జ్వల చరిత్ర ఉంది. చారిత్రక నేపథ్యం ఉంది. కరకు కర్కశ నిజాం నిరంకుశ పాలకుల నుండి నేటికీ తెలంగాణా అభివృద్ధికి నోచుకోలేక పోతుంది. తెలంగాణ భాష కూడా, అపహాస్యానికి గురవుతూ, సాంస్కృతికంగా కూడా అన్యాయానికి గురవుతుంది. విజ్ఞులు ఈ విషయాలన్నింటినీ సమగ్రంగా ఆలోచించాలి.

('మూసీ' సాహిత్య మాసపత్రిక, అక్టోబర్ 2000)

7. సమైక్యాంధ్ర వాదులు తెలంగాణ ఏర్పాటును ఎందుకు వ్యతిరేకిస్తున్నారు?

తెలంగాణ వాసులు ముక్తకంఠంతో గత ఐదున్నర దశాబ్దాలుగా పోరాడుతూ, సమైక్య రాష్ట్రంలో మేము నష్టపోయామని, మా వనరులు, మా నీళ్ళు, మా ఉపాధి, ఉద్యోగాలు కోల్పోయామని, మా భాష, సంస్కృతి ఎద్దేవా చేయబడిందని ఆత్మగౌరవంతో పోరాడుతూ గత ఐదున్నర దశాబ్దాలుగా పోరాడుతూ వస్తున్నారు. ఉమ్మడి రాష్ట్రం ఏర్పరచుకొన్నప్పుడు ఏర్పరచుకొన్న నిబంధనలన్నీ సూత్రబద్ధంగా ఉల్లంఘింపబడి, అమలుకు నోచుకోలేకపోయినపుడు తెలంగాణ ప్రాంతం సమైక్య రాష్ట్రంలో తీవ్రంగా నష్టపోయింది. దాని ఫలితమే ప్రత్యేక తెలంగాణ ఉద్యమం. ఆ ఉద్యమం కేవలం రాజకీయ ఉద్యమం కాదు, ప్రజల ఉద్యమం నూటికి నూరుపాళ్ళు. ప్రత్యేక తెలంగాణ రాష్ట్రమే ఈ అసమానతలు రూపుమాపడానికి సరి అయిన మార్గమని ముక్త కంఠంగా నమ్ముతున్నారు, తెలంగాణ ప్రజలు అందుకు ఉవ్వెత్తున ఉద్యమిస్తున్నారు. అలా 1969లో ఉవ్వెత్తున విద్యార్థుల, ఉద్యోగుల, తెలంగాణ ప్రజల ఉద్యమంగా వచ్చింది. 370 మంది విద్యార్థులు ప్రాణాలు కోల్పోయారు. అప్పటి పార్లమెంట్ ఎన్నికల్లో 10 పార్లమెంట్ స్థానాల్ని "తెలంగాణ ప్రజాసమితి' ద్వారా గెలిపించి చూపించారు. అప్పటి చెన్నారెడ్డి నాయకత్వాన అప్పటి ఆంధ్ర నాయకత్వ కుటిలనీతి వల్ల, ఇందిరాగాంధీ హయాం అప్పటి చెన్నారెడ్డి నాయకత్వం అప్పటి పార్లమెంట్ సభ్యులు పదవులకు అమ్ముడుపోయారు. తెలంగాణ ఉద్యమంపై నీళ్ళు చల్లారు. కాని ప్రత్యేక తెలంగాణ ఏర్పాటు అనే భావన ప్రజల్లో నివురు గప్పిన నిప్పులానే ఉండిపోయింది. అప్పటి నుండి కూడా తెలంగాణ విద్యార్థులు, ఉద్యోగులు, ఉద్యమ కారులు తమ నిరసనను తెలియజేస్తూనే వస్తున్నారు. తెలంగాణ మేధావులు, విద్యార్థులు, నాయకులు తెలంగాణ ఉద్యమాన్ని బతికిస్తూనే, నిలుపుతూనే వస్తున్నారు.

2001 ఏప్రిల్లో కేసిఆర్ తెలంగాణపై జరిగిన అన్యాయ అక్రమాలను సుదీర్ఘంగా అధ్యయనం చేసి ఏకంగా తెలంగాణ రాష్ట్ర ధ్యేయంగా పార్టీనే పెట్టాడు. తెలంగాణ రాష్ట్ర సమితి అని. తెలంగాణ ప్రజలు 2001 జడ్పిటిసి, ఎంపిటిసి ఎన్నికల్లో విశేషంగా, ఉత్సాహంగా ఆదరించి గెలిపించారు ఆ పార్టీని. 2001లో అప్పుడు ఆంధ్రప్రదేశ్ లో చంద్రబాబునాయుడి గారి తెలుగుదేశం ప్రభుత్వం ఉంది. అప్పుడు తెలంగాణాకు వ్యతిరేకంగా ఉన్న ప్రభుత్వం అది. అసెంబ్లీలో కూడా 'తెలంగాణా' అనే పదం అననీయక వెనుకబాటుతనం, వెనుకబడిన ప్రాంతం అని అనే సందర్భం అది. 2004 అసెంబ్లీ ఎలక్షన్లు వచ్చినాయి. అప్పటికి 9 సం॥ రాలు కాంగ్రెస్ ప్రభుత్వం అధికారంలో లేదు.

ఎలాగైనా ఆంధ్రప్రదేశ్ ప్రభుత్వం హస్తగతం చేసుకోవాలనుకుంది కాంగ్రెస్. అందుకు టిఆర్ఎస్ తో పొత్తు పెట్టుకుంది. తెలంగాణ ఇస్తామనే హామీతో రాజశేఖర్రెడ్డి నాయకత్వంలో కాంగ్రెస్ పార్టీ గెలిచింది. సోనియా గాంధీ కూడా తెలంగాణ ప్రజల అభిమతం తెలుసు అని ప్రకటించింది. టిఆర్ఎస్ రాష్ట్రంలోను, కేంద్రంలోను అధికారం పంచుకొంది. యూపిఏ గవర్నమెంట్ తన కామన్ మినిమమ్ ప్రోగ్రామ్ లో పొందుపరిచి తెలంగాణ ఏర్పాటు విషయం అందరిని సమన్వయ పరిచి తెలంగాణ ఏర్పాటు చేస్తామని ప్రకటించింది. అప్పటి రాష్ట్రపతి పార్లమెంట్ ఉభయసభల్లో తెలంగాణ ఏర్పాటు విషయాన్ని ప్రకటించారు. టిఆర్ఎస్ అన్ని పార్టీల సమ్మతి లేఖలు ఒకటి రెండు పార్టీలు తప్ప సంపాదించింది. వైఎస్ఆర్ లాంటి బలమైన నాయకుడు అడ్డుకోవడం వల్లనో, సిపియం లాంటి పార్టీలు వ్యతిరేకిస్తున్నాయనో సరి అయిన సమయంలో సరిఅయిన నిర్ణయం అనే పేర తెలంగాణ ఏర్పాటును వాయిదా వేస్తూ వచ్చింది కేంద్రం. ఈ క్రమంలో టిఆర్ఎస్ నాయకుడు కెసిఆర్ పార్లమెంట్ సీటుకు రాజీనామా చేసి కరీంనగర్లో అఖండ విజయం సాధించారు. ప్రజల్లో తెలంగాణ భావన ఎంత ప్రబలంగా ఉందో తెలియజెప్పినట్లు.

మళ్ళీ 2009 అసెంబ్లీ ఎన్నికలు వచ్చినాయి, అన్నీ పార్టీలకు తెలిసిపోయింది, తెలంగాణ అననిది వాళ్ళకు ఓట్లు రావని, సీట్లు రావని తెలిసిపోయింది. తెలంగాణా ప్రజల తమ చిరకాల వాంఛ తెలంగాణా ఏర్పాటు అనే విషయాన్ని ఓటు బ్యాంక్ గా మలచుకోవాలని చూసారుకాని ఎన్నడు తెలంగాణ ఏర్పాటు చేయాలనే చిత్తశుద్ధితో పని చేయలేదు ఈ పార్టీలవాళ్ళు. గత పదేళ్ళలో రెండు సాధారణ ఎన్నికల్లో ఈ పార్టీలు, 2004 ఎన్నికల్లో సమైక్య వాదానితో ఎన్నికల్లోనికి వెళ్ళిన టిడిపి చంద్రబాబు సైతం తమ ప్రభుత్వం రావాలని, మేం తెలంగాణాకు అనుకూలమని మేనిఫెస్టోలో ప్రకటించుకొన్నారు. అప్పుడే పుట్టిన ప్రజారాజ్యం సైతం సామాజిక తెలంగాణా మా ధ్యేయం అని మేనిఫేస్టోలో ప్రకటించారు. కాంగ్రెస్ వాళ్ళు కూడా కాంగ్రెస్ గెలిస్తే తెలంగాణా ఏర్పాటు చేస్తామని, మేము తెలంగాణాకు అనుకూలమని ప్రకటించి 2009 ఎన్నికల్లో పాల్గొని గెలిచారు. తెలంగాణలో కాంగ్రెస్ 50 సీట్లు వరకు సాధించారు, ఆంధ్రలో 100 సీట్లకు పైగా గెలుచుకొని సరిపోయేంత మెజారిటీతో వైఎస్ నాయకత్వాన మళ్ళీ కాంగ్రెస్ ప్రభుత్వం వచ్చింది. తెలంగాణా ఏర్పాటుకని టిఆర్ఎస్, కాంగ్రెస్ ను ఓడించడానికి టిడిపి, కమ్యూనిస్టులు జమకట్టి ఎలక్షన్లలో నిలిచారు. వాళ్ళ అవకాశవాద చర్యల వల్ల కూడా తెలంగాణ ప్రజలు కొంత విసిగి పోయారు. తెలంగాణా ఏర్పాటుకు ఓట్లు, సీట్లు, ఎత్తుగడలు, రాజకీయాలు కాదని తెలుసుకోవడానికి తొమ్మిదేళ్ళు పట్టినట్టుంది కెసిఆర్ కు. తెలంగాణా రావాలంటే ఇక ఉద్యమమే శరణ్యం అని ఆ పార్టీ నాయకులు గుర్తించారు. వారు తెలంగాణా ఏర్పాటు కోసం ఆమరణ నిరాహార దీక్ష నవంబర్ 20 న చేపడతానని

ప్రకటించారు సిద్ధిపేటలో. నిరాహార దీక్ష అనేది ఒక బలమైన ఆయుధం ప్రభుతలో కదలిక కలిగించడానికి గాంధీజీ చేపట్టిన బలమైన ఆయుధమది. ఆ నిరాహార దీక్ష చేపట్టే కదా, పొట్టి శ్రీరాములు ప్రాణత్యాగంతో ఉమ్మడి మద్రాస్ రాష్ట్రంలో కలిసి ఉన్న ఈ కోస్తాంధ్ర, రాయలసీమ వాసులు కర్నూలు రాజధానిగా ఆంధ్ర రాష్ట్రాన్ని 1953లో ఏర్పరచుకొన్నారు. తెలంగాణ ప్రజల 55 యేళ్ళ సుదీర్ఘ పోరాటాల బలమైన ఆకాంక్ష తెలంగాణా రాష్ట్రం ఏర్పాటుకు కెసిఆర్ ఆమరణ దీక్షను చేపట్టారు. ఆయనను ఆమరణ దీక్ష చేయనిస్తే కదా ఈ ప్రభుత్వం, పోలీసులు. నిరాహార దీక్షకు ఒకరోజు ముందునుంచే కరీంనగర్ ను , సిద్ధిపేటను పోలీసులమయం చేశారు. వేల మంది పోలీసులు వచ్చి కెసి ఆర్ ను కరీంనగర్లో బలవంతంగా అరెస్టు చేశారు, వరంగల్ మీదుగా ఖమ్మం తీసుకెళ్ళి కేసులు పెట్టి, జడ్జి ముందర హాజరు పరిచి ఖమ్మం జైల్లో పెట్టారు. జైల్లో కూడా కెసిఆర్ నిరాహార దీక్ష చేపట్టారు. కెసిఆర్ దీక్షను ఎద్దేవా చేస్తూ కేవలం పదిలోపు అసెంబ్లీ సీట్లు, 2 పార్లమెంట్ సీట్లు గెలిచి పోయిన తన ప్రభను నిలుపుకోవడానికే ఈ నిరాహారదీక్ష అని ఎద్దేవా చేసిన ఆంధ్ర కాంగ్రెస్ నాయకులున్నారు. కెసిఆర్ ఎలా చేస్తేమి, ఎప్పుడు చేస్తేమి, ఓట్లు, సీట్లు, లాబీలు కాదని ఉద్యమం ద్వారా దీక్ష ద్వారానే తెలంగాణా సాధిస్తానని ప్రతిన బూని నాలుగు కోట్ల తెలంగాణ ప్రజల తరపున దీక్ష బూనిన కెసిఆర్ ప్రతినను సమర్థించారు, స్వాగతించారు, హారతులు పట్టారు. ఆమోదించారు, ఆశీర్వదించారు తెలంగాణ ప్రజలు.

తెలంగాణ భావన చాలా బలంగా వేళ్లూనుకొని తెలంగాణా ప్రజల్లో ఉంది కాబట్టి, కెసిఆర్ అరెస్టు నిరసనగా తెలంగాణాలోని అన్నీ జిల్లాల్లో విద్యార్థులు, ప్రజలు, ఉద్యోగులు స్పందించి తమ నిరసనను తెలిపారు, బంద్ లు పాటించారు శాంతియుతంగా. అది ప్రజల్లోంచి వచ్చిన అపూర్వ స్పందన, అన్ని పార్టీల రాజకీయ నాయకులను సైతం ఆశ్చర్యం గొలిపే సందర్భం. కెసిఆర్ అరెస్ట్ తరువాతి నుండే విద్యార్థులు తీవ్రంగా స్పందించి ముందుకు వచ్చారు, వారు కూడా విశ్వవిద్యాలయాల కేంద్రంగా కెసిఆర్ కు మద్దతుగా నిరసనను చేపట్టారు, నిరాహారదీక్షలు చేశారు. జాయింట్ యాక్షన్ కమిటి ఏర్పరచుకొన్నారు. ఉస్మానియా విశ్వవిద్యాలయంలో చొరబడి విద్యార్థులను గొడ్లను బాదినట్టు బాదినారు పోలీసులు. మానవ హక్కుల కమీషన్ కల్పించుకొని పోలీసులు యూనివర్సిటీని ఖాళీ చేయాలని హెచ్చరించవలసి వచ్చింది. విద్యార్థుల ఉద్యమాన్ని తగ్గించడానికి యూనివర్సిటీ ఏకంగా 15 రోజులు సెలవులు ప్రకటించింది. ఉద్యమం విశ్వవిద్యాలయాలకే కాదు, వివిధ పట్టణాల, గ్రామాల, పల్లెల విద్యాలయాలకు కూడా పాకింది. గ్రామ గ్రామాలకు పల్లెలకు పాకింది. గ్రామాల్లోని, పల్లెల్లోని వివిధ కుల సంఘాల, వృత్తి సంఘాల కార్మికులు, కర్షకులు, డ్రైవర్లు, వర్కర్లు అందరు స్వచ్ఛందంగా తెలంగాణ ఉద్యమంలో పాల్గొన్నారు. తెలంగాణలో అన్ని జిల్లా, అన్ని గ్రామాల, పల్లెలో, పట్నాల్లో ప్రజలు స్వచ్ఛందంగా ఉద్యమంలో పాల్గొన్నారు. తెలంగాణ ఉద్యమం ప్రజల్లో లేదు,

కేవలం ఒక కెసిఆర్ దీక్ష వల్ల తాత్కాలికంగా వచ్చింది అని చెప్పడం ఈ ఆంధ్రనాయకుల కపటపు మాటలు అనవలసి వస్తుంది. ఉద్యమాలు ప్రజల మనో భావాల్లోంచి వస్తాయి. ఉద్యమాలు స్వచ్ఛందంగా, నిజాయితీగా ఉప్పెనలా పుడతాయి. అది తెలంగాణ పోరాటపటిమ, వారసత్వ లక్షణం. కెసి ఆర్ ను ఖమ్మం ఆస్పటోల్లోంచి, హైదరాబాద్ కు తరలించాక రోజు రోజుకు ఉధృతమైంది ఉద్యమం. విద్యార్థులు డిసంబర్ 10 నాడు 'ఛలో అసెంబ్లీ' ఉద్యమం అని పిలుపునిచ్చారు. కెసిఆర్ దీక్ష పదోరోజుకు, పదకొండో రోజుకు చేరుకొంటుంది. తెలంగాణా అంతట బంద్ వాతావరణం ఏర్పడింది. ముందు జాగ్రత్తచర్యగా తెలంగాణ అంతటా పది జిల్లాల్లో 144 సెక్షను పెట్టడం జరిగింది. వేలమంది పోలీసులను ముందు జాగ్రత్త చర్యగా హైదరాబాద్ లో దించింది ప్రభుత్వం. విద్యాలయాలు అట్టుడికినాయి. ప్రజలందరు 'జై తెలంగాణా' అంటూ రోడ్ల మీది కొచ్చారు. కెసిఆర్ ఆరోగ్యం దృష్టిలో ఉంచుకొని విద్యార్థుల అసెంబ్లీ ముట్టడి దృష్టిలో ఉంచుకొని బుధవారం డిసెంబర్ 9 రాత్రి 11 గంటలవరకు తర్జనభర్జనల మధ్య తెలంగాణ ఆకాంక్షలను, ఉద్యమాన్ని గుర్తించి భారత కేంద్ర ప్రభుత్వ హోమ్ శాఖమంత్రి చిదంబరం గారు తెలంగాణా ఏర్పాటు ప్రక్రియను ఏర్పాటు చేస్తున్నాం, అసెంబ్లీలో తీర్మానం చేయిస్తామని ప్రకటించారు.

ఆ ప్రకటన తెలంగాణ ప్రజల చిరకాల వాంఛ, వారి కలలు సాకారమయ్యేందుకు చిదంబరం ప్రకటనతో కెసిఆర్ దీక్ష విరమించారు ఆ అర్ధరాత్రి. తెలంగాణ ప్రజలు తమ మహోజ్వల ఉద్యమాన్ని విరమించారు.

ఇక తెల్లవారి నుండి ఆంధ్ర, రాయలసీమ ప్రాంతాల నుండి సమైక్యాంధ్ర నినాదం మొదలయ్యింది. అక్కడ కూడా విద్యార్థులు, ప్రజలు సమైక్యాంధ్ర అని ఉద్యమం మొదలుపెట్టారు. అక్కడి ఎమ్మెల్యేలు, స్పీకర్ కు నూరుమందికి పైగా పార్టీలకతీతంగా కాంగ్రెస్, తెదేపా, ప్రజారాజ్యం పార్టీల వాళ్ళు రాజీనామాలు సమర్పించారు. ఆంధ్రప్రాంతపు మంత్రులు తెలంగాణ ఇవ్వకూడదని 20 మందికి పైగా రాజీనామాలు సమర్పించడానికి సిద్ధపడ్డారు. విద్యార్థులు, నాయకులు, ఎమ్మెల్యేలు కూడా నిరాహారదీక్షలు చేపడతమన్నారు. సమైక్యాంధ్ర కోసం ఉద్యమం చేస్తామన్నారు.

'సమైక్యాంధ్ర ముద్దు
తెలంగాణ వద్దు' అనేది వారి నినాదం

ఇదెక్కడి న్యాయం రాజీనామాలు చేసిన ఈ మంత్రులది, ఎమ్మెల్యేలది ఏమి బెదిరింపు? 2004, 2009 ఎన్నికల ముందు కాంగ్రెస్ పార్టీకి తెలియదా రాష్ట్రం విడిపోయే రోజు రావచ్చని అప్పుడు ఎందుకు రాజీనామాలు చెయ్యలేదు? అపుడే ఎందుకు తెలంగాణా

ఏర్పాటును వ్యతిరేకించలేదు? తెలంగాణ ఇస్తాం, ఏర్పాటు చేస్తాం, తెలంగాణాకు మేము అనుకూలం, సానుకూలం అని మాత్రమే చెప్పడం ఈ కాంగ్రెస్ వాదులకు సాధ్యం కావచ్చు. తొమ్మిదేళ్ళు చూసారు, తెలంగాణ ఇస్తారేమో అని, గత 55 ఏళ్ళుగా ఉద్యమాలు చేస్తున్నారు. తెలంగాణ ప్రజల ఉద్యమం ఫలితంగా, కేంద్రం దిగివచ్చి తెలంగాణ ఏర్పాటు చేస్తామంటే ఆంధ్రాలో వ్యతిరేకత వస్తుంది.

'కలిసి ఉంటే కలదు సుఖం' అట

ఎవరికి ఆంధ్రాకా, తెలంగాణాకా? ! ఆంధ్రా వాళ్ళకు సుఖం కావచ్చు, తెలంగాణా వాళ్ళకు కష్టం, నష్టం. గత 55 ఏళ్లుగా చూసిన దాన్ని బట్టి చూస్తే! అందుకే తెలంగాణా వాళ్ళు విడిపోదామంటున్నారు. కేంద్రం సానుకూలంగా ఉంటే, సమైక్యాంధ్ర అని ఉద్యమాలు చెయ్యడం ఏమిటీ? తెలంగాణాలోని వనరులు, వసతులు, ఉపాధులను దోచుకుతినడం ఆగిపోతుందనా వాళ్ళ భయం ?

రాష్ట్రం ఏర్పాటు ముందే చెప్పారు నెహ్రూగారు "ఒక అమాయకురాలి (తెలంగాణ) పెళ్ళి ఒక తుంటరి పిల్లవానితో (ఆంధ్ర)తో జరుగుతుంది"

"తెలంగాణ ఆంధ్ర ప్రాంతాలు కలిసి ఉండే పొంతన కుదరకపోతే ఆలుమగలు విడాకులు ఇచ్చుకున్నట్లే కొంతకాలం తరువాత రెండు ప్రాంతాలు విడిపోవచ్చు" (ఇండియన్ ఎక్స్ ప్రెస్ 6-3-1956)

పొత్తు కుదురకపోతే, ఆనాడే విడిపొమ్మన్నాడు విడిగా నెహ్రూ గారు. మరి ఈ సమైక్యాంధ్ర వాదులకు సమ్మతం కావడం లేదెందుకు ?

సమైక్యాంధ్ర అనే పళ్ళెంలో 3 ప్రాంతాల వాళ్ళు వారి వారి జనాభారీత్యా, వైశాల్యంరీత్యా, ఆదాయ వనరుల దృష్ట్యా కావలసినంత రావలసినంత పాళ్ళు పంచుకొని తినాలి. ప్రభుత్వం అనే వడ్డించే తల్లి ఎవరికి అందించవలసిన పాలు వారికి అందించలేనందుకేగా యాబయి అయిదేళ్ళు అసమానతలకు లోనై, దోపిడికి గురై ఉద్యమాలు చేసి, వందలాది మంది బిడ్డల్ని పోగొట్టుకున్న ఈ తెలంగాణ తల్లి వేరు పడుతానంటే సమైక్యవాదమనే ఈ ఆంధ్రులు అడ్డుకుంటున్నారేమిటి? కలిసి ఉందామని ఉద్యమాలు చేస్తున్నారేమిటి? బలవంతంగానే పెళ్ళి జరిపిన పోయిన సందర్భంలోంచి మొగుడంటే ఇష్టం లేక, ఇష్టం లేని ఈ తెలంగాణ పిల్ల, ఈ గడుసరి తుంటరి ఆంధ్ర మొగుడితో వేగలేక జనం సాక్షిగా ఉద్యమాలు చేసి విడిపోదామంటే అందుకు కేంద్ర ప్రభుత్వం అనే పెద్దమనుషులు విడాకులు ఇప్పిద్దాం వేరుగా ఉంచుదామంటే, వద్దు వద్దు ఈ తెలంగాణ పెళ్ళామే కావాలి.. మేము విడిపోము, విడిచిపెట్టం అని ఈ గడసరి ఆంధ్రా మొగుడుగారు ఉద్యమం చేస్తున్నాడేమిటీ? ఇది న్యాయమా? ఇది ధర్మమా? ప్రపంచ చరిత్రలో న్యాయపోరాటాలు, ధర్మపోరాటాలు మాత్రమే గెలుస్తాయి, నిలుస్తాయి !

ఒక న్యాయపోరాటంగా గెలుచుకున్న తెలంగాణ ఏర్పాటును వ్యతిరేకిస్తూ ప్రతిగా కావాలని ఉద్యమాలు చేయడం నిరాహారదీక్షలు చేయడం కుట్రపూరితమైనవి.

తెలంగాణ ప్రజానీకం న్యాయబద్ధంగా, ధర్మబద్దంగా అర్థ శతాబ్దం పైగా ఉద్యమం చేసి ప్రత్యేక తెలంగాణ కావాలంటుంటే, ఈ సమైక్య వాదులు కలిసి ఉందామని ఉద్యమం చేస్తున్నారేం? ! తెలంగాణలో ఉన్న వనరులు వసతులపై అంత ఆశనా వాళ్ళకు. తెలంగాణ ఒక పాడి ఆవులాంటిదా, ఆవు తెలంగాణ గడ్డినే తింటుంది. తెలంగాణాలోనే పాలిస్తుంది, కాని ఆ పాలలో ఎక్కువ పాళ్ళు ఈ ఆంధ్ర పాలకులే దోచుకుపోవాలనా? అర్థశతాబ్దంగా దోచుకుంటూ ఇక దోచుకోవడానికి అవకాశం లేకుండా పోతుందనా ఈ ప్రత్యేక తెలంగాణా ఏర్పాటును అడ్డుకోవడం, అందుకే ప్రసిద్ధ రచయిత కీ॥శే॥ చిలకమర్తి లక్ష్మీనరసింహం గారు, బ్రిటిష్ వలసపాలకుల పాలనపై పాడిన "భరత ఖండంబు చక్కని పాడియావు" అనే పద్యాన్ని ఈ ఆంధ్ర పాలకుల నీతికి ఇలా వర్తింప చేయవచ్చు "భవ్య తెలంగాణ చక్కని పాడియావు ఈ తెలంగాణ ప్రజలెల్ల యేడ్చుచుండ ఆంధ్రవారలు గడుసరులగుచునగుచు పితుకుతున్నారు మూతులు బిగియబట్టి"

అని అన్వయిస్తే తప్పేమి లేదు కదా! మా మానాన మమ్ములను బతుకనియ్యండి అంటే, జై తెలంగాణా ! అని ఆత్మ గౌరవంతో తెలంగాణా ప్రజలు బతుకుదామంటే కలిసి ఉంటే కలదు సుఖం అనే సమైక్యగీతాలు పాడుతూ, టీవీల్లో ప్రకటనలు ఇస్తారేమిటీ? సమైక్యం అనేది బలవంతంగా ఉంచితే రాదు, బలవంతంగా కాదు, మనసావాచా, కర్మణా ఉండాలి. తెలంగాణ, ఆంధ్ర కలిసిపోయే రోజుల్లోనే సమైక్య రాష్ట్రానికి 'ఆంధ్ర-తెలంగాణ'ప్రదేశ్ అని పేరు పెడుదామంటే ఆనాడే తిరస్కరించి తెలంగాణాను కట్టేసి 'ఆంధ్రప్రదేశ్' అనే పేరు ఉంచేసుకున్నారు. ఇంకా కలిసి ఉందామనే నైతిక హక్కు, శక్తి ఈ ఆంధ్ర నాయకులలకు లేదు. ఒక్కసారి మోసం చేస్తారు, రెండుసార్లు మోసం చేస్తారు, ఎల్లకాలం తెలంగాణ ప్రజలను మోసం చెయ్యలేరు కదా !

వాస్తవాలు తెలిసికూడా కాదంటూ వివిధ కారణాలు చెబుతున్నారు తెలంగాణా ఏర్పాటును వ్యతిరేకిస్తూ ఈ ఆంధ్ర నాయకులు.

కెసి-ఆర్ కు ఓట్లు రాలేదు, పెద్దగా సీట్లు రాలేదు, ఇంకా తెలంగాణ ఇచ్చుడెందుకు అని అంటున్నారు. కెసిఆర్ కోసం తెలంగాణ కాదు, తెలంగాణ ప్రజల కోసం తెలంగాణ, మూడున్నర కోట్ల తెలంగాణ ప్రజల బలమైన ఆకాంక్ష తెలంగాణ, అది మొన్నటి కెసిఆర్ దీక్ష వల్ల ద్విగుణీకృతమై లావాలా పెల్లుబికింది! ఇది ప్రజల ఉద్యమము, ప్రజల ఆకాంక్ష.

ఇంకా తెలంగాణా ఏర్పాటును వ్యతిరేకిస్తూ చిన్నరాష్ట్రాలు అభివృద్ధికి వ్యతిరేకం అంటున్నారు ఆంధ్ర నాయకులు. తెలంగాణ ఏర్పాటు అయితే చిన్న రాష్ట్రం కాదు, తెలంగాణ కంటే భారతదేశంలో 15 చిన్నరాష్ట్రాలు ఉన్నాయి. తెలంగాణ పశ్చిమబెంగాల్ కంటే, కేరళ రాష్ట్రం కంటే పెద్దది అవుతుంది. ఇప్పటి రాష్ట్ర ఆదాయంలో కూడా

తెలంగాణాది 45%. 470 కిలోమీటర్ల మేర కృష్ణా, గోదావరులు ప్రవహించే నేల ఇది. 500 కిలోమీటర్ల మేర కాగజ్ నగర్ , బెల్లంపల్లి నుండి ఇల్లందు, కొత్తగూడెం వరకు బొగ్గు గనుల సిరులున్న ప్రాంతమిది. ఇక్కడ పాడిపంటల నేలలున్నాయి. వాడుకోవడానికి నీళ్ళున్నాయి. తెలంగాణ రాష్ట్రానికి ఏ డోకా ఉండదు. 400 ఏళ్ళ అసఫ్ జాహీల కింద, కులీ కుతుబ్ షాల కింద, 2000 ఏళ్ళకు పైగా శాతవాహనుల నుండి కాకతీయుల నుండి బతికి నిలిచిన ఈ తెలంగాణా మూడున్నర కోట్ల జనాభా ప్రజలు ఉన్న కష్టజీవులు, బుద్ధి జీవులు. ఇక తెలంగాణా ఏర్పాటును వ్యతిరేకిస్తూ మరి హైదరాబాద్ సంగతేమిటి? మేం అభివృద్ధి చేశాం దీన్ని. పెట్టుబడులు పెట్టాం దాన్ని కేంద్రపాలిత ప్రాంతంగా చెయ్యాలి. ఎంతటిమాట! హైదరాబాద్ అంటే తెలంగాణ గుండెకాయ! తెలంగాణ ఆత్మ! తెలంగాణ అంటే హైద్రాబాద్! హైదరాబాద్ అంటే తెలంగాణ. ముమ్మాటికి ఇది తెలంగాణ ప్రజలది. అది 400 వందల ఏళ్ళ నవీననగరం. ఆంధ్రప్రదేశ్ ఏర్పడే నాటికి అది భారతదేశంలో 5 ముఖ్య నగరాల్లో ఒకటి. ఇప్పుడు కూడా అదే స్థానం. కుతుబ్ షాహీలు, అసఫ్ జాహీల కాలంలోనే అది అభివృద్ధి చెందిన నగరం. తెలంగాణ పల్లెపల్లెను కొట్టి, తెలంగాణ ప్రజల రక్తమాంసాల చెమట చుక్కలతో నిర్మించిన నగరం ఇది. చార్మినార్ కట్టి 400 వందల యేళ్ళు అవుతుంది. హైకోర్ట్, ఉస్మానియా విశ్వవిద్యాలయం, ఉస్మానియా దవాఖాన, గండిపేట, ఉస్మాన్ సాగర్ చెరువులు, హుస్సేన్ సాగర్లు అప్పటికే ఉన్నాయి. సర్ మోక్షగుండం విశ్వేశ్వరయ్య నిర్మాణం గావించి టవర్ సైఫన్ అప్పటికే ఉంది. ప్రత్యేక కరెన్సీ ఉంది, దక్కన్ రేడియో ఉంది, విమానాశ్రయం ఉంది, విశ్వ విఖ్యాత సాలర్ జంగ్ మ్యూజియమ్ ఉంది. మక్కామసీదు ఉంది. సర్వహంగులు వనరులు ఉన్న సుందర ఉద్యానవనాలు, చక్కటి రోడ్లు ఉన్న సుసంపన్నమైన ఆనాటి హైదరాబాద్ స్టేట్ గా పిలువబడి తెలంగాణ ప్రజల భాషలో తెలంగాణ పట్నం అది. అభివృద్ధి అంటే ప్రజలకోసం ప్రభుత్వం చేసిన దానిని అంటారు. ఆంధ్రప్రదేశ్ ఏర్పాటు చేసిన తర్వాత ఆంధ్రా ప్రాంతపు వారి వలన జరిగిన అభివృద్ధి ఏమిటీ? వ్యక్తిగత ఆస్తులుగా ఎకరాల కొద్ది స్థలాల్లో సినీ స్టూడియోలు నిర్మించుకోవడమా, హైదరాబాద్ నగరం చుట్టూ స్థలాల్ని కొని రియల్ ఎస్టేట్ వ్యాపారాల్ని పెంచుకోవడమా, ఫాంహౌస్ లను పెంచుకోవడమా, పరిశ్రమలు పెట్టి కాలుష్యాన్ని పెంచి పోషించడమా, కార్పొరేట్ ఆసుపత్రులను, విద్యాలయాల్ని, హోటళ్ళను, మెస్ లను పెట్టడమా, వ్యాపారాలు వృద్ధి చేసుకోవడమా, సెజ్లను ప్రోత్సహించడమా. వీటి మూలంగా హైదరాబాద్ నగరం చుట్టూ వందల కిలోమీటర్ల మేర ఎంత గ్రామీణ జీవితం విధ్వంసం అయింది?! అభివృద్ధి ఫలాలు అంటే కొన్ని వందల మందికి అంది లక్షల మంది బతుకులు ధ్వంసం కావాల్నా!?

ఇంకా తెలంగాణ ప్రత్యేక రాష్ట్రం ఏర్పడితే, హైదరాబాద్లో మా ఆస్తులకు భద్రతేది అనే విషయం, ఆంధ్ర సోదరులను తెలంగాణా వాళ్ళను పొమ్మంటున్నారా! ఈ హైదరాబాద్ నగరమే సర్వమతాల ప్రజలకు నిలయం!

ఇక్కడి కన్నడిగులు, మద్రాసీలు, తమిళులు, జైనులు, మార్వాడీలు, సింధీలు, పార్సీలు, దక్షిణాది, ఉత్తరాది హిందూ, ముస్లీంల సమ్మేళనం. అందర్నీ ఆదరించి, నెలవు ఇచ్చింది ఈ హైదరాబాద్. ఒక్క హైదరాబాద్లోనేనా ఆంధ్రవాసులు ఉంది? పెట్టుబడులు పెట్టింది? తెలంగాణలోని పది జిల్లాల్లో దాదాపు 300 వరకు గుంటూరు పల్లెలు ఉన్నాయి. ఒక్క నిజాంబాద్లోనే లక్షలాది మంది ఆంధ్రవాసులు స్థిర నివాసమై ఉండి, వాళ్ళంతా ఇక్కడి జనంలో పాలలో నీళ్ళలా కలిసి బతుకుతున్నారు. వాళ్ళను ఆదరించి అక్కున చేర్చుకున్న సంస్కృతి తెలంగాణీయులది! తెలంగాణాలో వచ్చి స్థిరపడి ఉన్నవారికి గాని ఉద్యోగాలు చేసుకుంటున్న వారిని గాని అడిగి చూడండి. ఆంధ్ర సోదర సోదరీమణులు చెబుతున్న విషయాలన్నీ, రాష్ట్రం ఏర్పాటుకు అడ్డంకులన్నీ కావాలని చేస్తున్నవా?! తెలంగాణా ప్రజల మనోభావాలను గౌరవించాలి, అర్థం చేసుకోవాలి వారు. 1956 నాటి హైదరాబాద్ రాజధానిగా ఉన్న తెలంగాణానే అడుగుతున్నారు తెలంగాణా ప్రజలు ఆత్మాభిమానంతో, ఆత్మగౌరవంతో. గత ఐదున్నర దశాబ్దాలుగా ఉద్యమాలు చేస్తున్న తెలంగాణా వారు. గత పదేళ్లుగా విస్తృత ప్రాతిపదికన తెలంగాణ భావన ప్రజల్లో అవగాహనకు వచ్చింది. ఇక్కడ కవులు, కళాకారులు, రచయితలు గొప్ప సాంస్కృతిక భూమిక తయారు చేశారు. విస్తృతమైన పుస్తకాలు తెలంగాణాపై వచ్చినాయి. ఆంధ్ర సోదరీ సోదరులు వాస్తవాలు గ్రహించి తెలంగాణాపై అధ్యయనం చెయ్యాలె. తెలంగాణపై సానుభూతి పెరుగుతుంది, సానుకూలత ఏర్పడుతుంది. తెలంగాణ రాష్ట్రం ఏర్పాటు ఆవశ్యకత సత్యం, ధర్మం, న్యాయం. అయినా ఇంకా సమైక్య రాష్ట్రమని పట్టుబడితే, తెలంగాణా ఏర్పాటును అడ్డుకుంటే బ్రిటిష్ పాలనను వ్యతిరేకిస్తూ 'మాకొద్దీ తెల్లదొరతనం' అనే పాట రాసిన గరిమెళ్ళ సత్యనారాయణ గారి పాటను 'మాకొద్దీ సమైక్యరాష్ట్రం దేవా!" అనే పాటను తిరిగి పాడవలసి వస్తుంది. అందుకే ఆంధ్ర సోదర, సోదరీమణులకు విజ్ఞప్తి! తెలంగాణా ఏర్పాటును ఆహ్వానించండి. ఆంధ్ర రాష్ట్రాన్ని ఆహ్వానించండి. హిందీ భాషా ప్రాంతాలకు 8 రాష్ట్రాలున్న ఈ దేశంలో, దేశంలో హిందీ తర్వాత రెండవ స్థానంలో ఉన్న తెలుగు వారికి రెండు రాష్ట్రాలు ఉండడం తప్పేమి కాదు. తెలంగాణను స్వాగతిస్తే సంతోషిస్తారు తెలంగాణ ప్రజలు.

తెలంగాణాను ఏర్పాటును అడ్డుకుంటే సమైక్యాంధ్రను కాంక్షిస్తే మహాకవి శ్రీశ్రీ మాటల్లోనే ఇలా చెప్పవలసి వస్తుంది :

"చిరకాలం జరిగిన మోసం
బలవంతుల దౌర్జన్యంతో
ధనవంతుల పన్నాగాలూ
ఇంకానా? ఇకపై చెల్లవు
అని చెప్పవలసి వస్తుంది."

ఆంధ్ర సోదర సోదరీమణులారా! అన్నదమ్ముల్లా విడిపోదాం. ఆత్మగౌరవాన్ని కాపాడుకుందాం.

(వార్త దినపత్రికలో ప్రచురితం)

8. ప్రత్యేక తెలంగాణ, తెలంగాణ ప్రజల ఆకాంక్ష

ప్రత్యేక తెలంగాణ ఏర్పాటు కేవలం ఒక కె.సి.ఆర్. చేపట్టిన ఉద్యమం వల్లనో, కెసిఆర్ ఆమరణ దీక్ష చెయ్యడం వల్లనో ఏర్పాటు చేయడానికి కేంద్రం సుముఖంగా ఉందని, ఏర్పాటు చేయడానికి ముందుకు వస్తుందని, అది తగదని, సమైక్యాంధ్రనే కావాలని, తెలంగాణ ఏర్పాటును వ్యతిరేకిస్తు ఉద్యమాలు చేస్తున్న ఆంధ్ర సోదర, సోదరీమణులు గమనించవలసిన విషయాలు చాలా ఉన్నాయి. ప్రత్యేక తెలంగాణ ఏర్పాటు అనేది, తెలంగాణ ప్రజల అరవై సంవత్సరాల సుదీర్ఘ పోరాటం, తపన, ఆరాటం, ఆకాంక్ష. నవంబర్ 1, 1956 ఆంధ్రప్రదేశ్ ఏర్పడే వరకు తెలంగాణ పదిజిల్లాలు, 'హైద్రాబాద్ స్టేట్' లో ఉండేవి. ఈ దేశానికి స్వాతంత్ర్యం 1947, ఆగస్టు 15 నాడు వస్తే, దేశమంతా స్వతంత్ర జెండాలు ఎగురవేసుకొని సంబరాలు చేసుకొంటుంటే, నిజాం పరిపాలనలో ఉన్న తెలంగాణలో స్వతంత్ర భారతీయ జెండాను ఎగురవేయడానికి ప్రాణాలు పోగొట్టుకున్నవారు, జాతీయ జెండాను ఎగురవేయడానికి అరెస్టు కాబడ్డవాళ్లు తెలంగాణాలో ఉన్నారు. తెలంగాణకు స్వాతంత్ర్యం 1947, ఆగస్టు 15 నాడు రాలేదు. 1948, సెప్టెంబర్ 17 నాడు వచ్చింది, తెలంగాణ విముక్తి అప్పుడు జరిగింది. అప్పటి వరకు నిజాం పాలన కింద తెలంగాణ ప్రాంతం ప్రత్యేక రాజ్యమే హైదరాబాద్ రాజధానిగా మహారాష్ట్ర, కన్నడ లోని కొన్ని ప్రాంతాలుకలిపి. ఫ్యూడల్ నిజాం పాలననుండి విముక్తి కోసం, నిజాం నవాబు రజాకార్ సైన్యంతో వీరోచితంగా తెలంగాణ ప్రజలు పోరాడారు. మాన, ప్రాణాలను పోగొట్టుకున్నారు. నాటి తెలంగాణ నెత్తుటి మరకలు నేటికి కనిపిస్తాయి. 1948 సెప్టెంబర్ 17 నాడు తెలంగాణ విముక్తి జరిగింది. విముక్తి జరిగింది కాని కమ్యూనిస్టు పార్టీ తీసుకొన్న నిర్ణయం వల్ల తెలంగాణా సాయుధ పోరాటం 1952 వరకు కొనసాగింది, అది భారత సైన్యంతోనే తలపడవలసి వచ్చింది. 4 వేల మంది వీరులు రక్త తర్పణం చేశారు. అలా తెలంగాణది త్యాగాల చరిత్ర.

సెప్టెంబర్ 17, 1948 న నైజాం రాజరికం అంతమయ్యింది తెలంగాణలో, భారత సైన్యము ముట్టడితో. హైద్రాబాద్ రాష్ట్రంలో మిలిటరీ గవర్నర్ గా జి.ఎన్.చౌదరి నియమింపబడి ఆ పదవిలో డిసెంబర్ 1949 వరకు కొనసాగాడు. 1950లో సీనియర్ సివిల్ అధికారి అయిన వెల్లోడి ముఖ్యమంత్రిగా పౌర ప్రభుత్వం ఏర్పడింది. ఆ మంత్రివర్గంలోకి హైద్రాబాద్ స్టేట్ కాంగ్రెస్ నుండి ముగ్గురు సభ్యులను తీసుకొన్నారు. నిజాం రాజును రాజ్ ప్రముఖ్ గా పేర్కొన్నారు. ఈ మధ్య కాలం 1952 వరకు, హైదరాబాద్ రాష్ట్రంలోని తెలంగాణా వారికి ఇంగ్లీషు రాదని ఉమ్మడి మద్రాసు రాష్ట్రంలోని

అనేకమంది ఆంధ్రులు ఉద్యోగాలకోసం తెలంగాణా ప్రాంతానికి రావటం ప్రారంభమయ్యింది. అలా బతుకుదెరువుకోసం వలస వచ్చినవారు ఉద్యోగస్తులుగా ప్రవర్తించే బదులు ఈ ప్రాంతానికి వచ్చిన విజేతలుగా, తెలంగాణ ప్రాంతాన్ని ఉద్ధరించడానికి వచ్చిన సంస్కర్తలుగా ప్రవర్తించేవారు. అందువల్లవారికి వ్యతిరేకంగా తెలంగాణా ప్రజలు నిరసనలు ప్రదర్శిస్తూ 1952 లో ఉద్యమించి ఆందోళనకు పూనుకొన్నారు. అదే నాన్ ముల్కీ ఉద్యమం. నాన్ ముల్కీలంటే హైదరాబాద్ రాష్ట్రంలో పుట్టి పెరిగినవారు కాదు. ఇంకా ముల్కీలుగా పరిగణించబడి ఇక్కడ ఉద్యోగాలు పొందాలంటే ఎవరైనా ఇక్కడ గత 15 సంవత్సరాల నుండి వరుసగా హైదరాబాద్ రాష్ట్రంలో నివసిస్తూ తిరిగి వెనక్కి వెళ్ళే ఆలోచన లేనివారు అయిఉండాలి. ఇలాంటి నాన్ ముల్కీ ఉద్యమంలో పాల్గొని పోలీసు కాల్పుల్లో ప్రాణాలు కోల్పోయారు ఎంతోమంది తెలంగాణా యువకులు. కాల క్రమంలో 1948 నుండి 1952 వరకు జరిగిన మహత్తర తెలంగాణ సాయుధపోరాటం సద్దుమణిగిన తరువాత. 1952 సాధారణ ఎన్నికల తర్వాత బూర్గుల రామకృష్ణారావు ముఖ్యమంత్రిగా హైద్రాబాద్ రాష్ట్రంలో నూతన ప్రజా ప్రభుత్వం ఏర్పడింది. ఇది తెలంగాణా నేపథ్యం.

అలా అప్పటికే తెలంగాణ ఒక స్పష్టమైన, సుసంపన్నమైన అన్నీ వనరులు, వసతులు, రెవెన్యూ ఉన్న హైద్రాబాద్ రాజధానిగా వర్ధిల్లుతున్న రాష్ట్రం. అలా ఆనాడే హైద్రాబాద్ స్టేట్ గా ఉన్న ఈ తెలంగాణా ప్రాంతాన్ని అలానే ఉండనిస్తే బాగుండేదేమో! అక్కడే తెలంగాణాకు అన్యాయం జరిగింది.

ఇక ఆంధ్ర రాష్ట్రం సంగతి, తమిళులతో కలిసి ఉమ్మడి మద్రాస్ రాజధానిగా ఉన్న ఆంధ్ర ప్రాంతం వారు తమిళులతో వేగలేక తమకు ఒక ప్రత్యేక రాష్ట్రం కావాలని, పొట్టి శ్రీరాములు గారి ఆమరణ దీక్ష ప్రాణత్యాగంతో కర్నూలు రాజధానిగా అక్టోబర్ 1, 1953 నాడు అప్పటి ఉమ్మడి మద్రాస్ రాష్ట్రంలో ఉన్న కోస్తాంధ్ర, రాయలసీమ ప్రాంతాలను విడదీసి ఆంధ్ర రాష్ట్రం ఏర్పరిచారు. నేటి నాయకులు తెలియకనో, తెలిసో చెప్పుకొన్నట్లు పొట్టి శ్రీరాములు ప్రాణత్యాగం వల్ల ఉమ్మడి మద్రాస్ రాష్ట్రం నుండి ఆంధ్రరాష్ట్రం ఏర్పడింది కాని 1956 నాటి ఆంధ్రప్రదేశ్ రాష్ట్రం కాదు. ఆంధ్రప్రదేశ్ ఏర్పడడానికి, పొట్టి శ్రీరాములు త్యాగానికి ఎలాంటి సంబంధం లేదు.

మరి ఆంధ్రరాష్ట్రాన్ని, హైద్రాబాద్ స్టేట్ ను ఎందుకు కలిపినట్లు ? కేవలం ఒక భాష మాట్లాడే వారికి, ఒకే రాష్ట్రం ఉండాలనే ఈ విశాలాంధ్ర, భావన వెనుక ఉన్న ఉద్దేశ్యం ఏమిటీ? విశాలాంధ్ర ఏర్పాటును తెలంగాణ ప్రజలు ఎప్పుడూ స్వాగతించలేదు, కోరుకోలేదు. అది బలవంతపు పెళ్ళి లాంటిది. అందుకే 1953 అక్టోబర్లో పత్రికా విలేకరులతో మాట్లాడుతూ నెహ్రూ , "విశాలాంధ్ర ప్రతిపాదనలో తమ రాజ్యాన్ని

విస్తరించుకోవాలనే సామ్రాజ్యవాద భావాలున్నాయి" అని వర్ణించారు. (ఇండియన్ ఎక్స్ప్రెస్ 17-10-1953)

ఇంకా విశాలాంధ్ర ఏర్పాటును ఉద్దేశిస్తూ, ఆంధ్ర ప్రదేశ్ ఏర్పడే ముందు "ఒక అమాయకురాలి (తెలంగాణ) పెళ్ళి ఒక తుంటరి పిల్లవానితో (ఆంధ్ర) జరుగనుంది" అన్నారు నెహ్రూ.

ఇంకా "తెలంగాణ, ఆంధ్ర ప్రాంతాలు కలిసి ఉండే పొంతన కుదరక పోతే ఆలుమగలు విడాకులు ఇచ్చుకొన్నట్లే కొంతకాలం తరువాత రెండు ప్రాంతాలు విడిపోవచ్చు" అన్నారు. (ఇండియన్ ఎక్స్ప్రెస్ 6-3-1956)

అప్పటి విశాలాంధ్ర ఏర్పాటు నాటి పరిస్థితులను ఉటంకిస్తూ, ఆంధ్ర పత్రిక సంపాదకీయంలో ఈ విషయాలున్నాయి.

" తెలంగాణాలో విశాలాంధ్ర గురించి అపశృతులు వినబడుతున్నాయి. ముల్కి ఆందోళనలో ఈ ధ్వనులు దేశమంత వినవచ్చినవి.... హైదరాబాద్ సంస్థానంపై పోలీసు చర్య జరిపిన అనంతరం....పంపబడిన ఉద్యోగుల ప్రవర్తనే తెలంగాణలో ఇట్టి ప్రతికూల ఉద్యమం తలెత్తడానికి కారణం. అనేక మంది ఉద్యోగులు మహ్మద్ గజినీ ధోరణిలో ప్రవర్తిస్తున్నారని ఇప్పటికీ తెలంగాణా ప్రజలు ఆరోపణలు చేస్తూనే ఉన్నారు. తమ సంస్థానాన్ని ఈ ఉద్యోగులు కొల్లగొట్టారని తెలంగాణా ప్రజల అభియోగం. నీతి నిజాయితీ లేకుండా ఈ ప్రాంత ప్రజలు, నాయకులు, ఈనాటికీ ఈ ఉద్యోగులను విమర్శిస్తున్నారు. విశాలాంధ్ర అనే సరికి తెలంగాణా ప్రజలకు అప్పటి అనుభవాలే స్ఫురణకు వస్తున్నవి. ఈ అసంతృప్తిని, ఆందోళనను, ఆగ్రహాన్ని తొలగించడానికి రాజకీయవేత్తలు ఏమి చేయలేదు...... విశాలాంధ్ర ఉద్యమానికి నాయకత్వం వహించవలసిన తెలంగాణను తోసివేసి ఆంధ్ర నాయకులే తమ నాయకత్వాన్ని తెలంగాణ ప్రజలపై అమలు చేస్తున్నారు. హైదరాబాద్ రాజధాని నినాదాలు వినిపించి ప్రజలను విశాలాంధ్రకు సుముఖులను చేయడం సాధ్యం కాదని ఆంధ్రరాష్ట్ర నాయకులు ఇప్పటికీ గ్రహించలేదు." (ఆంధ్ర పత్రిక 4-4-1954)

అలా తెలంగాణా ప్రాంతపు ప్రజల మనోభావాలకు ఇష్టం లేకున్నా బలవంతపు పెళ్ళిలా ఫజల్ అలీ కమిషన్ రిపోర్టులకు వ్యతిరేకంగా కూడా, ఆంధ్ర. తెలంగాణ ప్రాంతాలలోని పెద్దమనుషుల ఒప్పందం లోని ఒడంబడికలు, సూత్రాల కనుగుణంగా కర్నూలు రాజధానిగా ఉన్న ఆంధ్రరాష్ట్రంను, అప్పటికే అన్ని విధాలుగా అభివృద్ధి చెంది అన్ని హంగులతో హైదరాబాద్ రాజధానిగా ఉన్న తెలంగాణా ప్రాంతాన్ని కలిపి పెద్ద మనుషుల ఒప్పందంతో ఆంధ్ర ప్రదేశ్ అనే నామకరణంతో 1, నవంబర్, 1956 నాడు కొత్త రాష్ట్రం ఏర్పాటు చేశారు. సమైక్య రాష్ట్రంలో కలువడం వల్ల తెలంగాణకు ఒరిగింది ఏమిలేదు పెద్దగా. ఆంధ్ర ప్రదేశ్ రాష్ట్రం ఏర్పడినప్పుడు ఏర్పరచుకొన్న నిబంధనలన్ని

సూత్రబద్ధంగా క్రమక్రమంగా ఉల్లంఘింపబడి, అమలుకు నోచుకోలేకపోయినపుడు తెలంగాణ ప్రాంతం సమైక్య రాష్ట్రంలో తీవ్రంగా నష్టపోయింది . దాని ఫలితమే ప్రత్యేక తెలంగాణ ఉద్యమం. రికార్డులను, చరిత్రను ఎవరైనా చదువుకొని తెలుసుకోవచ్చు. పరిశోధనలు చేసికూడా నిరూపించవచ్చు. తెలంగాణ వాసులు ముక్తకంఠంతో పోరాడుతూ, సమైక్య రాష్ట్రంలో మేము నష్టపోయామని, మా వనరులు, మా నీళ్ళు, మా ఉపాధి, ఉద్యోగాలు కోల్పోయామని, మా భాష, సంస్కృతి ఎద్దేవా చేయబడిందని, మా కళాకారులకు, గాయకులకు, మా సంస్కృతికి సమపాళ్లలో గౌరవం దక్కకుండా పోయింది అని ఆత్మగౌరవంతో పోరాడుతూ వస్తున్నారు.

తెలంగాణ ప్రజల సుదీర్ఘ పోరాటాన్ని గుర్తించి కేంద్ర ప్రభుత్వం చట్టబద్ధంగా, పార్లమెంట్ సాక్షిగా హైదరాబాద్ రాజధానిగా పదిజిల్లాల తెలంగాణ రాష్ట్రం ఏర్పాటు చేద్దామని ప్రకటన ఇస్తే, సమైక్యాంధ్ర పేరున తెలంగాణ ఏర్పాటును అడ్డుకోవడానికి ప్రయత్నిస్తున్నారు. ఆంధ్ర తెలంగాణా సోదర సోదరీమణులు వాస్తవాలు గ్రహించి అన్నదమ్ముల్లా విడిపోయి ఆత్మగౌరవాన్ని కాపాడుకోవాలి.

9. తెలంగాణ ధర్మ పోరాటం

"Unless The lions have their own historians, the stories of hunting always glorify the hunter only" – An African Proverb

ఈ సూక్తి అణగారిన ఆఫ్రికా జాతులకు, అడుగడున దగాపడ్డ తెలంగాణకు వర్తిస్తుంది. పులుల చరిత్ర పులులే రాయాలి, సింహాల చరిత్ర సింహాలే రాయాలి, కాని పులుల్ని, సింహాల్ని వేటాడే వేటగాడు రాస్తే ఆ చరిత్ర వేటగాడి పరంగానే, ఆ వేటగాడ్ని గ్లోరిఫై చేసి చెప్పేదిగానే ఉంటుంది. ప్రస్తుత తెలంగాణా పరిస్థితి అలాంటిదే. తెలంగాణ చరిత్ర తెలియకుండా, 1956 నవంబర్ 1, ఆంధ్రప్రదేశ్ ఏర్పడకముందు తెలంగాణ ఏమిటీ, 1956 నవంబర్ 1 నుండి నేటి 2013 వరకు అడుగడుగున తెలంగాణ దగాపడ్డ ఏమిటి తెలియకుండా తెలుసుకోకుండా, ఈ ఆంధ్ర ప్రాంతపు నాయకులు, వారికి తోచిన రీతిలో వారు తెలంగాణపై వాఖ్యానాలు చేస్తూనే ఉన్నారు, ఎవరు అవునన్నా కాదన్నా, ఒక ప్రాంతం గురించి ఒక ప్రామాణిక సత్యం, చరిత్ర ఉంటుంది దాన్ని తెలియకుండా మాట్లాడటం , తెలంగాణా ఉద్యమం అనేది ప్రజల్లో లేదని, ఇది రాజకీయ నాయకుల సృష్టి అని ప్రచారం చేస్తున్న ఈ నాయకులకు ఒకవేళ తెలియకుంటే తెలంగాణా నేపథ్యం, ఉమ్మడి రాష్ట్రంలో కలిసిపోయే నాటి షరతులు, ఒప్పందాలు, దాని అమలుపర్చే విధానాలు, అది అమలు అయిన విధానాలు, అవి ఉల్లంఘనలకు గురి అయిన విధానాలు తెలుసుకొని మాట్లాడవలసిన నైతిక బాధ్యత ఉంది. అవన్ని తెలియక తెలంగాణ ఉద్యమం ప్రజల్లో లేదు నాయకుల సృష్టి అని ప్రకటించడం అలా ప్రకటించే నాయకుల కపట దృష్టి అని చెప్పవలసివస్తుంది. ఐదున్నర దశాబ్దాలుగా తెలంగాణ ప్రత్యేక రాష్ట్రం కోరి అడుగడుగున దగాపడి, మోసపోయి ఉంది. ఇంకా మోసపోవడానికి రెడీగా ఉంచడానికి ప్రయత్నాలు ముమ్మరంగా జరుగుతున్నాయి. మోసేవాడికి తెలుస్తుంది కావడి బరువు అన్నట్లు, తెలంగాణా ప్రాంత కష్టాలు, నష్టాలు తెలంగాణా వారికే తెలుస్తాయి, కాని కోస్తాంధ్ర, సీమాంధ్ర వాసులకెలా తెలుస్తాయి? తెలంగాణ అస్థిత్వ పోరాటాన్ని ఐదున్నర దశాబ్దాల ఆరాటాన్ని అర్థం చేసుకోవాలి ఎవరైనా. సమైక్యం అంటే ఎవరికి కేవలం కోస్తా, రాయలసీమ వాళ్ళకేనా? తెలంగాణావాళ్ళు అక్కరలేదంటున్నారు. మరి బలవంతపు ఈ సమైక్యత ఎన్నాళ్ళు, ఎన్నేళ్ళు? కలిసి ఉంటే కలదు సుఖం ఇది, కాగితం మీది రాత. వాస్తవానికి విరుద్ధం. ఐదున్నర దశాబ్దాలలో తెలంగాణాలోని అసమానతలు

సరిచేయడానికి ఎన్ని ప్రక్రియలు ఉన్నా అవన్ని అమలుకాలేదు, కానీయలేదు. ఇంకా కలిసి ఉండడం ఎందుకు? తెలియకుంటే చరిత్ర చదువుకోవాలి, వాస్తవాలు తెలుసుకోవాలి. వాస్తవాలని కూడా మరుగుపరిచి అవాస్తవాలను ప్రచారం చేస్తే సమైక్యాంధ్రది మొండివాదం, తుండివాదం అవుతుంది. ప్రత్యేక తెలంగాణాను వ్యతిరేకించేవారు, వాస్తవాలు చదువుకోవాలి, తెలుసుకోవాలి, అవగాహన చేసుకోవాలి. తెలంగాణ ఏర్పాటుకు సహకరించాలి. న్యాయమైన, ధర్మమైన పోరాటంలో ఎవరి నీతి, దుర్నీతి ఏమిటో కాలం జవాబు చెప్తుంది.

(నమస్తే తెలంగాణ తేది 9-2-2014)

10. తెలంగాణ ఒక సత్యం!

సత్యాన్ని కూడా ప్రచారంలో ఉంచకపోతే, అసత్యమే సత్యంగా ప్రచారమయ్యే ప్రమాదం ఉంటుంది.

తెలంగాణ ఒక సత్యం, తెలంగాణ ఏర్పాటు ఒక అవసరం. పదవుల కోసం తెలంగాణను బంతి ఆట ఆడుకున్నారు ఈ రాజకీయనాయకులు. తెలంగాణా వెనుకబాటుతనంగా ఉంది అని ప్రకటించారు, గుర్తించారు. తెలంగాణా ఏర్పాటు చేస్తాం. అని పార్లమెంట్, అసెంబ్లీ సాక్షిగా ప్రకటించారు. పార్టీల మేనిఫెస్టోలలో కూడా ప్రకటించుకొన్నారు. అసెంబ్లీలో బిల్లు పెట్టండి, ఓటు వేస్తాం అనుకూలంగా అని ప్రకటించారు. తీరా కేంద్రప్రభుత్వం అన్ని పార్టీలు తెలంగాణాకు అనుకూలంగా ఉన్నాయి అని తెలుసుకొని, కేంద్ర ప్రభుత్వం తెలంగాణ రాష్ట్రం ఏర్పాటును ప్రకటిస్తే, తెలంగాణాలో సమపాళ్ళలో గత యాభై సంవత్సరాలలో జరుగలేదని ప్రకటించినవారు కూడా, 'సమైక్యాంధ్ర' అని ఉద్యమాలు చేస్తున్నారు. తెలంగాణను ఇంతవరకు దోచుకున్నది చాలదేమో ఇంకా. మా మానాన మమ్ములను బతుకనియ్యమంటే కూడా లేదు, లేదు కలిసి ఉందాం, కలిసి ఉంటే కలదు సుఖం అని తీపిమాటలు చెబుతున్నారు. తెలంగాణా ప్రజలు తెలంగాణా రాష్ట్రాన్ని కోరుకోవడం లేదు, కేవలం పదవుల కోసం రాజకీయ నాయకులు సృష్టించిన సృష్టి అని అసత్య ప్రచారం చేస్తున్నారు ఈ పదవీకాంక్షపరులు, ఇది దురన్యాయం అందుకే తెలంగాణాకు అన్యాయం జరిగింది, ఉద్యోగాల విషయంలో, నీళ్ళు అందుకొనే విషయంలో, సాహితీకళా సాంస్కృతిక రంగాలలో కూడా, ఉపాధి అంశాల్లో కూడా అని వివరించి చెప్పాలి. అందుకే తెలంగాణా మేధావులారా, కవులారా! రాజకీయులారా! తెలంగాణాలో నీళ్ళు, ఉపాధి, ఉద్యోగం, చరిత్ర, సంస్కృతి, భూములు, జాగాలకు సంబంధించి అసత్య ప్రచారం చేస్తున్నవారికి తెలియజేయవలసిన అవసరం ఉంది. ఫజల్అలీకమీషన్ ఏమి చెప్పింది, పండిత నెహ్రూ ఏమి చెప్పారు, పెద్దమనుషుల ఒప్పందం ఎలా ఉల్లంఘింపబడింది, అన్నీ విషయాలు తారీఖులు, దస్తావేజులతో సహా తెలియ జేయవలసిన అవసరం ఉంది.

11. భద్రాచలం ఎవరికి చెందుతుంది?

టి.వి.లో, పత్రికల్లో వార్తలు వస్తున్నాయి. ఆంధ్రప్రదేశ్ రాష్ట్ర విభజన జరిగితే అందరి దైవం రాముడు కొలువై ఉన్న భద్రాచలం ఎవరికి చెందుతుంది అని. దేవుడు అందరివాడు, కాని ఈ రామాలయం ఉన్న భద్రాచలం ఏ ప్రాంతానికి చెందుతుంది

భద్రాచలం రామాలయం నిర్మాణ కాలాన్ని, దానిని నిర్మాణం గావించిన అప్పటి కుతుబ్ షాల పాలనలోని మంత్రులు అక్కన్న, మాదన్నల మేనల్లుడైన శ్రీ రామదాసుగా పేరు గాంచిన కంచర్ల గోపన్న జీవితాన్ని గమనిస్తే చాలా విషయాలు విదితమవుతాయి.

భద్రాచల రామదాసుగా పేరు గాంచిన కంచర్ల గోపన్న క్రీ.శ. 1620–1680 వరకు జీవించి ఉన్నవాడు. కర్నాటక సంగీతంలో ప్రముఖ వాగ్గేయకారుడు. అతడు భద్రాచలం దగ్గరలోని నేలకొండపల్లి గ్రామంలో నిష్టాగరిష్టులైన తెలుగు బ్రాహ్మణ దంపతులైన లింగమూర్తి, కామాంబ దంపతులకు 1620 సం॥లో జన్మించెను. పూర్వపు హైదరాబాద్ రాష్ట్రం దక్కన్ ప్రాంతంలోని వరంగల్ జిల్లాలోని ఖమ్మంమెట్ తాలూకాలోని గ్రామం అది.

అప్పటి కుతుబ్ షా సుల్తాన్ తానీషా మంత్రి అక్కన్న తన మేనల్లుడైన కంచర్ల గోపన్నను 'పాల్వంచ పరగణాకు తహసీల్దారుగా నియమించెను. సుల్తాన్ కు నమ్మకమైన రెవెన్యూ వసూలు అధికారిగా గోపన్న విధులు నిర్వర్తించుచుండెను. చిన్ననాటి నుండే రాముని యెడల దైవభక్తి పరుడైన గోపన్న, పేదసాదలకు అన్నదానాలు చేస్తూ భక్తిపరుడుగా కాలం గడుపుతుండెను.

ఒకసారి భద్రాచలం జాతరకు వెళ్ళడం జరిగింది గోపన్న. అప్పటికే సీతారాముల గుడి ఉన్న భద్రాచల క్షేత్రమది. రాముడు వనవాసకాలంలో భద్రాచలం సమీపాన పర్ణశాల ప్రాంతంలో గడిపిన ప్రదేశం కాబట్టి చాలా ప్రసిద్ధమైన క్షేత్రం అది. కాని అప్పటివరకు ఉన్న రామాలయం శిథిలావస్థలో ఉన్న స్థితిని చూసి కొత్తగా సీతారాములకు రామాలయం నిర్మించవలెనని తలంపు కలిగింది గోపన్నకు.

అందుకుగాను దేవాలయ పునర్ నిర్మాణం కోసం ప్రజల నుండి విరాళాలు సేకరించ వలెనని సంకల్పించి కొంత ధనం సమకూర్చి ఆలయ నిర్మాణం గావించెను. కాని ఆలయ నిర్మాణం పూర్తి కాకుండానే సేకరించిన, తన వద్ద నున్న డబ్బులు అయిపోవడం జరుగుతుంది. ప్రజలు రామాలయం నిర్మాణం పూర్తి గావించుటకు తమ నుండి వసూలు చేసిన రెవెన్యూను ఆలయ నిర్మాణానికి వాడమని కోరుతారు. తమ పంటలు పండిన తరువాత ఆ డబ్బులు తాము తిరిగి చెల్లిస్తామని మనవి చేస్తారు. వారి మాట మీద నమ్మకంతో గోపన్న భద్రాచల రామాలయం నిర్మాణం గావిస్తాడు కప్పం సొమ్ముతో. కాని

రామాలయం కోసం వెచ్చించిన ఆ కప్పం సొమ్ము తిరిగి రాదు. అప్పుడు రాజుకు కప్పం సొమ్ము చెల్లించలేకపోతాడు గోపన్న. ఈ విషయం తెలుసుకొని తానీషా ప్రభువు ప్రభుత్వ ధనం ఆరు లక్షల రూపాయలు దుర్వినియోగం చేసి రామాలయంను నిర్మించావనే అభియోగంపై గోపన్నను గోలకొండ కోట జైలులో బంధిస్తాడు. ఇది చరిత్ర. అప్పటి రామదాసు బంధీఖానాను ఇప్పటికి దర్శించవచ్చు. జైలులో ఉండగా గోపన్న తను జైలు పాలయినందుకు రామున్ని స్మరిస్తూ, ఒకో సందర్భంలో నిందిస్తూ కూడా అనేక కీర్తనలు పాడుతాడు. అందులో కొన్ని జనం నోళ్లల్లో నాని జగత్ ప్రసిద్ధాలు అయినాయి. "ఏ తీరుగ నను బ్రోచెదవో...", "అంతా రామమయం", "ఓ రామ నీ నామ", "పలుకే బంగారమాయెనా..." లాంటి కీర్తనలు, 'దాశరథి శతకం' లాంటి శతకాలు జగత్ ప్రసిద్ధాలు. అలా 12 ఏళ్ళ కారాగారం తర్వాత, రామదాసు కష్టాలు చూసి రామలక్ష్మణులే మారువేషంలో తానీషాకు కలలో కనిపించి ఆరు లక్షల రూపాయలు చెల్లించి, రామదాసును విడుదల చెయ్యమని కోరుతారని కథ. అలా రామదాసు విడిపించబడతాడు. తానీషా ఇదంతా గుర్తించి రామదాసు భక్తిని అభినందించి, ఆ ఆరు లక్షల నగదును భద్రాచల క్షేత్ర అభివృద్ధికే తిరిగి ఇచ్చాడు అనేది చరిత్ర. నాటి నుండి దక్కన్ ప్రభువులు ప్రతి యేట శ్రీరామనవమి సీతారామ కళ్యాణోత్సవాలకు ముత్యాల తలంబ్రాలు, పట్టు వస్త్రాలు కానుకగా పంపడం అనేది ఆనవాయితీగా వచ్చింది. ఆ సంప్రదాయం నాటినుండి నేటివరకు కూడా ఆంధ్రప్రదేశ్ ప్రభుత్వం తరపున కానుకలు పంపడం ఆనవాయితీగా కొనసాగుతూనే ఉంది.

ఇక భౌగోళిక పరంగా భద్రాచలంను గురించి తెలుసుకోవాలంటే ఇది ప్రస్తుతం ఆంధ్రప్రదేశ్ రాష్ట్రంలోని ఖమ్మం జిల్లాలో ఉంది. భద్రాచలం డివిజన్ గా ఉంది, పవిత్ర గోదావరి నదీ తీరంలో ఉంది. ఆంధ్ర ప్రాంతానికి, తెలంగాణ ప్రాంతానికి బార్డర్ లో ఉంది. తిరుపతి తరువాతి పెద్ద పుణ్యక్షేత్రం భద్రాచలం ఆంధ్రప్రదేశ్ లో. జిల్లా కేంద్రానికి 130 కి.మీ. దూరంలో ఉన్న ప్రదేశం అది.

హైదరాబాద్ స్టేట్లో కుతుబ్ షాహీల పాలనలోనే ఇక్కడ ప్రజల భూమి శిస్తు వసూలు నుంచే అక్కడ తహసీలుదారుగా ఉన్న కంచర్ల గోపన్న రామాలయం నిర్మించాడు.జగత్ ప్రసిద్ధంగా. కాలక్రమంలో శతాబ్దాలు గడిచి కుతుబ్ షాహీల, నిజాం ప్రభువుల పాలన అంతమొంది, 1952 లో హైదరాబాద్ స్టేట్ గా తెలంగాణ ప్రాంతం, 1953లో మద్రాస్ రాష్ట్రం నుండి విడిపోయి సీమాంధ్ర ప్రాంతం ఆంధ్రరాష్ట్రంగా అవిర్భవించింది. ఒకే భాష తెలుగు పేరున ఒకే రాష్ట్రము ఉంటే బాగుంటుందని నవంబర్ 1, 1956న ఆంధ్రప్రదేశ్ రాష్ట్రం ఏర్పడింది. రాష్ట్రం ఏర్పడేనాటికి భద్రాచలం తూర్పు గోదావరి జిల్లాకు వెళ్ళిపోయింది. ఖమ్మంకు దగ్గరగా ఉన్న ప్రాంతం కాబట్టి భౌగోళిక పరిస్థితుల దృష్ట్యా భద్రాచలం డివిజన్ కు తూర్పుగోదావరి జిల్లా కేంద్రం దూరం అవుతుంది కాబట్టి

పరిపాలన సౌలభ్యం కోసం భద్రాచలం రెవెన్యూ డివిజన్ ను , ఖమ్మం జిల్లాలో కలుపడం జరిగింది 1959 వ సంవత్సరంలో.

నేటి చారిత్రక సందర్భంలో కలిసి ఉంటే కలదు సుఖం, తెలుగు మాట్లాడే వారికి ఒకే రాష్ట్రం అనే ప్రాతిపదికన పెద్ద మనుషుల ఒప్పందం మేరకు ఆంధ్ర, తెలంగాణలు కలిసి 1956 నవంబర్ 1న ఏర్పడ్డ సమైక్య ఆంధ్రప్రదేశ్ లో ఇరు ప్రాంతాలకు భావుకున్నదేమి? మళ్ళీ నేడు విడిపోయే సందర్భమే. ఇలాంటి క్రమంలో భద్రాచలం ఎవరికి చెందుతుందనే వాదన వస్తుంది. కుతుబ్ షాహీల పాలన కింద, నిజాం పాలన కింద ఉండి నిర్మింపబడిన ఇక్కడి ప్రజల భూమి శిస్తుల వసూలు నుంచి నిర్మించబడిన దేవాలయం కాబట్టి, అప్పటి వరంగల్ జిల్లా ఖమ్మం తాలుకాలోని ప్రాంతం కాబట్టి ఇది, నేటి పది జిల్లాలతో కూడుకొని ఉన్న హైదరాబాద్ తో ఉన్న తెలంగాణను ఇస్తున్నం అని కేంద్ర ప్రభుత్వం ప్రకటించిన నేపథ్యంలో ఆంధ్ర సోదరుల మనసుల్లో కొన్ని ప్రశ్నలు ఉదయిస్తున్నాయి. హైదరాబాద్ ఎవరిది అని, భద్రాచలం ఎవరికి చెందుతుందని ప్రశ్నలు ఉదయిస్తున్నయి. సహేతుకంగా ఆలోచిస్తే భద్రాచలం తెలంగాణకే చెందవలసి ఉంది. భద్రాచల ప్రజలు కూడా తెలంగాణలోనే ఉందామంటున్నారు. దేవుడు అందరివాడు, ఏ ప్రాంతంలో ఉంటేనేమి, ఏ జిల్లాలో ఉంటేనేమి? రావచ్చు, పోవచ్చు, దర్శించుకోవచ్చు. భద్రాచలం చరిత్ర బట్టి భౌగోళిక, నైసర్గిక పరిస్థితులను బట్టి చూసినా భద్రాచల ఆలయ నిర్మాణం కుతుబ్ షాహీల కాలంలో అక్కడి ప్రజల భూమి శిస్తు కప్పం డబ్బులచే నిర్మించబడింది. తెలంగాణలోని ఖమ్మం ప్రజలు భద్రాచలం రామాలయం తెలంగాణలో ఉండాలని కోరుకుంటున్నారు. ప్రజల కోర్కె సహేతుకమే. ప్రజల కోర్కెను అర్థం చేసుకొని యథాతథంగా భద్రాచలం ఖమ్మం జిల్లాలోనే అలానే ఉంచడం శ్రేయస్కరం.

(నమస్తే తెలంగాణ దినపత్రిక)

12. చివరి నిజామ్ (7వ నిజామ్) మీర్ ఉస్మాన్ అలీఖాన్ (1911-1948)

6వ నిజామ్ మీర్ మహబూబ్ అలీఖాన్ గారి మరణానంతరం, 7వ నిజామ్ మీర్ ఉస్మాన్ అలీఖాన్ 29 ఆగస్ట్ 1911 నాడు నిజాం ప్రభువుగా ప్రసిద్ధమైన చౌమహల్లా ప్యాలెస్ లో పదవి నలంకరించాడు. ఉదార స్వభావి, విద్యావంతుడు అయిన మీర్ ఉస్మాన్ అలీఖాన్ ఆధునికమైన భావాలతో హైదరాబాద్ రాజ్యాన్ని ప్రపంచంలోనే పేరెన్నిక గన్న రాజ్యంగా తీర్చిదిద్దాలనుకున్నాడు. అందుకు సరిపడా పరిపాలనా సంస్కరణలు ఏర్పాట్లు చేశాడు. డబ్బు ఖర్చు చేయడంలో తనకంటూ వ్యక్తిగతంగా పొదుపరి, పిసినారిగా అని అందరిముందు అనిపించుకున్నవాడు. ఒకసారి శీతాకాలంలో తనకోసం ఒక బ్లాంకెట్ ను కొనమని 25 రూపాయలు ఇచ్చి మార్కెట్ కు పంపిస్తాడు ఉస్మాన్ అలీఖాన్. ఆ సర్వెంట్ మార్కెట్ నుండి తిరిగి వచ్చి, మార్కెట్లో 35 రూపాయలకు తక్కువగా ఏ బ్లాంకెట్ లభించడం లేదని చెపితే, తను అందుకు సమ్మతించి " సరే తీ... ఈ సంవత్సరం పాత బ్లాంకెట్తోనే సర్దుకుంటానని చెప్పిన పొదుపరి ఉస్మాన్ అలీఖాన్. అలాంటి వ్యక్తి సామాజిక ప్రయోజనాన్ని ఆశించి, ఉదార స్వభావంతో లౌకిక భావంతో బెనారస్ హిందూ విశ్వవిద్యాలయం స్థాపన కోసం ఒక లక్ష రూపాయలు విరాళం అందిస్తాడు. అలానే రవీంద్రుడు స్థాపించిన శాంతినికేతనానికి, అలీగడ్ ముస్లిం యూనివర్సిటీకి, ప్రసిద్ధ అమృత్సర్ స్వర్ణదేవాలయం నిర్మాణానికి మరెన్నో సంస్థలకు ఉదారంగా విరాళాలు అందించిన సేవాపరాయణుడు మీర్ ఉస్మాన్ అలీఖాన్ గారు.

పరిపాలన సంస్కరణలు :

మీర్ ఉస్మాన్ అలీఖాన్ గారి కాలంలోనే పురాతత్వశాఖ 1914 లో ఏర్పాటయ్యింది. 1919 సంవత్సరంలో నూతన రాజ్యాంగంలో పరిపాలన వ్యవస్థ, ఎగ్జిక్యూటివ్ కౌన్సిల్ ఏర్పాటయ్యింది. సాధారణ పరిపాలనా శాఖ నుంచి, న్యాయశాఖ విడిగా ఏర్పాటు చేయబడింది. 1923 సంవత్సరంలో నిజాం రాజవంశ స్థాపన ఏర్పడి 200 సంవత్సరంలు అయిన సందర్భంగా చౌమహల్లా ప్యాలెస్ లో రాయల్ దర్బార్ నిర్వహించబడింది.

1927వ సంవత్సరంలో ఉస్మానియా మెడికల్ కాలేజి, 1929వ సంవత్సరంలో ఉస్మానియా ఇంజనీరింగ్ కాలేజికి స్థాపించబడినాయి. స్టేట్ ఆర్కియాలజీ మ్యూజియం 1932 సంవత్సరంలో ఏర్పాటు చేయబడింది. విమానయాన సంస్థ 1930 సంవత్సరంలో ఏర్పాటు చేయబడి, కరాచి-మద్రాస్ ఏయిర్వే సర్వీస్ బేగంపేట విమానాశ్రయం 1935 సంవత్సరంలో ప్రారంభించబడినది. హైదరాబాద్లో దక్కన్ రేడియో స్టేషన్ 1935లో

ప్రారంభించబడింది. 7వ నిజామ్ ఉస్మాన్ అలీఖాన్ గారి పరిపాలన కాలపు సిల్వర్ జూబ్లి ఉత్సవాలు (1911-1936) 1937 సం॥లో హైదరాబాద్ రాజ్యం అంతటా ఘనంగా నిర్వహించబడినాయి. ఆ ఉత్సవాల గుర్తింపుగా హైదరాబాద్ స్టేట్ పలు పట్టణాలలో కమాన్లు (సింహద్వారాలు) ఏర్పాటు చేయబడినవి. ఇప్పుడు ప్రత్యక్ష సాక్ష్యంగా ఉన్న కరీంనగర్, పెద్దపల్లి, జగిత్యాలలోని కమాన్లు 7వ నిజాం ప్రభువు సిల్వర్ జూబ్లీ పాలనకు గౌరవ సూచకంగా ఏర్పడినవే. కరీంనగర్, జగిత్యాల లాంటి పట్టణాలలో పెద్ద గడియారాలు ఆ కాలంలోనే ఏర్పాటు చేయబడినవి. మీర్ ఉస్మాన్ అలీఖాన్ గారి కాలంలో విద్యుత్ లైట్లు, రైల్వేలు, రోడ్డు రవాణా, విమానయాన రంగాలు విశేషంగా అభివృద్ధి గాంచాయి.

ప్రజా ఉపయోగ పనులు :

మీర్ ఉస్మాన్ అలీఖాన్ గారు, నేటి ప్రసిద్ధమైన ఉస్మానియా యూనివర్సిటీని 17వ ఆగస్ట్, 1917న స్థాపింప జేసినాడు. మూసీనదికి దక్షిణాన 1915 సంవత్సరంలో శంకుస్థాపన చేసి, అది 1919లో పూర్తి నిర్మాణం అయి 1919లో ప్రారంభించబడింది.

ఢిల్లీలోని హైదరాబాద్ హౌస్ ను 1933 సంవత్సరంలో నిర్మింపజేశాడు. స్టేట్ సెంట్రల్ లైబ్రరీ భవనాన్ని 1936వ సంవత్సరంలో నిర్మింపజేశాడు. జూబ్లీ హాల్ ను 1937 సంవత్సరంలో నిర్మింపజేశాడు. ఉస్మానియా జనరల్ హాస్పిటల్, యునాని దవాఖానలు మీర్ ఉస్మాన్ అలీఖాన్ గారి కాలంలోనే ఏర్పాటు చేయబడినాయి.

పబ్లిక్ గార్డెన్లు, హెల్త్ మ్యూజియమ్, బాలభవన్లు నిర్మించబడినాయి. పారిశ్రామికంగా హైదరాబాద్ ను అభివృద్ధి చేయడంతో పాటు తెలంగాణా వివిధ ప్రాంతాలలో సిర్పూర్-కాగజ్ నగర్ పేపర్ మిల్లు, బోదన్ నిజాం షుగర్ ఫ్యాక్టరీ, వరంగల్ ఆజంజాహి మిల్లు ఏడవ నిజాం కాలంలోనే ఏర్పాటు చేయబడినాయి.

ఇంత కీర్తిని మూట కట్టుకున్నా ఏడవ నిజాం మీర్ ఉస్మాన్ అలీఖాన్ గారు, హైదరాబాద్ రాష్ట్రంలో రజాకార్ మూమెంట్ వలన, రజాకార్ల దుశ్చర్యల వలన అంతులేని అపకీర్తిని కూడా మూట కట్టుకున్నాడు. 1947 నాటికి కాశీం రజ్వీ నాయకత్వాన నిజాం ప్రైవేట్ సైన్యం రజాకార్లు ఆయుధాలతో రెచ్చిపోయారు. భారతదేశానికి స్వాతంత్ర్యం 1947, ఆగస్ట్ 15న వచ్చింది, కాని మీర్ ఉస్మాన్ అలీఖాన్ భారత యూనియన్లో కలువనన్నాడు. స్వతంత్ర దేశంగానే ఉంటానన్నాడు. సర్దార్ పటేల్ ఆదేశానుసారం భారత సైన్యం నిజాం రజాకార్లపై సైనిక చర్య చేపడితే 1948, సెప్టెంబర్ 17 నాడు భారత ప్రభుత్వానికి ఏడవ నిజాం లొంగిపోయాడు. మేజర్ జనరల్ చౌదరీ హైదరాబాద్ స్టేట్ కి మిలిటరీ గవర్నర్ గా 18 సెప్టెంబర్, 1948 నాడు నియమించబడి, 1949 డిసెంబర్ వరకు కొనసాగించబడినాడు. 1950 జనవరిలో భారత ప్రభుత్వ సివిల్ పరిపాలనాధికారి

ఎం.కె. వెల్లోడి ఐ.పి.యస్. హైదరాబాద్ స్టేట్ కు ముఖ్యమంత్రిగా నియమింపబడినాడు. 7వ నిజాం ప్రభువు రాజ్ ప్రముఖ్ (గవర్నర్)గా గౌరవించబడినాడు. 1952 సం॥ సాధారణ ఎన్నికలు జరిగి హైదరాబాద్ స్టేట్‌కు తొలి ముఖ్యమంత్రిగా బూర్గుల రామకృష్ణారావు గారు ఎన్నిక కాబడినారు. చివరి నిజాం అయిన మీర్ ఉస్మాన్ అలీఖాన్ గారు హైదరాబాద్ స్టేట్ రాజ్ ప్రముఖ్(గవర్నర్)గా 1950 జనవరి నుంచి 31 అక్టోబర్ 1956 వరకు కొనసాగినాడు. తప్పిదమో, ఒప్పిదమో, 1956, నవంబర్ 1 న భాషాప్రయుక్త రాష్ట్రాల పేరు తెలంగాణా ఆంధ్రలో కలుపుతూ ఆంధ్రప్రదేశ్ రాష్ట్రం ఏర్పడినది. అప్పుడు నెహ్రూ మీర్ ఉస్మాన్ అలీఖాన్ గారిని గవర్నర్ గా నూతన రాష్ట్రానికి ఉండమని కోరతాడు. కాని ఏడవ నిజాం వద్దని వినయ పూర్వకంగా నిరాకరిస్తాడు. ప్రజా జీవితానికి దూరంగా ఉంటాడు.

తన జీవితకాలంలో ఎన్నో ఎత్తుపల్లాలను చవి చూసి, ఎంతో కీర్తిని, అపకీర్తిని మూటకట్టుకున్న ఏడవ నిజాం మీర్ ఉస్మాన్ అలీఖాన్‌గారు, 24 ఫిబ్రవరి 1967 నాడు 1:22 మధ్యాహ్నం శుక్రవారం నాడు కన్నుమూసాడు. లక్షలాది జనం నివాళులు అర్పించారు. ప్రభుత్వ మిలటరీ లాంచనాలతో, హైదరాబాద్ లోని జుడి మసీద్ లో అతని తల్లి సమాధి పక్కన సమాధి చేయబడినాడు.

13. 7వ నిజాం ప్రభువు ఉస్మాన్ అలీఖాన్ పరిపాలనా కాలం నాటి హైదరాబాద్ నగర విశేష అభివృద్ధి

అవునూ, హైదరాబాద్ నగరాన్ని ఎవరు అభివృద్ధి పరిచారు. అసఫ్ జాహీలు, నిజాం ప్రభువులు కదా! హైదరాబాద్ ను మేం అభివృద్ధి చేసామంటున్నారేమిటి? సమైక్యవాదులు?

"ప్రభువెక్కిన పల్లకి కాదోయి
దానిని మోసిన బోయిలెవ్వరు...?"
....
తాజ్ మహల్ నిర్మాణానికి
రాళ్ళెత్తిన కూలీలెవ్వరు?"

అని మహాకవి శ్రీశ్రీ ప్రశ్నించినట్లు, హైదరాబాద్ నగర నిర్మాణంలో పాలుపంచుకున్న ఐదువేల మంది ఉప్పరి కులస్థుల కుటుంబాలు ఇప్పటికి హైదరాబాద్ నగరంలో ఉన్నాయి అనే విషయం ఎందరికి తెలుసు? వాళ్ళు మా తాతలు, తండ్రులు ఈ నగర నిర్మాణంలో కూలీలుగా, తాపీపని వారుగా మేస్త్రీలుగా పనిచేశారు. హైదరాబాద్ నగర నిర్మాణంలో ప్రత్యక్షంగా పాలుపంచుకున్నారు అని సగర్వంగా ప్రకటించుకొంటారు నేటికిని.

హైదరాబాద్ నగరంలోని ప్రముఖ కట్టడాలు, నిర్మాణాలు 7వ నిజాం అయిన మీర్ ఉస్మాన్ అలీఖాన్ గారి కాలంలో జరిగినవే. అనే విషయం చరిత్రను పరిశీలిస్తే తెలుస్తుంది ఆ అభివృద్ధి అనేది 1911 నుండి 1948 వరకు విశేషంగా జరిగింది అని చెప్పవచ్చు. 'ఏముందీ హైదరాబాద్ అంటే... చార్మినార్, గోల్కొండ, పురాతన కట్టడాలే కదా అనే ఆంధ్ర పెద్దమనుషులు ఉన్నారు, ఉంటారు?

కాని ఎందరికి తెలుసు... "చార్మినార్ కే ఇస్ షహర్మే రహనే వాలో చార్మినార్ కా మత్లబ్ క్యాహై...?" అన్న జహందర్ అఫ్సర్ గారి కవిత జ్ఞాపకం వస్తుంది. భారత మాజీ ప్రధాని ఐకే గుజ్రాల్ ఈ సుందర నగరం గూర్చి "నేను చూసిన హైదరాబాద్ ఏమయ్యింది? ఇప్పుడున్నది సిమెంట్,కాంక్రీట్ భవనాల అరణ్యమే" అన్నాడని ఎందరికి తెలుసు?

స్వయంగా ఇంగ్లీష్, ఉర్దూ, ఫారసీ, అరబ్, తెలుగు భాషలలో మంచి ప్రావీణ్యం ఉన్న ఉస్మాన్ అలీఖాన్ 7వ నిజాంగా క్రీ.శ. 1911లో సింహాసనం అధిష్టించాడు. ఆయన అన్ని ప్రభుత్వ శాఖలపై స్వయంగా పర్యవేక్షణ చేసే పరిపాలనాదక్షుడు. దూరదృష్టితో

మూసీనదిపై వరదల్ని నివారించడానికి ఉస్మాన్ సాగర్ ను నిర్మాణం గావింపచేసి హైదరాబాద్ నగర ప్రజలకు మంచినీటి వసతిని గూడా కల్పించినాడు. ప్రఖ్యాత ఇంజనీయర్ మోక్షగుండం విశ్వేశ్వరయ్య సారథ్యంలో హిమాయత్ సాగర్ తో పాటు, నిజాంసాగర్, అసఫ్ నహర్, అలీసాగర్ ను నిర్మాణం గావింప జేసి రాష్ట్రంలో వ్యవసాయ అభివృద్ధికి విశేషంగా పాటుపడ్డారు. పరిశ్రమల అభివృద్ధిలో భాగంగా హైదరాబాద్ లో చార్మినార్, గోల్కొండ సిగరెట్ ఫ్యాక్టరీలను, అల్విన్, హెచ్.ఎం.టి. కర్మాగారాలను నిర్మింపజేశారు. అవి ఎందుకు నేడు లేకుండా కాలగర్భంలో కలిసి పోయినవి అనేవి ప్రశ్నలు? 1919 సం॥లో హైకోర్టు భవనాన్ని ఫ్రెంచ్ ఆర్కిటెక్ట్ చే నిర్మింపజేశాడు. ప్రజల ఆరోగ్య అవసరాల దృష్ట్యా 1925లో ఉస్మానియా వైద్యశాలను, యునానీ దవాఖానను నిర్మింపజేశాడు. విద్యావికాసంలో భాగంగా అఫ్జల్గంజ్ లైబ్రరీని, సిటి కాలేజిని స్థాపింపజేశాడు. రవాణా వ్యవస్థలో భాగంగా నిజాం రైల్వేను, ఆర్టీసి బస్సుల్ని ప్రవేశపెట్టాడు. తంతి తపాలా వ్యవస్థను ఏర్పాటుచేశాడు. 1927-34 సంవత్సరాల మధ్యకాలంలో మోజంజాహీ మార్కెట్ ను 1936లో బేగంపేట విమానాశ్రయాన్ని ఏర్పాటు చేశాడు. ప్రాచీన శిల్ప, చిత్రకళలు, చారిత్రక విశేషాల పరిరక్షణకు పురావస్తు శాఖను ఏర్పాటుచేశాడు. అప్పటి మ్యూజియంలో ఉండవలసిన చారిత్రక సంపద నేడు ఎక్కడి మ్యూజియంలకు తరలించబడ్డాయి? ఇక నిజాం రాష్ట్రంలోని స్థానికులైన ప్రజలకు ప్రభుత్వ ఉద్యోగాలిచ్చే ముల్కీ పద్ధతి అమలుకు ఆజ్ఞలు జారీ చేశాడు. హైదరాబాద్ నగరంలో విద్యాభివృద్ధి కొరకు నేడు ప్రపంచంలోనే పేరెన్నిక గన్న ఉస్మానియా విశ్వవిద్యాలయాన్ని 1900 ఎకరాలలో స్వయంగా ముగ్గు పోసి 1908లో నిర్మాణం ప్రారంభించాడు. దాని నిర్మాణం 1920లో పూర్తి అయింది. నేటి నిమ్స్ కు మూలమైన నిజాం ఆర్థోపెడిక్ ఆసుపత్రిని తన కాలంలోనే నిర్మాణం గావించాడు. ఇలా నిజాం రాష్ట్రంలో విద్య, వైద్యం, ఆరోగ్యం, రవాణా, వ్యవసాయం, పరిశ్రమలు, చరిత్ర, పరిరక్షణ మొదలగు విషయాల యెడల విశేషంగా కృషి చేసిన ఘనత వహించిన పాలకుడు 7వ నిజాం మీర్ ఉస్మాన్ అలీఖాన్ అప్పటి కాలంలో అత్యంత ధనవంతుడు ప్రపంచంలోనే అతను. అయినా చాలా సీదాసాదా జీవనం గడిపేవాడు. స్వయంగా కవి అయిన మీర్ ఉస్మాన్ అలీఖాన్ గారు ఈ హైదరాబాద్ నగరంలోకి ప్రజలు సమృద్ధిగా జలంలోకి వచ్చే చేపపిల్లలలాగా రావాలని నగరంలోని ప్రజల నుద్దేశించి కోరుకున్నాడు మీర్ ఉస్మాన్ అలీఖాన్ గారు. తన జీవిత కాలంలో ఎత్తుపల్లాలను చవి చూసి కీర్తిని, అపకీర్తిని మూట కట్టుకున్న మీర్ ఉస్మాన్ అలీఖాన్ గారు, 1967 సం. ఫిబ్రవరి 24న కింగ్ కోటి ప్యాలస్ లో తుది శ్వాస వదిలాడు.

14. రాయల తెలంగాణ కాదు, ప్రత్యేక తెలంగాణ కావాలి

ఎంత మోసపోయింది తెలంగాణా, ఎంత దగా పడిపోయింది తెలంగాణా. మోసపోయేవాడున్నంత వరకు ఇంకా మోసం చేయడానికి సిద్ధంగా ఉండేవాళ్ళు ఉంటారు. అలానే ఉంది తెలంగాణా పరిస్థితి. ఎన్ని అపశృతులను సరిదిద్దుకుంటూ రావాలి తెలంగాణా ప్రజలు. ఒక శ్రీకాంతాచారి తను నిప్పుల్లో మలమల మాడుతూ 'జై తెలంగాణా' అంటూ చచ్చిపోయింది ఏ తెలంగాణా కోసం? ఒక పోలీసు కిష్టయ్య టవర్స్ పై నుంచి దూకి చచ్చిపోయింది ఏ తెలంగాణా ఏర్పాటు కోసం! ఒక ఈశాన్ రెడ్డి ఉస్మానియాలో తెలంగాణావాదం, తెలంగాణా అభ్యర్థులు గెలువాలని ఆశించి, గెలిచిన తర్వాత సూసైడ్ నోట్ రాసిపెట్టి ఉస్మానియా క్యాంపస్లో ఆత్మహత్య చేసుకొని చచ్చిపోయింది ఏ తెలంగాణా కోసం? తెలంగాణా కావాలని, తెలంగాణా రావాల్నని, ఢిల్లీ పెద్దలకు, ప్రపంచ పెద్దలకు ఈ విషయాలు తెలువాల్నని ఢిల్లీలోని పార్లమెంట్ దగ్గర చెట్టుకు ఉరివేసుకొని చచ్చిపోయింది తెలంగాణా యువకిశోరం ఏ తెలంగాణా కోరి చనిపోయాడు. వెయ్యికి పైగా బిడ్డలు 'జై తెలంగాణా' అంటూ సూసైడ్ నోట్లు రాసుకొని చచ్చిపోయింది ఏ తెలంగాణా కోసం?..

మొన్నటికి మొన్న హైదరాబాద్ లాల్ బహదూర్ స్టేడియంలో 'సమైక్యాంధ్ర', సభలో పులిబిడ్డలా 'జై తెలంగాణా' అని తెలంగాణా హృదయఘోష వినిపించిన వీర పోలీస్ శ్రీనివాస్, అతని మిత్రుడు ఆంధ్రవారితో దెబ్బలు తిన్నది ఏ తెలంగాణా కోరి? వందలాది బిడ్డలు, వేలాది నాయకులు, లక్షలాది ప్రజలు, కోట్లాది తెలంగాణా ప్రజలు 'జై తెలంగాణా' అని ఎలుగెత్తి ప్రపంచం గర్వించేట్లు గత 13 ఏళ్ళ నుండి ఉద్యమాలు చేస్తున్నది ఏ తెలంగాణా కోరి? తెలంగాణా సభలు పెట్టుకోవడానికి, సమావేశాలు జరుపుకోవడానికి, ఊరేగింపులు తీయడానికి తన తెలంగాణా నేలలోనే తన హైదరాబాద్ రాజధానిలోనే ఆంక్షలను ఎదుర్కొన్నది, లాఠీదెబ్బలు తిన్నది. ముళ్ళకంచెలను, టియర్ గ్యాసులను , రబ్బర్ బుల్లెట్లను ఎదుర్కొన్నది. జైళ్ళలోకి వెళ్ళింది, రిమాండ్ లలో ఉన్నది ఏ తెలంగాణా ఏర్పాటు కోరి? వాళ్లు కోరుకున్నది, ఆశించింది, రావాలనుకున్నది, కావాలనుకున్నది ప్రత్యేక పది జిల్లాల తెలంగాణా రాష్ట్రం హైదరాబాద్ రాజధానితో కూడి. ఇది తెలంగాణా ప్రజల ఆశ, ధ్యాస, ఆకలి, దప్పిక, ఆరాటం, పోరాటం ప్రత్యేక తెలంగాణా రాష్ట్రం. వారి ఉద్యమాలన్నీ ప్రత్యేక రాష్ట్రం కోరి కాని తెలంగాణా ఏర్పాటు తుదిదశలో తెర మీదికి వచ్చిన 'రాయల తెలంగాణా' ఏర్పాటు కోసం మాత్రం కాదు. తెలంగాణా విద్యార్థులు, తెలంగాణా ఉద్యోగులు, తెలంగాణా కార్మికులు, తెలంగాణా కర్షకులు, తెలంగాణా అడ్వకేట్లు,

సబ్బని లక్ష్మీనారాయణ | 258

తెలంగాణా డాక్టర్లు, తెలంగాణా వివిధ కుల సంఘాల వృత్తిపనుల వారు, తెలంగాణా కార్మిక, కర్షక, బొగ్గుగని, ఆర్టీసీ, విద్యుత్, ఉపాధ్యాయ ఆది గాగల సకల జనులు దేశమంతా దద్దరిల్లేట్లు 'సకల జనుల సమ్మె'ను అద్వితీయంగా కొనసాగించింది ఏ తెలంగాణా ఏర్పాటు కోరి? ట్యాంక్ బండి పై జల ప్రవాహంలా, తెలంగాణా జన ప్రవాహం కదిలి తమ తెలంగాణా వాడిని వేడిని ప్రదర్శించింది, ఏ తెలంగాణా ఏర్పాటు కోరి? దేశమంతా విస్తుపోయేలా ఎన్ని అడ్డంకులనైనా ఎదుర్కొంటూ వర్షాన్ని సైతం లెక్క చేయకుండా బిందువు బిందువు కలిసి సింధువైనట్లు హుస్సేన్‌సాగర్ సాగరహారంలో మిళితమైపోయి 'జై తెలంగాణా' అంటూ నినదించింది ఏ తెలంగాణా ఏర్పాటు కోరి. 'సాగరహారాలు, మిలియన్ మార్చ్‌లు , సకలజనుల సమ్మెలు, ఉస్మానియా గర్జనలు , వరంగల్ గర్జనలు, కరీంనగర్ సింహ గర్జనలు, పాలమూరు గర్జనలు అన్నీ ప్రత్యేక తెలంగాణా కోసమే కదా నేటి రాయల తెలంగాణా ఏర్పాటు కోసం కాదు కదా? గత అరువై యేళ్ళలో సాహితీ, కళా, సాంస్కృతిక రంగాలలో తన అస్థిత్వాన్ని కోల్పోయిన తెలంగాణా మళ్ళీ మేల్కొంది, తన భాషను, తన చరిత్రను, తన సంస్కృతిని తెలుసుకొని, గుర్తించుకొని, తిరుగరాసుకొని ముందుకు నడుస్తున్నది గత పదమూడు సంవత్సరాల నుండే కదా. ఇక్కడ తెలంగాణ గడ్డపై పుట్టిన ప్రతి కవి, రచయిత, గాయకుడు, తెలంగాణా గురించి, తెలంగాణా ఏర్పాటు గురించి అద్భుతమైన సాహిత్యాన్ని సృష్టించారు గత 13 యేళ్ళ నుండి. ఇదంతా ఏ తెలంగాణా కోరి మరి, రాయల తెలంగాణా కోరి మాత్రం కాదు.

'నా తెలంగాణా తల్లి – కంజాతవల్లి'
'నా తెలంగాణా – కోటి రతనాల వీణ'

అని ప్రవచించిన దాశరథి పుట్టిన నేలలో తెలంగాణా తల్లి రూపచిత్రపటాన్ని కనుమరుగు చేయడానికి ప్రయత్నాలు జరుగుతున్నాయా?

'బతుకు బంగరు తల్లిరా తెలంగాణా
భవ్యమైన సీమరా తెలంగాణా'

అంటూ సాగిన పాటను రచించిన ఈ వ్యాసరచయిత.

'తల్లి పిలుస్తుంది / తెలంగాణ తల్లి పిలుస్తుంది'

అన్నీ ఉండి అన్నీ అందరికి ఇచ్చి ఏమి మిగుల్చుకోక చిక్కిశల్యమై పోతున్న తెలంగాణ తల్లి పిలుస్తుంది..' అని ప్రవచించిన ఈ కవికుమారుని మాటలు చిన్నపోతాయి కదా ప్రత్యేక తెలంగాణా రాష్ట్రం ఏర్పడకపోతే.

'కష్టాల కడలి ఉయ్యాలో – కన్నీటి కావ్యం ఉయ్యాలో
తెలంగాణ బాగుకు ఉయ్యాలో – తెలంగాణ మేలుకు ఉయ్యాలో
తెలంగాణా కావాలి ఉయ్యాలో – తెలంగాణా రావాలి ఉయ్యాలో"

అంటూ 2001 మలిదశ ఉద్యమం తొలిరోజుల్లో సబ్బని శారద 'తెలంగాణా బతుకమ్మ' పాటను పదిజిల్లాల తెలంగాణా పాటను అక్షరబద్ధం చేసింది ఏ తెలంగాణా కోసం? ప్రత్యేక తెలంగాణా కోసం కాని రాయల తెలంగాణా కోసం కాదు.

తెలంగాణా బిడ్డలారా, కవులారా, గాయకులారా, నాయకులారా, ప్రజలారా... మనమంతా మేల్కోవాలి 'జై తెలంగాణా' అని నినదించాలె. మన అస్థిత్వానికి ముప్పు వస్తుంది. ఎవరి స్వార్థం కోసం ఈ రాయలతెలంగాణా అని ప్రశ్నించాలె. ప్రత్యేక తెలంగాణా ఉద్యమం ఇప్పటిది కాదు. 60 యేళ్ల నిరంతర, నిర్విరామ ఉద్యమం అని దేశానికి చాటి చెప్పాలి. 370 మంది 1969 నాటి ప్రత్యేక తెలంగాణా ఉద్యమంలో తుపాకి గుళ్ళకు బలి అయిపోయిన అమర వీరుల అసెంబ్లీ ఎదురుగా ఉన్న తెలంగాణా స్థూపం సాక్షిగా, నేటి పదమూడేళ్ళ 1000 మంది చనిపోయిన తెలంగాణా బిడ్డల ఆత్మఘోషసాక్షిగా, వేలాదిమంది రక్తతర్పణతో సాయుధ పోరాటంలో అసువులు బాసిన తెలంగాణా సాయుధ పోరాట అమరవీరుల సాక్షిగా, తెలంగాణా ఏర్పాటును కాక్షించి దశాబ్దాలు ఉద్యమాలు చేసి తెలంగాణా ఏర్పాటు కలను చూడకుండానే కన్నుమూసిన తెలంగాణా ముద్దుబిడ్డలు కీ.శే. ప్రొ॥ జనార్ధన్ రావు, కాళోజీ, ప్రొ॥ జయశంకర్ ఇంకా ఎందరో అజ్ఞాత అమరవీరులు, కవులు, గాయకులు, ఉద్యమకారుల సాక్షిగా – ప్రత్యేక తెలంగాణా ఏర్పాటే 'తెలంగాణ నేలకు సరి అయిన సమాధానం' అన్యదా ఈ రాయల తెలంగాణా తెలంగాణ ప్రజల అభీష్టానికి వ్యతిరేకం. కేంద్ర ప్రభుత్వం క్యాబినేట్ నోట్లో పది జిల్లాల తెలంగాణా ఆంక్షలు లేని హైదరాబాద్ రాజధానితో కూడుకొని అనేదే సముచిత నిర్ణయం. కేంద్రం పెద్దలు తెలంగాణా ప్రజల అభీష్టాన్ని గుర్తించి ప్రత్యేక తెలంగాణా రాష్ట్రం ఏర్పాటు చేయడమే సముచితం, న్యాయం, ధర్మం.

'కాలం
పురుటి నొప్పులు పడుతుంది
తెలంగాణ బిడ్డను
కనడానికి' అన్నట్లు మనమంతా ప్రత్యేక తెలంగాణా సాకారం కోసం ఉద్యమిద్దాం విజయోత్సవ సభలు మానివేసి.

15. సమైక్యాంధ్ర నాయకులు చెపుతున్న సమన్యాయం అంటే ఏమిటి?

సమన్యాయం జరుగనందుకే కదా తెలంగాణ ప్రజలు గత 57 ఏళ్ళుగా ఉద్యమాలు చేస్తూ ప్రత్యేక తెలంగాణా రాష్ట్రం ఏర్పాటును కోరుకుంటున్నారు. సమన్యాయం అంటే తెలంగాణా వనరులను ఇంకా దోచుకుతినే అవకాశం పోతుందని చెప్పడమా? సమన్యాయం అంటే కృష్ణా, గోదావరి నదులు తెలంగాణాలో 600 కిలోమీటర్లు పారుతూ పోతున్నా ఇక్కడ కరువులున్నాయని, ఇక్కడ ప్రాజెక్టులు సరిగా లేవని, ఉన్నవాటిని కూడా పట్టించుకొనే నాథుడు కూడా లేడనే విషయం వీళ్ళకు తెలియదా? ఇచ్చంపల్లిపై 120 యేళ్ళకు పైగా పునాదులు వేసి ఉన్నా ప్రాజెక్టు వివరాల గురించి పట్టించుకొన్న సమన్యాయం కోరుకొనే నాయకులు ఎవరు? సమన్యాయం అంటే నదులు పారుతున్నా ఎగువ తెలంగాణా ప్రాంతాన్ని ఎండబెట్టి, దిగువన ఉన్న ఆంధ్రను సస్యశ్యామలం చెయ్యడమా? సమన్యాయం అంటే ఏమిటి? విస్తీర్ణం రీత్యా, జనాభా రీత్యా ఆంధ్రప్రదేశ్ లో తెలంగాణా వాటా 42% శాతం ఉండాలె, నిధుల్లో, నీళ్ళల్లో, వనరుల్లో, ఉద్యోగాల్లో, ఉపాధుల్లో, అవార్డుల్లో, సత్కారాల్లో, సన్మానాల్లో? మరి ఉన్నాయా? తారీఖులు, దస్తావేజులు లెక్కలతో సహా సరి చూసి తేల్చుకోవచ్చు ఎవరైనా? ఎన్ని నిధులు ఏయే కాలాల్లో ఎంతగా కేటాయించబడ్డాయి. ఎంత అమలుకు నోచుకున్నాయి అనేది, ఎంత జల వలనరులను తెలంగాణా వినియోగించుకుంది, ఎన్ని ఉద్యోగాలు తెలంగాణా వాళ్ళకు చెందవలసినవి ఆంధ్రప్రాంతపు వాళ్ళు కొల్లగొట్టుకున్నారు? ఇది సమన్యాయమా? సమన్యాయంతో అక్రమంగా చొరబడ్డ ఉద్యోగాలు ఎక్కడి వాళ్ళు అక్కడికి వెళ్ళిపోవాల్సిందే అంటే... కృత్రిమ ఉద్యమాలు లేస్తాయి కదా? అవునూ, దోచుకు తినడానికి అలవాటు పడ్డవాళ్ళకు నీతి అనేది ఉంటుందా? అవును సమన్యాయం అంటే.. ఉన్నొక్క తెలంగాణా పట్నం హైదరాబాదును తెలంగాణా వాళ్ళకు కాకుండా చూడడమా? ఇదేనా వీళ్ళు కోరుకునే దొంగ సమన్యాయం? సమన్యాయం అంటే ఏమిటి? అమాయకులైన పాడి ఆవుల్లాంటి తెలంగాణా ప్రజల మూతులు బిగియబట్టి పాలను పిండుకొని త్రాగడమా.. స్వాతంత్రోద్యమంలో వలసవాదులైన బ్రిటిష్ వాళ్ళను ఉద్దేశించి రాసిన చిలకమర్తి పద్యం "భరత ఖండంబు చక్కని పాడియావు" అనేది సరిపోతుంది కదా వీళ్ళకు? సమన్యాయం అంటే ఏమిటీ? ముగ్గురిలో ఇద్దరు కలిసి మూడోవాన్ని నిలువునా ముంచడమా? సమన్యాయం అనేది ఇప్పుడు తెలిసిందా ఈ నాయకులకు? ఓట్లకోసం, సీట్ల కోసం పొత్తులు

పెట్టుకున్న నాడు తెలియదా? ఓట్ల కోసం, సీట్ల కోసం తెలంగాణా ప్రాంతంలో తిరుగుతూ తెలంగాణాకు అనుకూలం మేం అన్న ఈ నోళ్ళకు తెలియదా ఆనాడు. ఈనాడే గుర్తుకు వచ్చిందా? సమన్యాయం అంటే తెలంగాణాను ముంచడం, ఆంధ్రకు పెట్టడమా? సమన్యాయం అంటే వందల కోట్ల విలువ చేసే వేల కొద్ది ఎకరాల భూమిని కబ్జా చేసుకొని కాపాడుకోవాలని చూడడమా? సమన్యాయం అంటే అమాయకుల్ని ముంచడమా? సమన్యాయం ఎక్కడుంది.. సినిమాలు మీవేనాయే, పత్రికలు మీవేనాయే, టీ.విలు మీవేనాయే, మీ ఏడుపు ఆంధ్ర పక్షపాతమేనాయె. మీ మాటలు వింటుంటే మీ పక్షపాత ధోరణి వార్తలు వింటుంటే, రాతలు చూస్తుంటే, ప్రసారాలు వింటుంటే తెలంగాణా ప్రజల ఆత్మ క్షోభించదా? వెయ్యి మంది బిడ్డలు తెలంగాణా కోరి సూసైడ్ నోట్లు రాసిపెట్టి చచ్చిపోయిండ్రు, వాళ్ళ తల్లుల కడుపుకోత చూసి అయినా మీరు న్యాయమేదో మాట్లాడరా? వాళ్ళ తల్లుల కడుపుకోతల ఉసురు మీకు తలుగదా?

సమన్యాయం అంటూ ఎక్కడుంది? తొలుత తొలుతనే రాష్ట్రం ఏర్పడేటప్పుడు 'ఆంధ్ర-తెలంగాణ' ప్రదేశ్ పేరులో తెలంగాణా పేరును కట్ చేసి 'ఆంధ్ర ప్రదేశ్' అని ఉంచేసుకొన్నారు. ఇదే కదా మీ సమన్యాయం.

57 ఏళ్ళ సుదీర్ఘ పాలనలో ఒక్క పదేళ్ళే తెలంగాణా ప్రాంతం ముఖ్యమంత్రులుగా కొద్ది కొద్ది కాలవ్యవధులలో పనిచేశారు. ఉన్నవాళ్ళనయినా ముఖ్యమంత్రిగిరలో మీరు నెగులనిచ్చారా సరిగా?

సమన్యాయం అంటే ఏమిటీ, నాగార్జునసాగర్ కుడికాలువను ఆంధ్ర దిక్కు ముందుకు సాగదీసి, ఎడమ కాలువను తెలంగాణాకు ఎత్తున ఉంచడమా? ఉండవలసిన స్థానంలో నాగార్జునసాగర్ డ్యాంను నిర్మించక ముందుకు జరిపి నిర్మించిన మీ కుటిలనీతి సమన్యాయం ఇదే కదా?

సమన్యాయం అంటే ఏమిటీ తెలుసా మీకు? తెలంగాణ వీరులవి, ముద్దు బిడ్డలవి, త్యాగశీలురవి, సంఘ సంస్కర్తలవి, కవులవి, రచయితలవి, రాజకీయ దురంధరులవి కాకా మొత్తం ఆంధ్ర వాళ్ళ పేర్లనే హైదరాబాద్ కాలనీలకు, స్టేడియంలకు, పార్కులకు, సంస్థలకు పెట్టుకోవడమా? ఇదే కదా మీ సమన్యాయం. సమన్యాయం అని చెప్పుకునే పెద్దలారా ట్యాంక్ బండి పై ఉన్న విగ్రహాల్లో తెలంగాణా వాళ్ళవి ఎన్ని ఉన్నాయో లెక్కపెట్టుకొని చెప్పండి. మీ సమన్యాయం బయట పడుతుంది.

అంతెందుకు మొన్నటికి మొన్న విశాఖ బీచ్లో పెట్టిన తెలుగు ప్రముఖుల్లో తెలంగాణా వాళ్ళవి ఒక్కటికి ఒక్కటైనా విగ్రహముందా, లెక్క పెట్టుకొని చెప్పండి. ఇదే కదా మీ సమన్యాయం? అమాయకులైన తెలంగాణ బిడ్డలను దోచుకుతినడం ఆగిపోతుందని చెప్పడమా మీ సమన్యాయం.

సమన్యాయం అంటే సమైక్య ఆంధ్ర రాష్ట్రంతో తెలంగాణా వాళ్ళకు ఏ రంగంలోనైనా 42% హక్కులున్నాయి. అవి అందినాయా? అందుతున్నాయా? అని ఎప్పుడైనా ఆలోచించినారా ఈ సమన్యాయం కోరేవాళ్ళు?

సమన్యాయం అంటే సాహితీ, కళా సాంస్కృతిక రంగాలతో తెలంగాణా కవులు, రచయితలు, కళాకారులకు అందవలసిన అవార్డులు, సన్మానాలు, బిరుదులు, సత్కారాలు అందినాయా? లెక్కలు పెట్టి చూసుకోండ్రి. ఈ 57 సంవత్సరాల్లో ప్రభుత్వపరంగా కేంద్ర సాహితీ సంస్థల నుండి గాని, రాష్ట్ర సాహితీ సంస్థల నుండి గాని, అందినవి ఎన్ని? ప్రసారమాధ్యమాలైన దూరదర్శన్, టెలివిజన్లలో ఉన్న ఉద్యోగాల్లో తెలంగాణా ప్రాంతపు వాళ్ళు ఎందరు? ఎందరు తెలంగాణా ప్రాంత కళాకారులు ఆ అవకాశాలు అందిపుచ్చుకొన్నారు? ఇక సినిమారంగం సరే సరి! అది తెలుగు సినిమా రంగం పేరుకు! అందులో తెలంగాణా బిడ్డలేరి? హీరోలు, హీరోయిన్లుగా.. నాటి నుండి నేటివరకు అర్ధ శతాబ్ధంలో. తెలంగాణా బిడ్డలకు, కవులకు, కళాకారులకు, రచయితలుగా ప్రమోటర్లు ఏరి? ఏది సమన్యాయం? ఇదేనా సమన్యాయం? తెలంగాణా భాషను యాసను ఎద్దేవా చేయడమా? ఇటేటు రమ్మంటే ఇల్లంతా నాదే నన్నారట వెనుకటికెవలో గట్లున్నది గీళ్ళ సంగతి! సమన్యాయం లేకనే తెలంగాణా ఉద్యమం వచ్చింది. సమన్యాయం కోసమే తెలంగాణా పరితపిస్తుంది. తెలంగాణాకు చెందవలసిన దాన్ని, తెలంగాణాకు కాకుండా చేయాలని చూడడం సమన్యాయం కాదు.

ముఖ్యంగా హైదరాబాద్ సంగతి. తెలంగాణా ప్రజల రక్త మాంసాల చెమట చుక్కలతో నిర్మింపబడిన నాల్గు వందలేళ్ళ నగరం అది. నిన్న మొన్నటి బడాబాబులు, ఆక్రమణదారుల అడ్డా కాదు. తెలంగాణా హైద్రాబాద్ అందర్ని ఆదరించింది తల్లిలా! హైదరాబాద్ పై కిరికిరి పెడితే సునామికన్నా, పైలాన్ తుఫాన్ కన్నా, భూకంపం కన్నా ప్రభంజనం వలె ప్రవహించే తెలంగాణా జనప్రవాహం ముందు కొట్టుకపోతారు.

ఇక భద్రాద్రిరాముడు నాటి నిజాం హైదరాబాద్ స్టేట్, వరంగల్ జిల్లా, ఖమ్మం తాలుకా నేలకొండపల్లిలో పుట్టిన అక్కన్న, మాదన్నల మేనల్లుడైనా కంచర్ల గోపన్న అనే పాల్వంచ తహశీలుదారు, వాగ్గేయకారుడైన రామదాసు. ఇక్కడి ప్రజల భూమి శిస్తు, వసూలు 6 లక్షల వరహాల వ్యయంతో భద్రాచల రామాలయం నిర్మించి, తానీషా ప్రభువుల ఆగ్రహానికి గురై 12 ఏళ్ళ జైలు జీవితం గడిపిన చరిత్ర ఉంది భద్రాచలానికి.

భద్రాచలం తెలంగాణా ప్రాంతానిదే. అది తెలంగాణాకు చెందడమే సమన్యాయం. కేంద్రం కోరినట్టు పది జిల్లాల హైదరాబాద్ రాజధానితో తెలంగాణ ఏర్పాటుకు సహకరిస్తూ పదేళ్ళు ఉమ్మడి రాజధానిలో గడిపి కొత్త రాజధాని కొత్త రాష్ట్రం సుభిక్షంగా ఉండడమే సమన్యాయం.

సమన్యాయం గురించి మాట్లాడే మీకు, ఆదర్శప్రాయుడు రామాయణంలో శ్రీరాముడు చెప్పిన రాజనీతివాక్యంతో ఈ వ్యాసం ముగిస్తాను. రామాయణకాలంలో రావణ సంహారం జరిగిన తరువాత విభీషణున్ని లంకకు పట్టాభిషిక్తున్ని చేసి అయోధ్యకు వద్దామనుకొనే తరుణంలో రామునితో, లక్ష్మణుడు అక్కడి సిరి సంపదలను, ధనరాసులను, భోగభాగ్యాలను చూస్తూ ఇలా అంటాడట. ఆ మణిమయ రత్న ఖచిత స్వర్ణ లంకను చూస్తూ, "అన్నయ్యా! మనం ఇక్కడే ఈ స్వర్ణలంకలోనే ఉండిపోదామా..." అని.

కాని రాముడు ఇలా అంటాడట

"జననీ జన్మ భూమిశ్చ
స్వర్గాదపీ గరీయసీ.."

కన్నతల్లి జన్మభూమి స్వర్గమునకంటె గొప్పది, పుట్టిన ప్రాంతంపై మమకారం రావడం లేదేమి వీళ్ళకు. ఈ స్వర్ణ గర్భ అయిన ఈ తెలంగాణాను, హైదరాబాద్ ను పట్టుకొనే వ్రేలాడుతున్నారేమిటీ వీళ్ళు? పట్టుదల, శక్తి, యుక్తి ఉంటే ఇలాంటి హైదరాబాద్లను ఎన్నైనా నిర్మించుకోవచ్చు కదా!

'సమన్యాయం' కోసం పాటు పడేవాళ్ళు ఇవన్నీ గుర్తిస్తే మంచిది కదా!

16. తెలంగాణ విజయోత్సవ వేళ

(తెలంగాణ రాష్ట్రం ఆవిర్భావ దినం జూన్ 2 సందర్భంగా)

'జై తెలంగాణ, జయహో తెలంగాణ' అని యావత్ తెలంగాణ సమాజం, తెలంగాణ వారు ప్రపంచం మొత్తం మీద ఎక్కడున్నా ఎలుగెత్తి చాటుకొనే సందర్భం ఇది. అదే తెలంగాణ రాష్ట్రం ఆవిర్భావ దినోత్సవం జూన్ 2. ఎందరి కలల పంట అది! ఎందరి త్యాగధనుల, అమరవీరుల స్వప్నం అది! ప్రపంచ చరిత్రలో ఇంతటి ఉద్యమాన్ని, తెలంగాణ రాష్ట్ర ఉద్యమాన్ని కన్నామా విన్నామా మరి? ఆశ్చర్యమే, అద్భుతమే. ఇది అరువది సంవత్సరాల సుదీర్ఘ తెలంగాణ ప్రజల స్వప్నం. తెలంగాణ ప్రజల స్వప్నం, ధ్యేయం సాకారమైన వేళ, చిత్తశుద్ధితో, నిజాయితీతో చేసిన ఉద్యమాలు నిలుస్తాయి, గెలుస్తాయి. అందుకు ప్రత్యక్ష ఉదాహరణ తెలంగాణ రాష్ట్ర ఉద్యమం. దేశానికి స్వాతంత్ర్యం 1947, ఆగస్ట్ 15న వస్తే, తెలంగాణకు మాత్రం రాలేదు. అది ఫ్యూడల్ నిజాం పరిపాలనలోనే మగ్గిపోయింది, సైనికచర్య 1948, సెప్టెంబర్ 17 వరకు. తర్వాత హైదరాబాద్ స్టేట్ రాజ్యంగా ఉండి, 1956 అక్టోబర్ 31 వరకు అది హైదరాబాద్ స్టేటే. కాని ఒకే భాష పేరిట వేరు వేరు రాష్ట్రాలుగా ఉన్న ఆంధ్ర, తెలంగాణ ప్రాంతాలను ఉమ్మడి రాష్ట్రంగా నవంబర్ 1, 1956న కలుపడం జరిగింది. కాని, ఉమ్మడి రాష్ట్రంలో రెండు ప్రాంతాల ప్రజల మధ్య సఖ్యతేది? 'కలిసి ఉంటే కలదు సుఖం' అనేది పెద్దల మాట, ఆంధ్ర ప్రాంతపు ప్రజల మాట కాని కలిసి ఉంటే 'తెలంగాణకు నష్టం' అనేది తెలంగాణ ప్రజల మాట. తెలంగాణ ప్రాంతపు ప్రజలకు చెందవలసిన ఉద్యోగాలు, చెందవలసినన్నీ చెందడం లేదనేది, ఇక్కడి నిధులు, ఇక్కడి నీళ్ళు, ఇక్కడి వనరులు ఇక్కడి ప్రాంత ప్రజలకు అందవలసినంతగా అందడం లేదు, చెందడం లేదు అనేది తెలంగాణ ప్రాంత వాసుల వాదన, అందుకు గత 60 యేళ్ళుగా ఉద్యమాలు చేస్తూనే ఉన్నారు. వారి ఉద్యమం సాకారమైన వేళ ఇది. తెలంగాణ విజయోత్సవ వేళ జూన్ 2, 2014. 1969 సంవత్సరంలోనే ప్రత్యేక తెలంగాణా ఉద్యమం చెన్నారెడ్డి నాయకత్వంలో ముందుకు సాగింది. 10 పార్లమెంట్ సీట్లు గెలుచుకుని చూపింది. అప్పుడు 370 మంది బిడ్డలను పోగొట్టుకుంది. దారుణంగా వారు తుపాకి గుళ్ళకు బలి అయ్యారు. నేటి అమరవీరుల స్థూపం ఆనాటిదే! కాని ఏమి లాభం? ఉద్యమ నాయకత్వం చెన్నారెడ్డి లాంటి నాయకులు ఉద్యమాన్నే అమ్మివేశారు. తెలంగాణ ప్రజల ప్రత్యేక రాష్ట్ర ఆకాంక్షకు నీళ్ళు చల్లబడినవి. అప్పటి ఇందిరాగాంధీ ప్రధానమంత్రి, అప్పటి ఆంధ్రా నాయకుల లాబీయింగ్ వల్ల నాడు తెలంగాణ రాష్ట్రం కల సాకారం కాలేదు. కాని నేటి సందర్భం వేరు, చాలా గొప్పది, ముప్పది

యేళ్ళ నిశ్శబ్ద విరామం తర్వాత, ప్రజల గుండెల్లో అగ్నిపర్వతమై నిక్షిప్తమయి ఉన్న తెలంగాణా ప్రజల ఆకాంక్ష, ప్రత్యేక రాష్ట్రం కోరిక, మళ్ళీ 2001లో తెరమీదికి వచ్చింది. అది కేసిఆర్ నాయకత్వాన వచ్చింది. అది గత 14 సంవత్సరాలుగా మహోజ్వలమై విస్తరిల్లింది. నాటి దాశరథి, సోదరులు మొదలుకొని, కాళోజీలాంటి కవులు, ఎందరో వర్ధమాన కవులు, కళాకారులు తెలంగాణా రాష్ట్ర ఏర్పాటును కాంక్షించారు. నాటి నుండి మొన్నమొన్నటి వరకు ప్రొ॥ జయశంకర్ లాంటివారు చిత్తశుద్ధితో నిలిచి తెలంగాణ భావ వ్యాప్తి కోసం, రాష్ట్రం ఏర్పాటు కోసం వారు కడదాకా పోరాటం చేసారు, తెలంగాణా భావవ్యాప్తి విషయంలో సఫలం చెందారు. ప్రొ॥ జనార్ధన్ రావు లాంటి మేధావులు తెలంగాణా రాష్ట్రం ఏర్పాటు విషయమై తెలంగాణా పల్లెపల్లెన తిరిగి ప్రచారం చేశారు, కాళోజీ తెలంగాణా ఏర్పాటు కోసం గత అరవై యేళ్ళుగా కవిత్వం రాసి, తెలంగాణా కోసం కవితలల్లి కన్నీళ్ళు కార్చి తెలంగాణా ఆవశ్యకతను తెలియజెప్పాడు. 2001లో కేసిఆర్ నాయకత్వాన ముందుకు నడిచిన తెలంగాణా ఉద్యమం పల్లెపల్లెకు పాకింది, టిఆర్ఎస్ తెలంగాణలో రాజకీయ శక్తిగా ఎదిగింది. తెలంగాణా కోసం చిత్తశుద్ధితో పనిచేసే పార్టీగా నిలిచింది. వాస్తవానికి 2004కు ముందే తెలంగాణా రాష్ట్రం ఏర్పడాలి. అప్పటి కేంద్రంలోని ఎన్.డి.ఏలో భాగమైన చంద్రబాబు అడ్డుతగలడం వల్ల తెలంగాణా రాష్ట్రం ఏర్పడలేదు. కాంగ్రెస్ పార్టీ తెలంగాణను ఇస్తామని చెప్పి సోనియా వాగ్దానం చేసి 2004లో అధికారంలోకి వచ్చింది, కాని రాజశేఖరరెడ్డి లాంటి ముఖ్యమంత్రులు అయిన నాయకులు తెలంగాణాను ఇవ్వనీయలేదు. మళ్ళీ 2009లో తెలంగాణాను ఇస్తామని ప్రకటించుకొని మళ్ళీ అధికారంలోకి రాష్ట్రంలోను, కేంద్రంలోను రెండవసారి అధికారంలోకి వచ్చారు కాంగ్రెస్ వారు. కాని వారు పదేళ్ళలో రాష్ట్రం ఏర్పాటుకు చిత్తశుద్ధితో పనిచేయలేదు. అన్నీ చూసి కేసిఆర్ తెలంగాణా రాష్ట్రం ఏర్పాటు కోసం 'కరీంనగర్ కేంద్రంగా ఆమరణ నిరాహార దీక్షకు సంకల్పించాడు' అప్పుడు కేసి ఆర్ ను నిరాహార దీక్ష చేయనీయలేదు ప్రభుత్వం, అరెస్ట్ చేసింది, హాస్పిటల్లో పెట్టింది. అలానే నిరాహారదీక్షను కొనసాగించాడు కేసిఆర్. అప్పుడు తెలంగాణ సమాజం మొత్తం భగ్గున మండింది. ఉద్యమం పల్లె పల్లెకు పట్నానికి వ్యాప్తించింది. విశ్వవిద్యాలయాలకు ఎగబాకింది. ముఖ్యంగా శ్రీకాంతాచారి అప్పట్లోనే పెట్రోల్ పోసుకొని ఆత్మహత్య చేసుకుని మండి, మాడి మసి అయి చనిపోయాడు. ఉద్యమం దావానలంలా లేచింది. అప్పుడే తెలంగాణా ఏర్పాటు ప్రకటన, డిసెంబర్ 9 నాడు అప్పటి కేంద్రమంత్రి చిదంబరం ప్రకటించాడు. అప్పుడు డిసెంబర్ 9 అర్ధరాత్రి కేసిఆర్ నిరాహారదీక్షను ముగించాడు. అప్పుడు రాష్ట్రం విడిపోవడానికి వీలు లేదని ఆంధ్ర ప్రాంతపు నాయకులు పార్టీలకతీతంగా ఏకమై ఉద్యమాలు చేశారు రాష్ట్రం విడిపోకూడదనే, నిజంగా వాళ్ళకు ఉమ్మడి రాష్ట్రం మీద ప్రేమ కాదు హైదరాబాద్ మీద ప్రేమనే. హైదరాబాద్ లేని తెలంగాణా తెలంగాణా ప్రజలకెందుకు? ఈ పద్నాలుగు ఏళ్ళలో తెలంగాణా రాష్ట్రం కోరి

వందలాది, వేలాది మంది కవులు, గాయకులు తమ రచనల ద్వారా గాత్రం ద్వారా తెలంగాణా నినాదమై నిలిచారు. ఉద్యమానికి తమ శక్తిని అందించారు. 2009 తర్వాత ఏర్పడిన పొలిటికల్ జె.ఎ.సి. తనదైన బాటలో ముందుకు సాగింది. తెలంగాణా ఉద్యమంలో బలమైన శక్తిగా ఎదిగింది. కోదండరాం నాయకత్వాన మిలియన్ మార్చులు, సాగరహారాలు, సకలజనుల సమ్మె, తెలంగాణా బంద్ కార్యక్రమాలను విజయవంతంగా నిర్వహించింది. విద్యార్థులు, ఉద్యోగులు, కార్మికులు, కర్షకులు, లాయర్లు, డాక్టర్లు, వివిధ కులాల మతాల సకల జనులు తెలంగాణ ఉద్యమంలో చిత్తశుద్ధితో పనిచేసారు. ఉద్యోగ సంఘాల పాత్ర తెలంగాణా ఉద్యమంలో గణనీయంగా ఉంటుంది. అందరి కృషి ఫలితంగా, తెలంగాణా రాష్ట్రం ఏర్పాటును ఇక వాయిదా వేయలేని పరిస్థితి వచ్చింది కేంద్రానికి. దురదృష్టమయిన విషయమేమిటంటే వేయిమందికి పైగా బిడ్డలు తెలంగాణా కోరి ఆత్మబలిదానాలు చేసుకున్నారు. ఏమి కోరి చేసుకొన్నారు అలా వారు. కేవలం తెలంగాణా రాష్ట్రం ఏర్పాటు కోరి. ఒక శ్రీకాంతాచారి, ఒక ఈశాన్ రెడ్డి, ఒక కిష్టయ్యగౌడ్, ఒక వేణుగోపాల్రెడ్డి లాంటి మెరికల్లాంటి యువకులు వేలాదిమంది ఆత్మబలిదానాలు చేసుకొన్నారు. ఎందరో అమరుల త్యాగఫలితమే తెలంగాణా రాష్ట్రం ఏర్పాటు. తెలంగాణా ఉద్యమంలో కేసిఆర్ నాయకత్వాన్ని ప్రజలు బలపరిచారు. పొలిటికల్ జెఎసి నాయకత్వాన్ని స్వీకరించారు. ఉద్యోగ సంఘాల కృషితో కలిసి వచ్చారు, విద్యార్థుల విశ్వవిద్యాలయ కార్యక్రమాల పట్ల సంఘీభావం పలికారు. గద్దర్, విమలక్క, గోరటి వెంకన్న, రసమయి మొదలుకొని వేలాదిమంది కవులు, గాయకులు ఈ మహోద్యమంలో పాలుపంచుకొన్నారు. కవులు, కళాకారులు, రచయితల పాత్ర ఎన్నదగినది తెలంగాణ ఉద్యమంలో. మలిదశ తెలంగాణ ఉద్యమం 2001లో ప్రారంభమయిన నాటినుంచి, 2004 ఎన్నికలు దాటి, 2009 ఎన్నికలు దాటి మళ్ళీ 2014 ఎన్నికలకు ముందు సోనియా నాయకత్వాన ఉన్న కాంగ్రెస్ ప్రభుత్వం తెలంగాణా ఏర్పాటుకు చర్యలు చకచకా ముందుకు నడిపింది. ఆంధ్ర నాయకులు ఎన్ని అడ్డంకులు వేసినా, ఆంధ్ర ప్రాంతంలో ఎన్ని కృత్రిమ ఉద్యమాలు చేసినా, చిత్తశుద్ధితో ఇచ్చినమాట నిలబెట్టుకోవాలని కృతనిశ్చయంతో శ్రీమతి సోనియాగాంధీ అన్ని అడ్డంకులను గట్టెక్కించి పార్లమెంట్ లోక్‌సభలో ఫిబ్రవరి 18 నాడు బిల్లును ప్రవేశ పెట్టించింది. అలా జూన్ రెండవ తేది 2014 నాడు తెలంగాణా రాష్ట్రం ఏర్పాటు తేదీని ప్రకటించింది. అటు ఆంధ్రప్రదేశ్ రాష్ట్రం ఏర్పాటు తేదీని కూడా జూన్ 2వ తేదినే ప్రకటించింది. తెలంగాణా రాష్ట్ర ఏర్పాటు, జూన్ 2వ తేది అనేది తెలంగాణా ప్రజలు సువర్ణ అక్షరాలతో లిఖించుకొనే తేది. అది తెలంగాణా ప్రజల విజయోత్సవ వేళ. తెలంగాణా ప్రజల స్వప్నం, ధ్యేయం, ప్రత్యేక రాష్ట్రం సాకారమైన వేళ. యావత్ తెలంగాణా సమాజం శ్రీమతి సోనియాగాంధీకి కృతజ్ఞతలు చెప్పుకోవలసిన సందర్భం. కేసిఆర్ లాంటి నాయకుడి కృషికి కాళోజీ, జయశంకర్, జనార్ధన్ రావు లాంటి వారికి వారి కృషికి

నివాళులు అర్పించుకొనే సందర్భం. తెలంగాణా రాష్ట్రంలో సకల జనులు బాగుపడాలని కోరుకుందాం.

తెలంగాణలో దళిత బహుజనుల సంక్షేమానికి ఈ ప్రభుత్వం పాటుపడాలని కోరుకుందాం. తెలంగాణ భాష, తెలంగాణా సంస్కృతి, తెలంగాణా చరిత్ర పరిరక్షణకు పాటుపడాలని ఆకాంక్షిద్దాం.

జై తెలంగాణా ! జై జై తెలంగాణా !!
అని తెలంగాణా ప్రజలు ఎలుగెత్తి చాటుకొనే సందర్భం !
అది జూన్ 2వ తేది 2014 !

('నమస్తే తెలంగాణ దినపత్రిక లో ప్రచురితం తేది 8-6-2014)

ఆచార్య జయధీర్ తిరుమలరావు గారింట్లో
జయధీర్ దంపతులతో సబ్బని దంపతులు మరియు సాత్యకి.
తేది : 12-9-2015, హైదరాబాద్.

'తెలంగాణ కొన్ని వాస్తవాలు' పుస్తక ఆవిష్కరణ. వేదికపై డా. మసన చెన్నప్ప, డా. నలిమెల భాస్కర్, మాధవీ సనారా, రాధేయ, తులా రాజేందర్, సబ్బని, సంకేపల్లి నాగేంద్ర శర్మ, కన్నోజ్ లక్ష్మీ కాంతం, వి.పి. చందన్ రావు, దాస్యం సేనాధిపతి. తేది: 15-11-2015. కరీంనగర్.

చివరగా రెండు మాటలు

తెలంగాణ కల సాకారమైన వేళ చివరగా రెండు మాటలు. తెలంగాణా రాష్ట్ర ఏర్పాటులో భాగంగా, తెలంగాణ రాష్ట్రం ఏర్పాటు ఆవశ్యకతను తెలియజేస్తూ రాసిన వ్యాసాలు ఇవి. దాదాపు 15 సంవత్సరాల కాలనిడివి ఈ వ్యాసాలది. మొదటి వ్యాసం అక్టోబర్ 2000 సం॥లో మూసి మాసపత్రికలో వచ్చింది. 'తెలంగాణ భాషపై చిన్న చూపెందుకు అని?' ఆ తర్వాత కాలక్రమంలో 2001 నుండి 2014 వరకు తెలంగాణ ఉద్యమ ఉధృతిలో భాగంగా ప్రజలకు, తెలంగాణ బిడ్డలకు, ఆంధ్ర సోదర సోదరీమణులకు కూడా విషయాలు తెలువాలని వీటిని రాయడం జరిగింది. ఇందులో ముఖ్యంగా హైదరాబాద్ నగరంపైనే మూడు వ్యాసాలు ఉన్నాయి. చాలా విపులంగా, విస్తృతంగా వచ్చాయి వ్యాసాలు. సెప్టెంబర్ 1, 2013 సంవత్సరంలో ఆదివారం నమస్తే తెలంగాణ బతుకమ్మలో హైదరాబాద్ నగరాన్ని ఎవరు అభివృద్ధి పరిచారు? అనే వ్యాసం కవర్ పేజీ ఫోటోతో తారీఖులు, దస్తావేజులతో వచ్చినపుడు తెలంగాణా బిడ్డల నుండి నేను నూరుకు పైగా ఫోన్ కాల్స్, మెసేజ్లు అందుకున్నాను. ఒకరిద్దరు ఆంధ్ర సోదరులు కూడా తెలంగాణకు సంఘీభావంగా ఆ వ్యాసాన్ని చదివి నాతో ఫోన్లో మాట్లాడారు. నిజంగా మన గురించి మన హైదరాబాద్ గురించి మనకు అంతగా తెలియదా? అనిపించింది. ఎందరికో ఈ హైదరాబాద్ మా తెలంగాణ బిడ్డలది అనే ఆత్మవిశ్వాసంతో గుండెలపై చేయి వేసుకొని ప్రకటించుకొనే సందర్భం. ఆ వ్యాసం నాకు ఎందర్నో మిత్రులను తెచ్చిపెట్టింది నాటి నుండి. ఇందులో పదహారు వ్యాసాలు ఉన్నాయి. అన్నీ తెలంగాణా ఉద్యమంలో భాగంగా రాసినవే, ఫేస్బుక్లో కూడా ఈ వార్తా విశేషాలు అప్లోడ్ చేయడం జరిగింది. టీ.వీల్లో కూడా ఈ విశేషాలపై కథనాలు కనిపించినాయి. తెలంగాణ భాష, చరిత్ర, సంస్కృతిపై చిన్నచూపు పై కూడా ఒకటి రెండు వ్యాసాల్లో పేర్కొన్నాను. 'రెండు తెలుగు రాజ్యాల ఆవశ్యకత'ను శ్రీ బి.యన్.శర్మ గారి 'రెండు తెలుగు రాజ్యాలెందుకు?" అనే పుస్తకం ఆధారంగా రాసాను. దాశరథి ఒక్క కవిత 'తెలంగాణం'ను విశ్లేషిస్తూ రాసాను. అది 1956కు పూర్వం వచ్చిన కవిత. నేటి తెలంగాణ సందర్భానికి సరిపోతుంది. తెలంగాణ ఏర్పాటును వ్యతిరేకించే ఆంధ్ర సోదరులకు తెలంగాణా గురించి తెలువాలని 1947, 1948 నాటి పరిస్థితులు మొదలుకొని, 1952, 1969, 2001, 2009 ఆదిగా గల సందర్భాలను తెలియజేస్తూ వ్రాసాలు వ్రాశాను. సత్యమైన తెలంగాణ ధర్మపోరాటం గురించి తెలుపాలని వ్రాశాను. నిజంగా తెలంగాణా ఏర్పాటు కోసం ఎన్ని అడ్డంకులు? అలాంటి సందర్భాల్లో నేను సందర్భానికనుగుణంగా

వ్యాసాలు వ్రాసాను. అలా రాసినవే హైదరాబాద్ మీద వ్యాసాలు, భద్రాచలం మీద వ్యాసాలు, రాయల తెలంగాణ గురించి వ్యాసాలు, సమన్యాయం అంటే ఏమిటనే వ్యాసాలు. ఒకటి రెండు వ్యాసాలు చివరి నిజాం ఉస్మాన్ అలీఖాన్ హైదరాబాద్ అభివృద్ధిపై కూడా రాసాను.

ఈ వ్యాసాలు రాయడంలో తృప్తి ఉంది నాకు. ఒక చారిత్రక తెలంగాణ ఉద్యమ సందర్భంలో కవులు, రచయితలు ముందు వరుసలో ఉండి ప్రజలను.మేల్కొలపాలి. కవిగా నేను ఆ పనిని చేశాను. 2000 సం॥ల నుండే నేను తెలంగాణపై అధ్యయనం చేశాను. ఆ అధ్యయన ఫలితంగానే నా సహకారంతో మా శారద 'తెలంగాణ బతుకమ్మ పాట రాసింది, జూన్ 2001 సం॥లో అది పుస్తక రూపంలో వచ్చింది, సెప్టెంబర్ ఆడియో సి.డి. గా వచ్చింది. తర్వాత కాలక్రమంలో 2009 నవంబర్, డిసెంబర్ వరకు కె.సి.ఆర్. దీక్షతో ఉద్యమం ఉధృతమై, ఉస్మానియా, కాకతీయ విశ్వవిద్యాలయాల ప్రాంగణాల్లోంచి పెల్లుబిగి అగ్ని జ్వాలలా లేసి తెలంగాణమంతా దావానలంలా వ్యాపించింది. ఆ వెలుగులో నా కలం నుండి వచ్చినవే 'హైదరాబాద్' దీర్ఘ కవిత, చారిత్రక తెలంగాణ గేయ కవిత, 'తెలంగాణ ఒక సత్యం' వచన కవిత, తెలంగాణ నానీలు, నానోలు, హైకూలు, రెక్కలు. ఆ వరుసలలో ఇంకా విస్తృతంగా చెప్పాలనే సందర్భంలోంచి వచ్చినవే తెలంగాణ – కొన్ని వాస్తవాలు అనే ఈ వ్యాసాలు. ఎందరో మహానుభావుల దశాబ్ధాల నుండి తమ అమోఘమైన కలం బలాన్ని తెలంగాణ ఉద్యమానికి అందించారు, తెలంగాణ రాష్ట్రం ఏర్పాటును కాంక్షించి, ఈ వ్యాసాల్లోని చివరి వ్యాసం తెలంగాణ రాష్ట్రం కల సాకారమై జూన్ 2న తెలంగాణ రాష్ట్రం ఏర్పాటు అయిన సందర్భంలో రాసింది. ఒక కవి కన్న కలలు నిజమైనపుడు అంతకన్న ఇంకేమి సంతృప్తి కావాలి నాలాంటి కవికి. నేను కోరిన, నేను కాంక్షించిన తెలంగాణ వచ్చింది చాలు నాకు. ఇందులోని వ్యాసాలు ఒకటి రెండు తప్ప అన్నీ పత్రికల్లో వచ్చినాయి. బద్ధకస్తున్ని పుస్తకం అచ్చు వేసుకోవడం లేటయ్యింది. భావితరాలకు రికార్డులా ఉంటాయని ఇప్పుడు నేను ఉద్యోగ విరమణ పొందిన తర్వాత వీటిని పుస్తక రూపంలో తెస్తున్నాను. ఈ కవిని, ఈ వ్యాసాలను ఆదరిస్తారని....

మీ

కరీంనగర్. సబ్బని లక్ష్మీనారాయణ

తేది : 4-11-2015 సెల్ : 8985251271

తెలంగాణ మార్చ్

వచన కవితా సంపుటి

సబ్బని లక్ష్మీ నారాయణ

తెలంగాణ సాహిత్యవేదిక,
కరీంనగర్.
2015.

అంకితం

భార్గవుని హస్తముననున్న పరశువటుల
వైరులను ద్రుంచు సురవరు వజ్రమటుల
అస్త్రములలోన వెలుగు బ్రహ్మాస్త్రమటుల
వరములొసగు తెలంగాణ 'వాడి' కిదియ

కృతజ్ఞతలు

కోరగానే ఆత్మీయంగా ముందుమాట అందించిన సుప్రసిద్ధ కవి నందిని సిధారెడ్డి గారికి,

ఇందులోని కొన్ని కవితలు రాయడానికి అవకాశంగా నిలిచిన కవి మిత్రులకు, డి.టి.పి. వర్క్ చేసి, మంచి కవర్ పేజి డిజైన్ చేసిన హరీష్ కు, ఈ పుస్తక ప్రచురణలో నాకు సహకరించిన మా కుటుంబ సభ్యులు శారదకు, శరత్ కు, సృజనకు, వంశీకి...

నాకు ఎల్లవేళలా తోడుండే సాహితీ మిత్రులు సంకేపల్లి నాగేంద్రశర్మ గారికి... అచ్చుతప్పులు సరిచూసిన మిత్రులు వాసం శివ నారాయణ గారికి, కొన్ని కవితలు ఫేస్బుక్ ద్వారా చదివి, స్పందించి అభినందనలు తెలిపిన మిత్రులకు, పుస్తకాన్ని అందంగా ప్రచురించిన ఎస్.ఎల్.ఎన్.ఎస్. గ్రాఫిక్స్ మిత్రులకు....

– సబ్బని లక్ష్మీనారాయణ

ముందుమాట

లక్ష్మీనారాయణ కవిత్వధారి – నడిచే తెలంగాణ దారి

–నందిని సిధారెడ్డి

చరిత్రలో ఎక్కువ యుద్ధాలు ఎదుర్కొన్న సాహస భూమి తెలంగాణ. రాజ్యాలు, యుద్ధాలు, రక్తపాతాలు సరే, స్వేచ్ఛా స్వాతంత్ర్యాలు, హక్కులు, ఆరాటాలు, ధ్వనించిన ప్రజా ఉద్యమాల పాటి గడ్డ తెలంగాణ. ఆప్యాయతలు పంచిన చేతులతోనే, ఆధిపత్యాల్ని ఎదిరించిన, తుద ముట్టించిన అవని ఇది. స్వరాష్ట్రం, స్వపరిపాలన తెలంగాణ ప్రజల చిరకాల స్వప్నం. తొలిదశ ప్రత్యేక తెలంగాణ ఉద్యమ చైతన్యం రగిలించిన దావానలం, మలిదశ తెలంగాణ రాష్ట్ర ఉద్యమం మహత్తరమైనది. నిబ్బరంగా నిలిచి గెలిచేదాక పోరాడి గమ్యాన్ని ముద్దాడిన గడసరి చరిత్ర. కవులు, గాయకులు కన్నీళ్ళు ఒడిసిపట్టుకొని కదం తొక్కిన కొత్త చరిత్ర. తెలంగాణ కోసం కలం గానం చేసిన కవి సబ్బని లక్ష్మీనారాయణ. కరీంనగర్ నుంచి తెలంగాణను ఆవాహన చేసిన కదనధ్వని సబ్బని.

"గాయం ఎవరిదైనా గాయమే
గాయం ఎప్పటికీ గాయమే
తెలంగాణ ఒక నెత్తుటి గాయం
దానిని స్వస్థత పరుచాలి."

తెలంగాణ దీనగాథను లక్ష్మీనారాయణ కన్నీటి కావ్యంగా మలిచాడు. ఎప్పటికప్పుడు ఉద్యమ సందర్భాన్ని ఉత్తేజభరితం చేశాడు. ఎవరు ఎకసెక్కం జేసినా, ఎవరు కుటిలం కక్కినా అక్షరం సంధించాడు. 'తెలంగాణ బతుకమ్మ పాట' 'హైదరాబాద్! ఓ! హైదరాబాద్!', 'తెలంగాణ ఒక సత్యం', 'తెలంగాణ మార్చ్' కవితలు ఉద్యమం నడిచిన తొవ్వ గురుతులే. లక్ష్మీనారాయణ కవిత్వం తెలంగాణను ప్రతిఫలించింది, పరిమళించింది. అమరుల ఆత్మత్యాగాలకు, కరుడు కట్టిన గుండెల్ని చూసి కరిగిపోయాడు.

"ఒక్క శవాన్ని చూసే గౌతముడు బుద్ధుడయ్యాడు.
కాని వందల నెత్తుటి శవాల్ని చూసినా
ఒక్క బుద్ధుడు పుట్టడం లేదేమిటి?"

కన్నీళ్ళు ఫలించిన చోట, విప్లవం జ్వలిస్తుంది. కోటి రతనాల వీణ మాత్రమే కాదు తెలంగాణ, చెలరేగిన ప్రజా విప్లవ సేన. ప్రతి పిలుపు జయధ్వానం, ప్రతి కంఠం జనగానం. వంటావార్పు, మిలియన్ మార్చ్, సాగరహారం, సడక్ బంద్ అన్నీ జన జాతరలే

"జనప్రవాహం, జలప్రవాహం వలె
తెలంగాణ దారులన్నీ
నక్లెస్ రోడ్ వైపే
కుప్ప పోసిన క్రాంతివోలె, నిప్పుపూల వనం వోలె
తెలంగాణ జన జాతర."

ఉద్యమం ఫలించింది. రాష్ట్రం ఆవిర్భవించింది. గగనమంత కవిత్వం గర్వంగా రెపరెపలాడుతున్నది.

సబ్బని లక్ష్మీనారాయణ కవి, ఉపన్యాసకుడు, తన రచనలు ప్రశంసలతో ప్రకాశించాయి. సత్కారాలు, ఎన్నో పురస్కారాలు కవి గళసీమను అలరించాయి. ప్రభుత్వ కళాశాల ఉపన్యాసకుడిగా, ఉద్యోగ విరమణ చేసిన సందర్భం గుర్తుగా ఈ 'తెలంగాణ మార్చ్'. వృత్తి పరిమితం, ప్రవృత్తి అనవరతం. కవిత్వం ఎడతెగని ధార నడిచినంత మేర నిరంతర ధార. లక్ష్మీనారాయణ కవిత్వ ధారి – నడిచే తెలంగాణ దారి. ఆగకుండా, అలవకుండా నిరంతరం ఆ కవిత్వధార ప్రవహించాలని ఆకాంక్షిస్తున్న. ఉద్యోగ విరమణ కవిత్వ శుభాకాంక్షలతో....

హైదరాబాద్ **– నందిని సిధారెడ్డి**
తేది : 25-9-2015

తెలంగాణ మార్చ్

గాలినెవరు బంధిస్తారు
జలపాత ప్రవాహాన్నెవరడ్డగిస్తారు
సముద్రపు హోరునెవరాపుతారు
నిప్పు నిజాయితీనెవరు కాదంటారు
కన్నీటికి విలువనెవరు కడుతారు
తెలంగాణ మార్చ్ నెవరడ్డుకుంటారు.
బిందువు బిందువు కలిసి సింధువైనట్లు
జనప్రవాహం, జల ప్రవాహం వలె
తెలంగాణ దారులన్నీ నక్లెస్ రోడ్ కే
కుప్ప పోసిన క్రాంతివోలె, నిప్పు పూల వనం వోలె
తెలంగాణ జన జాతర
తెలంగాణ మార్చ్ నక్లెస్ రోడ్ హైద్రాబాద్
తెలంగాణ తల్లి మెడలో ఉద్యమ నక్లెస్ హారం
జనసాగర హారం
'జై తెలంగాణ' నినాదంతో హోరెత్తిన జన ప్రవాహం
దిశదిశలా నలుదిశలా తెలంగాణ ప్రభంజనం
తెలంగాణ మార్చ్...
బారికేడ్లు ఇనుపకంచెలు, టియర్ గ్యాస్ లు ,
రబ్బరు బుల్లెట్లు, వాటర్ క్యాన్లు, లాఠీ విహారాలు
బలాదూర్ ! బలాదూర్ !!
ఖైరతాబాద్, సెక్రటెరియేట్, బుద్ధభవన్,
ఇందిరాపార్క్, ఉస్మానియా,
అన్నిదారులు సాగరహారం నక్లెస్ రోడ్ కే
హుస్సేన్ సాగర్ తెలంగాణ జనసాగరం
తెలంగాణ ప్రజల ఆకాంక్షల తీరం
వానొచ్చినా, వరదొచ్చినా, పిడుగులు
పడ్డా
అర్ధరాత్రి వరకు చెదరని, బెదరని మొక్కవోని
ధైర్యం, స్థైర్యం

తెలంగాణ మార్చ్ ! తెలంగాణ మార్చ్ !
దుష్ట పన్నాగాలపై, కుతంత్రాలపై, కుట్రలపై
ఇది విజయం ! ఘన విజయం !!
కానున్నది తెలంగాణ ప్రజల అంతిమ విజయం
తెలంగాణ మార్చ్..

(హైదరాబాద్ సాగరహారం సభ జరిగిన సందర్భంగా) తేది : 30-9-2012

'తెలంగాణ బంద్'

బంద్ అంటే
చేయవలసిన పనులన్నీ మానుకొని
జనులు పనులు చెయ్యడం మానుకొని ఉంటారు
రోడ్లన్ని నిశ్శబ్దంగా నిర్మానుష్యం అయి ఉంటాయి
బస్సులు, ఆటోలు, రోడ్ల మీదికి రాక డిపోల్లోనే
మౌనంగా రెస్టు తీసుకున్నట్లుగా ఉంటాయి.
ఆఫీసులో టేబుళ్ళపై ఫైళ్లన్ని కదలక
పనులు చేసేవాళ్ళు రాక కట్టకట్టి కుప్పలు పెట్టినట్లు బోసిపోయి
ఉంటాయి..
రోడ్ల పక్కన వినోదాల కోసం వెలసిన
సినిమా హాలుల గేట్లు మూసివేయబడి ఉంటాయి
అక్కడక్కడ రైళ్ళు కూడా నడువక
స్థిర చిత్రంలా ఎక్కడికక్కడే ఆగిపోయి ఉంటాయి
ఆటోలు, గూడ్స్ బండ్లు, ప్రైవేట్ వాహనాలు కూడా
ప్రయాణం మానుకొని, వాయిదా వేసుకొని ఆగిపోయి ఉంటాయి.
పాఠశాలలు, విద్యాలయాలు, పిల్లలు రాక, పిల్లలు లేక
విజ్ఞాన, వినోద కేళిని మరచిపోయి విద్యాబోధన లేక బోసిపోయి
ఉంటాయి.
ఒక్కటేమిటి, హోటళ్ళు, రెస్టారెంట్లు, కూరగాయల మార్కెట్లు,
కిరాణా దుకాణాలు, బట్టల దుకాణాలు, స్టేషనరీ దుకాణాలు
అన్నీ మూతబడి ఉంటాయి.
సమస్త జీవన వ్యవహారాలు ఆగిపోయి ఉంటాయి
ఎందుకిదంతా బంద్... తెలంగాణ కోసం బంద్
తెలంగాణ అంతా బంద్ !
పల్లె అయితేనేం, పట్నమైతేనేం
నాలుగు కోట్ల తెలంగాణ ప్రజల హృదయ సవ్వడి ఈ బంద్!
ఈ బంద్ అంటే సహాయ నిరాకరణ!
పాక్షికంగా ప్రజలు చీలిపోయి
ఒకరు జన జీవన స్రవంతిలో మామూలుగా

ఒకరు సంఘర్షణగా బంద్ పాటిస్తూ
ఎవరి గోల, ఎవరి బాధ వారిదే.
ఎద్దు పుండు బాధ కాకికేమి తెలుసు!
బందెందుకూ!
మా తెలంగాణ మాకివ్వండని బంద్!
ఎన్నిసార్లు బంద్ లు చెయ్యాలి తెలంగాణలో
ఎన్నివందల ప్రాణాలు పోగొట్టుకోవాలి తెలంగాణలో చీమకుట్టినట్లైన లేదే
తెలంగాణ ఏర్పాటుపై ప్రకటన ఏది?
మాది మాకివ్వండంటేనే ఇంత రాద్ధాంతమా !
అందుకే
గల్లీ నుండి ఢిల్లీ దాకా
తెలంగాణ వాణిని వినిపించేందుకు బంద్!
బంద్ సంపూర్ణం!
జై తెలంగాణా ! జై జై తెలంగాణా !
బంద్ లో లాయర్లు కోర్టును విడిచి రోడ్లమీది కచ్చారు
బంద్ లో డాక్టర్లు కూడా సంఘీభావం ప్రకటించారు
బంద్ లో విద్యార్థులు ప్రభంజనంలా దూసుకువచ్చారు
బహుశా రోడ్లిప్పుడు నిర్యానుష్యం ఒకోసారి
బహుశా రోడ్లిప్పుడు ఒకోసారి వంటావార్పు కేంద్రాలు
ఒకోసారి కబడ్డీ, క్రికెట్ క్రీడా మైదానాలు
బంద్... బంద్... బంద్ సంపూర్ణం
తెలంగాణ ప్రజల ఆకాంక్ష తెలంగాణ
తెలంగాణ ప్రజల అభీష్టం తెలంగాణ
తెలంగాణ ప్రజల సాకారం తెలంగాణ
బంద్ ను గుర్తించైనా బంద్ లను
బంద్ చేసేందుకు
తెలంగాణ ఇచ్చి బంద్ లను
బంద్ చేస్తారా!

(2012 ఫిబ్రవరి 21, 22 తేదీలలో టిజెఎసి ఇచ్చిన రెండు రోజుల బంద్ సందర్భంగా)

తెలంగాణ ఒక సజీవ సత్యం

కవి మిత్రమా!
తెలంగాణ
నువ్వనుకున్నట్లు
కల్లిబొల్లి కల్పిత కథ హ్యారీపోటర్ కాదు
తెలంగాణ ఒక సజీవ సత్యం
ఒక కన్నీటి కావ్యం
మోసేవాడి కావడి బరువు
గట్టుపై నిలుచుండి చూసేవాడికేమి తెలుసులే!
ఎద్దుపుండు బాధ పొడుచుక నెత్తురు తాగే కాకికేమి తెలుసులే!
నీదే, మీదే సర్వ ఆధిపత్య ప్రపంచం అయినపుడు
తెలంగాణ ఒక ఆదరణ కరువైన అనాథ
కుట్రల చట్రంలో ఇరుక్కొని
రోజులు చెయ్యచ్చు, నెలలు చెయ్యచ్చు ఉద్యమం
దశాబ్దాల తరబడి ఉద్యమం చేస్తారా తెలంగాణ సాకారం కోసం?
కుట్రలు, మోసాలు సరిచేసుకునే కదా
బలవంతంగా పెద్దమనుషుల ఒప్పందం ప్రకారం తెలంగాణను కలిపేసుకొన్నారు
ఎన్ని ఒప్పందాలు ఎంత భంగమయ్యాయో తెలుసా?
నీళ్ళు, నిధులు, ఉద్యోగాలు, వనరులు, చరిత్ర, సంస్కృతి, సాహిత్యం,
భాష, ఎంత దగా పడ్డవో తెలుసా?
నువ్వనుకున్నట్లు మాయలమరాఠీల మధ్య పెరిగి
పెద్దదయి, తెలంగాణ ఉద్యమం పుట్టలేదు, కంకణం కట్టలేదు.
అది ఆరు దశాబ్దాల సుదీర్ఘ పోరాటం
అబ్బురపరిచే ఉద్యమం ప్రపంచ చరిత్రలో
ఇప్పుడు తెలంగాణ ఉద్యమం అంటే తెలంగాణ ప్రజలే
తెలంగాణా నాయకుడంటే తెలంగాణ ప్రజలే!
జల ప్రవాహం లాంటి జనప్రవాహ ఉద్యమాన్ని ఏ శక్తి ఆపలేదు!
కొన్నేళ్లు ఆపవచ్చు, కొంత కాలం మోసం చేయవచ్చు
ఎల్లకాలం మోసం చెయ్యలేరు

చరిత్రలో కుట్రలు, మోసాలు వీగిపోయాయి!
అయిదుగురు పంచపాండవుల కథలాగానే
తెలంగాణ బిడ్డల కథ!
కర్ణుడి చావుకు ఎన్ని కారణాలున్నాయో
తెలంగాణ రాకపోవడానికి అన్ని కారణాలున్నాయి..
ఎవరిది మోసమో, ఎవరిది కుట్రనో, ఎవరిది నిజాయితో, ఎవరిది ధర్మమో...
కాలమే తేటతెల్లం చేస్తుంది
సత్యం గెలుస్తుంది, నిలుస్తుంది
మొండిమొగుడితో కాపురం వద్దనే
ఏ ఆడపిల్లయినా బలవంతంగా ఎన్నేళ్ళు కాపురం చేస్తుంది?
తెలంగాణ కథ కూడా అంతే!
కృష్ణుడంతటి వాడయినా శిశుపాలుడి నూరో తప్పు వరకు క్షమించాడు
కుట్రదారుడి, దోపిడిదారుడి నూరు తప్పులు నిండలేదేమో
కమిటీలు, సిఫారసులు, చర్చలు, ఆమోదాలు ఇంకా సరిపోలేదేమో!
అవునులే స్వయంపాలన మాకెందుకు?
ఆత్మగౌరవమని ఏడ్దేవా ఎందుకు?
ఎవడి సొమ్ము వాడు తినాలి
ఎవడి పాట వాడే పాడాలి
ఎవడి పాలన వాడే చేయాలి
పెత్తనాలు ఎందుకు, ఆధిపత్యం ఎందుకు
సమన్యాయం, సమధర్మం, ఎక్కడ, ఎన్నేళ్ళు, ఎంతవరకు?
అమలయ్యింది తారీఖులు, దస్తావేజుల లెక్కల ప్రకారమే చూసుకోవచ్చు
కవితలు రాయచ్చు, కథలు అల్లచ్చు కల్పితంగా
కాని కన్నీటికి, కష్టానికి ఒక విలువ ఉంటుంది తెలుసా?
కష్టాల కడలి తెలంగాణ!
కన్నీటి కావ్యం తెలంగాణ!
తెలంగాణ సజీవ బతుకు కథను చదివారా?
పంచభూతాల సాక్షిగా
గాలిలా వ్యాపిస్తూ
నీరులా ప్రవహిస్తూ
నిప్పులా అంటుకొన్న
నింగిలా విశాలమైన

నేలలా పరివ్యాప్తమయిన
నిజాయితీగల తెలంగాణ ఉద్యమం
వెయ్యికలాలు, గళాలు
ఈ నేల కోసం రాయబడి పాడడానికి సిద్ధంగా ఉన్నాయి.
ఇక వెర్రివాళ్లు విగ్రహాలనెందుకు విధ్వంసం చేస్తారు?
వంద విగ్రహాలుంటే నిలబెట్టి నలభై విగ్రహాలు
తెలంగాణ చరిత్రకారులవి ఉండాలి
అలా పెట్టనివాడి కుట్రను ఏమందాం?
కుట్ర ఎవరు చేశారు మరి ఏడుపెందుకు?
ఉప్పెనలాంటి, తుఫానులాంటి, ప్రవాహంలాంటి
భూకంపంలాంటి, ప్రళయంలాంటి ఉద్యమంలో
కొన్ని సహజంగా ప్రకృతిధర్మంగా
విధ్వంసం అయిపోతాయి..
నాగరికతలే నశించిపోతాయి!
ప్రకృతి సమధర్మాన్ని చేకూర్చుకొన్నట్లు
సత్యాన్ని సత్యంగానే ప్రకృతి ధర్మంగానే చూద్దాం
ఇక మరణశాసనాలతో
విజయ రహస్యాలను శాసించడం కాదు
మరణించిన ఒక్కొక్క శిరస్సు
ఒక్కొక్క కథను చెపుతుంది
నాడు 1969 నాడు 370 మంది తుపాకి గుండ్లకు నేలకొరిగారు.
చరిత్ర సాక్ష్యం అది తూటాలకు బలైన ఫోటోలతో సహా
నేడు శాంతియుతంగా, ధర్మాగ్రహంతో,
గాంధీబాటలో ఉద్యమం చేస్తూ
తెలంగాణ కోరి, తెలంగాణ కాంక్షిస్తూ
తెలంగాణ సందేశాన్ని, అవసరాన్ని ఈ ప్రపంచాన్ని తెలియచెప్పడానికే
వాళ్ళు ఆత్మ బలిదానం చేసుకొన్నారు వెయ్యి మంది
ఇక తెలంగాణ కోటి రతనాల వీణాగానమే
“నా తెలంగాణ కోటి రతనాల వీణ”
అని మహాకవి దాశరథి అన్నట్లు
తెలంగాణ వీణ తీగలు శృతి తప్పినాయి
వాటిని సవరించాలి

కోటి సుస్వరరాగాలను పలికించాలి
తల్లుల కడుపుకోతని తగ్గించాలి
ఎవరి గోస వారిదే
చూసేవారికేమి తెలుస్తుందిలే
తెలంగాణ ఒక సజీవ సత్యం
రాయడమెంత ఈజీలే ఏదైనా
కలిసి ఉంటే కలదు సుఖం
ఎవరికి సుఖం? ఎవరికి కష్టం?
ఎందుకు కష్టం? ఏమిటి కష్టం? అని ఆలోచించాలి

ఒక ఆఫ్రికన్ సూక్తితో ముగింపు

"Unless the Lions have their own historians the stories of hunting always glorify the hunter only"

(ఆంధ్రజ్యోతి 'వివిధ'లో వెంకటకృష్ణ గారి కవిత చదివి. తేది : 1–8–2012)

శవాలు కూడా కథలు చెపుతాయి

శవాలు కూడా కథలు చెపుతాయి
శవాలు కూడా సందేశం ఇస్తాయి
ఢిల్లీలో ఐతేనేమి, హైదరాబాద్లో ఐతేనేమి? టోటల్ తెలంగాణలో
ఐతేనేమి
విద్యార్థులెందుకు తెలంగాణ కోసమని
ఆత్మహత్యలు చేసుకుంటున్నారు?
అలా చనిపోతున్నవారిని పిరికి సన్యాసులంటూ
అర్థం చేసుకోలేని పెద్దమనుషులున్నారు
ఒక్క శవాన్ని చూసే గౌతముడు బుద్ధుడయ్యాడు
కాని వందల నెత్తుటి శవాలను చూసినా
ఒక్క బుద్ధుడు కూడా పుట్టడం లేదేమి?
బుద్ధుడి జీవితం శాంతి సందేశమైతే?
నేడు శాంతినిచ్చే, శాంతిని సూచించే నేతలే కరువయ్యారు.
ఒక్కనాటిదా ఉద్యమం
తాతా, తండ్రి, మనవడు మూడు తరాల ఉద్యమం
ఆరు దశాబ్దాల ఉద్యమం తెలంగాణ
1952, 1969ల నుండి నేటి 2001-2014 వరకు
నిరంతర ఉద్యమం
ఎవరాపుతారులే ప్రవాహం లాంటి జన ప్రవాహాన్ని
ఒక్కసారి, రెండుసార్లు, మూడు సార్లు మోసం చేస్తారా!
తెలంగాణ ఇస్తామని వాగ్దానాలు చేస్తూ కాలయాపన చేస్తుంటే
మోసపోయిన తెలంగాణ ప్రజలు
ఉద్యమాలు చేస్తూ, సత్యాగ్రహాలు చేస్తూ, నిరసనలు తెలిపినా
తెలంగాణ ఇస్తామని చెప్పి ఇవ్వకుంటే
ఏమి చేస్తారు తెలంగాణ ప్రజలు, తెలంగాణ బిడ్డలు
తెలంగాణ కోసం మా బాధలు చూసైనా అర్థం చేసుకోండి
మా చావులు చూసైనా వాస్తవాలు తెలుసుకోండి తెలంగాణ ఇవ్వండి
అని ప్రపంచానికి తెలంగాణ సందేశం ఇవ్వడానికే

వాళ్ళు అలా చేశారు
వాళ్ళు ఎవర్నీ చంపలేదు, వాళ్ళే చనిపోయారు.
వాళ్ళ అయ్యవ్వలకు కడుపుశోకం మిగిల్చి
తెలంగాణ కోసమే చనిపోయారు.
అమరులయ్యారు.
వాళ్ళను చిన్నచూపు చూడకండి.
వాళ్ళను అర్థం చేసుకోండి
తెలంగాణ ఇకనైనా ఇవ్వాలి అని చెప్పండి
తెలంగాణలో ఆత్మహత్యలు ఆపాలి అని చెప్పండి.

విగ్రహాల విధ్వంసం ఎందుకు?

నిజంగానే టాంక్ బండ్ పై విగ్రహాల విధ్వంసం ఎందుకు జరుగుతుంది
ప్రతి దానికో కారణముంటుంది.
స్థల, కాల, దూర ప్రభావమన్నట్లు ఐన్ స్టీన్ థియరీ ఆఫ్ రిలేటివిటీలా
ఎవరి దృష్టికోణం వారిది
ఒకరికి తప్పనిపించింది ఇంకొకరికి తప్పనిపించకపోవచ్చు
చూసే కోణం సందర్భం ఉంటుంది.
విగ్రహాలు ప్రతీకలే, చరిత్రకు నిదర్శనాలు ఆధారాలే
మహనీయులను, వైతాళికులను గుర్తుకు చేసుకోవాలె, స్మరించాలె
నన్నయ్యదో, తిక్కనదో, ఎర్రనదో, వేమనదో, శ్రీశ్రీదో
ఎవరిదో ఒకరిది విగ్రహం ఎందుకు ధ్వంసం చేయబడ్డది?
ట్యాంకుబండ్ పై ఏ అల్లూరిదో విగ్రహమున్నట్లు
మరి గిరిజనుల బిడ్డ కొమురం భీంది ఎందుకు లేదు?
చాకలి ఐలమ్మ, దొడ్డి కొమురయ్య, ఆరుట్ల కమలాదేవి,
దాశరథి, కాళోజి, వందేమాతం రామచంద్రారావు ఇత్యాదుల విగ్రహాలు ఎందుకు
లేవు?
ప్రశ్నలకు సమాధానాలు రావాలి
వందపాళ్ల తెలుగు సాహిత్య, సాంస్కృతిక వారసత్వ సంపదలో
తెలంగాణాది నలబైపాళ్లు ఉండాలి, కనిపించాలి ఏ లెక్కన చూసినా
అలా ఉందా మరి?
జనప్రవాహం, జలప్రవాహం ఒక్కటే!
తుఫానులు, వరదలు, భూకంపాలు వస్తాయి
అందులో కొంత ప్రకృతి సంపద,
గుడులు, గోపురాలు, విగ్రహాలు మట్టి నీరు కొట్టుకు పోతాయి
కాలగర్భంలో కలిసిపోతాయి, నాగరికతలే నశించిపోతాయి
చరిత్ర చెప్పిన సాక్ష్యాలు ఇవి!
తెలంగాణ ఉద్యమం ఒక జనప్రవాహం, జలప్రవాహంలా ఒక ఉప్పెన
దాన్ని తట్టుకొనే శక్తి కావాలని ఆపాలని చూసేవాళ్ళకు లేదు
ప్రజ్వరిల్లే ప్రజాగ్రహజ్వాల అది.
విగ్రహాలు నెలకొల్పిననాడే చేసిన తప్పుకు,
సమన్వయం, సమానంగా న్యాయం పాటించని తప్పుకు ఫలితము ఇది

యాక్షన్‌కు రియాక్షన్ చర్యకు అసంకల్పిత ప్రతీకార చర్యే
నన్నయ్య, తిక్కన, ఎర్రన, వేమన, శ్రీశ్రీ ఇత్యాదులు పూజనీయులే
మరి మావాళ్ళు మీకు లెక్కకు రారా?
తెలంగాణలో అలాంటి స్మరణీయులు పూజనీయులు
అలాంటి ఎందరినో విస్మరించారేం?
ఆరువందల నిలువెత్తు నిండు ప్రాణాలు
తెలంగాణ పేరు చెప్పుకొంటూ ప్రాణాలు అర్పించినపుడు
స్పందించడానికి తెలంగాణ బిడ్డల ప్రాణాలు సందర్భం కాదా?
కూలిన విగ్రహాలను పెట్టుకోవచ్చు, కట్టుకోవచ్చు మరీ కళాత్మకంగా
మరి తెలంగాణ కోసం నిన్న, మొన్న పోయిన నిండు ప్రాణాలను ఎవరు తెచ్చిస్తారు?
సత్యాన్ని సత్యంగానే చెప్పుకోవాలె.
అసలు తెలుగు తల్లి విగ్రహం బద్దలైంది.
ఫ్లైఓవర్లు కట్టేటప్పుడు
మళ్ళీ పెట్టుకొన్నాం
గాయం ఎవరిదైనా గాయమే.
గాయం ఎప్పటికీ గాయమే
తెలంగాణ ఒక నెత్తుటి గాయం.
దాన్ని స్వస్థత పరుచాలి, దానికి ఆపన్నహస్తం అందించాలి.
సాహిత్య చరిత్ర ఏ దేశానికయినా, ఏ ప్రాంతానికయినా ఉంటుంది.
దాన్ని కాపాడుకుందాం.
తప్పులుంటే సవరించుకుందాం.
తిట్టుకోవడం, కొట్టుకోవడం కాదు.
విడిపోయినా అన్నదమ్ముల్లా కలిసుందాం.
కాలక్రమంలో కొన్ని విధ్వంసాలు సహజంగా ఏర్పడుతాయి, గాయాలు ఏర్పడుతాయి.
గాయాలను మాన్పుకోవాలి.
కాలాన్ని గమనించాలి. అసమానతలుంటే సరిచేసుకోవాలి.
వాస్తవాలు ఉంటే ఒప్పుకోవాలి. సత్యాలుంటే ప్రకటించుకోవాలి.
ప్రకృతి ధర్మంలా, సహజాతి సహజంగా
కొన్ని విధ్వంసాలు జరిగిపోతుంటాయి.
వాటిని సవరించుకోవాలి, సరి చేసుకోవాలి.
తెలంగాణ నెత్తుటి గాయాన్ని అర్థం చేసుకోవాలి.
ఉద్యమకోణం నుండి చూస్తే మావాళ్ళు బహదూర్.

'మాకొద్దీ సమైక్య రాష్ట్రం దేవా!'

మాకొద్దీ సమైక్య రాష్ట్రం దేవా!
మా కష్టాలకు కారణమైన
మా బతుకులకు గుదిబండైన
మా భవితకు గొడ్డలి పెట్టైన
మా తెలంగాణేర్పాటుకు అడ్డుగ నిలిచే
కుతంత్రపు మనుషులను
తరిమేయగ రావా!
మాకొద్దీ సమైక్య రాష్ట్రం దేవా!
మాకొద్దీ సమైక్య రాష్ట్రం దేవా!
గోదావరి బిరబిరా పరుగులిడుతూనే ఉండే
కృష్ణమ్మ పరుగుల్లో పక్షపాతం చూపుతూనే ఉండే
తెలంగాణ తల్లి కన్నీరొలుకగ
మా ఆశలను నిరాశలు చేసే
మా భవితను నిండా ముంచే
తెలంగాణను అడ్డుకొనెడు
ఈ కుట్రను ఆపగరావా!
మాకొద్దీ సమైక్య రాష్ట్రం దేవా!
మాకొద్దీ సమైక్య రాష్ట్రం దేవా!

(గరిమెళ్ళ సత్యనారాయణ గారి 'మాకొద్దీ తెల్లదొరతనం దేవా!' గీతానికి పేరడీ)

తెలంగాణచౌక్

ముప్పయి, నలభై, యాభై, నూరు రోజులు కాదు.
మూడు వందల అరువై అయిదు రోజులు కాదు
ఏకంగా ఒక వేయి మూడు వందల అరువై ఐదు రోజులకు పైగా
సరిగ్గా 9, డిసెంబర్ 2009 తరువాత నుండి
అది కరీంనగర్ తెలంగాణా చౌక్ కావచ్చు
పెద్దపల్లి బస్టాండ్ దగ్గరి తెలంగాణా దీక్షా శిబిరం కావచ్చు
సుల్తానాబాద్ రోడ్ పక్క తెలంగాణా దీక్షా శిబిరం కావచ్చు
మరేదయినా తెలంగాణా ఊరిలోని, పల్లెలోని, పట్నంలోని
నాలుగు బజార్ల, మూడు బజార్ల, రెండు బజార్ల తొవ్వ పక్కన కావచ్చు
అది తెలంగాణా దీక్షా శిబిరం
ఊర్కే రావులే ఉద్యమాలు,
పల్లెపల్లెన, పట్నవాసాన, నగరాల నడిబొడ్డులో ఉద్యమాలు ఊర్కే తలెత్తవు
అవి జన ప్రవాహాలై పోటెత్తుతాయి, ముంచెత్తుతాయి
అవి ఆర్తితో ఆర్తనాదాలై అన్యాయాలను ఘోషిస్తాయి
కడుపు నిండిన వారి దొంగ ఏడుపు
కాలే కడుపుతో ఉన్నవాడి కన్నీటి ఏడుపు ఎన్నటికీ ఒక్కటి కావు
ఒకటా రెండా మూడా ఏకంగా 1365 రోజులు పైగా
మా సుల్తానాబాద్ తెలంగాణ దీక్షా శిబిరంలో
తెలంగాణ గండ దీపం ఇంకా ప్రతిరోజు వెలుగుతూనే ఉంది.
తెలంగాణా రాష్ట్రం ఏర్పాటయ్యేవరకు వెలుగుతూనే ఉంటుంది.
గుండెలోని మంటకు, కాలే కడుపుకు, కన్నీటికి విలువనెవరు కడుతారు?
అసలు ఉద్యమమే లేదన్న వాళ్ళ కోసం
సముద్రంలోని ఉప్పెన సంగతి
ఉప్పొంగి బ్రద్దలయ్యే అగ్నిపర్వతం సంగతి
అసమతుల్యంతో ఏర్పడే భూకంపం సంగతి తెలుసే కదా!
తెలంగాణ ఉద్యమం అలాంటిదే
ఎందరి వీరుల, అమరుల త్యాగఫలం తెలంగాణ!
వెయ్యిమంది బిడ్డలకు పైగా ఆత్మత్యాగం తెలంగాణ!
తెలంగాణా దీక్షా శిబిరాల సాక్షిగా....
తేది : 9-12-2013

తెలంగాణ నామ సంవత్సర కవితలు

1. ఈసారి ఉగాది
   నూరుపాళ్ళ ఆనందంతోటి
   తెలంగాణ వసంతాన్ని వెంట తెచ్చింది
   ఒక్క ఓటు రెండు రాష్ట్రాలు
   అనే బి.జె.పి. కలను
   నిజం చేసి అందించింది.

2. జయహో !
   తెలంగాణ
   జయహో
   ఆంధ్ర !
   విడిపోయి కూడా
   కలిసుండచ్చు.

3. సంబరాలు చేయండి
   నిండు మనసుతో
   గొంతెత్తి పాడండి
   కొత్త ఉత్సాహంతో
   జేజేలు కొట్టండి
   తెలంగాణకు.

4. తెలుగు నేలకు
   ఇద్దరు తల్లులు
   పెద్దమ్మ తెలుగు తల్లి
   చిన్నమ్మ తెలంగాణ తల్లి
   భాష ఒక్కటే
   రాష్ట్రాలు రెండు.

5. తెలంగాణ
సీమాంధ్రులు
అన్నదమ్ములు
కృష్ణా, గోదావరి నదీ జలాలు
అందరికి
అందుబాటు.

6. రాష్ట్ర విభజన
కొందరికి నచ్చదు
అలమటించే తెలంగాణ తల్లి
గోసవారికి పట్టదు
కష్టానికి, కన్నీటికి విలువ
వారు గుర్తించరు.

7. విభజన ఉగాది
ఒకరికి ఇష్టం
ఒకరికి కష్టం ఇప్పుడు అందరికి
అవసరం
వాస్తవాలు గ్రహించడం.

8. "ఒక మట్టి రొట్టెను
రెండుగా విరిచింది.
ఢిల్లీ కోతి"
అన్నన్నా! ఎంతమాట! సరిగా
లేదు.
ఇది ఏ నీతి ?

9. మోసాలను
ప్రజలకు విప్పిచెపుదాం
మళ్ళీ జరుగకుండా
జాగ్రత్తగా ఉందాం.
రెండు ప్రాంతాల ప్రజలం
పరస్పర సహకారంతో
బతుకుదాం.

10. తెలంగాణ
ఇచ్చిందెవరో
తెచ్చిందెవరో
అందరికి తెలుసు
తెలంగాణ దృష్టిలో
దేవత సోనియా
ఆంధ్రుల దృష్టిలో
రుసరు సోనియా

11.దళితులూ
గద్దెమీద కూర్చోవచ్చు
ఎవరన్నారు కాదని
పదవులిచ్చేది పాలకులు కాదు
ప్రజలే
'బాంచెన్ దొర'
కాలం పోయింది.

12. రెండు రాష్ట్రాల్లో
సంబంధాలు పెరగాలి
కులమతాల భేదాలు
తొలగిపోవాలి
పేద, ధనిక భేదం తగ్గాలి
అందరు చల్లగా ఉండాలి.

13. రెండు రాష్ట్రాల్లో
సిరుల పంటలు పండాలి
కాసుల వర్షం కురువాలి
సుసంపన్నత వెల్లివిరియాలి
ఉభయ ప్రాంతాల ప్రజలు
ఆనంద డోలికలో.

14. ఉభయ ప్రాంతాల ప్రజలారా
ఉద్యమ సహచరులారా
సత్యం తెలంగాణది
అసత్యం కొందరిది
వాస్తవాలు గ్రహించండి
సత్యవారసులుగ నిలువండి.

(ఆంధ్రజ్యోతి 'వివిధ'లో 2014 ఉగాది
సందర్భంగా ఎండ్లూరి సుధాకర్ గారి
కవితలు చదివి
తేది : 31–3–2014)

సత్యం గెలిచింది.

కాలం సిగలో
తెలంగాణ పువ్వు
పూసింది.

గాలి మాటలు
కొట్టుక పోయినయి
సత్యం గెలిచింది.

ఇదిగో
తెలంగాణ !
తెలంగాణ ఒక సత్యం

మోసం ఎప్పుడూ గెలువదు
అంతిమ విజయమే
తెలంగాణ.

జయగీతం మూగవోయింది

ఒక జయగీతం మూగవోయింది
దగాపడ్డ తెలంగాణవాణిని వినిపించిన గొంతుక
ఆగిపోయింది
ఆరు దశాబ్దాలు మొక్కవోని ధైర్యముతో
ముందడుగు వేస్తూ
తెలంగాణ ఉద్యమాన్ని ముందుకు
నడిపించిన మార్గదర్శి
సెలవంటూ వెళ్ళిపోయిండు
తన స్వప్నం, తన ధ్యేయం తెలంగాణ రాష్ట్రం
ఆ కలను సాకారం చేయడం మన ధర్మం,
కర్తవ్యం

(కీ॥శే॥ ప్రొ. జయశంకర్ గారికి నివాళి)
తేది : 21-6-2011

'తెలంగాణ మార్చ్' పుస్తక ఆవిష్కరణ. వేదికపై సాత్యకి, డా. మసన చెన్నప్ప, మాధవీ సనారా, రాధేయ, తులా రాజేందర్, సబ్బని, సంకేపల్లి నాగేంద్ర శర్మ, కన్నోజ్ లక్ష్మీ కాంతం, వి.పి. చందన్ రావు, దాస్యం సేనాధిపతి. తేది: 15-11-2015. కరీంనగర్

చివరగా 'రెండు మాటలు'

కాలానికి కొండగుర్తులు
కాగితాలు, కంప్యూటర్లే కాదు, రాళ్ళు రప్పలు శిథిల శాసనాలు
కూడా అవుతాయని ఒకప్పుడు రాసుకున్నాను.

మలిదశ తెలంగాణ స్వరాష్ట్ర ఉద్యమకాలంలో 2001 నుండి 2014 వరకు కవిగా నేను స్పందించక తప్పలేదు. తెలంగాణ నేల ఇచ్చిన గొప్ప అవకాశం అది. 2001 జూన్లోనే మా యింట్లో 'తెలంగాణ బతుకమ్మ పాట' పుట్టింది. సెప్టెంబర్, అక్టోబర్ వరకు బతుకమ్మ పండుగకు బతుకమ్మ పాట ఆడియో సి.డి. గా వచ్చింది. కాలక్రమంలో వి.సి.డిగా వచ్చి యూట్యూబ్లో దర్శనమిచ్చింది. 2009 నవంబర్, డిసెంబర్ మాసాల్లో కె.సి.ఆర్. నిరాహారదీక్ష నుండి వలసపాలకుల దుర్నీతికి భగ్గున మండింది తెలంగాణ. ఆ రెండు మాసాల్లోనే 40 కవితలతో 'తెలంగాణ ఒక సత్యం' (వచన కవితలు) పేర, 'హైదరబాద్! ఓ! హైదరాబాద్!' దీర్ఘ కవిత రాయడం జరిగింది. 2010, 2011ల వరకు తెలంగాణ నానోలు, హైకూలు, నానీలు, రెక్కలు, చారిత్రక తెలంగాణ పుస్తకాలు రాయడం జరిగింది, ప్రచురించడం జరిగింది. సాగరహారం సందర్భంలోగాని, జెఎసి ఇచ్చిన తెలంగాణ బంద్ సందర్భంలోగాని, టాంక్బండ్ పై మిలియన్ మార్చ్ సందర్భంగా కాని మరియు పత్రికల్లో తెలంగాణా ఏర్పాటును వ్యతిరేకిస్తూ ఎద్దేవా చేస్తూ పత్రికల్లో కొందరు ఆంధ్రసోదరులు కవితలు రాసిన సందర్భంలో వాటికి సమాధానంగా కొన్ని కవితలు రాసినాను. అలా 2012,13,14 సంవత్సరాల్లో ఎనిమిది తొమ్మిది పది కవితలు పుస్తకరూపంలో రాకుండా మిగిలిపోయినవి. వాటిని నా ఉద్యోగ విరమణ సందర్భంగా ప్రచురించాలనుకున్నాను. కవితలు తొమ్మిది, పదే ఉద్యమ సందర్భంగా ప్రత్యేకంగా పుట్టినవి. తెలంగాణ కోసం పుట్టినవి. అందుకే వీటిని ప్రత్యేకంగా 'తెలంగాణ మార్చ్' పేర పుస్తకం వెలువరిస్తున్నాను. ఒక చారిత్రక నేపథ్యంలో పుట్టిన సబ్బని కవితలను ఆదరిస్తారని,

తేది : 29-10-2015 – సబ్బని లక్ష్మీనారాయణ
కరీంనగర్.

తెలంగాణ పదాలు

సబ్బని లక్ష్మీ నారాయణ

తెలంగాణ సాహిత్య వేదిక కరీంనగర్
2018

కృతజ్ఞతలు

తెలంగాణ పదాలు రాయడానికి నాకు అవకాశం కల్పించిన
శ్రీ బి.ఎస్. రాములు గారికి

శ్రీ బి.ఎస్. రాములు గారి సాహితీ స్వర్ణోత్సవం సందర్భంగా
నిర్వహించిన పోటీలో 'తెలంగాణ పదాలు'కు బహుమతి
ప్రకటించిన న్యాయ నిర్ణేతలకు

కోరగానే ఆత్మీయంగా ముందుమాట అందించిన
డా. వెల్దండి శ్రీధర్ గారికి

ఆత్మీయ మిత్రులు సంకేపల్లి నాగేంద్ర శర్మ,
వాసం శివనారాయణ గార్లకు

నాకు పుస్తకం వేసుకోవడానికి అవకాశం కల్పించిన మా
కుటుంబ సభ్యులకు

డిటిపి వర్క్ చేసి పుస్తకం రూప కల్పన చేసి చక్కటి ముఖ
చిత్రం డిజైన్ చేసిన హరికి

పుస్తక ప్రచురణ బాధ్యత తీసుకున్న 'శైలి'కి

నన్ను అభిమానించే ఎందరో మిత్రులకు పేరుపేరునా...

సబ్బని లక్ష్మీనారాయణ | 298

సాహితీ స్వర్ణోత్సవం జరుపుకుంటున్న సామాజిక తత్వవేత్త శ్రీ బి.ఎస్. రాములు గారికి ఆత్మీయంగా...

తత్త్వవేత్తయతడు సామాజికముగను
నిత్య నూతనుండు నిజము సుమ్మి
బహుగ్రంథ కర్త బాధ్యత తోడను
ప్రీతిగాను అతడు జేతి శ్రీరాములు !

కథల బడియు రాసె కథకుల పుట్టింప
సాహితీ విమర్శ సవివరముగ
వేల పుటలు రాసె వేనోళ్ళ పొగడగా
తెలిపె నతడు కూడ తెలగాణ చరితను.

నవల కర్తయతడు నవ్యరీతుల తోడ
కథకుడతడు చూడ కథల బడితొ
నిత్య అధ్యయనము నేటికీ కూడనూ
సాహితీ పథమున సాగుచుండె

ప్రేమికుండు అతడు ప్రేమతో బహుజన
బతుకు పోరు అతని బాట చూడ
అన్ని వాదములను అధ్యయనము చేసి
సాగుచుండె నిలలో సాటిగాను !

తల్లి లక్ష్మిరాజు తండ్రి నారాయణ
పుట్టినాడు ఇలలో పుణ్యవశత
బాల్యమందునెన్నొ బహు కష్టములు చూసి
బతుకు బాట వేసె భవ్యరీతి.

బాలమిత్ర యన్న బాలసాహితి యన్న
చిన్ననాటి నుండి వన్నె కెక్కె
జగతిలోన పేరు జగ్త్యాల కథ రాసి
తనదు పేరు నతడు మనగ జేసె

'పాలు' 'చదువు' 'స్మృతియు' పలు పుస్తకాలును
మమత మానవతలు మనిషి కథలు
తర్కములును శాస్త్ర తాత్విక గ్రంథాలు
వేప చెట్టు కథలు వేల పుటలు !

శ్యామలయును ప్రీతి శ్రీమతిగను తోడు
పుత్ర పౌత్రులుయును ప్రీతిగా కోడళ్ళు
జగతి తనదు ఇల్లు జగ్త్యాల వాసిగా
సాహితీ విశాల సన్నిహితుడు

బి.సి.కమిషను కతడు వాసిగా అధ్యక్ష
పీఠ మెక్కె నతడు ప్రీతి తోడ
బహు జనుల హితము భూరిగా కాంక్షించి
బతుకు పయన మునను బాటసారి !

స్వర్ణ ఉత్సవమ్ము సాహితీ లోకాన
సాగుచుండెనతడు సాఫి గాను
నిర్విరామ కృషిని నిరతమొనర్చుచు
రాములన్న చూడ ప్రేమ మూర్తి !

డా. వెల్దండి శ్రీధర్
ఎం.ఏ. పి.హెచ్.డి
అసిస్టెంట్ ప్రొఫెసర్,
తెలుగు అధ్యయన శాఖ,
ప్రభుత్వ డిగ్రీ కళాశాల,
నందికొట్కూరు, జి.కర్నూలు, ఆం.ప్ర.

కొత్తదారుల వెంట 'తెలంగాణ పదాలు'

వెయ్యేండ్ల తెలుగు కవిత్వ ప్రయాణంలో అనేక అభివ్యక్తి రూపాలు పాఠకుడిని రంజింపజేశాయి. పాట, పద్యం, ముత్యాలసరాలు, రుబాయీలు, గజళ్లు, కూనలమ్మ పదాలు, హైకూలు, ప్రపంచ పదులు, నానీలు, రెక్కలు, నానోలు, ఏక వాక్య కవితలు, రూమీలు, గవ్వలు, మువ్వలు.. ఇలా ఎన్నో, ఏ రూపమైనా ఏదో ఒక భావాన్ని గాఢంగా చెప్పి మన హృదయంలో ఏదో కదలికను తేవడానికి పుట్టిందే. జీవితం చాలా వేగవంతమైన సందర్భంలో ముందటిలాగా నవలలు, జీవిత చరిత్రలు, ఆత్మకథలు, కథలు, వ్యాసాలు చదివే ఓపిక, తీరుబడి దొరకడం లేదు. అందుకే పాఠకుడి సమయ సౌలభ్యం కోసం ఈ మినీ కవితా ప్రక్రియలు పుట్టుకు వచ్చాయి. మినీ కవితా ప్రపంచంలో అలిశెట్టి ప్రభాకర్ విసిరిన రాకెట్ల వెలుతురును చూశాం. నానీ నడకలు అనుభూతించాం. ఆ వరుసలోనే ఇప్పుడు సబ్బని లక్ష్మీనారాయణ 'తెలంగాణ పదాలు' వినిపిస్తున్నాడు. గత ఆరు దశాబ్దాలుగా తెంగాణ నేపథ్యంగా చాలా సాహిత్యం వచ్చింది. తెలంగాణ ఔన్నత్యాన్ని, గోసను వసినంత పాఠకులకు అందించింది. ఈ రచయితే గతంలో తెలంగాణ నేపథ్యంగా 'హైదరాబాద్ ఓ హైదరాబాద్' (దీర్ఘకవిత), 'చారిత్రక తెలంగాణ' (గేయకవిత), 'తెలంగాణ ఒక సత్యం', 'తెలంగాణ మార్చ్' (వచన కవిత), 'తెలంగాణ వైభవ గీతములు', 'తెలంగాణ కొన్ని వాస్తవాలు' (వ్యాసాలు), 'తెలంగాణ నానీలు', తెలంగాణ హైకూలు, తెలంగాణ నానోలు, తెలంగాణ రెక్కలు' రాశాడు. ఇప్పుడు ఈ 'తెలంగాణ పదాలు'. ఇందులో ఏడు దశాబ్దాల తెలంగాణ చారిత్రక, సాంస్కృతిక, సామాజిక, పోరాట వారసత్వం కనిపిస్తుంది. 'కూనలమ్మ పదాల్లో' ఆరుద్రలాగే ఈ 'తెలంగాణ పదాల్లో' కూడా అంత్యానుప్రాసలను చాలా ఒడుపుగా వాడుకోవడం కనిపిస్తుంది. నాలుగు పాదాలు ఈ ముక్తకాల్లో చివరిది అన్నింటికి ఒకటే అది 'నా తెలంగాణ'. పై మూడు పాదాల్లోనే కవి అద్భుతం చూపించాలి. ఇందులో యుగాల నాటి తెలంగాణ నుండి ప్రత్యేక తెలంగాణ రాష్ట్ర కల సాకారమయ్యేదాకా జరిగిన అన్ని మలుపులను కవిత్వం చేయడం కనిపిస్తుంది. ఇలా

రాయడం అంత సులభం కాదు. దీనికి విస్తృతమైన అధ్యయనం, లోతైన అవగాహన కావాలి. అలాగని చరిత్ర నుండి కొన్ని ఇటుకను తవ్వుకొచ్చి పేర్చినంత మాత్రాన కవిత్వమైపోదు. దానిలోని సారమేదో రక్తంలో ఇంకిపోవాలి. అప్పుడే మెరుగైన నిప్పురవ్వలాంటి వాక్యం పుడుతుంది. ఒక్కో 'పదం' ఒక్కో కెరటమై ఉప్పొంగుతుంది. కవిత్వపు నురగ తీరం వెంట మేటువేసి మనల్ని అబ్బురపరుస్తుంది.

"బతుకు బంగరు తల్లి
వీరుల కన్నతల్లి
ఆదరించే తల్లి
నా తెలంగాణ"

తెలంగాణ స్వభావమంతా గుదిగుచ్చినట్టు ఒక్క దగ్గర పోతపోసిన 'పదం' ఇది. తెలంగాణ బతుకు నిజంగానే తంగెడు పూల పరిమళపు బతుకు. బంగరు తళుకులీను బతుకు. ఈ నేలలో వీరులకు కొదవలేదు. సమ్మక్క, సారక్క, సర్వాయి పాపన్న, కొమురం భీము, దొడ్డి కొంరయ్య, చాకలి ఐలమ్మ, తుర్రెబాజ్ ఖాన్... ఇలా చాలా మంది వీరులు నడిచిన నేల ఇది. పోరాట వారసత్వమే కాదు ఏ దేశపు వాడైనా, ఏ ప్రాంతపు వాడైనా తన ముందు నిలబడితే పల్లెతల్లిలా ఆదరిస్తుంది. అందుకే ఈ నేలలో ఎన్నో సంస్కృతులు పరిఢవిల్లాయి. అమాయకమైన ఇక్కడి ప్రజల మంచి తనాన్ని బలహీనతగా భావించి ఎందరో పెత్తనాలు చలాయించారు.

"సజీవ కావ్యాలు
సత్యమైన కథలు
కళల సామ్రాజ్యాలు
నా తెలంగాణ"

తెలంగాణ నేల ఎన్నో సాహిత్య, కళారూపాలకు నెలవైన నేల. ఇక్కడ ఎన్నో సామ్రాజ్యాలు, సంస్థానాలు, జానపద కళారూపాలు, యక్షగానాలు, కావ్యాలు, పండుగలు, జాతరలు, గడీలు, శిల్ప వైవిధ్యం, నిర్మల్ బొమ్మలు, కరీంనగర్ వెండి ఫిలిగ్రీ, పాల్కుర్కి సోమన జాను తెనుగు, బమ్మెర పోతన భాగవత మాధుర్యం, పొన్నగంటి తెలగన్న అచ్చతెనుగు కావ్యం, మౌలికమైన పరిశోధన, వ్యాఖ్యానాలు.. ఎన్నో పురుడు పోసుకున్నాయి. సజీవ నదులు, ప్రాజెక్టులు, మిల్లులు, చారిత్రక కట్టడాలు, చిత్రకళలు... ప్రజల జీవితాలతో పెనవేసుకున్నాయి. అందుకే కవి ఈ 'పదాల'లో ఎన్నో అంశాలను ప్రస్తావిస్తాడు. ఎంతో జ్ఞాన సంపదను మర్రి విత్తనంలాంటి 'పదం'లో పొదిగి చూపుతాడు. ఎన్నో దృశ్యాలు మన కళ్లముందు కదలాడుతూ అలా వయ్యారంగా నడిచిపోతుంటాయి. కొన్ని దృశ్యాలు మన మనసు వేదికనెక్కి సరికొత్త సొబగుతో పులకరించిపోతాయి, మురిసిపోతాయి. మైమరచి పోతాయి. అట్లా స్వచ్ఛతను, నమ్రతను, సస్యశ్యామలతను

నింపుకున్న 'పదాలు' ఒక్కసారిగా ఉడుకు నెత్తురును పులుముకొని ప్రత్యేక తెలంగాణ పోరాటంలోకి తీసుకువెళ్తాయి. ముఖ్యంగా మలిదశ పోరాటాన్ని దాని మేలిరూపును తీరొక్క 'పదం' పట్టిచూపుతుంది. మనదంతా ఒకటే జాతి, ఒకటే భాష, ఒకటే సంస్కృతి అని నమ్మబలికి సమైక్య రాష్ట్రాన్ని బలవంతంగా ఏర్పరచి తర్వాత తెలంగాణ ప్రజల గొంతును తడిగుడ్డతో కోయడాన్ని కవి అనేక 'పదాల్లో' అనేక తీరుల్లో చెప్పి తెలంగాణ పోరాట పథాన్ని మనముందు ఆవిష్కరిస్తాడు. విమోచనం, విశాలాంధ్ర, పెద్దమనుషుల ఒప్పందం, నవంబర్ ఒకటి, తొలిదశ ప్రత్యేక తెలంగాణ ఉద్యమం, వలసలు, వర్తమాన పోరాటాలు.. ఇలా ప్రతి సంఘటన ఈ 'పదాల్లో' నేర్పుగా ఒదిగిపోతుంది. తెలంగాణకు జరిగిన అన్యాయాన్ని గాఢంగా చెబుతుంది.

"శ్రీకాంత్ అమరుడు
నిలువెల్ల త్యాగధనుడు
ఉద్యమ స్ఫూర్తి అతడు
నా తెలంగాణ"

భారతదేశానికి స్వాతంత్ర్యాన్ని ఒక్క గాంధీజీనే తేలేదు. అలాగే ప్రత్యేక తెలంగాణను కూడా ఒక్క కేసిఆరే తీసుకురాలేదు. ఆయన నాయకత్వంలో ఆయనకు అనేక సంఘాల మద్దతు, సబ్బండ వర్ణాల పోరాటం, విద్యార్థులు, యువకుల అలుపెరుగని ఉద్యమం అంది వచ్చాయి. అందులో యువకుల ఆత్మబలిదానం పరాకాష్ఠ.

ఉద్యమం నత్తనడక నడిచినపుడు, పోరాటం తప్పుదోవ పట్టినపుడు ఎక్కడో ఒక యువకుడు తన దేహాన్ని త్యాగం చేసి యావత్తు తెలంగాణను ఒక షాక్ కు గురిచేసి మళ్లీ ఉద్యమాన్ని ముందుకు నడిపించేవాడు. అట్లా చరిత్రకెక్కని ఎంతో మంది యువకుల ప్రాణత్యాగంతో దశాబ్దాల తెలంగాణ కల నెరవేరింది. ఈ అమర వీరుల త్యాగాన్ని ఇక్కడి కవులు, రచయితలు తమ పాటల్లో, కవిత్వంలో వేనోళ్ల కొనియాడారు, కీర్తించారు. అందులో సబ్బని కూడా ఒకరు. అక్షరాల్ని ఆయుధాలుగా చేసి కవులు, రచయితలు ఉద్యమాన్ని రగిలించారు. మరుగుపడిన ఎన్నో అంశాలను చరిత్ర గర్భం నుండి వెలికి తీసి 'మనము కూడా చరిత్రకెక్కదగిన వారమే'నని నిరూపించారు.

"కొండా లక్ష్మణ్ బాపూజి
తెలంగాణ తాతాజి
నూరేళ్ల నేతాజి
నా తెలంగాణ"

ఏ ఉద్యమంలోనైనా చారిత్రక పురుషుల్ని, తేజోమూర్తుల్ని, పోరాట యోధుల్ని, సిద్ధాంత కర్తను స్మృతి యందుంచుకొని వారి బాటలో పయనిస్తూ స్ఫూర్తి పొందడం ఒక పోరాట మార్గం. అట్లా తెలంగాణ ఉద్యమానికి మూలపురుషులనదగ్గ ప్రొఫెసర్ కె.

జయశంకర్, ప్రొఫెసర్ బియ్యాల జనార్ధన్ రావు, కొండ లక్ష్మణ్ బాపూజీలను తలుచుకోవడం, వారి పోరాట స్ఫూర్తిని మనసునందు నింపుకోవడం ఉద్యమవసరం. అందుకే ఈ కవి ఆయా పోరాట నాయకులను తల్చుకొని ఆణిముత్యాల్లాంటి 'పదాల'ను రాశాడు. గద్దర్, కేసిఆర్, ప్రొఫెసర్ కోదండరాం, విమలక్క, అందెశ్రీ, గోరటి వెంకన్న, గూడ అంజయ్య, ధూం ధాం రసమయి బాలకిషన్, బి.యస్, రాములు, సిధారెడ్డి... లాంటి ఎంతో మందిని ఇందులో పేర్కొన్నాడు. వారి ప్రభావాన్ని, పోరాట రూపాల్ని తలపోసి ఉద్యమానికి వారి యోగదానాన్ని కొనియాడాడు.

ఉద్యమం చల్లబడ్డ తరువాత ఉద్యమ స్వభావాన్ని, వేడిని, విజయాన్ని నెమరు వేసుకొని చాలా సాహిత్యం వస్తుంది. రావాలి కూడా. కాని తెలంగాణ ఉద్యమం ముగిసిపోయి మూడున్నరేళ్లు దాటింది. అయినా ఉద్యమ స్వభావంతో పెద్దగా రచనలు రాలేదు. బహుశా ఈ లోటును గమనించే బి. యస్. రాములుగారు విశాల సాహిత్య అకాడమీ తరపున తెలంగాణ అంశాన్ని కేంద్రంగా చేసుకొని చేసిన రచనకు పోటీ నిర్వహించి ఉత్తమ ఉద్యమ సాహిత్యాన్ని రచయితచే రాయించగలిగారు. ఈ కృషికి వారిని అభినందించాల్సిందే. ఇకనైనా రచయితలు స్తబ్దతను వీడి ఉద్యమాన్ని అనేక కోణాల్లో రికార్డు చేయాల్సి ఉంది.

ఈ తెలంగాణ పదాలను ఆసాంతం చదివిన తదుపరి మన గుండె నిండా తెలంగాణ పరిమళం ఆవరించుకుంటుంది. స్వరాష్ట్రంలోకి తెలంగాణ ప్రజలు నడిచి వచ్చిన దారులేమిటో, పోరాట, వైఫల్యాలేమిటో, ప్రజలు చేసిన త్యాగాలేమిటో, రాజకీయ నాయకుల అవకాశవాద రీతేమిటో, ఉద్యమ మలుపులేమిటో బోధపడుతుంది. తెలంగాణ సమీప చరిత్రను కొంతలో కొంత వరకైనా రికార్డు చేసిన పుస్తకంగా ఇది నిలిచిపోతుంది. రండి మన లేలేత పాదాలను ఈ 'తెలంగాణ పదాల' వెంట నడిపిద్దాం. కొన్ని నెలవంకలు, కొన్ని గాజు పెంకులు, కొన్ని నెత్తురు చుక్కలు, కొన్ని చెమట బొట్లు, కొన్ని ఉద్యమ పుప్పొడి రేణువులు మన పాదాలకు అంటుకుంటాయి. అవి చేసిన గాయాలను నిదానంగా అనుభవించి రేపటి బంగారు తెలంగాణను సృష్టిద్దాం. సబ్బని కలం నుండి మరిన్ని తెలంగాణ నేపథ్య రచనలు ఆశిస్తూ వారిని హృదయపూర్వకంగా అభినందిస్తున్నాను.

తేది :07 జనవరి 2018. **– డా. వెల్దండి శ్రీధర్**

తెలంగాణ పదాలు

బతుకు బంగరు తల్లి
వీరుల కన్నతల్లి
ఆదరించే తల్లి
నా తెలంగాణ

కష్ట జీవుల గడ్డ
పురిటి పోరు గడ్డ
విప్లవాల గడ్డ
నా తెలంగాణ

జానపదుల బాణి
జాను తెనుగు వాణి
తెలుగుకు మాగాణి
నా తెలంగాణ

రత్నాల సీమ ఇది
కళల కాణాచీది
కమనీయ సీమ ఇది
నా తెలంగాణ

సజీవ
కావ్యాల
సత్యమైన కథలు
కళల సామ్రాజ్యాలు
నా తెలంగాణ

సబ్బని లక్ష్మీనారాయణ | 304

గ్రామీణ చిత్రాలు
డోలు బుర్ర కథలు
యక్షగాన కృతులు
నా తెలంగాణ

కథల పుట్టిల్లు
కావ్యాల పుట్టిల్లు
కళల పుట్టిల్లు
నా తెలంగాణ

బతుకమ్మ పండుగలు
బోనాల జాతర్లు
బద్ది పోచమ్మలు
నా తెలంగాణ

యాదగిరి నర్సన్న
వేములాడ రాజన్న
భద్రాద్రి రామన్న
నా తెలంగాణ

మంత్రపురి నగరం
మంథని క్షేత్రం
గౌతమేశ్వరాలయం
నా తెలంగాణ

మసీద్ దర్గాలు
మెదక్ చర్చీలు
సిక్కు గురుద్వారాలు
నా తెలంగాణ

ధూళికట్ట క్షేత్రం
కొలన్ పాక క్షేత్రం
బౌద్ధం జైనం నా
తెలంగాణ

భువనగిరి బురుజులు
పానగల్ కోవెలలు
చరిత్ర సాక్ష్యాలు
నా తెలంగాణ

రామప్ప శిల్పం
నాగినీ నృత్యం
ఏకశిల నగరం
నా తెలంగాణ

నిర్మల్ బొమ్మలు
పెంబర్తి డిజైన్లు
ఫిలిగ్రీ కళలు
నా తెలంగాణ

ఇందూరు భారతి
మానేరు సాహితి
మంజీర సాహితి
నా తెలంగాణ

దాశరథి కవితలు
కాళోజి గొడవలు
సినారె కావ్యాలు
నా తెలంగాణ

పాల్కురికి సోమన్న
బమ్మెర పోతన్న
పొన్నెగంటి తెలుగన్న
నా తెలంగాణ

మంజీర నదులు
మానేర్లు, మున్నేర్లు
గోదారి కృష్ణలు
నా తెలంగాణ

సింగరేణి గడ్డ
సిరులు ఉన్న గడ్డ
నల్ల బంగారపు అడ్డ
నా తెలంగాణ

ఆజంజాహి మిల్లు
అంతర్గాం మిల్లు
సర్ సిల్క్ కంపిన్లు
నా తెలంగాణ

ఆల్విన్ కంపిండ్లు
ఎఫ్.సి.ఐ. కంపిండ్లు
బోధన్ షుగర్లు
నా తెలంగాణ

శ్రీరాం సాగర్లు
ఎల్లంపల్లి జలసిరులు
గోదారి పరుగులు
నా తెలంగాణ

స్వాతంత్ర్య సమరం
రోహిల్లా కదనం
కోఠీ స్మారక చిహ్నం
నా తెలంగాణ

రాంజీ గోండులు
కొమురం భీమ్లు
మన అడవి బిడ్డలు
నా తెలంగాణ

కష్టజీవుల చూడు
కాల వాహిని చూడు
కమ్యూనిస్టుల చూడు
నా తెలంగాణ

దొడ్డి కొమురయ్యలు
చాకలి అయిలమ్మలు
నల్ల నరసింహాలు
నా తెలంగాణ

ఆరుట్ల చంద్రులు
అనభేరి సింహాలు
తెలంగాణ తేజాలు
నా తెలంగాణ

బద్దం ఎల్లారెడ్డి
రావి నారాయణరెడ్డి
నిలిచిరి ఎదురొడ్డి
నా తెలంగాణ

వీర యోధుల గడ్డ
విప్లవాల గడ్డ
పోరాటాల గడ్డ
నా తెలంగాణ

శాతవాహన రాజ్యం
అస్మక జనపదం
త్రిలింగ దేశం
నా తెలంగాణ

క్రీస్తుకు పూర్వం
బౌద్ధమత క్షేత్రం
దూళికట్ట క్షేత్రం
నా తెలంగాణ

కోటి లింగాల ఇది
తొలి రాజధాని ఇది
'గోబద' శబ్దమది
నా తెలంగాణ

శక సంవత్సరం
శాలివాహన శకం
శాతవాహన రాజ్యం
నా తెలంగాణ

గాథా సప్తశతులు
బృహత్ కథ కథనాలు
ప్రాచీన కావ్యాలు
నా తెలంగాణ

హాల భూపాలుడు
మంత్రి గుణాద్యుడు
సాహిత్య పాలకులు
నా తెలంగాణ

తొలి తెలుగు కందం
కురిక్యాల శాసనం
జినవల్లభ క్షేత్రం
నా తెలంగాణ

కోన సముద్రాలు
ఇనుముక్కు పరిశ్రమలు
వ్యాపార కేంద్రాలు
నా తెలంగాణ

అజంత ఎల్లోరాలు
చిత్ర శిల్ప కళలు
కళల సామ్రాజ్యాలు
నా తెలంగాణ

చరిత్ర సాక్ష్యం
ప్రత్యక్ష నిలయం
రాచ బాటలు స్థిరం
నా తెలంగాణ

మగధులు, నందులు
మౌర్య సామ్రాజ్యాలు
శాతవాహన పూర్వులు
నా తెలంగాణ

ఇక్ష్వాకు రాజ్యం
త్రైకూటక రాజ్యం
విష్ణుకుండిన రాజ్యం
నా తెలంగాణ

శాతవాహన దీప్తి
కాకతీయుల రీతి
విజయనగర కీర్తి
నా తెలంగాణ

బాదామి చాళుఖ్యులు
కళ్యాణి చాళుఖ్యులు
వేములాడ చాళుఖ్యులు
నా తెలంగాణ

బహమనీ, కుతుబ్ షాలు
మొగలులా పాలనలు
నిజాం ప్రభువులు
నా తెలంగాణ

కందూరు చోడులు
వాకాటకాదులు
పొలాస ప్రభువులు
నా తెలంగాణ

రాచబాటల అడుగు
రాజ్య ప్రభల వెలుగు
తెలంగాణ తెలుగు
నా తెలంగాణ

కాకతీ రుద్రుడు
గణపతీ దేవుడు
వీర ప్రతాపుడు
నా తెలంగాణ

శ్రీ పర్వతా క్షేత్రం
నాగార్జున్ సాగరం
బౌద్ధ విద్యాలయం
నా తెలంగాణ

రాణి రుద్రమ దేవి
కాకతీయ ఠీవి
కీర్తి సాహస తావి
నా తెలంగాణ

వనమూలికల కెల్ల
రామగిరి ఖిల్లా
పెద్దపల్లి జిల్లా
నా తెలంగాణ

పద్మనాయక రాజ్యం
పరిడవిల్లిన క్షేత్రం
రాజకొండ చరిత్రం
నా తెలంగాణ

పొలాస క్షేత్రం
పొలస్తేశ్వరాలయం
జగిత్యాల ప్రాంతం
నా తెలంగాణ

అరకేసరి ప్రభువులు
ఆస్థాన పంపకవులు
అది పురాణాలు
నా తెలంగాణ

వెములడ భీమకవి
వేములవాడ కవి
తెలంగాణా కవి
నా తెలంగాణ

పంప మహాకవిది
అగ్రహారం అది
ధర్మపురి క్షేత్రమది
నా తెలంగాణ

హాల లీలావతి
సప్త గోదారి నది
తెలివాహా నది
నా తెలంగాణ

క్షేత్ర ప్రదేశాలు
స్థల పురాణాలు
తెలంగాణ క్షేత్రాలు
నా తెలంగాణ

రామప్ప శిల్పాలు
నాగినీ నృత్యాలు
జాయప రత్నావళులు
నా తెలంగాణ

మడికి సింగన కవులు
కందనామాత్యులు
చరికొండ ధర్మనలు
నా తెలంగాణ

వెలగందుల నారయ
పరికించి చూడయ
పోతన శిష్యుడయ
నా తెలంగాణ

భీమ్గల్ సంస్థానం
సుకావ్య కుసుమం
సింహాసనా ద్వాత్రింశికం
నా తెలంగాణ

దోమకొండా కవులు
బహు గ్రంథకర్తలు
పద్మపురాణాలు
నా తెలంగాణ

పరిశోధనల కెల్ల
పాలమూరు జిల్ల
సాహిత్యపు ఖిల్ల
నా తెలంగాణ

గద్వాల సంస్థానాలు
శోభానాద్రీశ్వరులు
కవి పండితా సభలు
నా తెలంగాణ

బి.యెన్. శాస్త్రీలు
రామకృష్ణా బుధులు
సాహిత్య శోధకులు
నా తెలంగాణ

తొలి రామాయణం
అప్ప కవీయం
లాక్షణిక గ్రంధం
నా తెలంగాణ

కవి పండితా సభలు
సాహిత్య సౌరభాలు
నృత్యాభిషేకాలు
నా తెలంగాణ

తొలి తెలుగు కావ్యం
యయాతి చరితం
పటంచెరు క్షేత్రం
నా తెలంగాణ

పోరాటాల కెల్ల
నల్లగొండా జిల్ల
సారస్వతపు ఖిల్ల
నా తెలంగాణ

గోల్కొండ సంచికలు
భావ విపంచికలు
తెలంగాణ కవులు
నా తెలంగాణ

తొలి తెలుగు పత్రిక
నీలగిరి పత్రిక
శబ్నవి పత్రిక
నా తెలంగాణ

చర్విరాల యక్షగానం
చిరుతల రామాయణం
జనహిత ప్రయోజనం
నా తెలంగాణ

వర్మ భాగ్యరెడ్డి
పోరాడె ఎదురొడ్డి
విరిచె కులం నడ్డి
నా తెలంగాణ

రామస్వామి అరిగె
చైతన్యంను ఎరిగె
సంస్కర్తగా తిరిగె
నా తెలంగాణ

పి.టి. రెడ్డీలు
కాపు రాజయ్యలు
చిత్రశిల్ప కళలు
నా తెలంగాణ

ఊరుమ్మడి బతుకులు
ఉత్తమ చిత్రాలు
'మాభూమి' సినిమాలు
నా తెలంగాణ

సారస్వత సీమ
సృజన కళల ప్రేమ
నిండైన ఈ సీమ
నా తెలంగాణ

జ్ఞానపీఠములకిది
దేశ ప్రధాని కిది
నెలవైన నేల ఇది
నా తెలంగాణ

ఉద్యమాలు జూసె
పోరాటాలు చేసె
స్వరాష్ట్రంను చూసె
నా తెలంగాణ

పోరాట చిహ్నం
అమరుల స్థూపం
తెలంగాణ పరిమళం
నా తెలంగాణ

దక్కన్ సామ్రాజ్యం
మణిమయ మకుటం
కోహినూర్ వజ్రం
నా తెలంగాణ

ఆదరించే తల్లి
సేద దీర్చే తల్లి
అన్ని ఇచ్చే తల్లి
నా తెలంగాణ

ఖ్యాతి లోన మేటి
వాసి లోన సాటి
లేదు మరి ఇంకోటి
నా తెలంగాణ

అదిలాబాద్ జిల్లా
అడవిబిడ్డల జిల్లా
అందమైన జిల్లా
నా తెలంగాణ

గౌతమికి దక్షిణం
సబ్బినాడు క్షేత్రం
కళల కరీంనగర్
నా తెలంగాణ

కాకతీయుల బాట
వరంగల్లు కోట
ప్రగతి పథం మాట
నా తెలంగాణ

ఇందూరు నగరం
బోధన్ క్షేత్రం
సస్యశ్యామల క్షేత్రం
నా తెలంగాణ

కవిత కిన్నెరసాని
ఖమ్మంమెట్టు వాణి
కొత్త వెలుగుల బాణి
నా తెలంగాణ

నల్లగొండ జిల్లా
ఉద్యమాల ఖిల్ల
భూధానోద్యమ జిల్లా
నా తెలంగాణ

తెల్లాపురం అది
'తెలుంగణ' పదం అది
మెదక్ సీమ అది
నా తెలంగాణ

పాలమూరు సిరులు
అలంపురం గుడులు
పిల్లలా మర్రిలు
నా తెలంగాణ

రంగారెడ్డి జిల్లా
విస్తరించిన జిల్లా
వాసిగాంచిన జిల్లా
నా తెలంగాణ

హైటెక్ నగరం
నవీన పట్నం
మన భాగ్యనగరం
నా తెలంగాణ

వీరుల బలిదానం
అమరుల త్యాగం
అరవై ఏళ్ళ పోరాటం
నా తెలంగాణ

చార్మినార్ ఘనత
హైదరాబాద్ చరిత
ప్రపంచ విఖ్యాత
నా తెలంగాణ

హైదరాబాద్ నగరం
సర్వమత సమ్మేళనం
ఇది అమ్మ హృదయం
నా తెలంగాణ

దక్కన్ హృదయ వనం
మేలి బంగరుతనం
ఆదరించే గుణం
నా తెలంగాణ

స్వచ్ఛతకు రూపం
నమ్రతకు ప్రాణం
సస్యశ్యామల క్షేత్రం
నా తెలంగాణ

గాథశతి కమనీయ
భాగవతం రమణీయ
రామదాసు స్మరణీయ
నా తెలంగాణ

నిర్మల్ బొమ్మలు
గద్వాల చీరెలు
సిరిసిల్ల సిరులు
నా తెలంగాణ

గోదారి పరుగులు
కృష్ణమ్మ ఉరుకులు
పాడి పంటల సిరులు
నా తెలంగాణ

బంగారు తంగేడులు
గునుగు పూబంతులు
మన బతుకమ్మలు
నా తెలంగాణ

పాలపిట్ట పొడ
లేడిపిల్ల కడ
శమీ వృక్షము నీడ
నా తెలంగాణ

అనుమకొండీ భాష
పాలమూరీ భాష
నైజాముదీ భాష
నా తెలంగాణ

రాజన్నలుంటరూ
కొమరెల్లిలుంటరూ
యాదగిరిలుంటరూ
నా తెలంగాణ

కాళోజి కవితై
కన్నీటి గీతమై
దాశరథి కవితై
నా తెలంగాణ

ఉరికి పోరాడిరి
ఉద్యమం చేసిరి
రజాకార్ నెదిరించిరి
నా తెలంగాణ

విమోచనం అది
సెప్టెంబర్ 17 అది
స్వాతంత్ర్యం అది
నా తెలంగాణ

హైద్రాబాద్ రాష్ట్రం
అవనికే అందం
సుందర క్షేత్రం
నా తెలంగాణ

ఒకే భాష పేరు
మోసమ్ము తీరు
ఆంధ్రలో కలిపారు
నా తెలంగాణ

విశాలాంధ్ర అంటు
సమైక్యత అంటు
కలదు సుఖం అంటు
నా తెలంగాణ

నవంబర్ ఒకటి అది
విద్రోహ దినం అది
బలవంతపు పెళ్లి అది
నా తెలంగాణ

పెద్దమనుషులొప్పందం
మనకొచ్చెను కష్టం
అసలుకు అతిక్రమణం
నా తెలంగాణ

భవిత కష్టమాయె
బతుకు కష్టమాయె
మన ఉనికి లేదాయె
నా తెలంగాణ

సదువు సందెలు కరువు
సాగునీటి కరువు
ఉపాధి కరువు
నా తెలంగాణ

పాలమూరి కథలు
పక్షి పిల్లల వెతలు
మట్టి బిడ్డల కథలు
నా తెలంగాణ

నాన్ లోకల్ కోట
నాంది పలికిన చోట
అన్యాయమిచ్చోట
నా తెలంగాణ

ఆఫీసులా చూడు
అడుగడుగునా చూడు
హైదరాబాద్ ను చూడు
నా తెలంగాణ

సాహిత్యమైతేమి
నాటకాలైతేమి
సినిమాలైతేమి
నా తెలంగాణ

పత్రిక అయితేమి
పాలనా అయితేమి
ప్రతిభ ఉంటేనేమి
నా తెలంగాణ

అవార్డ్ రాదాయే
అవకాశం లేదాయే
ప్రతిభ పక్కకు బాయే
నా తెలంగాణ

రవీంద్రనాథ్ అతడు
ఖమ్మం వాసి అతడు
తొలి దీక్షాపరుదతడు
నా తెలంగాణ

ఖమ్మంమెట్ దీక్షలు
తెలంగాణ రక్షణలు
ఉద్యమ పరి రక్షణలు
నా తెలంగాణ

మిగులు నిధులు రావు
ఉన్న నిధులు కావు
మన కష్టాలు పోవు
నా తెలంగాణ

సబ్బని లక్ష్మీనారాయణ | 314

నిరవదిక సమ్మెలు
విద్యార్థి నిరసనలు
లాఠీలు తూటాలు
నా తెలంగాణ

ఆత్మ బలిదానాలు
రక్తతర్పణాలు
ఉద్యమ సంకేతాలు
నా తెలంగాణ

ఒప్పందాల అమలు
లేవు అవి భ్రమలు
ఉట్టి నీటి మూటలు
నా తెలంగాణ

వలసల పాలన
అక్రమాల సరసన
అందుకే నిరసన
నా తెలంగాణ

ప్రజాసమితి వచ్చె
ఉద్యమంల నిలిచె
ఉవ్వెత్తున లేచె
నా తెలంగాణ

చెన్నారెడ్డి వచ్చె
ఎన్నికల్లో గెలిచె
కాంగ్రెస్ లో సొచ్చె
నా తెలంగాణ

అరవై తొమ్మిది నాడు
ఉద్యమం చూడు
తెలంగాణ గోడు
నా తెలంగాణ

ఆనాటి ఉద్యమం
అమరుల త్యాగం
తెలంగాణ స్థూపం
నా తెలంగాణ

ప్రత్యేక రాష్ట్రం
ప్రగతికి చిహ్నం
తెలంగాణ క్షేమం
నా తెలంగాణ

ఆరని మంటలవి
అగ్నికణాలవి
నిత్య పోరాటాలవి
నా తెలంగాణ

పట్నం హైదరాబాద్
లస్కర్ సికింద్రాబాద్
ఉద్యమం జిందాబాద్
నా తెలంగాణ

జనసభలు వచ్చెను
జాగృతిలు తెచ్చెను
ఉనికి కాపాడెను
నా తెలంగాణ

ఉద్యమ వేదికలు
కవుల గొంతుకలు
కళలు సాహిత్యాలు
నా తెలంగాణ

ఓరుగల్లు నిలిచె
పోరు చేయ తలచె
ఉద్యమంను మలిచె
నా తెలంగాణ

యాభైరెండు నాటి
ముల్కి ఉద్యమం దాటి
అరవై తొమ్మిది దాటి
నా తెలంగాణ

టి.ఆర్.ఎస్. వచ్చింది
ఉద్యమం ఎగిసింది
మహోద్యమయ్యింది
నా తెలంగాణ

అరవై తొమ్మిది ఉద్యమం
అమరుల త్యాగం
తెలంగాణ స్థూపం
నా తెలంగాణ

సింహ ఘర్జన అది
కరీంనగర్ సభ అది
తెలంగాణ కోర్కె అది
నా తెలంగాణ

కె.సి.ఆర్. దీక్ష
ఉద్యమం సురక్ష
తెలంగాణ రక్ష
నా తెలంగాణ

శ్రీకాంత్ అమరుడు
నిలువెల్లా త్యాగధనుడు
ఉద్యమ స్ఫూర్తి అతడు
నా తెలంగాణ

ఈశాన్ రెడ్డీలు
కిష్టయ్య గౌడ్ లు
తెలంగాణ అమరులు
నా తెలంగాణ

వెయ్యి మందికి పైగ
ప్రాణమిచ్చిరి సరిగ
తెలంగాణ బిడ్డలుగ
నా తెలంగాణ

తెలంగాణ సత్యం
సోక్రటీస్ సాక్ష్యం
అమరుల త్యాగం
నా తెలంగాణ

కవి క్రాంతి దర్శి
ఉద్యమ మార్గదర్శి
అతడు కార్యదర్శి
నా తెలంగాణ

తెరవేలు వెలసెను
తెరసంలు వచ్చెను
ఉద్యమంల నిలిచెను
నా తెలంగాణ

భూకంపం అది
సునామీయే అది
ఉద్యమ తుఫాను అది
నా తెలంగాణ

రెండు నాల్కల వాళ్ళు
రెండు కళ్ళ వాళ్ళు
అడ్డుకున్న వాళ్ళు
నా తెలంగాణ

సత్యమైన వాక్కు
సరి అయిన దిక్కు
తెలంగాణ మా హక్కు
నా తెలంగాణ

సకల జనుల సమ్మె
తెలంగాణం నమ్మె
పల్లెపల్లెను కమ్మె
నా తెలంగాణ

మిలియన్ మార్చ్ లు
సాగర హారాలు
తెలంగాణ బంద్ లు
నా తెలంగాణ

జె.ఎ.సి. వచ్చింది
ఉద్యమం పేర్చింది
ముందుకు ఉరికింది
నా తెలంగాణ

ఉస్మానియా గడ్డ
ఉద్యమాల అడ్డ
పోరుబాటల గడ్డ
నా తెలంగాణ

ఓ.యు. ల ఉద్యమం
కె. యు. ల ఉద్యమం
బడి బడికి ఉద్యమం
నా తెలంగాణ

అన్యాయం ఓడెను
న్యాయం గెలిచెను
ధర్మం నిలిచెను
నా తెలంగాణ

ధర్మ పోరాటం
సత్య సందేశం
తెలంగాణ రాష్ట్రం
నా తెలంగాణ

ప్రతిజ్ఞలు చేసిరి
ప్రాణాలు ఇచ్చిరి
సత్యమ్ము చెప్పిరి
నా తెలంగాణ

పాటతో తెలంగాణ
ఆటతో తెలంగాణ
మాటతో తెలంగాణ
నా తెలంగాణ

కరీంనగర్ కదిలె
తెలంగాణ మేల్కొనె
ఉద్యమం అదిరె
నా తెలంగాణ

వంటవార్పులు ఇచట
ఆట పాటలు ఇచట
ధూంధాంలు ఇచట
నా తెలంగాణ

పల్లె పల్లెను చూడు
పట్నవాసం చూడు
తెలంగానం చూడు
నా తెలంగాణ

విద్యార్థి ఘర్జన
ఉద్యోగి నిరసన
నాయకుల సరసన
నా తెలంగాణ

సకల జనులు చేరి
తెలంగాణను కోరి
సమ్మెలోకి దూరి
నా తెలంగాణ

భార్గవుని పరుశువటు
సురవరు వజ్రమటు
తెలంగాణ బ్రహ్మాస్త్రమటు
నా తెలంగాణ

గాంధీలా ఉద్యమం
అంబేద్కర్ ఆశయం
తెలంగాణ సాకారం
నా తెలంగాణ

కురుపాండవ సమరం
అరవై ఏళ్ళ పోరాటం
తెలంగాణ భారతం
నా తెలంగాణ

తెలంగాణ తల్లి
తను తల్లడిల్లి
కదిలించెను డిల్లి
నా తెలంగాణ

తనువులే గాయాలు
తెలంగాణ గేయాలు
అమరుల త్యాగాలు
నా తెలంగాణ

తెలంగాణా 'వాడి'
ప్రభుత్వంలోనా వేడి
అది ప్రజల నాడి
నా తెలంగాణ

మనసు మెత్తని తనం
ప్రాణమిచ్చెడి జనం
బతుకు త్యాగధనం
నా తెలంగాణ

అక్షరం ఆయుధం
తెలంగాణ నినాదం
అంతిమ పోరాటం
నా తెలంగాణ

కేంద్రం మౌనం
రాష్ట్రం మౌనం
తెలంగాణ రణం
నా తెలంగాణ

జన ప్రవాహం
అది జల ప్రవాహం
అది తెలంగాణ ఉద్యమమది
నా తెలంగాణ

తెలంగాణ ఉద్యమం
త్యాగాల చరితం
రక్తాక్షర లిఖితం
నా తెలంగాణ

నిజం నిలుస్తుంది
సత్యం గెలుస్తుంది
తెలంగాణ గెలిచింది
నా తెలంగాణ

మన తల్లి బతుకమ్మ
మన బతుకు బతుకమ్మ
మన ఆశ బతుకమ్మ
నా తెలంగాణ

నిన్నొక్కటే మాట
నేడొక్కటే మాట
తెలంగాణ ఒకే మాట
నా తెలంగాణ

కర్ర విరుగాదాయె
పాము చావదాయె
నిర్ణయం లేటాయె
నా తెలంగాణ

నిప్పు రవ్వలు అవి
నిజం రాతలు అవి
బతుకు పాటలు అవి
నా తెలంగాణ

ఎవరిదీ చరిత
ఎవరిదీ ఘనత
తెలంగాణది భవిత
నా తెలంగాణ

తల్లి పిలిచెను చూడు
మల్ల అడిగెను నేడు
బతుకు బాటను చూడు
నా తెలంగాణ

మట్టిదే చరిత్ర
మనిషిదే చరిత్ర
ఘనమైన చరిత్ర
నా తెలంగాణ

మేకవన్నె పులులు
గోముఖవ్యాఘ్రాలు
తెలంగాణకడ్డంకులు
నా తెలంగాణ

గుంటకాడి నక్కలు
అడ్డుకొనే తోడేళ్ళు
మనకు ఆటంకాలు
నా తెలంగాణ

విడిపోవడం వద్దు
సమైఖ్యాంధ్ర ముద్దు
చెప్పడమే వద్దు
నా తెలంగాణ

నిప్పు పూల వనం
కుప్పపోసిన జనం
తెలంగాణ బలగం
నా తెలంగాణ

నాయకుడు ప్రజలె
నాయకత్వం ప్రజలె
నాలుగు కోట్ల ప్రజలె
నా తెలంగాణ

నాటి భారత గాథ
నేటి తెలంగాణ కథ
పోరాటమే కథ
నా తెలంగాణ

నాడు హస్తినసే
నేడూ హస్తినసే
రాయబారం తోనే
నా తెలంగాణ

కురుక్షేత్ర యుద్ధం
తెలంగాణ పోరాటం
అంతిమ సమరం
నా తెలంగాణ

కొందరు మౌనులు
కొందరు తటస్థులు
మనకడ్డంకులు
నా తెలంగాణ

ఉప్పెన చందం
ఉస్మానియ ఉద్యమం
తెలంగాణ దర్పణం
నా తెలంగాణ

తెలంగాణ రావాలె
తెలంగాణ కావాలె
మన కోర్కె తీరాలె
నా తెలంగాణ

నిర్మాతలు ప్రజలె
దర్శకులు ప్రజలె
ఉద్యమించేది ప్రజలె
నా తెలంగాణ

కాదు ఓట్ల కోసం
కాదు సీట్ల కోసం
ఇది ప్రజల కోసం
నా తెలంగాణ

పదవి కోసం మాట
ప్రాంతం కోసం మాట
ఇది ఎక్కడి మాట
నా తెలంగాణ

ఉద్యమాలకు ఊరు
పోరాటాలకు పేరు
నడుస్తున్న తీరు
నా తెలంగాణ

రామాయణం రీతి
భారతంది నీతి
తెలంగాణది కీర్తి
నా తెలంగాణ

సరి అయిన సమయం
సరి అయిన నిర్ణయం
తెలంగాణ ఆవిర్భావం
నా తెలంగాణ

కడుపు మండిన వారు
కడుపు నిండిన వారు
ఎన్నడొక్కటి కారు
నా తెలంగాణ

ఓడలు బళ్ళవును
బళ్ళు ఓడలవును
తెలంగాణ నిజమవును
నా తెలంగాణ

బతుకొక ఆరాటం
బతుకొక సాహసం
తెలంగాణ పోరాటం
నా తెలంగాణ

అది ఆత్మాభిమానం
అది ఆత్మ గౌరవం
తెలంగాణ నినాదం
నా తెలంగాణ

తెలంగాణ సత్యం
ఏర్పాటు ధర్మం
అదియే న్యాయం
నా తెలంగాణ

కాల పరీక్షకు నిలిచె
ధర్మమ్ము గెలిచె
స్వరాష్ట్రం వచ్చె
నా తెలంగాణ

హైద్రబాదెవరిది
ఫ్రీజోన్ కాదది
ఉద్యమం తీరది
నా తెలంగాణ

డిసంబర్ తొమ్మిదది
ప్రకటన చిడంబరంది
తెలంగాణ మార్గమది
నా తెలంగాణ

రెండు కండ్ల వాళ్ళు
రెండు నాల్కలవాళ్ళు
అడ్డం వచ్చిరి వాళ్ళు
నా తెలంగాణ

మిలియన్ మార్చులు
తెలంగాణ దీక్షలు
ఉద్యమ దిక్సూచిలు
నా తెలంగాణ

హుస్సేన్ సాగరం
జన సాగరహారం
రణ నెక్లెస్ హారం
నా తెలంగాణ

వంటలు వార్పులు
సడకు బంద్ లు
చలో అసంబ్లీలు
నా తెలంగాణ

బతకమ్మ పాటలు
తెలంగాణ జాగృతులు
సాంస్కృతిక పాటలు
నా తెలంగాణ

శ్రీకృష్ణ కమిటీ ఒచ్చె
వచ్చి సూచనలిచ్చె
కాలయాపననిచ్చె
నా తెలంగాణ

అమ్మ సోనియమ్మ
మాట ఇచ్చిందమ్మ
మరువనూ లేదమ్మ
నా తెలంగాణ

పార్లమెంటుల బిల్లు
ప్రజల కోర్కెది చెల్లు
బాణమిడిచిన విల్లు
నా తెలంగాణ

ధర్మమే గెలిచింది
సత్యమే నిలిచింది
న్యాయమై పలికింది
నా తెలంగాణ

జూన్ రెండు అది
తెలంగాణ సుదినమది
స్వరాష్ట్ర సిద్ధి అది
నా తెలంగాణ

కాళోజి స్వప్నం
కవితల దర్పణం
తెలంగాణ విజయం
నా తెలంగాణ

జయశంకర్ సారు
తెలంగాణ మాస్టార్
నడిచి నిలిపెను పోరు
నా తెలంగాణ

జనార్ధన్ రావు బియ్యాల
మరిచితిమా ఇయ్యాల
ముద్దుబిడ్డ మురిపాల
నా తెలంగాణ

కొండ లక్ష్మణ్ బాపూజి
తెలంగాణ తాతాజి
నూరేళ్ళ నేతాజి
నా తెలంగాణ

సోనియమ్మ నోట
తెలంగాణ మాట
వరం ఇచ్చిన మూట
నా తెలంగాణ

కె.సి.ఆర్ పోరు
ఫలించిన తీరు
తెలంగాణ పేరు
నా తెలంగాణ

కోదండ రాముడు
జె.ఎ.సి. ధీరుడు
కార్యక్రమ కారుడు
నా తెలంగాణ

గద్దర్ ఆట మాట
పొడిచే పొద్దు పాట
వినిపించె నోనోట
నా తెలంగాణ

విప్లవం విమలక్క
పోరుపాట లెక్క
కదం తొక్కెను అక్క
నా తెలంగాణ

అందెశ్రీ గీతము
తెలంగాణ తేజం
విద్యార్థులకు ఊతము
నా తెలంగాణ

పల్లె కన్నీటి పాటలు
గోరటి మాటలు
జానపద మూటలు
నా తెలంగాణ

గూడ అంజన్న పాటలు
పదునైన తూటాలు
తెలంగాణ బాటలు
నా తెలంగాణ

ధూంధాం రసమయి
పల్లెపల్లెకు పోయి
తెలంగాణన్నడోయి
నా తెలంగాణ

'తెలంగానం' అతడు
'భూమి స్వప్నం' అతడు
సిధారెడ్డి అతడు
నా తెలంగాణ

బి. ఎస్. రాములు
ఉద్యమం పోరులు
తెలంగాణ తీరులు
నా తెలంగాణ

బతుకమ్మ పాటలు
తెలంగాణ శారదలు
కన్నీటి కథనాలు
నా తెలంగాణ

సబ్బని కవి చూడు
గుండె విప్పి నాడు
తెలంగాణ అనే చూడు
నా తెలంగాణ

తెలంగాణ రాష్ట్రం
కలల సాకారం
విజయ సంకేతం
నా తెలంగాణ

అమరుల సాక్షి అది
పలికింది పక్షి అది
సత్యం జయం అది
నా తెలంగాణ

'తెలంగాణ పదాలు' పుస్తక ఆవిష్కరణ. వేదికపై శ్రీ వారాల ఆనంద్, దాస్యం సేనాధిపతి. బి.ఎస్. రాములు, సబ్బని, సంకేపల్లి నాగేంద్ర శర్మ, , కె. సత్యనారాయణ గుప్త . తేది: 1-4-2018. కరీంనగర్.

తెలంగాణ బతుకమ్మ పాట

సబ్బని శారద
తెలంగాణ సాహిత్య వేదిక కరీంనగర్
2001

నాల్గవ ముద్రణకు ముందు తెలంగాణ కల సాకారమైన వేళ 'తెలంగాణ బతుకమ్మ పాట'

ఈ 'తెలంగాణ బతుకమ్మ పాట' మొదటి ముద్రణ జూన్ 2001 లో వెలువడింది. రెండవ ముద్రణ సెప్టెంబర్ 2008లో వచ్చింది, మూడవ ముద్రణ అక్టోబర్ 2010లో వెలువడింది. ఇప్పుడు తెలంగాణ రాష్ట్రం కల సాకారమైన వేళ నాల్గవ ముద్రణగా సెప్టెంబర్ 2014లో వెలువడుతుంది. పుస్తకరూపంలో వెలువడడమే కాకుండా ఇది 2001లోనే ఆడియో క్యాసెట్ గాను , 2008లో వి.సి.డి.గాను వెలువడింది. 2010 నుండి ఈ బతుకమ్మ పాట యూ ట్యూబ్లో నాల్గు భాగాలుగా దర్శనమిచ్చి వేలాదిమంది దృష్టిని ఆకర్షించింది. ఒక సామాజిక ప్రయోజనం ఆశించి వ్రాయబడిన ఈ పుస్తకం తన ప్రయోజనం నెరవేర్చుకొంది. ఇంతకన్నా కవికి, రచయితకి ఏం కావాలి? పది జిల్లాల తెలంగాణ బతుకు చిత్రాన్ని కళ్ళముందు ఉంచిన ఈ పుస్తకం గాంధేయ మార్గంలో, ప్రజాస్వామ్య విధానంలో ముందుకు సాగి తెలంగాణ రాష్ట్రం కలను సాకారం చేసుకోవాలని ఉద్బోధించింది. ఈ బతుకమ్మపాట పుస్తకరూపంలో వెలువడడమే కాక వివిధ పత్రికలలో 2001 నుండి కాలానుగుణంగా ప్రచురించ బడుతూ వచ్చింది. 2001 సం॥లో మొదటిసారి కరీంనగర్ నుండి వెలువడిన 'నేటి తెలంగాణ' వారపత్రికలో కొంతభాగం వెలువడింది. వరంగల్ నుండి వెలువడే 'మన తెలంగాణ' త్రైమాసిక పత్రికలో 2006 సం॥లో కొంతభాగం వెలువడింది. 'ఆకాశిక్' ద్విభాషా పత్రికలో అక్టోబర్, నవంబర్ 2007లో మూడు సంచికల్లో పూర్తిగా ఈ బతుకమ్మ పాట ప్రచురించబడింది. దాన్ని ప్రచురిస్తూ కవర్ పేజీపై బతుకమ్మల ఫోటో వేస్తూ ఆ పత్రిక ఎడిటర్ గా కీ॥శే॥ ఎన్. రాజేశం గారు స్వయంగా రచయిత్రికి ఫోన్ చేసి అభినందించడం జరిగింది. మరల 2008 సం॥లో బైస దేవదాస్ గారి సంపాదకత్వంలో వెలువడే 'నేటినిజం' దినపత్రిక 2-10-2008 సంచికలో ఈ బతుకమ్మపాట పూర్తిగా ప్రచురించబడింది. అలా ఈ పాట వేలాదిమంది పాఠకుల ముందు ఉంచబడింది.

మా సంకేపల్లి నాగేంద్రశర్మ చెప్పినట్లు "తెలంగాణాలో బతుకమ్మలు కొనసాగినంతకాలం ఈ రచయిత్రి రాసినపాట జవజీవాలతో ఉంటుందని, అంత సాహితీ పరిపుష్టి, తెలంగాణా నిండుతనం ఇందులో ఉంది" అనే మాట నిజం.

తెలంగాణ వెనుకబాటుతనం, సామాజిక నేపథ్యంతో, తెలంగాణా రాష్ట్రం ఏర్పాటును కాంక్షిస్తూ వెలువడిన యాబయి నిమిషాల సుదీర్ఘమైన పాట ఇది. గాంధిలాగ మీరు ఉయ్యాలో / గమ్యాన్ని చేరాలి ఉయ్యాలో సత్య అహింసల ఉయ్యాలో / సాధనమ్ములతోని ఉయ్యాలో అంబేత్కరుని ఉయ్యాలో / ఆశయాల మేర ఉయ్యాలో తిలక్ మహనీయుని ఉయ్యాలో/ తీరుగా నడువాలి ఉయ్యాలో మంచికోరి మనము ఉయ్యాలో / మనుగడ సాగిద్దాం ఉయ్యాలో కష్టాల కడలి ఉయ్యాలో / కన్నీటి కావ్యమూ ఉయ్యాలో తెలంగాణమండి ఉయ్యాలో / తెలంగానమండి ఉయ్యాలో మన తల్లి బతుకమ్మ ఉయ్యాలో / మన మేలు కోరు ఉయ్యాలో బతుకమ్మ బతుకమ్మ ఉయ్యాలో / బంగారు బతుకమ్మ ఉయ్యాలో మన బతుకు బతుకమ్మ ఉయ్యాలో / మన ఆశ బతుకమ్మ ఉయ్యాలో తెలంగాణ బతుకమ్మ ఉయ్యాలో / తెలివితో బతుకమ్మ ఉయ్యాలో తెలంగాణ బతుకు ఉయ్యాలో / తెలంగాణ బతుకమ్మ ఉయ్యాలో తెలంగాణ గాథ ఇది ఉయ్యాలో / తెలంగాణ పాట ఇది ఉయ్యాలో. అంటూ సాగిన ఈ పాటకు అనుబంధంగా 'ఒక్కేసి పువ్వేసి చందమామ' అంటూ పదిజిల్లాల ప్రాశస్త్యంతో తెలంగాణ గీతం ఉంది.

'తెలంగాణ తల్లి చందమామ – వేడ్కతోనె పిలిచె చందమామ

స్వాగతం పలుకుండ్రి చందమామ – సాగి తరలిరండి చందమామ' అంటూ, తెలంగాణ రాష్ట్రం కల సాకారం అయిన వేళ, పదునాలుగేళ్ళలో మరొకసారి నాల్గవ ముద్రణగా పుస్తక రూపంలో వస్తుంది ఈ బతుకమ్మ పాట. ఈ లెక్కన మా సబ్బని శారద ధన్యురాలు. తరతరాల తెలంగాణ చరిత్రలో తన పేరు చిరస్థాయిగా ఉండి పోతుంది. సామాజిక ప్రయోజనంలో భాగంగా వెలువడిన ఈ పాట తెలంగాణ ప్రజానీకంలో కలకాలం వర్ధిల్లుతుంది.

కరీంనగర్ — (సబ్బని లక్ష్మీనారాయణ)

తేది. 1-9-2014 — సెల్ : 09247270941

"తెలంగాణా బతుకమ్మ పాట"
మూడవ ముద్రణకు ముందు

చారిత్రక తెలంగాణ సందర్భంలో మా యింట్లో పుట్టిన 'తెలంగాణ బతుకమ్మ పాట' 2001 జూన్ మొదటి సారిగా పుస్తకరూపంలో వెలువడింది. రెండవసారి ముద్రణ సెప్టెంబర్ 2008లో వచ్చింది. ఇప్పుడు 3వ సారి ముద్రణ అక్టోబర్ 2010లో వెలువడుతుంది. ఈ బతుకమ్మ పాట పుట్టుకలో నేను పాలుపంచుకున్నాను ప్రత్యక్షంగా. తెలంగాణ, కష్టాలు, కన్నీళ్ళు ఈ పుస్తకం నిండా కనిపిస్తాయి. విశేష ప్రజాదరణ పొంది, రెండు ముద్రణలు పొందిన ఈ పుస్తకం ముచ్చటగా మూడవ సారి పుస్తకరూపంలో వస్తుంది. పాట అనేది ప్రాణం లాంటిది ఏ ఉద్యమానికైనా, తెలంగాణ రాష్ట్ర ఉద్యమంలో వందల పాటలు పుట్టినవి. అందులో విలక్షణమైనది ఈ పాట. పాడుకుంటే 55 నిమిషాల నిడివి గల సుదీర్ఘమైన పాట. దానికితోడుగా ఒక్కేసి పువ్వేసి అనే 5 నిమిషాల పాట. ఈ పాట 2001లో ఆడియో క్యాసెట్గాను, 2007-08 వరకు ఆడియో సి.డి.గాను, వీడియో సి.డి.గాను వెలువడింది. ఈ పాటను తన బృందంతో పాడిన ప్రసిద్ధ తెలంగాణ గాయకురాలు హుజూరాబాద్ అంతడుపుల రమాదేవి ధన్యురాలు

పాట ఒక ప్రవాహం లాంటిది. బతుకమ్మ పండుగ, పాట అనేది తెలంగాణ సమస్త జనజీవనంతో నిండి ఉంటుంది. బతుకమ్మపాట, బతుకమ్మ పండుగ స్త్రీల ప్రధానమైన పండుగ తెలంగాణలో. ఈ పండుగ తెలంగాణ ఆడపడుచులకు కన్నుల పండుగ. సందడి పండుగ. అందరి పండుగ. తెలంగాణలో ఏ పండుగైనా ఈ బతుకమ్మ పండుగ తర్వాతనే. బతుకమ్మపాటలు వివిధ కథల, కష్టాల సాంఘీక జీవనం, చారిత్రక జీవన నేపథ్యంలో తెలంగాణలో ప్రజల నోళ్ళల్లో ఉన్నాయి. అలాంటి నేపథ్యంలో తెలంగాణ వెనుకబాటుతనాన్ని కష్టాలను, కన్నీళ్ళను, దగాపడ్డ తనాన్ని, మోసపోయినతనాన్ని కళ్లకు కట్టినట్లు చిత్రీకరిస్తుంది ఈ చిన్నపుస్తకం. కష్టాలకు, కన్నీళ్ళకు, కులాలు, మతాలు, ప్రాంతాలు అని ఉండవు. ఈ పుస్తకాన్ని అందరూ ఆదరిస్తారని..

కరీంనగర్.

తేది. 2-10-2010

సబ్బని లక్ష్మీనారాయణ
6-6-302,
సాయినగర్, కరీంనగర్ - 505 001.
సెల్ : 09247270941

రెండవ ముద్రణకు ముందు
తెలంగాణా బాధను, కన్నీళ్ళ గాథను...
అక్షర బద్ధం చేసిన రచయిత్రి సబ్బని శారద
"తెలంగాణా బతుకమ్మ పాట"

బతుకమ్మ బతుకమ్మ ఉయ్యాలో... బంగారు బతుకమ్మ ఉయ్యాలో.. అంటూ వయస్సు, అంతస్తు తారతమ్మాలతో నిమిత్తం లేకుండా ముత్తైదువులు, ఆడపిల్లలంతా అంబరాన్ని అంటే సంబరంతో కలిసి ఆడుకునే తెలంగాణా ట్రేడ్ మార్కు పండుగ. బతుకమ్మ పండుగ, ఇది పల్లెప్రజల పండుగ,

ముఖ్యంగా మహిళలు కోలాహలంగా జరుపుకునే జానపదుల పండుగ. ఆశ్వీయుజ మాసంలో దసరా ముందు అరుదెంచే తొమ్మిది రోజుల పండుగ. ఈ పండుగ ప్రాశస్త్యాన్ని, తెలంగాణ పొగసూరిన బతుకుల వెనుకబాటుతనాన్ని, ఉద్యమాల త్యాగనిరతిని, ఇక్కడ జరుగుతున్న అన్యాయాలను గూర్చి కరీంనగర్ రచయిత్రి శ్రీమతి సబ్బని శారద 2001 లో రాసిన 'తెలంగాణా బతుకమ్మ పాట' విశేష ప్రాచుర్యాన్ని పొందింది. తెలంగాణా భాషలోని వంపుసొంపైన పదాల మాటలతో ఆమె అల్లిన 34 పేజీల గ్రంథ రూపంలో బతుకమ్మ దీర్ఘ గానవాహిని వింటే మనసు పులకించి, ఆవేశం జల గంగలా ఉప్పొంగుతుంది. తెలంగాణా జిల్లాల వెనుకబాటుతనాన్ని, మూతబడుతున్న ఫ్యాక్టరీలు, రైతుల, నేతన్నల ఆత్మహత్యలు, పనులు లేక చినిగిన విస్తర్ణయిన కూలీల బతుకులు, ఆకలిచావులు, బీడీ మహిళా కార్మికుల వెతలు, వలసవాదుల దోపిడిని, మొసలి కన్నీరు కార్చే

పాలకుల వివక్షతలను, ఆమె తూర్పార బడుతూ చిత్రీకరించిన తీరు అద్భుతంగా కనిపిస్తుంది.

తెలంగాణా రాష్ట్ర సాధన : తెలంగాణా బతుకులు మెరుగు కావాలంటే తెలంగాణా రాష్ట్రసాధనే దిక్కని బల్లగుద్ది చెప్పింది. తెలంగాణా బతుకమ్మలు కొనసాగినంత కాలం, ఈ రచయిత్రి రాసిన పాట జవజీవాలతో ఉంటుందని, అంత సాహితీ పరిపుష్టి, తెలంగాణా నిండుదనం ఇందులో వుంది అని నేను భావిస్తున్నాను.

2001లో మొదటి ముద్రణగా వెలువడి విశేష ఆదరణ పొందిన ఈ పుస్తకం మళ్ళీ ఈ 2008న ద్వితీయ ముద్రణకు రావడం, ఈ బతుకమ్మ పాట ప్రముఖ తెలంగాణా జానపద గాయణి అంతడుపుల రమాదేవి గాత్రంతో ఆడియో క్యాసెట్ గానూ , ఆడియో సి.డి.,

వి.సి.డి.గాను వెలువడడం గొప్ప విషయం. రచయిత్రి శ్రీమతి సబ్బని శారద గారిని, వారికి చేదోడు వాదోడుగా నిలిచిన వారి శ్రీవారు శ్రీ సబ్బని లక్ష్మీనారాయణ గారిని మనస్ఫూర్తిగా అభినందిస్తున్నాను.

తేది. 9 . 9 . 2008.

సంకేపల్లి నాగేంద్రశర్మ అధ్యక్షులు
తెలంగాణా రచయితల వేదిక
కరీంనగర్ జిల్లాశాఖ.
సెల్ : 9346814782

అంకితం

బతుకమ్మను
భక్తితో కొలిచే
తెలంగాణ
ఆడపడుచులకు

మొదటి ముద్రణకు ముందుమాట

తెలంగాణ ప్రజల అభీష్టం మేరకు తెలంగాణ ఏర్పాడాలి

తెలంగాణ ప్రాంత అభివృద్ధికి

తెలంగాణ ప్రజల మేలు కోరి తెలంగాణ ఏర్పడాలి

నలభై ఐదు సంవత్సరాల సుదీర్ఘ చరిత్రలో కట్టుబాట్లు, నిబంధనలు, సూత్రాలు అన్ని ఉన్నప్పటికినీ తెలంగాణ అన్ని రంగాల్లో వివక్షతకు గురి అవుతూ వెనుకబడిపోయి అన్యాయమయిపోయింది.

కష్టాల కడలి తెలంగాణ

కన్నీటి కావ్యం తెలంగాణ

ఆ తెలంగాణ బతుకు గాథే ఈ తెలంగాణ బతుకమ్మ పాట

తెలంగాణ బతుకమ్మ పాట

రామ రామ రామ ఉయ్యాలో
రామనే శ్రీరామ ఉయ్యాలో
హరి హరి ఓరామ ఉయ్యాలో
హరియ బ్రహ్మ దేవ ఉయ్యాలో
నెత్తిమీది సూర్యుడా ఉయ్యాలో
నెల వన్నెకాడ ఉయ్యాలో
పాపట్ల చంద్రుడా ఉయ్యాలో
బాల కోమారుడా ఉయ్యాలో
ముందుగా నినుదల్తు ఉయ్యాలో
ముక్కోటి పోశవ్వ ఉయ్యాలో
అటెన్క నినుదల్తు ఉయ్యాలో
అమ్మపార్వతమ్మ ఉయ్యాలో
భక్తితో నినుదల్తు ఉయ్యాలో
బాసర సరస్వతీ ఉయ్యాలో
ఘనంగాను కొల్తు ఉయ్యాలో
గణపతయ్య నిన్ను ఉయ్యాలో
ధర్మపురి నరసింహ ఉయ్యాలో
దయతోడ మముజూడు ఉయ్యాలో
కాళేశ్వరం శివ ఉయ్యాలో
కరుణ తోడ జూడు ఉయ్యాలో
సమ్మక్క సారక్క ఉయ్యాలో
సక్కంగ మముజూడు ఉయ్యాలో
బద్రాద్రి రామన్న ఉయ్యాలో
భవిత మనకు జెప్పు ఉయ్యాలో
యాదితో నినుదల్తు ఉయ్యాలో
యాదగిరి నర్సింలు ఉయ్యాలో
కోటి లింగాలకు ఉయ్యాలో
కోటి దండాలురా ఉయ్యాలో

సబ్బని లక్ష్మీనారాయణ | 334

కడలి తెలంగాణ ఉయ్యాలో
కోర్కెతో నినుదల్తు ఉయ్యాలో
కొంరెల్లి మల్లన్న ఉయ్యాలో
కొండగట్టంజన్న ఉయ్యాలో
కోటి దండాలురా ఉయ్యాలో
కోర్కెమీర దల్తు ఉయ్యాలో
కొత్తకొండీరన్న ఉయ్యాలో
ఎరుకతో నినుదల్తు ఉయ్యాలో
ఎములాడ రాజన్న ఉయ్యాలో
ఓర్పుతో నినుదల్తు ఉయ్యాలో
ఓదెలా మల్లన్న ఉయ్యాలో
ఐలేని మల్లన్న ఉయ్యాలో
ఐకమత్య మియ్యి ఉయ్యాలో
నట్టనడిమి సీమ ఉయ్యాలో
నా తెలంగాణ ఉయ్యాలో
నెత్తురోడుతుంది ఉయ్యాలో
నేల తెలంగాణ ఉయ్యాలో
తల్లడిల్లుతుంది ఉయ్యాలో
తల్లితెలంగాణ ఉయ్యాలో
బతుకులో చీకట్లు ఉయ్యాలో
భవిత కష్టమయ్యె ఉయ్యాలో
పల్లె పల్లెను జూడు ఉయ్యాలో
పట్న వాసం జూడు ఉయ్యాలో
కరువులిక్కడచ్చె ఉయ్యాలో
కష్టాలు వచ్చెనూ ఉయ్యాలో
సదువు సందెలిక్కడా ఉయ్యాలో
సక్కంగ లేకుండె ఉయ్యాలో
బంజరు బూముల్తో ఉయ్యాలో
బతుకు భారమయ్యె ఉయ్యాలో
కూలీల బతుకుల్లో ఉయ్యాలో
కూటిక్కష్టమచ్చె ఉయ్యాలో
కన్నీటికావ్యాల ఉయ్యాలో

ఆర్తితో బతుకులూ ఉయ్యాలో
ఆగమయ్యె సూడు ఉయ్యాలో
మంజీర మానేర్లు ఉయ్యాలో
మనమధ్య ఉండగా ఉయ్యాలో
మూసీలు మున్నేర్లు ఉయ్యాలో
ముచ్చటగా పారె ఉయ్యాలో
గోదారి కృష్ణలూ ఉయ్యాలో
గొప్పగాను పారె ఉయ్యాలో
సింగరేణి గడ్డ ఉయ్యాలో
సిరులు ఉన్న గడ్డ ఉయ్యాలో
నల్ల బంగారమూ ఉయ్యాలో
నాణ్యమైన బొగ్గు ఉయ్యాలో
షాబాద్ రాళ్ళలో ఉయ్యాలో
సక్కనీ ఈసీమ ఉయ్యాలో
పాడి పంటలందు ఉయ్యాలో
పాటైన నేలరా ఉయ్యాలో
వనరులన్ని ఉన్న ఉయ్యాలో
వజ్రాల గడ్డరా ఉయ్యాలో
అన్ని ఉన్న నేమి ఉయ్యాలో
అంతటా కరువాయె ఉయ్యాలో
కాలమహిమజూడు ఉయ్యాలో
కష్ట కాల మచ్చె ఉయ్యాలో
అదిలబాద జూడు ఉయ్యాలో
అడవి తల్లిని జూడు ఉయ్యాలో
గోండుల బతుకుల్లో ఉయ్యాలో
గోదులను జూడు ఉయ్యాలో
శ్రీరాం సాగర్లు ఉయ్యాలో
సిన్నవోతున్నాయి ఉయ్యాలో
బాసరక్షేత్రమూ ఉయ్యాలో
భాసిల్లిన చోట ఉయ్యాలో
సదువు సందెలు లేక ఉయ్యాలో

సట్టువడె బతుకు ఉయ్యాలో
సర్ సిల్క్ నేతలూ ఉయ్యాలో
సరి పోని బతుకులు ఉయ్యాలో
అదిలబాదను జూడు ఉయ్యాలో
అన్నిట్ల వెనుకుండె ఉయ్యాలో
అంగట్ల అన్ని ఉయ్యాలో
అల్లున్నోట్లో శని ఉయ్యాలో
అమ్మబోతె అడివి ఉయ్యాలో
కొనబోతె కొరివి ఉయ్యాలో
చక్కెర పొలాలు ఉయ్యాలో
చక్కగా ఉండంగ ఉయ్యాలో
నిజాం షుగర్లు ఉయ్యాలో
నిలువ కష్టమాయె ఉయ్యాలో
ఈనేల, ఈనీరు ఉయ్యాలో
ఇక్కడి వారియి ఉయ్యాలో
జాగర్త మరి లేక ఉయ్యాలో
జాగలెట్ల బాయె ఉయ్యాలో
పని పాటల్లేక ఉయ్యాలో
పాడువట్టె బత్కు ఉయ్యాలో
దుబాయి, మస్కట్లు ఉయ్యాలో
దూరంగ పోవట్రి ఉయ్యాలో
వ్యాధుల బాధలూ ఉయ్యాలో
వారనుభవించిరి ఉయ్యాలో
ఇందూరు భారతీ ఉయ్యాలో
ఇటుజూడూ తల్లి ఉయ్యాలో
నిజాం బాధలు ఉయ్యాలో
నిట్టూర్పు బతుకులూ ఉయ్యాలో
బీడీల బతుకులూ ఉయ్యాలో
బీడైన బతుకులూ ఉయ్యాలో
కన్నేరంజూడు ఉయ్యాలో
కష్టాల ఇల్లు ఉయ్యాలో
రాజకీయపు జిల్ల ఉయ్యాలో

రాణించె జిల్ల ఉయ్యాలో
కరినారం జిల్ల ఉయ్యాలో
కదలికున్న జిల్ల ఉయ్యాలో
మానేరు పరుగులు ఉయ్యాలో
మరి చిన్నవయిపాయె ఉయ్యాలో
సిరిసిల్ల బతుకులు ఉయ్యాలో
సిరిలేని బతుకులు ఉయ్యాలో
ఆకలీ చావులు ఉయ్యాలో
ఆత్మహత్యలు జూడు ఉయ్యాలో
వలస బతుకులు జూడు ఉయ్యాలో
వట్టిపోయిన బతుకు ఉయ్యాలో
బొంబాయి భీమండి ఉయ్యాలో
బోసిపోయిన బతుకు ఉయ్యాలో
నాగళ్ళు పట్టేటి ఉయ్యాలో
నా రైతులార ఉయ్యాలో
కూలికి నాలికి ఉయ్యాలో
కూడవెల్లుటాయె ఉయ్యాలో
బతుకులూ బరువాయె ఉయ్యాలో
భవిత కష్టమాయె ఉయ్యాలో
సింగరేణి బొగ్గు ఉయ్యాలో
సిరిగల సీమరా ఉయ్యాలో
ఎన్టిపీసీలు ఉయ్యాలో
ఎఫ్ఐ కంపిన్లు ఉయ్యాలో
కరెంటు పుట్టిల్లు ఉయ్యాలో
కరువెట్ల వచ్చెరా ఉయ్యాలో
ఎఫ్ఐ కంపిన్లు ఉయ్యాలో
ఏమయి పాయెరా ఉయ్యాలో
అంతర్గాం మిల్లులు ఉయ్యాలో
అంతరించి పాయె ఉయ్యాలో
సిరిసిల్ల స్పిన్నింగ్ ఉయ్యాలో
సిక్కుల్లొ ఉండె ఉయ్యాలో
రామగుండమ్ములు ఉయ్యాలో

రాణించకపాయె ఉయ్యాలో
గోదారి దారుల్లో ఉయ్యాలో
గోసకచ్చె బతుకు ఉయ్యాలో
కన్నీళ్ళ బతుకాయె ఉయ్యాలో
కష్టాల బతుకాయె ఉయ్యాలో
ఒరంగల్లును జూడు ఉయ్యాలో
ఓర్పుతోని వినుము ఉయ్యాలో
సమ్మక్క సారక్కల ఉయ్యాలో
సత్యమైన సీమ ఉయ్యాలో
బమ్మెర పోతనల ఉయ్యాలో
భవ్యమైన సీమ ఉయ్యాలో
కాకతీయుల జూడు ఉయ్యాలో
కావ్యసీమల జూడు ఉయ్యాలో
కాకతీయుల కోట ఉయ్యాలో
కడపటీ చిహ్నాము ఉయ్యాలో
పాకాల రామప్ప ఉయ్యాలో
పొరుదలను జూడు ఉయ్యాలో
ఇచ్చంపెల్లీలు ఉయ్యాలో
ఇప్పుడే మంటున్నయి ఉయ్యాలో
కాకతీయుల నాటి ఉయ్యాలో
కాలమేది నేడు ఉయ్యాలో
పరిశ్రమలేవి ఉయ్యాలో
పనిపాట లేవి ఉయ్యాలో
ఆజంజాహి మిల్లులూ ఉయ్యాలో
అంతరించిపోయె ఉయ్యాలో
భద్రాద్రి రామన్న ఉయ్యాలో
భవ్యమైన సీమ ఉయ్యాలో
పాల్వంచల జూడు ఉయ్యాలో
పసిడి వెలుగెవరికీ ఉయ్యాలో
కొత్తగూడెం జూడు ఉయ్యాలో
కొత్త వెలుగులు జూడు ఉయ్యాలో
సింగరేణి గనుల ఉయ్యాలో

సిరిలెటుబాయెరా ఉయ్యాలో
బొగ్గు పుట్టిన చోట ఉయ్యాలో
బోసిపోయిన బతుకు ఉయ్యాలో
ఎండిన బతుకుల్తో ఉయ్యాలో
ఎల్లదీసుకస్తె ఉయ్యాలో
మొండి కుంటలతోని ఉయ్యాలో
మొత్తుకుంటుంటె ఉయ్యాలో
ఖమ్మం మెట్టు సీమకూ ఉయ్యాలో
కాలజేతులచ్చె ఉయ్యాలో
గోదారిదారుల్లో ఉయ్యాలో
కొత్తవలసలచ్చె ఉయ్యాలో
అయ్యయ్యో ఓరామ ఉయ్యాలో
హరియ బ్రహ్మదేవ ఉయ్యాలో
నట్టనడిమి సీమ ఉయ్యాలో
నల్లగొండను జూడు ఉయ్యాలో
కమ్యునిస్టుల గడ్డ ఉయ్యాలో
కష్టజీవుల గడ్డ ఉయ్యాలో
నందికొండ పేరు ఉయ్యాలో
నాగార్జునసాగరూ ఉయ్యాలో
నాగార్జునసాగరూ ఉయ్యాలో
నల్లగొండలుంటె ఉయ్యాలో
కటకట నీళ్ళకూ ఉయ్యాలో
కరువెట్ల వచ్చెరా ఉయ్యాలో
తాగునీరు లేక ఉయ్యాలో
తండ్లాట వట్టె ఉయ్యాలో
ఫ్లోరైడ్ నీళ్ళల్లో ఉయ్యాలో
పాడయ్యెను బత్కు ఉయ్యాలో
సాగునీళ్ళ కరువు ఉయ్యాలో
సరిపోని బతుకులూ ఉయ్యాలో
కష్టకాల మచ్చె ఉయ్యాలో
కరువుకాల మచ్చె ఉయ్యాలో
పరుగులిడె కృష్ణమ్మ ఉయ్యాలో

పక్షపాతమేమి ఉయ్యాలో
పాలమూరి కూలి ఉయ్యాలో
పాపమెవరిదిజెప్పు ఉయ్యాలో
ఆకలి చావులకు ఉయ్యాలో
ఆలుబిడ్డల నమ్మి ఉయ్యాలో
ఆలుబిడ్డల నమ్మి ఉయ్యాలో
ఆర్తితో బతికిరి ఉయ్యాలో
పైసల్లేక బతుకు ఉయ్యాలో
పసిపిల్లలను కూడ ఉయ్యాలో
యాతనలు బడి ఉయ్యాలో
యంత్రాన్కి బలియిచ్చి ఉయ్యాలో
అయ్యాయ్యో ఈబత్కు ఉయ్యాలో
ఆగమైన బత్కు ఉయ్యాలో
కష్టజీవుల బత్కు ఉయ్యాలో
కడివెడూ కన్నీళ్లు ఉయ్యాలో
తినడానికి తిండి ఉయ్యాలో
తీరుగాలేపాయె ఉయ్యాలో
తాగడానికి నీరు ఉయ్యాలో
తనదేకాదాయే ఉయ్యాలో
పారేటి కృష్ణమ్మ ఉయ్యాలో
పాలేది తల్లి ఉయ్యాలో
మెదక్ సీమజూడు ఉయ్యాలో
మెతుక్కు కరువాయె ఉయ్యాలో
మేతమేసే గొడ్లకూ ఉయ్యాలో
మేతనేకరువాయె ఉయ్యాలో
ఎడ్లగొడ్ల బత్కు ఉయ్యాలో
ఎల్లనీ బత్కాయె ఉయ్యాలో
కోతకు గోదల్ని ఉయ్యాలో
కొంటబోబట్టిరి ఉయ్యాలో
గోమాతల జూడు ఉయ్యాలో
గోపాలుల జూడు ఉయ్యాలో
పాడిపంటల జూడు ఉయ్యాలో

పశుపక్షుల జూడు ఉయ్యాలో
మంజీర సాహితీ ఉయ్యాలో
మరి ఏమి జెప్పు ఉయ్యాలో
పటాన్ చెరువులూ ఉయ్యాలో
పర్యవరణం జూడు ఉయ్యాలో
కాలుష్యం కోర ఉయ్యాలో
కాటేస్తున్నదీ ఉయ్యాలో
ఈ నేల ఈ గాలి ఉయ్యాలో
ఈతిబాధలు జూడు ఉయ్యాలో
రంగారెడ్డి జిల్ల ఉయ్యాలో
రంగేమిటయ్య ఉయ్యాలో
బతుకమ్మ కుంటలూ ఉయ్యాలో
బతుకుదెరువులేవి ఉయ్యాలో
మొండికుంటలన్ని ఉయ్యాలో
మొదటికేపోయినయి ఉయ్యాలో
ఎండినా చెరువులు ఉయ్యాలో
ఎక్కడికి పాయె ఉయ్యాలో
పల్లెలన్ని పోయి ఉయ్యాలో
పట్నమూ పెరిగింది ఉయ్యాలో
ఊరచెరువులన్ని ఉయ్యాలో
ఊడ్చుకపోయినయి ఉయ్యాలో
రియల్ ఎస్టేట్ల ఉయ్యాలో
రీతి ఏమి చూడు ఉయ్యాలో
పట్టణా భూములు ఉయ్యాలో
పట్టుదప్పి పాయె ఉయ్యాలో
భూబకాసురులు ఉయ్యాలో
భూమి చెరపట్టిరి ఉయ్యాలో
ఈ భూములెవరియి ఉయ్యాలో
ఈ జాగలెవరియి ఉయ్యాలో
రంగారెడ్డి జిల్ల ఉయ్యాలో
రంగేమిటయ్య ఉయ్యాలో
బతుకమ్మ కుంటలూ ఉయ్యాలో

బతుకుదెరువులేవి ఉయ్యాలో
మొండికుంటలన్ని ఉయ్యాలో
మొదటికేపోయినయి ఉయ్యాలో
ఎండినా చెరువులు ఉయ్యాలో
ఎక్కడికి పాయె ఉయ్యాలో
పల్లెలన్ని పోయి ఉయ్యాలో
పట్నమూ పెరిగింది ఉయ్యాలో
ఊరచెరువులన్ని ఉయ్యాలో
ఊడ్చుకపోయినయి ఉయ్యాలో
రియల్ ఎస్టేట్ల ఉయ్యాలో
రీతి ఏమి చూడు ఉయ్యాలో
పట్టణా భూములు ఉయ్యాలో
పట్టుదప్పి పాయె ఉయ్యాలో
భూబకాసురులు ఉయ్యాలో
భూమి చెరపట్టిరి ఉయ్యాలో
ఈ భూములెవరియి ఉయ్యాలో
ఈ జాగలెవరియి ఉయ్యాలో
భూములూ బాయెను ఉయ్యాలో
భుక్తి కూడ బాయె ఉయ్యాలో
కంపిన్లు పెట్టింర్రు ఉయ్యాలో
కాలుష్యం నింపింర్రు ఉయ్యాలో
ఉన్న ఉద్యోగాల్లో ఉయ్యాలో
ఊరివారి యెన్ని ఉయ్యాలో
కాలుష్యం చూడు ఉయ్యాలో
కష్టాలు వచ్చెనూ ఉయ్యాలో
జీడమెట్ల జూడు ఉయ్యాలో
జీవుల బతుకులూ ఉయ్యాలో
రోగాల బారినా ఉయ్యాలో
రోధించె బతుకులూ ఉయ్యాలో
పొగ గొట్టలలో ఉయ్యాలో
పొగచూరె బతుకులూ ఉయ్యాలో
అల్ కబీర్ల ఉయ్యాలో

అంగళ్ళు చూడు ఉయ్యాలో
పశువుల రక్తమూ ఉయ్యాలో
పారుతుండె జూడు ఉయ్యాలో
ఎర్రని నీళ్ళల్లో ఉయ్యాలో
ఏమి బతుకులివిర ఉయ్యాలో
మన పట్నం చూడు ఉయ్యాలో
మన హైదరాబాదు ఉయ్యాలో
సికింద్రబాద చూడు ఉయ్యాలో
సిత్రములు చూడు ఉయ్యాలో
మన జంట నగరాల్లో ఉయ్యాలో
మనకేమున్నదీ ఉయ్యాలో కులికుతుబ్
షాల ఉయ్యాలో
కుతుహలం తోడ ఉయ్యాలో
పల్లెపల్లెను గొట్టి ఉయ్యాలో
పట్నమూ గట్టిరి ఉయ్యాలో
నిజాం రాజుల ఉయ్యాలో
నిర్మాణంతోడ ఉయ్యాలో
నాల్గువందలేళ్ళ ఉయ్యాలో
నవీన పట్నమూ ఉయ్యాలో
బద్ది పోచమ్మలూ ఉయ్యాలో
బతుకమ్మ పండుగలు ఉయ్యాలో
హైదరబాదు చూడు ఉయ్యాలో
హైదరబాధను చూడు ఉయ్యాలో
ఆఫీసుల జూడు ఉయ్యాలో
అంతటాను జూడు ఉయ్యాలో
తెలంగాణేను ఉయ్యాలో
తెరమరుగేనురా ఉయ్యాలో
కార్ఖాన్ల జూడు ఉయ్యాలో
కచ్చీర్ల జూడు ఉయ్యాలో
మన పట్నం జూడు ఉయ్యాలో
మనకేమిస్తుంది ఉయ్యాలో
ఆకాశవాణీలు ఉయ్యాలో

తెలంగాణ బతుకమ్మ పాట | 339

అవకాశాలెన్నిచ్చె ఉయ్యాలో
దూరదర్శన్లు ఉయ్యాలో
దూరంగనే ఉండే ఉయ్యాలో
సినిమాలు జూడు ఉయ్యాలో
సిత్రాలు జూడు ఉయ్యాలో
మనభాషను కూడ ఉయ్యాలో
మనయాసను కూడ ఉయ్యాలో
ఎద్దేవ జేసేరు ఉయ్యాలో
ఎకసెకం జేసేరు ఉయ్యాలో
అయ్యెయ్యో ఓ రామ ఉయ్యాలో
హరియ బ్రహ్మదేవ ఉయ్యాలో
విలన్లు చెప్పేటి ఉయ్యాలో
విచిత్రాలు జూడు ఉయ్యాలో
జోకులు వేసేటి ఉయ్యాలో
చోద్యాలు జూడు ఉయ్యాలో
పత్రికల్ల జూడు ఉయ్యాలో
పక్షపాతం చూడు ఉయ్యాలో
తెలంగాణను జూడు ఉయ్యాలో
తెలుగువాణిని జూడు ఉయ్యాలో
దక్కన్ భూమిపై ఉయ్యాలో
దయనీయం చూడు ఉయ్యాలో
అవార్డుల జూడు ఉయ్యాలో
అవకాశాల జూడు ఉయ్యాలో
నంది అవార్డుల ఉయ్యాలో
నాటకాలు ఏవి ఉయ్యాలో
మంచి బహుమతులేవి ఉయ్యాలో
మనవాల్లకెన్నచ్చె ఉయ్యాలో
బాలబాలికల ఉయ్యాలో
బాలవిహారాల్లో ఉయ్యాలో
ఆటపాటలల్ల ఉయ్యాలో
ఆడె పిల్లలేరి ఉయ్యాలో
కథలన్ని వాల్లయె ఉయ్యాలో

కవితలు వాల్లయె ఉయ్యాలో
నాటకాలు వాల్లయె ఉయ్యాలో
నటనలు వాల్లయె ఉయ్యాలో
పత్రికలను జూడ ఉయ్యాలో
పాలన వాల్లదే ఉయ్యాలో
టివీలు జూడు ఉయ్యాలో
తీరుతీరు జూడు ఉయ్యాలో
తెలంగాణ మండి ఉయ్యాలో
తేజమున్న గడ్డ ఉయ్యాలో
వివక్ష యెందుకు ఉయ్యాలో
వినిపిస్తారా ఉయ్యాలో
సాహిత్య సంచికలు ఉయ్యాలో
సంకలనాలునూ ఉయ్యాలో
తెలంగాణ పల్లె ఉయ్యాలో
తెలివిదప్పి ఉండె ఉయ్యాలో
గాయకుల కవుల ఉయ్యాలో
గాత్రమే లేదాయే ఉయ్యాలో
అవార్డు కమిటిల్లో ఉయ్యాలో
అవి ఎన్ని మనకు ఉయ్యాలో
ఆంధ్రదేశమె కాదు ఉయ్యాలో
అమెరికాను జూడు ఉయ్యాలో
తానాలు ఆటాల్లో ఉయ్యాలో
తమ వారు ఏరి ఉయ్యాలో
అన్ని రంగాలలో ఉయ్యాలో
అనాధను జేసింద్రు ఉయ్యాలో
అయ్యెయ్యో ఓ రామ ఉయ్యాలో
హరియ బ్రహ్మదేవ ఉయ్యాలో
రాజకీయం కూడ ఉయ్యాలో
రంకు నేర్పిందమ్మ ఉయ్యాలో
ఏమని చెప్పచ్చు ఉయ్యాలో
ఎన్నని చెప్పచ్చు ఉయ్యాలో

భాష తెలంగాణ ఉయ్యాలో
బత్కు తెలంగాణ ఉయ్యాలో
న్యాయమైన కొర్కె ఉయ్యాలో
నా తెలంగాణ ఉయ్యాలో
ఎవరి స్వార్ధం కోరి ఉయ్యాలో
ఎవరి పదవి కోరి ఉయ్యాలో
తెలంగాణ రావాలి ఉయ్యాలో
తెలంగాణ కావాలి ఉయ్యాలో
తెలంగాణ బాగుకు ఉయ్యాలో
తెలంగాణ కావాలి ఉయ్యాలో
తెలంగాణ మేలుకు ఉయ్యాలో
తెలంగాణ రావాలి ఉయ్యాలో
పేరుకు పెద్దలూ ఉయ్యాలో
పెద్దమనుషులండి ఉయ్యాలో
పెద్దమనుషులొప్పందం ఉయ్యాలో
పేరుకే లేకుండె ఉయ్యాలో
ఫజలలి కమిషన్లు ఉయ్యాలో
పాటిగా చెప్పాయి ఉయ్యాలో
రాబోవు కష్టాలు ఉయ్యాలో
రాసిసూపెట్టింద్రు ఉయ్యాలో
పత్యేక తెలంగాణ ఉయ్యాలో
పాటి అని చెప్పింద్రు ఉయ్యాలో
రాష్ట్రం హైదరబాద్ ఉయ్యాలో
రాసి సూపెటింద్రు ఉయ్యాలో
మన పెద్దమనుషులూ ఉయ్యాలో
మనసు మార్చుకొనిరి ఉయ్యాలో
తెలంగాణాను ఉయ్యాలో
తెప్పల్ల బెట్టి ఉయ్యాలో
తెప్పల్ల బెట్టి ఉయ్యాలో
తేరగా ఇచ్చింద్రు ఉయ్యాలో
పెద్ద మనషులొప్పందం ఉయ్యాలో
పేరాలు చదువండి ఉయ్యాలో

మన ఉద్యోగాలు ఉయ్యాలో
మనగ్గాక పాయె ఉయ్యాలో
అభివృద్ధి నిధులన్ని ఉయ్యాలో
అటువైపె పాయె ఉయ్యాలో
విద్యార్థులుద్యోగులు ఉయ్యాలో
విజృభించిరీ ఉయ్యాలో
అరువైతొమ్మిదిల ఉయ్యాలో
ఆరంభమయ్యెను ఉయ్యాలో
ప్రాణాలు ఇచ్చిరీ ఉయ్యాలో
ప్రతిజ్ఞ చేసిరీ ఉయ్యాలో
అష్ట సూత్రాలంటు ఉయ్యాలో
అవి వచ్చినాయి ఉయ్యాలో
ఆరుసూత్రాలంటు ఉయ్యాలో
అసలుకే ముప్పచ్చె ఉయ్యాలో
ముల్కి నిబంధనలు ఉయ్యాలో
మురిగిపోయినాయి ఉయ్యాలో
ప్రాంతీయ మండల్లు ఉయ్యాలో
పాడువడిపాయె ఉయ్యాలో
మన బతుకులన్ని ఉయ్యాలో
మంటగలిసి పాయె ఉయ్యాలో
మొదటి నుండి మనము ఉయ్యాలో
మోసపోయినాము ఉయ్యాలో
మన నాయకులూ ఉయ్యాలో
మనకేమిజేసిరీ ఉయ్యాలో
నోరులేదా మీకు ఉయ్యాలో
నోరురాదా మీకు ఉయ్యాలో
పదవులనూ కోరి ఉయ్యాలో
పట్టుకొని ఉంటార ఉయ్యాలో
ఆనాటి నుండి ఉయ్యాలో
అంతేనా మరి ఉయ్యాలో
పండిత నెహ్రూలు ఉయ్యాలో
పలికింది ఏమిటీ ఉయ్యాలో

పొత్తుకుదురక పోతె ఉయ్యాలో
పొమ్మన్నాడు విడిగ ఉయ్యాలో
ఎవరేమి చెప్పినా ఉయ్యాలో
ఎవరి చెవులకెక్కు ఉయ్యాలో
పాలిచ్చె తల్లినీ ఉయ్యాలో
పాణాలు దీత్తారా ఉయ్యాలో
అన్నలార మీరు ఉయ్యాలో
అక్కలార మీరు ఉయ్యాలో
తల్లులార మీరు ఉయ్యాలో
తండ్రులార మీరు ఉయ్యాలో
తెలంగాణ కోరి ఉయ్యాలో
తెలివిగా మసలండి ఉయ్యాలో
అడుగనోరులేని ఉయ్యాలో
అమాయకులార ఉయ్యాలో
పార్టీల ముచ్చట్లు ఉయ్యాలో
పాటిగా వినుండి ఉయ్యాలో
అవకాశ వాదులూ ఉయ్యాలో
అదను జూసస్తారు ఉయ్యాలో
బీరాలు పలికేరు ఉయ్యాలో
బేరాలు చేసేరు ఉయ్యాలో
తెలివిగా చెప్తారు ఉయ్యాలో
తెప్పె దాటేస్తారు ఉయ్యాలో
త్యాగాల చరితను ఉయ్యాలో
తప్పుగా చెప్తారు ఉయ్యాలో
రజకార్లు మననూ ఉయ్యాలో
రాచి రంపాన పెట్టిరి ఉయ్యాలో
మాన ప్రాణాలను ఉయ్యాలో
మంట గలిపిరమ్మ ఉయ్యాలో
యూనియన్ సేనలతో ఉయ్యాలో
ఉరికి పోరాడాము ఉయ్యాలో
మన ప్రాణత్యాగాలు ఉయ్యాలో
మరి ఎవరికొరకమ్మ ఉయ్యాలో

సొమ్మొకరిదండి ఉయ్యాలో
సోకకరిదండి ఉయ్యాలో
గతము నంత మీరు ఉయ్యాలో
గట్టిగా వినండి ఉయ్యాలో
పండున్న దిక్కునే ఉయ్యాలో
పక్షి పలుకుతుంది ఉయ్యాలో
కలిబొల్లి మాటలు ఉయ్యాలో
కథలు చెప్పుతుండ్రు ఉయ్యాలో
సమైక్యత పేర ఉయ్యాలో
శాత్రాలు జెపుతుండ్రు ఉయ్యాలో
నా తల్లులారా ఉయ్యాలో
నా తండ్రులారా ఉయ్యాలో
తెలంగాణ మంటు ఉయ్యాలో
తెలిసి మసులుకొండి ఉయ్యాలో
ఎస్సీలు, బి.సీలు ఉయ్యాలో
ఎస్టీలు అందరూ ఉయ్యాలో
మైనార్టి సోదరులు ఉయ్యాలో
మరి మరచి పోవద్దు ఉయ్యాలో
దళిత వాడలన్ని ఉయ్యాలో
దరిచేరి రావాలి ఉయ్యాలో
అమాలి సోదరులు ఉయ్యాలో
అదనుగాను రండి ఉయ్యాలో
రిక్షా కార్మికులు ఉయ్యాలో
రివ్వునా రండి ఉయ్యాలో
ఆటోల జీపులా ఉయ్యాలో
అన్నదమ్ములార ఉయ్యాలో
ఉద్యోగులు వ్యాపారులు ఉయ్యాలో
ఊరేగి రండి ఉయ్యాలో
పెద్దలు పిన్నలూ ఉయ్యాలో
పేర్మితోడ రండి ఉయ్యాలో
ఎవరి ధర్మమయ్య ఉయ్యాలో
ఎవరి దానమయ్య ఉయ్యాలో

మన పాట మనది ఉయ్యాలో
మన బాట మనది ఉయ్యాలో
తెలంగాణ మనది ఉయ్యాలో
తెలంగానం మనది ఉయ్యాలో
గోదారితల్లికీ ఉయ్యాలో
గోడు చెప్పుదాం ఉయ్యాలో
కిష్ణవేణమ్మకూ ఉయ్యాలో
కష్టాలు చెపుదాము ఉయ్యాలో
బద్ది పోచమ్మను ఉయ్యాలో
భక్తితో కొలుద్దాం ఉయ్యాలో
జాతర్ల బోనాలు ఉయ్యాలో
జోరుగా చేద్దాము ఉయ్యాలో
పాటిగా కొంరెల్లి ఉయ్యాలో
పట్నాలు వేద్దాం ఉయ్యాలో
రాజన్న ఎములాడ ఉయ్యాలో
రాస్త జూపునయ్య ఉయ్యాలో
భాసర సరస్వతీ ఉయ్యాలో
బాట జూపునమ్మ ఉయ్యాలో
యాదగిరి నర్సన్న ఉయ్యాలో
యాదికుంచుకొనును ఉయ్యాలో
సమ్మక్క సారక్కలు ఉయ్యాలో
సక్కంగ జూచు ఉయ్యాలో
భద్రాద్రి రామన్న ఉయ్యాలో
భవిత చెప్పును మనకు ఉయ్యాలో
ఐలేని మల్లన్న ఉయ్యాలో
ఐకమత్యమిచ్చు ఉయ్యాలో
కోటిలింగాలురా ఉయ్యాలో
కోటి దేవతలు ఉయ్యాలో
మన తెలంగాణను ఉయ్యాలో
మనకు తెచ్చి యిచ్చు ఉయ్యాలో
తెలంగాణ నేల ఉయ్యాలో
తెగిపోయిన వీణ ఉయ్యాలో

రత్నాల వీణ ఉయ్యాలో
రాజనాల వీణ ఉయ్యాలో
సరిచేసి వీణను ఉయ్యాలో
సక్కంగ ఉంచాలె ఉయ్యాలో
ముత్యాల వీణను ఉయ్యాలో
ముచ్చటగ ఉంచాలె ఉయ్యాలో
తెలంగాణ రావాలి ఉయ్యాలో
తెలంగాణ కావాలి ఉయ్యాలో
యువకులార మీరు ఉయ్యాలో
యువతులార మీరు ఉయ్యాలో
ఓపిగ్గ నడువుండ్రి ఉయ్యాలో
ఓర్పుతో మెలుగుండ్రి ఉయ్యాలో
గాంధిలాగ మీరు ఉయ్యాలో
గమ్యాన్ని చేరాలి ఉయ్యాలో
సత్య అహింసల ఉయ్యాలో
సాధనమ్ములతోని ఉయ్యాలో
అంబేత్కరుని ఉయ్యాలో
ఆశయాల మేర ఉయ్యాలో
తిలక్ మహనీయుని ఉయ్యాలో
తీరుగా నడువాలి ఉయ్యాలో
మంచికోరి మనము ఉయ్యాలో
మనుగడ సాగిద్దాం ఉయ్యాలో
కష్టాల కడలి ఉయ్యాలో
కన్నీటి కావ్యమూ ఉయ్యాలో
తెలంగాణమండి ఉయ్యాలో
తెలంగానమండి ఉయ్యాలో
మన తల్లి బతుకమ్మ ఉయ్యాలో
మన మేలు కోరు ఉయ్యాలో
బతుకమ్మ బతుకమ్మ ఉయ్యాలో
బంగారు బతుకమ్మ ఉయ్యాలో
మన బతుకు బతుకమ్మ ఉయ్యాలో
మన ఆశ బతుకమ్మ ఉయ్యాలో

తెలంగాణ బతుకమ్మ ఉయ్యాలో
తెలివితో బతుకమ్మ ఉయ్యాలో
తెలంగాణ బతుకు ఉయ్యాలో
తెలంగాణ బతుకమ్మ ఉయ్యాలో
తెలంగాణ గాథ ఇది ఉయ్యాలో
తెలంగాణ పాట ఇది ఉయ్యాలో.

(రచనా కాలం : 20-6-2001 నుండి 23-6-2001)

ఈ తెలంగాణ బతుకమ్మ పాట "ఆకాశిక్" పక్షపత్రిక అక్టోబర్ 1-15, 16-30,
నవంబర్ 1-15, 2007 సంచికలలో పూర్తిగా ప్రచురితం

'నేటి తెలంగాణ' వారపత్రిక 15-21 సెప్టెంబర్ 2001 సంచికలో
కొంత భాగం ప్రచురితం

"మన తెలంగాణ" త్రైమాసిక పత్రిక జులై, ఆగస్టు, సెప్టెంబర్ సంచికలో కొంత భాగం
2006లో ప్రచురితం

"నేటి నిజం" దినపత్రికలో తేది 2-10-2008 సంచికలో పూర్తిగా ప్రచురితం

ఒక్కేసి పువ్వేసి చందమామ

ఒక్కేసి పువ్వేసి చందమామ
ఒక్క జాము ఆయె చందమామ
రెండేసి పువ్వేసి చందమామ
రెండు జాములాయే చందమామ
మూడేసి పువ్వేసి చందమామ
మూడు జాములాయె చందమామ
తెలంగాణ తల్లి చందమామ
వేడ్కతోన పిలిచె చందమామ
స్వాగతం పలుకుంండ్రి చందమామ
సాగి తరలిరండి చందమామ
నిర్మల్ బొమ్మల్తో చందమామ
నిండుగా కొలువుండ్రి చందమామ
పట్టు పోచంపల్లి చందమామ
పసిడి బంగారాలు చందమామ
గద్వాల చీరల్తో చందమామ
ఘనంగా కొలువుండ్రి చందమామ
గోదారి జలాల్తో చందమామ
గొప్పగా కొలువుండ్రి చందమామ
కృష్ణమ్మ పరుగుల్లో చందమామ
కృషితో నిలువుండ్రి చందమామ
కైనారమచ్చింది చందమామ
కలిసిమీరు రండి చందమామ
ఒరంగల్లు వచ్చె చందమామ
ఓర్మితోడ రండి చందమామ
ఖమ్మంమెట్టు సీమ చందమామ
కలిసి మీరు రండి చందమామ
ఇందూరు భారతీ చందమామ

ఇంపుగాను పిలిచె చందమామ
మంజీర సాహితీ చందమామ
మనసుతోని పిలిచె చందమామ
హైదారాబాదును చందమామ
ఆహ్వానం పలికె చందమామ
రంగారెడ్డి జిల్ల చందమామ
రండి మీరు మరి చందమామ
తెలంగాణ పిలిచె చందమామ
తేజమున్న గడ్డ చందమామ
తంగేడు పువ్వుల్తో చందమామ
తరుణి తెలంగాణను చందమామ
బంతి పువ్వులతోని చందమామ
బంగారు దండల్తో చందమామ
నాల్గు కోట్ల జనం చందమామ
నర్తిస్తూ రండి చందమామ
స్వాగతం చెప్పుంర్డి చందమామ
సాగితరలిరండి చందమామ

(రచన : తేది 16-6-2001)

తెలంగాణ బతుకమ్మ పాట (సమీక్ష)

మొత్తం 30 పుటల ఈ చిన్ని పుస్తకంలో ఇతివృత్తం తెలంగాణ బతుకు గాథ. సాధారణంగా బతుకమ్మ పాటల్లో జాతి, సంస్కృతీ సాంప్రదాయాలు చాటిచెప్పే రామాయణ, భారత, భాగవత ఘట్టాలు, సతీధర్మాలు, ఉమ్మడి కుటుంబ ప్రయోజనాలు, ఆరోగ్య సూత్రాలు – వీటిని సంబంధించిన అంశాలే చోటు చేసుకుంటాయి. కాని శ్రీమతి సబ్బని శారద గారు తెలంగాణ ప్రాంతం వెనుకబాటుతనాన్ని వస్తువుగా స్వీకరించి, అన్ని రంగాల్లో తెలంగాణ ప్రజలకు జరుగుతున్న అన్యాయం పాలకులు చూపుతున్న వివక్షతపై తీవ్రస్థాయిలో ధ్వజమెత్తుతూనే వాటిని కళ్ళకి కట్టినట్టుగా తన రచనలో చూపించారు. అంతేకాకుండా న్యాయం కోసం పోరాడాల్సిందిగా పిలుపునిచ్చారు. అయితే ఈ పోరాటం అహింసా మార్గంలోనే కొనసాగాలని అభిలషించారు.

గాంధీ గారి అహింసా మార్గంలో అంబేద్కర్ ఆశయాలతో కృషి చేస్తూ గమ్యం చేరాలన్నారు. అందుకే కాబోలు "గాంధీలాగ మీరు ఉయ్యాలో గమ్యాన్ని చేరాలి ఉయ్యాలో" అంటూ హితబోధ చేశారు. కావ్యారంభంలో ఇష్టదేవతా ప్రార్థనలాగే శారదగారు ఈ పాటలో ముందుగా తెలంగాణా సాధనను సుకరం చేయ వలసినదిగా దేవతలందరికీ భక్తితో ప్రణతులు చేశారు. ముఖ్యంగా తెలంగాణా పల్లె ప్రజలు ఆరాధించే ముక్కోటి పోశవ్వ, సమ్మక్క, సారక్క, కొంరెల్లి మల్లన్న, కొండగట్టంజన్న, కొత్త కొండీరన్న, ఓదెల మల్లన్న, ఎములాడ రాజన్న, ఐలేని మల్లన్నతో పాటు భద్రాద్రి రామన్న, ధర్మపురి నర్సింహులు, యాదగిరి నర్సింహులులను పేరు పేరునా స్మరించారు. మానవ ప్రయత్నాన్ని దైవానుగ్రహం కూడా తోడైతే ఎంతటి కార్యమైనా సుకరమవుతుందన్నది విదితం. తెలంగాణ కన్నీటి కడలిగా మారడానికి గల కారణాలను ఈ పాటలో ఏకరువు పెట్టిన తీరు హృద్యంగా ఉంది. “అంగట్లో అన్ని ఉన్నా అల్లుని నోట్లో శని, సొమ్మొకరిది సోకొకరిది” లాంటి సామెతలను కూడా సందర్భోచితంగా ప్రయోగించారు. చాలా సకృత్తుగా కొన్ని పదాలు మహాప్రాణోచ్చారణ పాండిత్య స్ఫోరకంగా వాడినప్పటికీ (ఉదా: భాసిల్లిన చోట – పుట 9, పంక్తి–10 : వ్యాధుల బాధలు – పుట 10, పంక్తి– 13) పాట అంతా తెలంగాణ మాండలిక పదజాలంతో, ప్రజలయాసలోనే సాగిపోవడం ఔచిత్యంగా ఉంది. ఉదా : బాసర క్షేత్రము భాసిల్లిన చోట సదువు సందెలు లేక బతుకు సట్టు పడిందనీ, నాగార్జున సాగరున్నా తాగునీళ్ళకు తండ్లాట కావట్టెనని... ప్రత్యేక తెలంగాణ కావాలంటూ అన్ని వర్గాల ప్రజలు ఐక్యంగా ఆలోచిస్తున్న తరుణంలో – ముఖ్యంగా బతుకమ్మ పండుగ సందర్భంగా "తెలంగాణ బతుకమ్మ పాట" పుస్తకంగానే కాకుండా క్యాసెట్ గా కూడా

వెలువడడం ముదావహం, సామాజిక స్పృహకు, వర్తమాన రాజకీయ అవగాహనకు ఈ పాట నిలువెత్తు నిదర్శనం.

ఇందుకు రచయిత్రి సబ్బని శారద గారు అభినందనీయులు.

("నేటి తెలంగాణ" వారపత్రిక,
22–28 సెప్టెంబర్ 2001, సంచిక, కరీంనగర్)

–డా॥ మచ్చ హరిదాసు
పద్మనగర్, కరీంనగర్.

'తెలంగాణ బతుకమ్మ పాట' పుట్టుక నేపథ్యం గురించి:

మలిదశ తెలంగాణ ఉద్యమం 2001లో నుంచి ఉధృతంగా వచ్చింది. తెలంగాణ రాష్ట్రం ఏర్పాటు అనేది తెలంగాణ ప్రజల ఆకాంక్ష అయి నిలిచింది. సరిగ్గా .. ఆ తరుణంలోనే సబ్బని వారి ఇంట్లో సబ్బని శారద గారి కలం నుండి తెలంగాణ బతుకమ్మ పాట పుట్టింది. అప్పటి 10 జిల్లాల తెలంగాణ వెనుకబాటు తనం గూర్చి, వలసవాద పాలనలో దగాపడ్డ తెలంగాణ గూర్చి తెలియ చేస్తూ తెలంగాణ రాష్ట్రము ఏర్పాటు కోరి రాయబడిన పాట ఇది. తెలంగాణ ప్రజల సంప్రదాయ పండుగ అయిన, తెలంగాణ ఆడబిడ్డల బతుకు పండుగ అయిన బతుకమ్మ పండుగ బతుకమ్మ పాట రూపంలోనే సాగిన 56 నిమిషాలు పాడుకొనే పాట ఇది. అహింసా మార్గంలో, గాంధీ బాటలో, తిలక్ ఆశయాలతో, అంబేద్కర్ అడుగు జాడలలో తెలంగాణ ప్రజలందరూ ఐకమత్యంతో పోరాడి తెలంగాణ రాష్ట్రం తెచ్చుకోవాలని ఉద్భోదిస్తూ ఒక మహత్తర ప్రయోజనాన్ని ఆశిస్తూ రాయబడిన పాట ఇది. మలిదశ తెలంగాణ ఉద్యమం తొలి రోజుల్లో వచ్చిన పుస్తకం ఇది. పుస్తక ప్రచురణ జూన్ 2001లో మొదటిసారి జరిగింది. అప్పుడే సబ్బని లక్ష్మీనారాయణ గారి ఆధ్వర్యంలో ' తెలంగాణ సాహిత్య వేదిక, కరీంనగర్, అనే సంస్థ ఏర్పడి ఆ సంస్థ వెలుగులో ఆ సంస్థ మొదటి పుస్తకంగా వెలువడింది ఈ తెలంగాణ బతకమ్మ పాట. ఈ పుస్తకాన్ని తెలంగాణ కోసం అహరహం ఆరాటపడిన తెలంగాణా మేధావి, అప్పటి కాకతీయ విశ్వ విద్యాలయ ప్రొఫెసర్ కీ. శే. బియ్యాల జనార్ధన్ రావు గారు తెలంగాణ ఎంప్లాయిస్ ఫోరం, కరీంనగర్ వారి మీటింగ్ లో స్థానిక రైతుబజార్ దగ్గరి జనచైతన్య వేదికలో తేది: 8-7-2001 నాడు ఆవిష్కరించినాడు మొదటిసారి.

తరువాత అదే సంవత్సరం సెప్టెంబర్ మాసంలో, అప్పటికి సి.డి.లు రాలేదు ఇంకా, ఆడియో క్యాసెట్ల కాలమే. అప్పుడు ఈ పాట కరీంనగర్ మంచిర్యాల్ చౌరస్తా దగ్గరలోని, రత్నం గారి విజయ సౌండ్స్, రికార్డింగ్ సెంటర్లో ప్రముఖ తెలంగాణ గాయని, హుజూరాబాద్ కు చెందిన అంతడుపుల రమాదేవి గానం చేయగా రికార్డ్ చేయబడింది. కోరస్ ను కరీంనగర్ మండలం, కొత్తపల్లి గ్రామం దగ్గరి కొక్కెరకుంట గ్రామపు స్త్రీలు అందించారు ఆ గ్రామపు శ్రీనివాసు గారి పర్యవేక్షణలో. శారద గారి భర్త సబ్బని లక్ష్మీనారాయణ గారు బాధ్యత వహించి 6 వేల క్యాసెట్స్ తయారు చేయించారు. కరీంనగర్లోనూ, తెలంగాణలోని వివిధ జిల్లాలకు పంపించడానికి వీలుగా. ఈ క్యాసెట్ ను సెప్టెంబర్ 2001 మాసంలో బతుకమ్మ పండుగ ముందు కరీంనగర్ ప్రెస్ క్లబ్లో కీ.శే. ప్రొ. బియ్యాల జనార్ధన్ రావు గారు ఆవిష్కరించారు. అప్పటి కరీంనగర్ జిల్లా పరిషత్ చైర్మన్

కె.వి. రాజేశ్వర్రావు గారు ముఖ్య అతిథిగా వచారు. స్థానిక ప్రజా ప్రతినిధులు, మాజీ శాసన సభ్యులు తెలంగాణ రాష్ట్రం కోరే ఎందరో ప్రతినిధులు ఆ సభకు హాజరైనారు. తెలంగాణలోని వివిధ జిల్లాలకు ఈ క్యాసెట్స్, పుస్తకాలు పంపబడినాయి. తెలంగాణ బతుకమ్మ పాట రెండవ ముద్రణ 2008లో వచ్చింది. ఈ రెండవ ముద్రణ పుస్తకాన్ని స్థానిక వాణినికేతన్ డిగ్రీ కళాశాలలో, అప్పటి తెలంగాణ రచయితల వేదిక, రాష్ట్ర అధ్యక్షులు జూకంటి జగన్నాథం గారు బతుకమ్మ పండుగ ముందర తేది: 28-9-2008 నాడు ఆవిష్కరించారు. సబ్బని, సంకేపల్లి, మాడిశెట్టి, గాజోజు, గంద్ర లక్ష్మణ్ రావు, పచ్చునూరి నర్సయ్య మొదలగు అతిథులుగా హాజరైన సభలో ఎందరో తెలంగాణ అభిమానుల మధ్య రెండవ ముద్రణ ఆవిష్కరణ జరిగింది.

'తెలంగాణ బతుకమ్మ పాట' మూడవ ముద్రణ 2010 సంవత్సరంలో జరిగింది. అప్పటికీ తెలంగాణ ఉద్యమం మొదలై తొమ్మిది సంవత్సరాలు గడిచింది. అప్పటికి అప్పటి కాంగ్రెస్ ప్రభుత్వం తెలంగాణ సెంటిమెంట్ గుర్తించింది, తెలంగాణ బతుకమ్మ పండుగ విశిష్టతను గుర్తించి ప్రభుత్వమే బతుకమ్మ ఉత్సవాన్ని నిర్వహించ సంకల్పించింది. అప్పటి కరీంనగర్ జిల్లా కలెక్టర్ జే.డి. అరుణగారి అధ్వర్యంలో బతుకమ్మ పండుగ సందర్భంలో స్థానిక ఫిలిం భవన్లో కవయిత్రుల సమ్మేళనం తేది: 9-10-2010 నాడు జరిగింది. ఆ సభలో కవయిత్రుల సమక్షంలో, అప్పటి జిల్లా విద్యాధికారి రామేశ్వర్ రావు గారి నేతృత్వంలో స్థానిక కవులు, రచయితల, సభికుల సమక్షంలో జే.డి. అరుణ గారు ఈ పుస్తకం మూడో ముద్రణను ఆవిష్కరించి ఆ సభలోనే సబ్బని శారద గారిని ఘనంగా సన్మానించారు.

'కాలక్రమంలో తెలంగాణ బతుకమ్మ పాట' ఆడియో సి..డి గాను, వీడియో సి.డి. గాను వచ్చింది.

కరీంనగర్లో 'తెలంగాణ చౌక్ 'లో తేది: 10-10-2010 నాడు స్థానిక తెలంగాణ అభిమానులు, మిత్రుల సమక్షంలో, తెలంగాణ మిత్రులు నవనీతరావు, రాచకొండ సత్యనారాయణ, బొద్దుల లక్ష్మయ్య, సబ్బని మొదలగువారి నేతృత్వంలో అశేష జనవాహిని ముందు తెలంగాణ బతుకమ్మ పాట వి.సి.డి ఆవిష్కరించ బడింది.

తరువాత, 'తెలంగాణ బతుకమ్మ పాట', వి.సి.డి. ని సిరిసిల్లాలో తేది: 14- 10-2010 నాడు అప్పటి స్థానిక మున్సిపల్ కమిషనర్ మహేందర్, మాజీ కౌన్సిలర్ అంజమ్మ గారి సమక్షంలో 'పద్మ పీఠం' మాస పత్రిక ఎడిటర్ కొక్కుల భాస్కర్ గారిచే ప్రజల సమక్షంలో ఆవిష్కరించబడింది.

ఎందరి త్యాగ ఫలమో తెలంగాణ ! వేయి మంది బిడ్డల ఆత్మ బలిదానం తెలంగాణ. ఎన్నో కష్ట నష్టాలకు ఓర్చి, ఎన్నో వ్యయప్రయాసలు పడి తెలంగాణను సాదించుకున్నారు తెలంగాణ ప్రజలు.

సబ్బని కుటుంబం సంబురంతో నాల్గవ సారి 'తెలంగాణ బతుకమ్మ పాట' పుస్తకాన్ని తెలంగాణ వచ్చిన సంవత్సరం సెప్టెంబర్ 2014లో ముద్రించింది.

తెలంగాణ బతుకమ్మ తో పాట పుస్తక రూపంలోనే కాక కరీంనగర్ నుండి గంధం రాజమల్లయ్య గారి సంపాదకత్వంలో వెలువడిన 'నేటి తెలంగాణ' వార పత్రికలో 15-21-సెప్టెంబర్ 2001 సంచికలో కొంతభాగం ప్రచురితం అయ్యింది. వరంగల్ కర్ర ఎల్లారెడ్డి ఎడిటర్ గా వెలువడిన 'మన తెలంగాణ' త్రైమాసిక పత్రిక జుల్, ఆగస్ట్, సెప్టెంబర్ సంచికలో కొంత భాగం 2006లో ప్రచురితం అయ్యింది. హైదరాబాద్ నుండి బైస దేవదాసు గారి అధ్వర్యంలో వెలువడిన "నేటి నిజం" దిన పత్రిక 2-10-2008లో మొత్తం బతుకమ్మ పాట ప్రచురితం అయ్యింది. అలా ఆశేష ప్రజా వాహిని చెంతకు బతుకమ్మ పాట చేరింది, తన లక్ష్యాన్ని సాధించుకొంది.

తెలంగాణ బతుకమ్మ పాట వి.సి.డి. నాలుగు భాగాలుగా యూ ట్యూబ్లో కూడా అప్ లోడ్ చెయ్యబడింది. దేశ విదేశాల్లో కూడా వేలాది మంది ప్రేక్షకులు ఆ పాటను వీక్షించారు.

బతుకమ్మ పాట యూ ట్యూబ్ లింక్స్:

Telangana Bathukamma pata part-I (Lyric: Sabbani Sharada, singer: A. Ramadevi)

Link: https://youtu.be/U4T9iMlulwk

Telangana Bathukamma pata part-II (Lyric: Sabbani Sharada, singer: A. Ramadevi)

Link: https://youtu.be/vJ6Vxim711l

Telangana Bathukamma pata part-II I (Lyric: Sabbani Sharada, singer: A. Ramadevi)

Link : https://youtu.be/gbaFGp5FDQE

Telangana Bathukamma pata part-IV (Lyric: Sabbani Sharada, singer: A. Ramadevi)

Link :https://youtu.be/jiRAYoRwnlk

చెప్పుకుంటే ఒక కథ, రాసుకుంటే ఓ నవల అవుతుంది 14 ఏండ్ల తెలంగాణ ఉద్యమం జ్ఞాపకాలు సబ్బని వారివి.

2001 నుండి 2014 వరకు 14 ఏళ్ల తెలంగాణ ఉద్యమ కాలంలో సబ్బని దంపతులు తమ శక్తి మేరకు తెలంగాణ రాష్ట్రం ఏర్పాటు కోరి రచనలు చేశారు పరిపుష్టంగా.

తెలంగాణ సాహిత్య వేదిక, కరీంనగర్ వ్యవస్థాపకులుగా సబ్బని 14 ఏళ్ళలో 12 తెలంగాణ పుస్తకాలు వెలువరించాడు. అవి కవిత, కథ, వ్యాసం, గేయ కవిత, దీర్ఘ కవిత, పాట, లఘు కవితా రూపాలైన నానీలు, నానోలు, హైకూలు, రెక్కలు మొదలగు రూపాల్లో ఉన్నాయి. పాటలు ఆడియో, వీడియో సీడీల రూపంలో వచ్చాయి. యూ ట్యూబ్లో దర్శనం ఇచ్చాయి.

"తెలంగాణ బతుకమ్మ పాట" మొదటి ముద్రణ పుస్తకాన్ని ఆవిష్కరిస్తున్న
కీ॥శే॥ ప్రొ॥ బి. జనార్ధన్‌రావు గారు తేది: 08-07-2001 జన చైతన్య వేదిక, కరీంనగర్

"తెలంగాణ బతుకమ్మ పాట" పుస్తకాన్ని (ద్వితీయ ముద్రణ) ఆవిష్కరిస్తున్న జూకంటి జగన్నాథం తెరవే రాష్ట్ర అధ్యక్షులు, సబ్బని, గంద్ర లక్ష్మణరావు, సంకేపల్లి నాగేంద్రశర్మ, పచ్చునూరి సర్సయ్య, మాడిశెటి గోపాల్, గాజోజు నాగభూషణం తేది: 28-09-2008 కరీంనగర్

"తెలంగాణ బతుకమ్మ పాట" పుస్తకాన్ని కరీంనగర్ ఫిలింభవన్ ఆవిష్కరిస్తున్న జిల్లా కలెక్టర్ జె.డి. అరుణ తేది: 09-10-2010 కరీంనగర్

"తెలంగాణ బతుకమ్మ పాట" వి.సి.డి.ని సిరిసిల్లలో ఆవిష్కరిస్తున్న పద్మపీఠం ఎడిటర్ కొక్కుల భాస్కర్, మున్సిపల్ కమీషనర్ మహేందర్, మాజీ కౌన్సిలర్ అంజమ్మ గార్లు తేది : 14-10-2010

తెలంగాణ చౌక్, కరీంనగర్‌లో 'తెలంగాణ బతుకమ్మపాట' వి.సి.డి. ఆవిష్కరిస్తున్న తెలంగాణ మిత్రులు తేది: 10-10-2010

బతుకమ్మ పండుగ-కవయిత్రుల సమ్మేళనంలో శ్రీమతి సబ్బని శారద గారికి కలెక్టర్ జె.డి. అరుణ గారి చేతుల మీదుగా సన్మానం తేది : 9-10-2010, కరీంనగర్.

Felicitation to Sabbani By Karimnagar Dist.collector Sri Veera Brahmaiah. on 04-06-2014; Telangana Formation Day Celebrations.

సబ్బని లక్ష్మీనారాయణ–పూర్తి పరిచయము

పేరు: సబ్బని లక్ష్మీనారాయణ
తలిదండ్రులు: మల్లేశం – నాగమ్మ
పుట్టిన ఊరు: బొమ్మకల్ గ్రామం , మం.& జిల్లా : కరీంనగర్
చిరునామ: 6–6– 302, సాయినగర్, కరీంనగర్–505001.
మొబైల్: 8985251271
ఈ మెయిల్ : ln.sabbani@gmail.com
పుట్టిన తేది: 1–4–1960. ఆఫీస్ రికార్డు: 21– 7– 1957.
చదువు: బి.యస్సి (ఎం.పి.సి.).ఎం.ఏ.(ఇంగ్లిష్,); ఎం.ఏ.(హిందీ);
ఎం.ఏ.(ఆస్ట్రాలజీ), ఎం.ఎస్సీ (సైకాలజి), ఎం.ఎడ్, పి.జి.డి.టి. ఇ.
భార్య: సబ్బని శారద
సంతానం: ఇద్దరు కుమారులు. పెద్ద కుమారుడు : శరత్ చంద్ర కోడలు : సృజన –
మనుమలు: శ్రీయాన్ (అమెరికా) , క్రితిన్ (అమెరికా) , చిన్న కుమారుడు : వంశీ కృష్ణ
వృత్తి: విశ్రాంత ఆంగ్ల ఉపన్యాసకులు

ప్రవృత్తి : రచనా వ్యాసంగం

రచించిన పుస్తకములు: 35

1.మౌనసముద్రం (వచన కవిత) – 1999
2. మన ప్రస్థానం (పేరడీలు) –2001
3. బతుకు పదాలు – 2003
4. నది నా పుట్టుక (వచన కవిత) – 2005
5. మనిషి (దీర్ఘ కవిత) –2007
6. శేషేంద్ర స్మృతిలో –2007
7. అతని అక్షరం మీద చెవి పెట్టి వినండి (కథలు) –20౦8
8. చెట్టునీడ (వచన కవిత) – 2010
9. అవ్వ (స్మృతి కవిత)– 2010
10. తెలంగాణ ఒక సత్యం (వచన కవిత) – 2010
11. హైదరాబాద్! ఓ! హైదరాబాద్! (దీర్ఘ కవిత) –2010

12. తెలంగాణ నానోలు -2010

13. తెలంగాణ రెక్కలు- -2010

14. చారిత్రక తెలంగాణ (గేయ కవిత)-2010

15. తెలంగాణ హైకూలు- 2011

16. తెలంగాణ నానీలు -2011

17. తెలంగాణ వైభవ గీతములు- 2015

18. తెలంగాణ మార్చ్ - 2015

19. తెలంగాణ - కొన్ని వాస్తవాలు(వ్యాసాలు) -2015

20. దంపతి నానీలు (సబ్బని శారదతో కలిసి) - 2015

21. ప్రేమంటే (వచన కవిత) - 2016

22. సాహిత్య నానోలు - 2016

23. షహీద్ భగత్ సింగ్ (జీవిత చరిత్ర) - 2016

24. చాణక్యుని నీతి సూత్రములు (అనువాదము) - 2017

25. భక్త మీరా కవితలు (అనువాదం) - 2017

26. అక్షరాణువులు (నానోలు)- 2017

27. ప్రేమ స్వరాలు (ఏకవాక్య కవితలు) -2017

28. అనుభవ సత్యాలు- ఆణిముత్యాలు - 2017

29. అక్షర సౌరభాలు (ఏకవాక్య కవితలు) - 2017

30. వండర్ ల్యాండ్ అమెరికా నానీలు -2017

31. తెలంగాణ పదాలు -2018

32. సబ్బని కవి పల్కు సత్యమెపుడు (పద్య కావ్యము)- 2018

33. నా అమెరికా సాహితీ సౌహర్ద యాత్ర (ట్రావెలాగ్) - 2018

34. ఆటవెలదిలో అమెరికా (పద్య కావ్యము) - 2018

35. సబ్బని సాహిత్య వ్యాసములు - 2022

అవ్వ (స్మృతి కవిత) Avva the Mother పేర ఆంగ్లము లోకి అనువాదం

డా. పి. రమేష్ నారాయణ గారిచే సంపాదకత్వం వహించిన పుస్తకములు:

1.నేటి కవిత -2007

2.నేటి కవిత -20о8

3. 'స్వతంత్ర భారత అమృత మహోత్సవములు ' త్రిభాషా కవితా సంకలనం తెలుగు- హిందీ- ఇంగ్లిష్. (Bharath Ki Azadi Ka Amrith Mahotsav) trilingual

poetry anthology Telugu, Hindi and English published by Geeta Prakashan, Hyderabad in 2022.

స్థాపించిన సాహితీ కళా సంస్థలు:

శరత్ సాహితీ కళా స్రవంతి, కరీంనగర్ - 1999
తెలంగాణ సాహిత్య వేదిక, కరీంనగర్ - 2001
బహుమతులు, అవార్డులు , సన్మానములు :

1. " BEST POET OF THE YEAR 2003 AWARD", POETS INTERNATIONAL Bangalore.
2. "పులికంటి సాహితీ సత్కృతి" కథా బహుమతి - 2004, తిరుపతి , ఆం.ప్ర.
3. " సాహితీ మిత్రులు " , మచిలీపట్నం, రజితోత్సవ ఉత్తమ కవి పురస్కారం - 2005, ఆం.ప్ర.
4. "బెస్ట్ టీచర్ అవార్డ్ " డా. జైశెట్టి రమణయ్య ట్రస్ట్, జగిత్యాల్.- 20o5. తెలంగాణ
5. " సాహిత్య భూషణ్ " అవార్డ్ , సారస్వత జ్యోతి మిత్ర మండలి, కరీంనగర్.- 2005. తెలంగాణ
6. "బెస్ట్ యెన్.ఎస్.ఎస్. ప్రోగ్రాం ఆఫీసర్ అవార్డు, కరీంనగర్ జిల్లా. -2011. తెలంగాణ
7 "రాష్ట్రస్థాయి ఉత్తమ ఉపాధ్యాయ అవార్డ్" ఆం.ప్ర. ప్రభుత్వం. -2013
8. "మహా కవి శేషేంద్ర అవార్డ్" - 2015, హైదరాబాద్.
9. "ఉమ్మడి శెట్టి సాహిత్య ప్రతిభా పురస్కారము" -2015, అనంతపురము. ఆం.ప్ర.
10. "మళ్ళా జగన్నాధం స్మారక ఉత్తమ కవి పురస్కారము" - 2015, అనకాపల్లి . ఆం.ప్ర.
11. "సాహిత్య రత్న అవార్డ్ " 2016, కాఫ్లా అంతర్జాతీయ సంస్థ, చండీఘడ్.
12. " అద్దేపల్లి స్మారక కవితా పురస్కారము" -2016, విజయవాడ. ఆం.ప్ర
13. " నానోల పురస్కారము" -2016, ఆంధ్ర సారస్వత సమితి , మచిలీపట్నం, ఆం.ప్ర.
14. "సాహితీ చతురానన " బిరుదు , 'సీనియర్ సిటిజెన్ వాణి' మాసపత్రిక, మచిలీపట్నం- 2017, ఆం.ప్ర
15." TELUGU ASSOCIATION OF NORTH TEXAS" డాలస్ వారిచే సన్మానము - 2017. అమెరికా
16. "తెలుగు సాంస్కృతిక సమితి , హ్యూస్టన్" వారిచే సన్మానము. -2017.అమెరికా
17. బి.ఎస్. రాములు , సాహితీ స్వర్ణోత్సవ "దీర్ఘ కవితా పురస్కారము"-2018, హైదరాబాద్,తెలంగాణ

18. తెలుగు విశ్వ విద్యాలయ కీర్తి పురస్కారం వచన కవిత్వం లో – 2018 , హైదరాబాద్.

19. కలహంస సాహితీ పురస్కారం 2014. నెలవంక నెమలీక మాసపత్రిక, హైదరాబాద్.

20. D.Litt. Honorary Doctorate in literature from St. Mother Teresa Virtual University for Peace and Education. Bangalore in 2019.

21." Nava Srujan Kala Praveen Award " Kanpur , U.P. 2020

22. Azadi ka Amrit Mahotsav Desh Bhakthi geet State level Second Prize (T.S.)– 2022

23.Best Writer Award : Telangana Book of Records –2023

నవ తెలంగాణ , రచన, నేటి నిజం, సాహితీ కిరణం, పాలపిట్ట మొదలగు పత్రికలు నిర్వహించిన పోటీల్లో కవిత, కథా బహుమతులు.

వివిధ సాహితీ సామాజిక , కళా సంస్థలతో సంబంధం:

1. శరత్ సాహితీ కళా స్రవంతి, కరీంనగర్, అధ్యక్షులు.
2. తెలంగాణ సాహిత్య వేదిక, కరీంనగర్, అధ్యక్షులు.
3. సాయినగర్, వెల్ఫేర్ సొసైటి , వ్యవస్థాపక అధ్యక్షులు.
4. మెంబర్, కరీంనగర్ ఫిల్మ్ సొసైటీ .
5. కార్యవర్గ సభ్యులు " సాహితీ గౌతమి "కరీంనగర్.

సబ్బని రూపొందించిన ఆడియో గీతములు:

1. తెలంగాణ బతుకమ్మ పాటలు
2. తెలంగాణ వైభవ గీతములు
3. పర్యావరణ గీతములు
4. " స్వచ్ఛ భారత్ " గీతములు తెలుగు, హింది, ఇంగ్లీష్ భాషల్లో
5. తెలంగాణ చెరువుల గీతములు
6. గోదావరి వైభవ గీతము
7. స్వాతంత్ర్య సమరయోధులు – కొండా లక్ష్మణ్ బాపూజీ, బోయినపల్లి వేంకట రామా రావుల పై గీతములు .
8. లాలి పాటలు, పుట్టిన రోజు పాటలు

KASTURI VIJAYAM

📞 00-91 95150 54998

KASTURIVIJAYAM@GMAIL.COM

SUPPORTS

- PUBLISH YOUR BOOK AS YOUR OWN PUBLISHER.

- PAPERBACK & E-BOOK SELF-PUBLISHING

- SUPPORT PRINT ON-DEMAND.

- YOUR PRINTED BOOKS AVAILABLE AROUND THE WORLD.

- EASY TO MANAGE YOUR BOOK'S LOGISTICS AND TRACK YOUR REPORTING.

www.ingramcontent.com/pod-product-compliance
Lightning Source LLC
LaVergne TN
LVHW032332220825
819400LV00041B/1337
* 9 7 8 8 1 9 6 3 8 3 5 5 8 *